அ.வெண்ணிலா

திருவண்ணாமலை மாவட்டம் வந்தவாசியில் பிறந்தவர். முதுகலை உளவியல், கணிதம் படித்தவர். கல்வியியலில் 'தேவதாசிகளின் கலைத்திறனும் ஆளுமையும்' என்ற தலைப்பில் ஆய்வு மேற்கொண்டு முனைவர் பட்டம் பெற்றவர்.

இதுவரை ஆறு கவிதை நூல்களும், மூன்று சிறுகதைத் தொகுப்புகளும், கடிதத் தொகுப்பு ஒன்றும், கட்டுரைத் தொகுப்புகள் ஏழும், கங்காபுரம் நாவலும் வெளிவந்துள்ளன.

பெண் எழுத்தாளர்களின் சிறுகதைகளை 'மீதமிருக்கும் சொற்கள்' என்றொரு தொகுப்பாகவும், தமிழ்ப் பெண் கவிஞர்களின் கவிதைகளைக் 'கனவும் விடியும்' என்றொரு தொகுப்பாகவும் தொகுத்துள்ளார். வரலாற்றாசிரியர் ப.சிவனடி யின் 'இந்திய சரித்திரக் களஞ்சியம்' நூலை மறுபதிப்பாகக் கொண்டு வந்துள்ளார்.

டாக்டர் மு.ராஜேந்திரன் இஆப உடன் இணைந்து தமிழின் முதல் உரைநடையான ஆனந்த ரங்கப்பிள்ளை தினப்படி சேதிக் குறிப்புகள்- 12 தொகுதிகளையும், 'வந்தவாசிப் போர்-250' எனும் வரலாற்றுத் தொகுப்பு நூலையும், 'கம்பலை முதல்' எனும் வரலாற்றுக் கட்டுரைத் தொகுப்பையும் வெளியிட்டுள்ளார்.

சக மனிதர்கள் மீதான ஆழ்ந்த அன்பையும் அக்கறையையும் கொண்ட இவரின் படைப்புகளில் மானுடப் பேரன்பு பிரவகிக் கிறது. இவரின் படைப்புகள் நடுத்தர மக்களின் உளவியல் சிக்கல்களை மெல்ல அவிழ்த்துச் செல்பவை.

இவரது படைப்புகள் இந்தி, மலையாளம், தெலுங்கு, ஆங்கிலம் ஆகிய மொழிகளில் மொழிபெயர்க்கப்பட்டுள்ளன.

'சாலாம்புரி' இவரின் இரண்டாவது நாவல்.

சாலாம்புரி

அ.வெண்ணிலா

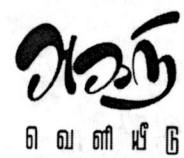

அகநி
வெளியீடு

வெளியீடு : *108*
ISBN : *978-93-82810-73-5*

சாலாம்புரி

அ.வெண்ணிலா

முதல் பதிப்பு: நவம்பர் - 2020

பக்கம்: 448

நூல் வடிவமைப்பு : எஸ்.மாரீஸ்
முன்னட்டை : சீனிவாசன் நடராஜன்
பின்னட்டை : டேனியல் பிரபாகரன்

அச்சாக்கம்: மணி ஆப்செட், சென்னை

விலை: ரூ. 550

Chalampuri

A.Vennila

First Edition: November - 2020

Pages : 448

Lay Out : S.Maries

Wrapper : Srinivasan Natarajan
Back Wrapper Photo : Daniel Prabakaran

Printing: Mani Offset, Chennai

Akani veliyeedu

No.3, Paadasalai Street,
Ammaiyapattu, Vandavasi - 604408
Ph: 98426 37637, 94443 60421
email: *akaniveliyeedu@gmail.com*

இந்நூல்

அப்பாவுக்கும் அம்மாவுக்கும்
தலைமகனாய் இருந்த
என் அன்பு சித்தப்பா

சி.தேவராஜனின்

நினைவுகளுக்கு...

வாழ்வான வாழ்வென்பது...

என் பால்யத்தின் மணமாக என்னுள் நிரம்பிய மனிதர்களின் வாழ்க்கைதான் சாலாம்புரி. கைகளில் வைத்து நிமிட்டிய பச்சை சோளக் கதிரின் வாசம்போல் சுவாசம் நிறைத்திருப்பவர்கள். வெண்மையில் கறுப்பும் சிவப்புமாக வண்ணமேற்றிய துணிக்குப் பெயர் 'சாலாம்புரி' என்கிறார் ஆய்வாளர் ஜெயசீலன் ஸ்டீபன். கறுப்பு சிவப்பைத் தங்களின் நிறமாக்கிக் கொண்டவர்களின் கதை.

தறிச் சத்தமும் பேச்சு சத்தமும் நிரம்பிய பால்யத்தின் பக்கங்களில், அபூர்வமான மனிதர்கள் நிரம்பியிருந்ததை, என் மத்திம வயதில் உணர்கிறேன். எல்லாக் காலத்திற்கும் பொதுவான மனித பலவீனங்கள் அவர்களுக்கும் இருந்திருக்கின்றன. வாழ்க்கையை அவர்கள் எதிர்கொண்ட விதம் முக்கியமானதாகப் படுகிறது. தங்களின் இருப்புக்காக யார் மீதும் புகாரில்லை. வருத்தமில்லை. காழ்ப்புணர்ச்சியில்லை. அன்றன்றைய பொழுதை எதிர்கொண்டு வாழ்ந்திருக்கிறார்கள்.

சொந்த வாழ்க்கைக்கு நிகராகப் பொது விவகாரங்கள்மேல் அக்கறையும் கவனிப்பும் கொண்ட மனநிலை அக்கால மனிதர்களுக்கு இருந்தது. அவரவர்களுக்கான ஏற்ற இறக்கங்களுடன் கூடிய குணத்துடன் வெளிப்பட்டிருந்தாலும், அக்குணம் இன்று அரிது. தங்கள் வீட்டை விட்டு வெளியில் இறங்கினால் தெரு, ஊர் எல்லாமே அந்நியம். கிராமங்களிலும் இத்தன்மை அதிகரித்துவிட்டது. மனிதர்களுடனான, சமூகத்துடனான, ஊருடனான இணைப்புகளில் இருந்து கல்வி முற்றிலும் நம்மை விடுவித்திருக்கிறது.

வாழ்க்கை என்பதே கூட்டு மனநிலை என்றிருந்த கால கட்டத்தின் கதையே இந்நாவல்.

சுயமரியாதை இயக்கம், திராவிட இயக்கங்கங்களின் எழுச்சி தமிழகத்தின் ஒவ்வொரு குடும்பங்களிலும் தாக்கத்தை உண்டாக்கிய காலகட்டம். குறிப்பாக நாற்பதுகள் தொடங்கி, எழுபதுகள் வரை ஒவ்வொருவரிடத்திலும் மாபெரும் உணர்ச்சிப் பெருக்கு. இவ்வியக்கங்களின் எழுச்சியை விரும்பாதவர்கள்கூட, ஆர்ப்பரித்த அதன் வளர்ச்சியை ஆச்சரியத்துடன் பார்த்துக் கொண்டிருந்தார்கள்.

'சாலாம்புரி' நாவல் 1957இல் கொள்கைப் பிடிப்புடன், சமூக மாற்றத்தை விரும்பிய ஓர் ஊரைப் பின்னணியாகக் கொண்டது. இளைஞர்கள் சுயமரியாதை சிந்தனைகளின் மூலமாகச் சமூகத்தை மாற்றிவிட முடியும் என்ற தீவிரத்துடன் களத்தில் இருந்தார்கள். தனி மனித வாழ்வென்பது நான்கு சுவர்களுக்குள், ரத்த பந்தத்துடனான உறவுகளுடன் மட்டும் என்பதாக இல்லாமல், 'அணைந்து கொள், உன்னைச் சங்கமமாக்கு' என்ற பரந்துபட்ட சிந்தனையாக இருந்தது.

ஊரின் பிரச்சினை அவர்களின் சொந்தப் பிரச்சினையைவிட முக்கியம், ஊரின் தேவைகளுக்கே முன்னுரிமை, ஊர் என்பதே தன் அடையாளம் என்ற சமூகப் பிரக்ஞை.

பொது மனிதனாகத் தன்னை பாவித்தவர்களுக்குப் பின் புலமாகப் பகுத்தறிவு சிந்தனைகள் அமைந்திருந்தன. தமிழ் மரபில் கடவுள் இல்லையென்ற முழக்கம் தீவிரமாக உயிர் பெற்றிருந்த காலகட்டம். கடவுளை ஏற்பதும் மறுப்பதும் எளிதான செயல்தான். கடவுளைச் சூழ்ந்துள்ள கற்பிதங்களும், கடவுளைக் கட்டிக் காக்க வேண்டிய சடங்குகளையும் அவ்வளவு எளிதில் கடந்துவிட முடியாது. நம் குடும்பங்கள் சடங்குகளாலும் சம்பிரதாயங்களாலும் பின்னப்பட்டுள்ளன. சின்னச் சின்ன நடவடிக்கைகளுக்குப் பின்னாலும் ஏராளமான புனைவுகள் உள்ளன. கடவுளின் பெயரால், நல்லது கெட்டது என்ற நம்பிக்கையில், உண்மை பொய் என்ற பாகுபாட்டில் எத்தனையெத்தனை கற்பிதங்கள். அவை ஒருபோதும் கடக்க முடியாதவைகளாக வாழ்விற்குள் சுழன்றபடியுள்ளன. ஒவ்வொரு மனிதரின் அன்றாடங்களுக்குள் ஓராயிரம் கற்பிதங்கள்.

இன்றைய வாழ்வில் பொது மனிதன், ஊர் மனிதன் என்ற மனித வகைமையே கிடையாது. ஒரு காலத்தில் ஊருக்குப் பத்துப் பேர் இருந்திருக்கிறார்கள். நல்லது, கெட்டது எல்லாவற்றுக்கும் இவர்களே முன்நிற்பவர்கள். ஊர்த் தாம்பூலம் வாங்கிக் கொள்ளவும், திருவிழாவில் கால்கள் தேயத் தேய ஓடியாடி வேலை பார்க்கவும், சண்டை சச்சரவுகளில் தலையிட்டுப் பஞ் சாயத்துப் பேசவும், காரியம் கருமாதிகளில் முதல் ஆளாக நின்று எடுத்துச் செய்யவும், ஊருக்கு ஏதாவது ஒன்றென்றால் முதல் ஆளாக வந்து நிற்பவர்கள் இவர்களே.

ஊருக்காக உழைத்துத் தேய்பவர்கள் ஒருபோதும் தங்களின் குடும்பங்களைக் கவனித்தது கிடையாது. அந்தக் குடும்பங்களின் பெண்கள்மேல் தான் பெரும் சுமை சேர்ந்திருக்கும். தன்னலமற்ற தங்களின் உழைப்பை ஊருக்காகச் செலுத்திய ஊராள்கள் இருந்த காலத்தில் நடக்கும் கதை.

இருபதைத் தொடும் இளைஞர்களுக்கு சுயமரியாதை இயக்கமும் பகுத்தறிவும் புது ரத்தமாய் உத்வேகம் தருகிறது. தங்களின் மாற்றங்களோடு, ஊரின் மாற்றங்களையும் விரும்பி ஒன்று சேரும் அவர்கள் வாழ்வின் தொடக்கப் புள்ளிதான் இந்நாவல். அவர்கள் மாறினார்களா? அவர்கள் மாற்றம் நிலை யானதா? ஊரின் மாற்றம் நிலையானதா? என்பதற்கு இன்று வாழ்ந்து கொண்டிருக்கும் நாம்தான் சாட்சியம். பதில் நம்மிடம் தான் இருக்கிறது. தொடங்கிய புள்ளியை மட்டும் நாவல் சொல்லிச் செல்கிறது.

நெசவைப் பின்புலமாகக் கொண்ட ஐம்பதுகளின் கிராமம். இதில் வருகின்ற சாதிப் பெயர்கள், சாதிய சொல்லாடல்கள் அக்காலத்திய நடைமுறைகளாய் இருந்தவை.

சாலாம்புரி நாவலில் வரும் மனிதர்களின் குணாம்சங்கள் இன்று காணக்கிடைக்காதவை. அவர்களின் வாழ்க்கையும் நம்மால் கற்பனை செய்ய முடியாதவை. நெருப்புக்காக ஒவ்வொரு வீடாக மண் சட்டியை எடுத்துச் செல்பவர்கள், ஒரு சோற்றுப் பருக்கையையும் வீணாக்காமல் சாப்பிடுபவர்கள், வேப்பங் குச்சியால் காது ஓட்டையை அடைத்துக் கொண்டே வாழ்நாள் முழுக்க, குண்டுமணி தங்கத்திற்கு வழியில்லையென்றாலும் நிறைவோடு வாழத் தெரிந்தவர்கள், நாள் முழுக்கப் பேச்சுகளால் தங்கள் வயிறு நிறைத்துக்

கொண்டவர்கள் என நாவலின் அபூர்வமான மனிதர்கள், காலத்தின் பக்கங்களில் பதிந்திருக்கிறார்கள்.

மஞ்சள் கறையேறிய புகைப்படங்களாய் நினைவுகளில் உள்ளவர்களை எழுத்தில் வரைந்துள்ளேன். கிராமத்து வீட்டுத் திண்ணையில் அமர்ந்து, வாழ்ந்த கதையைச் சொல்வதுபோல் எனக்குள் இருந்த மனிதர்களின் கதையைச் சொல்லியுள்ளேன். இவர்கள் எல்லோருமே உங்களுக்குள் இருக்கும் மனிதர்களை உயிர்ப்பிப்பார்கள். நினைவுகூரச் செய்வார்கள். காலத் தேரில் ஏற்றி, பின்னோக்கி அழைத்துச் செல்வார்கள். நாம் எவ்வளவு தூரம் மனிதர்களின் உணர்வுகளோடு பின்னோக்கிச் செல்கிறோமோ அவ்வளவு ஆழமாக நிகழ்காலத்தில் கால் ஊன்றி நிற்க முடியும்.

நாவலை நிறைவு செய்கின்ற இந்தக் கணத்தில், வளமான வாழ்வென்பது மனிதர்களுடன் சேர்ந்திருப்பதுதான் என்ற குதூகலம் எனக்குள் உருவாகிறது.

இந்த வாழ்வை எப்போதும் உற்சாகமாய் அணுகும் மனநிலையை எனக்குள் தக்க வைக்கும் அன்பு முருகேஷ், செல்ல மகள்கள், உயிரணைய அம்மா, எங்கள் எல்லோரையும் அன்பால் ஆகர்ஷித்துக் கொண்ட டாக்டர் மு.ராஜேந்திரன், இஆப, நாவலைப் படித்துக் கருத்துகளைப் பகிர்ந்துகொண்ட எழுத்தாளர்கள் இமையம், சீனிவாசன் நடராஜன், அன்புக்குரிய மாரீஸ் எல்லோருக்கும் அன்பு.

பகிர்வதற்கு அன்பைப்போல் உயரிய வஸ்து வேறொன்று மில்லை...

எல்லோருக்குமான அன்புடன்,

அ.வெண்ணிலா
vandhainila@gmail.com

1

"இன்னும் எவ்வளவு நேரந்தான் இப்படியே இருக்கிறது? போனவரு போயிட்டாரு. இருக்கிறவங்க கதைய பார்க்கணுமே? வீட்டுக்குப் பெரியவன் நீதான். ஆக வேண்டியதப் பாருப்பா. பங்காளிங்க என்ன சொல்றீங்களோ சொல்லுங்க?" ராஜி முதலியார் குரலை உயர்த்திப் பேசினார்.

நடராஜன் நிமிர்ந்து பார்த்துவிட்டுத் தலை கவிழ்ந்து கொண்டான்.

பதினாறாம் நாள் காரியத்திற்குக் குளக்கரைக்குப்போய் வந்தவுடன் ராஜி முதலியார், "பங்காளிங்க எல்லாம் வந்திருக்காங்க. மதிய சாப்பாட்டுக்குப் பந்தி போடுறதுக்கு முன்னால பேசிடலாம்" என்று சொல்லி, பெரிய வாசலில் பாய் விரிக்கச் சொன்னார்.

கணேசன் நான்கைந்து இரண்டாள் கோரைப் பாய்களை விரித்தான். நடராஜனின் கூட்டாளி. கூடப் படித்தவன். படிப்பு வரவில்லையென்று மூன்றாவதோடு நின்றுவிட்டான். தறிதான். ஒரு நாளைக்கு ஒரு சேலைகூட நெய்வான். தொழிலில் கெட்டிக்காரன்.

காரியத்திற்கு வந்திருந்தவர்கள் வாசலில் உட்கார்ந்தார்கள். மார்கழி மாதமென்பதால் வெயில் அதிகம் தெரியவில்லை. பழக்கதோஷத்தில் கழுத்துத் துண்டை எடுத்து முகத்தைத் துடைத்துக்கொண்டு மடியில் வைத்தார்கள்.

பெண்கள் வாசலை ஒட்டிய அறைகளின் வாசலில் உட்கார்ந்தார்கள்.

குறட்டுக் கல்லை ஒட்டியிருந்த நாற்காலியில் வடிவேல் முதலியார் உட்கார்ந்திருந்தார்.

ராஜி பேச்சைத் துவக்கினார்.

"நடராஜனுக்குத்தான் கல்யாணம் ஆயிருக்கு. கல்யாணம் பண்றதுக்கு ரெண்டு பொண்ணுங்க இருக்கு. ரெண்டு பையங்க, இவங்கக்கூட அவங்க அம்மாவையும் பெரியவன்தான் பாத்துக்கணும். சொத்தும் என்னா பெரிய சொத்து இருக்கு? ரெண்டு ஏக்கரா நெலம். இருக்கிற வீடு, தெருக்கோடியில ரெண்டு காலி மனைங்க, ஓட்டல் கடை. இதானே இருக்கு? இதப் பிரிச்சு இப்ப யாருக்குன்னு குடுக்கிறது? குடுத்தாலும் நிர்வாகம் பண்ற வயசும் பசங்களுக்கு இல்ல. தானாமட்டையாந்தான் போவும். வீட்டுக்குத் தலைச்சன் பிள்ளையா நடராஜனே எல்லாத்தையும் பொறுப்பா இருந்து பார்த்துக்கட்டும். அதது தல எடுக்கும்போது, அப்ப என்ன இருக்கோ, அதப் பிரிச்சுக் குடுத்துக்கலாம்."

ராஜி முதலியார் கன்னிகாபுரத் தெரு. பங்காளி முறை இல்லை யென்றாலும், நடராஜனுக்காக வந்திருந்தார். பத்து வயதிலிருந்தே அவருடன் எல்லாப் பஞ்சாயத்திற்கும் ஆஜராகி விடுவான் நடராஜன். கூட்டத்தில் இருப்பவர்களே ராஜி முதலியாரைத் திட்டுவார்கள். "ஏன் ஓய், ஒன் வயசு என்ன? இவன் வயசென்ன? இவன எதுக்கு ஓய் கூட்டிக்கிட்டு வர்ற? இவனும் பெரிய மனுசன் மாதிரி உங்கூட வந்துடுறான்."

"எவன் இன்னிக்கு ஊர் பஞ்சாயத்துன்னா கெளம்பி வர்றான்? ஊர்னா நாலு பொது மனுசனுங்க இருக்கணும். அவெவென் கால் குழியில கால வுட்டா, வெளிய எடுக்க மாட்றானுங்க. பொண்டாட்டி மெரட்டலு வேற. இவனாவர்றான், வரட்டும். நாலு விசயம் தெரிஞ்சுக்கட்டும். ஊரப் பத்தித் தெரிஞ்சவன்னு பத்துப் பேராவது இருக்கணும்ல."

ராஜி முதலியாருக்கும் நடராஜனுக்கும் முப்பது வயது வித்தி யாசம். அவர் வீடே கதியென்று பழியாகக் கிடப்பான். ஊரில் யார் யார் எப்படி?, ஊர் பொறம்போக்கு நிலம் எங்கிருக்கிறது, கோயில் நிலம் எவ்வளவு, திருவிழா ஏற்பாடு, கூத்து... என எல்லாமும் பத்தொன்பது வயது நடராஜனுக்கு அத்துப்படி.

'நடராஜன் தலையில் இவ்வளவு பெரிய சுமை விழுந்து விட்டதே' என்று ராஜிக்கும் பதினைந்து நாளாய்த் தூக்கமில்லை.

தினம் வந்து பார்த்து ஆறுதல் சொன்னார். காரியத்தன்றே பாகப் பிரிவினைப் பற்றியும் பேசி முடித்துவிட வேண்டுமென்று அவராகத்தான் முன்வந்து பேச்சை ஆரம்பித்தார்.

ரவிக்கைப் போடாத உடம்பை கன்னியம்மாள் முந்தானை யால் மூடியபடி, சாமி மாடத்துக்கு அருகில் உட்கார்ந்திருந்தாள். வெளியில் பேசுவது அவளுக்கும் நன்றாகக் கேட்டது.

நடராஜனுக்குத் தான் என்ன பேச வேண்டும்? சரி, இல்லை என்று பதில் சொல்ல வேண்டுமா? எதுவும் புரிபடவில்லை. மனம் முழுக்க அம்மா நிறைந்திருந்தாள்.

விடியற்காலையில் அரை மயக்கத்தில் இருந்தவனை ஏகாம்பரி எழுப்பினாள். கண்களை உடனடியாகத் திறக்க முடிய வில்லை. ஈரத்தில் ஒட்டிக்கொண்டு திறக்க மறுத்தன. கசக்கியபடி சிரமப்பட்டு விழித்துப் பார்த்தான்.

"கண, மூஞ்சிய கழுவிக்கினு வா, அம்மா கூப்புட்றா."

நடராஜனுக்கு இடம், காலம் எல்லாம் குழம்பி நின்றது. என்ன நேரம் இது? இருட்டு விலகாததுபோல் இருந்தது. கூடத்தில் பெரிய குத்துவிளக்கும், இரண்டு மூன்று ராந்தல் விளக்குகளும் ஏற்றி வைத்திருந்தார்கள்.

அத்தை, சித்தி, பெரியம்மா, பக்கத்து வீட்டுப் பெண்கள், தேவி எல்லோரும் உட்கார்ந்திருந்தார்கள். வாசலில் கன்றுக்குட்டியுடன் பசு மாடு ஒன்று நின்றிருந்தது. நடராஜனுக்குப் புரிந்தது. அம்மாவுக்கு மாங்கல்யம் வாங்கத்தான் இத்தனை பேரும் வந்திருக்கிறார்கள். வயிற்றுக்குள் கலக்கம் ஒன்று சுழன்றது. எழுந்து போவதா? வேண்டாமா? என்று யோசித்தபடி உட்கார்ந் திருந்தவனை, ஏகாம்பரியின் குரல் உசுப்பியது.

"வாப்பா, உனக்காகத்தான் எல்லாரும் உட்கார்ந்திருக்காங்க. ஒங்கம்மா நீ வந்தாத்தான்னு சொல்லுறா. மொகத்தக் கழுவிக்கினு வாப்பா."

ஏகாம்பரியின் குரலில் இருந்த இறைஞ்சுதல் நடராஜனை அசைத்தது.

"வர்றேன் போ, பாட்டி."

எழுந்து நின்று, அவிழ்ந்து வந்த சோமனை இழுத்துக் கட்டினான்.

நேராகத் தோட்டத்துக்குப்போய், தொட்டியில் இருந்த தண்ணீரை வாரி இரண்டு, மூன்று முறை முகத்தில் அடித்தான். மார்கழி மாதத்தின் குளிர்ச்சி சில்லென்று முகத்தில் அறைந்தது. கண் எரிச்சல் குறைந்து, நீரை வழித்துவிட்டபோது பார்வைத் தெளிவானது.

நடராஜனைப் பார்த்தவுடன் கொட்டகையில் இருந்த மூன்று மாடும் உடலில் நெகிழ்ச்சியைக் காட்டின. "ம்மாஆ" என்றது லஷ்மி. "வர்றேன், வர்றேன்" என்று சொல்லிவிட்டு, சோமனி லேயே முகத்தைத் துடைத்தபடி, நடுக்கூடத்துக்கு வந்தான்.

கன்னியம்மாள் நடராஜன் வருவதைப் பார்த்தவுடன் ஓவென்று குரல் எடுத்து அழுதாள்.

"கண, என் மங்கிலியத்தைத் தொலைச்சுட்டேனே? மஞ்ச குங்குமமும் பூவும் பொட்டும் போய் மூளியாப் போனேனே?"

இத்தனை பேருக்கு மத்தியில் அம்மா அழுவதைப் பார்த்ததும், அவனுக்கும் அழுகை வந்தது. துக்கத்தில் நெஞ் சடைத்தது. மூச்சுவிடக் கஷ்டமாக இருந்தது.

உட்கார்ந்திருந்த பெண்களின்மேல் கால் பட்டுவிடாமல், அவர்களுக்கு ஊடாகத் தடுமாறி அம்மாவின் அருகில் போனான்.

போய் நின்றதுதான் தாமதம், அடுத்த நொடி கன்னியம்மாள் நடராஜனின் காலைக் கெட்டியாகப் பிடித்துக்கொண்டு, குனிந்து வணங்கினாள்.

நடராஜனுக்குத் தூக்கி வாரிப்போட்டது. சுற்றி உட்கார்ந்திருந்த பெண்கள் அதிர்ந்துபோய், கத்தி அழுதார்கள்.

நடராஜன் பதறி, அம்மாவைத் தூக்கினான்.

கன்னியம்மாள் கெட்டியாகக் கால்களைப் பிடித்திருந்தாள்.

"எப்பா, என் தெய்வமே, எங்களைக் கைவிட்றாதப்பா, இனிமே ஒன்ன நம்பித்தான் நாங்க எல்லாருமே இருக்கோம். பச்ச மண்ணுங்க நாலு இருக்கு, அதையெல்லாம் கரை சேர்க்கிறது உன் கையிலதான். எங்கள கை விட்றாத சாமி."

"எழுந்திரும்மா, என்னம்மா இதெல்லாம்?"

"ஓம் பொண்டாட்டியையும் கூப்பிடுப்பா, நீங்க ரெண்டு பேரும்தான் இனிமே இதுங்களுக்குத் தாயா, தகப்பனா இருந்து பார்த்துக்கணும்."

அருகில் உட்கார்ந்திருந்த ருக்குவையும், சுசீலாவையும் நடராஜனின் காலடியில் தள்ளினாள். கொஞ்சம் தள்ளி நின்றிருந்த கடைக்குட்டி சுப்ரமணியை, 'இங்க வா' என்பதுபோல் சைகைக் காட்டி அழைத்தாள்.

எல்லோரும் ஓவென்று கதறி அழுது கொண்டிருந்ததில் உதடு வெம்மி, அழுவதா வேண்டாமா என்று தடுமாறிக் கொண்டிருந்த சுப்ரமணி, அம்மா கூப்பிட்டவுடன் தாமதிக்காமல் ஓடி வந்தான். ஆறு வயதானாலும் அம்மாவின் முந்தானைப் பிடித்துக்கொண்டு சுற்றும் சுப்ரமணியை, நடராஜனின் காலடியில் கிடத்தினாள் கன்னியம்மாள்.

பட்டென்று குனிந்து சுப்ரமணியைத் தூக்கிக் கொண்டான் நடராஜன்.

"விடும்மா, யார் எங்கப் போறாங்க? நீதான் எங்க எல்லாரை யும் பார்த்துக்கணும். நீயேன் இப்படிப் பண்றே?"

"நீதான்டா ஆம்பளப் பையன். இனிமே நீதான் எல்லாத்தை யும் பார்த்துக்கணும்."

அழுகையில் கன்னியம்மாளின் முகம் கோணியது.

நடராஜன் அம்மாவின் பிடியிலிருந்து கால்களைச் சற்றே நகற்ற பார்த்தான். உடம்பு தடதடவென்று நடுங்கியது. நடராஜன் தடுமாறி நிற்பதைப் பார்த்து, தேவி எழுந்து அருகில் வந்தாள்.

"மாமி, என்னா இது, பெத்த பையன் கால்ல விழுந்துகிட்டு? ஒன்ன விட்டுட்டு போயிடுவாரா? அவரா போறவரு? எழுந்திரு" என்று சொல்லியவாறு கன்னியம்மாளைத் தூக்கிவிட குனிந்தாள்.

கன்னியம்மாள் தேவியின் கைகளைப் பிடித்துக்கொண்டாள்.

"நீதான் இதுங்களுக்குத் தாயா இருந்து காப்பாத்தணும்மா. தப்புத்தண்டாவுக்குப் போச்சுன்னாலும் பெத்த தாயா மன்னிச்சுடு கண." கன்னியம்மாள் இரண்டு பேரையும் இறுக்கிப் பிடித்துக்கொண்டாள்.

சாலாம்புரி

அம்மாவைச் சமாளித்து, தம்பியைத் தூக்கிக்கொண்டு வெளியில் வந்துவிட்டாலும், நடராஜனுக்கு உடம்பு உதறல் நிற்கவில்லை.

அப்பாவை எரித்த நெருப்பின் சூடு குறையவில்லை. அம்மாவின் மாங்கல்யம் வாங்கிய துக்கத்தின் வடு குறைய வில்லை. அதற்குள் பாகம் பிரிக்க கூடியிருப்பவர்களிடம் என்ன சொல்வது?

"நடராஜி, சாப்பாடு தயாராயிடுச்சு. பந்திப் போடணும். காலையில இருந்து பச்சத் தண்ணிகூடப் பல்லுல படாம, வெரதம் இருக்கிறவங்களுக்கெல்லாம் தல சுத்தும் இந்நேரம். கொல்லி வச்ச கை சூடு இன்னும் தணியல, அதுக்குள்ள இன்னாத்துக்குப் பாகப்பிரிவினைன்னு நெனைக்கலாம். தாயும் பிள்ளையும் ஒன்னுதான்னாலும், வாயும் வயிறும் வேறதான்ப்பா. கூடப் பொறந்தவன்னாலும் தோளுக்கு மிஞ்சினா பங்காளியாயிடுவான். அப்பா இல்ல, கூடப் பொறந்ததுங்கள ஏமாத்திட்டான்னு நாள முன்னபின்ன பேச்சு வந்துடக்கூடாது, பாரு. எதுன்னாலும் வாய்விட்டுப் பேசிடுறது நல்லது. அவங்களுக்கு இவ்வளவுன்னு பிரிச்சு விட்டுட்டா, அப்புறம் அதை நீயே வச்சிக்கிட்டாலும் சரி, அவங்கள்ட்ட குடுத்துட்டாலும் சரி, அவங்க விருப்பமாயிடும். ஒனக்கும் அதான் நல்லது."

ராஜி முதலியார், தான் நடராஜன் பக்கம் நிற்பதைக் காட்டிக் கொள்ள விடாப்பிடியாகப் பேசிக்கொண்டிருந்தார்.

வடிவேல் முதலியாருக்கு எரிச்சல் வந்தது. 'பங்காளிங்க நாம் பேசிக்கிட்டு இருக்கும்போது இவன் எதுக்குக் கூடக் கூடப் பேசிக்கிட்டு இருக்கான்!'

நடராஜன் எல்லாரையும் பார்த்துக் கையெடுத்துக் கும்பிட்டான்.

"இனிமே எனக்குன்னு தனியா ஒன்னும் கிடையாது. என் தங்கச்சிங்க, தம்பிங்க அவங்கவங்க விருப்பத்துக்குப் பிரிச்சு எடுத்துக் கிடட்டும். இப்ப எடுத்துக்கிட்டாலும் சரி, அவங்க வளந்து ஒரு நெலைக்கு வந்து கேட்டாலும் சரி, எல்லாத்தையும் கொடுத்துடுறேன். இப்ப இருக்கிற வீடு, அப்பா, தாத்தா வாழ்ந்த பூர்வீக வீடு. அம்மாவும் இங்கதான் இருக்கப் போறாங்க.

அம்மா கூட நாங்க எல்லாரும் இருந்துக்கிறோம். பின்னாடி என் தம்பிங்களோ, தங்கச்சிங்களோ யாருக்கு வேணும்னு கேட்டாலும் எடுத்துக்கலாம். ரெண்டு தங்கச்சிங்களுக்குக் கல்யாணம் பண்ணி வைக்க, அப்பா வச்சிட்டுப்போன சொத்துல இருந்து எதையும் எடுக்க மாட்டேன், விக்கவும் மாட்டேன். தம்பிங்கள படிக்க வைக்கிறதும் என் பொறுப்புதான். நாளைக்கு எனக்குன்னு கொழந்தைங்கப் பொறந்தாலும், தம்பிதங்கச்சிங்களுக்கு அப்புறம் தான் அவங்க எனக்கு. எங்கம்மா கஷ்டப்படாம எங்கள பாத்துக் கிட்டுக்கூட இருந்தா போதும்." என்ன சொல்லவேண்டுமோ, எல்லாவற்றையும் ஒரே மூச்சில் தீர்மானமாகச் சொல்லி முடித்தான் நடராஜன்.

ராஜி முதலியார் இரு கை கூப்பி, கும்பிட்டார்.

"நடராஜி, வயசுல நீ சின்னப் பையனா இருந்தாலும், ஒன் வயசுக்கு மீறின அறிவு உங்கிட்ட எப்பவுமே இருக்கு. நான் நெனச்ச மாதிரியே நீ சொல்லிட்ட." நெகிழ்ந்தது அவர் குரல்.

வடிவேல் முதலியாருக்கும் நடராஜன் பேசியதில் கண் கலங்கியது. 'சின்னு இதெல்லாம் பார்க்காமல் போயிட்டானே' எனத் தன் தம்பியை நினைத்துக் கலங்கினார்.

கன்னியம்மாள் தூரத்தில் இருந்தபடியே நடராஜனைக் கையெடுத்துக் கும்பிட்டாள்.

நடராஜன் தேவியைப் பார்த்தான். தேவியின் மடியில் உட்கார்ந்திருந்த சுப்ரமணி கையில் இருந்த பாதுஷாவைக் கடித்துக் கொண்டிருந்தான்.

"பந்தி போடுங்கப்பா."

கூட்டத்தில் ஒருவர் உரக்கச் சொன்னார்.

சாலாம்புரி | 17

2

அப்பா இறந்த அன்று, வயிறு கலங்கி, பெரிய பந்து ஒன்று தொண்டை குழிக்குள்ளும் வயிற்றுக்குள்ளும் சுழன்றது. அப்பா இல்லாத வாழ்க்கை, இருளில் தெரியும் வெண்குன்றம் மலையைப்போல் பயத்தைக் கொடுத்தது.

நிஜார் போடாத தம்பி, பேருக்குக் கொள்ளிச் சட்டியைப் பிடித்தான். உண்மையில் நான்தான் கொள்ளி வைத்தேன். ஆசையாய் இனிப்பு போண்டா தரும் கையில், தீ பரவியதைப் பார்த்து இதயம் துடிப்பது கேட்டது.

அம்மா அப்பாவை நெருப்புப் பக்கம் போகவிடாமல் ஜாக்கிரதையாகப் பார்க்கும். கையில் லேசாகச் சூடுபட்டாலும் அப்பா ஒரு வாரத்திற்குக் கை புண்ணை எல்லோரிடமும் காட்டுவார். சின்னக் கொப்புளத்திற்கும் பெரிய காயமான தைப்போல் கையைப் பத்துத் தரம் பார்த்துக்கொண்டிருப்பார். வடை சட்டியில் கை பட்டும், எண்ணெய் தெறித்தும் அம்மாவுக்கு உடம்பில் ஆங்காங்கே நெருப்புக் கொப்புளங்கள் இருக்கும். அம்மா யாரிடமும் காட்டியது இல்லை. வலிக்கிறது என்று ஒரு நாளும் சொன்னதில்லை.

"அப்பா கை பூ மாதிரிடா, சூடு தாங்காது" என அம்மா சமாதானம் சொல்லும். சூடு தாங்காத அப்பாவின் உடம்பை, பசித்திருந்து வேகவேகமாக அள்ளித் தின்பதைப்போல், நெருப்பு கவ்விப் பிடிப்பதைப் பார்த்து உடம்பு பதறியது. 'தீ தின்பதற்கா இந்த உடம்பை அம்மா பொத்திப் பொத்திக் காப்பாத்தியது?'

கொழுந்துவிட்ட தீயில் கை மேலெழுந்தது.

இனிப்பு போண்டாவைக் கையில் திணிக்க நீள்வதுபோல், உள்ளங்கைக்குள் நெருப்பு உருண்டிருந்தது. போண்டாவை வாங்குவதுபோல் ஓடிப்போய் எரியும் கை முன்னால், கையை நீட்டினான். "பையனைப் புடிங்கப்பா, கொள்ளி வச்ச உடனே கூட்டிக்கிட்டுப் போணும், கிளம்புங்க." கையில் நீளமாய்க் கருவேலம் கொம்பு வைத்திருந்த வெட்டியான் விரட்டினான்.

அப்பாவின் காலைப் பிடித்திருக்குமா தீ? அழுக்குப் படாமல் பார்த்துக் கொள்ளும் விரல்களில், தன்னைச் சுமந்த மடியில், பாசம் காட்டும் முகத்தில்... அய்யோ, முகத்தில் பரவும் தீயை விலக்குவதைப்போல் கையால் விலக்கினான். தீயில் கருகும் அப்பாவின் உடலைப் பார்க்க முடியாமல் சுடலையிலிருந்து வீடு திரும்பினான். வரும் வழி முழுக்கக் கால்த் தடங்களில் நெருப்பு ஒட்டிக் கொண்டிருந்ததுபோல் கால்கள் தரையில் பாவாமல் நடந்தான்.

அப்பா உடம்புமேல் பரவிய நெருப்பை உள்ளங்கையில் வைத்து விழுங்கிவிட முடிந்தால் எவ்வளவு நன்றாக இருக்கும். வெளியில் இருந்த தீ, தொண்டைக் குழிக்குள் இறங்கியது. நெஞ்சு எரிய, ஒரு மஞ்சள் பந்து வயிற்றுக்குள் நுழைந்தது. வயிறு முழுக்கத் தீ பரவியது. தீயின் வெம்மைத் தாளாமல் கை, கால் நடுங்கின. நடை தடுமாறியது. தலைக்குள்ளும் மஞ்சள் உருண்டை சுழன்றது. மூளை வெடித்துச் சிதறியது.

கண் விழித்தபோது, வீட்டுக் கூடத்தில் இருந்தேன். அப்பாவைக் கிடத்தியிருந்த மரப்பலகைச் சாய்த்துப் போடப் பட்டிருந்தது. அம்மா வாசல் குறட்டுப் படியில் உட்கார்ந்திருந்தாள். குளிக்க வைத்து, வேறு புடவை மாற்றியிருந்தார்கள். நெற்றியில் வைத் திருந்த பெரிய பொட்டு, குளியல் ஈரம் காயாததால் லேசாகக் கலைந்திருந்தது. தலையில் கனகாம்பரம் பூ.

அம்மா தலைவாரிப் பூ வைத்து அலங்காரம் செய்து பார்த்ததே இல்லை. தினம் சாயந்திரம் குளித்துவிட்டு வரும்போதே சாமி மாடத்தில் இருக்கும் வெண்கல கிண்ணத்தில் இருந்து விபூதியை இரண்டு விரல்களுக்குள் எடுத்துக்கொண்டு வருவாள். சூரியன் இல்லையென்றாலும், மேற்காய்ப் பார்த்து, மனத்திற்குள் வேண்டிக்கொண்டு, நெற்றியில் விபூதியால் நீண்ட கோடிழுப்பாள். மீதமுள்ள விபூதியை அப்படியே

கழுத்தில் பூசிக்கொள்வாள். மீண்டும் சாமி மாடத்திற்குப் போய், கிண்ணத்தில் இருந்து குங்குமம் எடுத்து, விபூதிக்கு நடுவில் பெரியதாக வைப்பாள். எறவானத்தில் செருகியிருக்கும் மரச்சீப்பை எடுத்து, தலையை அழுந்த வாரி, கோடாலி முடிச்சுப் போட்டுக்கொள்வாள். இதுதான் அம்மாவின் அலங்காரம்.

அப்பாவின் உடம்பைக் கவ்விய நெருப்பு ஞாபகத்திற்கு வந்தது. நினைவு சிதறியது.

"அய்யோ, அப்பா ஒடம்புக்கு நானே நெருப்பு வைச்சுட் டேன். அப்பாவுக்குச் சுடும். அம்மா, அப்பாவுக்குச் சுடும்மா. அப்பா கையில நெருப்பு சுட்டுச்சு, இங்க, இங்க..."

கன்னியம்மாள் மகன் கூச்சலிடுவதைப் பார்த்து ஓடிவந்தாள்.

"என்னப்பா, என்ன பண்ணுது?"

"சுடலைக்குப் போனதில் பயந்துட்டான், வயித்துக்குக் குடுத்து தூங்க வை கன்னியம்மா, நீதான் தேத்தணும்..." ஏகாம்பரி மூக்கை முந்தானையில் துடைத்துக்கொண்டே சொன்னாள்.

ஏகாம்பரி ஊரில் யார் வீட்டில் சாவு என்றாலும் நடந்த அன்றிலிருந்து காரியம் நடக்கும் பதினாறாவது நாள்வரை கூடவே இருப்பாள். வந்த கதை, வாழ்ந்த கதை எல்லாம் அவர்கள் மனசில் இருந்து அந்தரங்கமாய்க் கொட்டித் தீர்க்க வைப்பாள். கண்ணீரில் கரையும் சோகமும், ஏகாம்பரியோடு பேசிக் கரையும் சோகமும் சமமாகவே இருக்கும்.

திருமணமாகிப் போகும் பெண்ணுடன், பெண்ணின் தோழியாகத் தாய் மாமன் பெண்டாட்டி போவதுதான் ஊரின் வழக்கம். தாய் மாமன் பெண்டாட்டி வயதில் சிறியவளாகவோ, அமங்கலியாகவோ இருந்தால், சொந்தத்தில் இருக்கும் பிக்கல் பிடுங்கல் இல்லாத வயதான கிழவிகளைத்தான் மணப் பெண்ணின் தோழியாக அனுப்புவார்கள். பெயருக்குத் தாய் மாமன் பெண்டாட்டியின் முந்தானையில் தேங்காய்ப் பழம் முடிந்து தெருக்கோடி வரை கூட்டி அனுப்பிவிட்டு, பிறகு கிழவி மணப்பெண்ணுடன் போகும்.

மணப்பெண்ணின் தோழியாகப் போகிறவர்களுக்கு எத்தனையோ கடமைகள். மாமியார் வீட்டில் யார் யார் எப்படி? சமையல் எப்படி? நாத்தனார், ஓரகத்தி எப்படி? யாரிடம்

பணிந்துபோக வேண்டும்? யாரிடம் பேச்சே வைத்துக்கொள்ளக் கூடாது? வீட்டின் வழக்கம் என்ன? சொத்துபத்து நிலவரம்? மாப்பிள்ளையாக வந்திருப்பவனுக்கு வேறு பழக்கவழக்கம் இருக்கிறதா? துப்புத் துலக்கி, அவ்வப்போது மணப்பெண்ணிடம் சொல்வதுதான் உடன்போகும் கிழவியின் வேலை. எல்லா வற்றையும்விட, தங்கள் பெண் காலையில் எழுந்து வரும்போதே அதன் முகத்தைப் பார்த்து, திருப்தியாக வருகிறதா? எல்லாம் நல்லபடியாக நடந்திருக்கிறதா? என்பதைப் பார்வையாலே சோதித்துப் பார்க்கும் வேலையும் கிழவிக்குத்தான். எப்படி நடத்தினாலும் அனுசரணையாக நடந்துகொள்ள வேண்டிய வழிமுறைகளைச் சொல்லும்.

வயதான சுமங்கலிப் பெண்கள் மணப்பெண்ணின் தோழியாகப் போக கூப்பிட்டவுடனே இரண்டு புடவையை, துணிப்பையில் சுருட்டியெடுத்து வைத்து, சுருக்குப் பையில் வெற்றிலையையும் கொட்டைப் பாக்கையும் அள்ளிப் போட்டுக் கொண்டு, முடியைக் கோடாலி முடிச்சுப் போட்டபடித் தயாராய் வந்து நின்றுவிடுவார்கள்.

ஏகாம்பரி விதிவிலக்கு. ஏகாம்பரியின் வீட்டுக்காரர் கால்த் தவறி கிணற்றில் விழுந்து செத்துப் பத்து வருஷமானது. சுமங்கலியாய் இருந்தபோது ஏகாம்பரிக்குக் கழுத்தில் அழுக் கேறிய தாலிக்கயிறு மட்டும்தான் கிடந்தது. தாலிக் கயிறா, சாமி கயிறா என்று சொல்ல முடியாத அளவுக்கு நிறம் இருக்கும். குளிக்கும்போது தினம் மஞ்சள் போட்டுத் தேய்த்தால்தான் புதுசுபோல் இருக்கும். “இவென் வச்சிருக்கிற லட்சணத்துக்கு, மஞ்சப்பூசி குளிக்கணுமா?” என முகத்தை அஷ்ட கோணலாக்கி எரிச்சலைக் காட்டுவாள். ஏகாம்பரியின் அதிகபட்ச எரிச்சலே அவளுடைய வீட்டுக்காரரைப் பற்றிப் பேசும்போது மட்டும்தான்.

மற்றபடி பொறுமை. பேசுவது, அடுத்தாளுக்குக் கேட் காத பூனை நடை, பாத்திரங்களைப் புழங்குவதும்கூடச் சத்தமே இல்லாமல்தான். பெரும்பாலும் துக்க வீடுகளிலேயே இருந்திருந்து பழகிப்போனதால், அந்த அமைதி ஏகாம்பரிக்கு வந்துவிட்டிருக்கலாம். தன் வீட்டுக்காரர் சாவதற்கு முன்பும், சாவு வீட்டுப் பெண்ணுக்கு உதவியாய் ஏகாம்பரியே வலிந்துபோய் விடுவாள். இப்போது கேட்கவும் ஆளில்லை. இருக்கும் ஒரே

பையனும் வெளியூரில் எங்கேயோ துணி வியாபாரம் செய்கிறானாம். ஏகாம்பரிக்கோ முழு நேர வேலையாக, கணவனைப் பறிகொடுத்த பெண்களின் தோழியாக இருப்பதுதான்.

ஏகாம்பரி கன்னியம்மாவின் அருகில் குத்தங்கால் போட்டு உட்கார்ந்திருந்தாள். முதுகில் முழம் கூன் இருந்தது. கழுத்தில் இரட்டை வடச் சங்கிலி. தாலிக் கயிறு போனதில் வெறுங்கழுத்தாக இருக்கிறதே என்று வீட்டில் இருந்த ஒன்றிரண்டு நகையை அழித்து செய்த சங்கிலி. நாழிக்கொரு தரம், முந்தானையை எடுத்து மூக்கைச் சிந்தி, துடைத்துக்கொண்டாள். யார் துக்கத்திற்காக என்றில்லாமல், எல்லார் துக்கத்திற்காகவும் சேர்ந்து பொதுவாக அழுது வைத்தாள்.

"பாவம் சின்னப் பையன், யாருக்குன்னு அழுவுறது? செத்துப்போன அப்பனை நெனச்சா? இல்ல, அப்பன் இவென் கால்ல கட்டிட்டுப்போன ஆறு ஜீவன்கள நெனச்சா? பச்ச மண்ணு. கண்ணாலம் கட்டி பொண்டாட்டி வந்திருந்தாக் கூட, வெளாட்டுப் புள்ளையா சுத்திக்கிட்டு இருந்ததுதானே?" நரம்புகள் புடைத்த குச்சிக் கைகளில் இறுக்கிப் போட்டிருந்த காப்புகள் பொருத்தமில்லாமல் பளீச்சென்று மின்ன, மூக்கைச் சிந்தியபடியே இருந்தாள்.

கன்னியம்மாளுக்குக் கண்களில் இருந்தும் மூக்கில் இருந்தும் துக்கம் வடிந்தது. ஒரு வருஷமாகவே வீட்டின் நிலையும், அவருடைய நிலையும் சரியில்லை. ஊருக்கே வைத்தியம் பார்த்தவருக்கு எங்கிருந்தோ ஆஸ்துமா வந்து சேர்ந்தது. விடியற்காலையில் எழுந்து சுறுசுறுப்பாக ஓட்டல் கடையில் வேலை செய்ய முடியவில்லை. கன்னியம்மாளுக்குக் கப்பல் கவிழப் போகிறதென்று என்றோ மனத்தில் பொறி தட்டிவிட்டது,.

"சூள போட வேணாம்னு சொன்னேன், எங்க கேட்டான் இந்தப் பாடாளப்பன்?" கன்னியம்மாள் அழுகையும் கோபமுமாகச் செத்துப்போன ஆம்படையானை அரைக் குரலில் குற்றம் சொன்னாள்.

"நமக்குப் பழக்கமில்லாத தொழிலு. பழக்கமில்லாத ஆளுங்கள வெச்சு செய்ய வேணாம்னு தல தலயா அடிச்சுக்கிட்டேன். ஓட்டல் கடையைப் பார்த்துக்கினு, செங்கல் சூளையையும்

யார் போய்ப் பார்க்கிறது? பெரியவன் பாதி நேரம் கட்சி, கட்சின்னு சைக்கிள் எடுத்துக்கிட்டுப் போயிடுவான். நடுவுளவன் கத, சொல்லவே வேணாம், வயித்துக்குக் கஞ்சி குடிக்கிறதுக்கே தெருத் தெருவா தேடிப்போய் கூப்பிடணும். பொம்பளப் பசங்க வீட்டு வேலையப் பாப்பாளுங்களா? சூளைக்கு மண் அறுக்கிற எடத்துக்குப் போவாளுங்களா? கடைசி, இப்பத்தான் பால் குடிய மறந்து தெருவுல வெளையாடப் போது. நமக்கு ஓட்டல் கடையில இருக்கிற வேலையே செய்ய முடியலை. இன்னும் ரெண்டு படி அரிசி போட்டாக்கூட வியாபாரம் ஆவும். அத வுட்டுட்டு, சூளப் போடுறேன்னு போனார். அதுலதான் புடிச்சது சனி." கன்னியம்மாளுக்குத் துக்கம் தாங்கவில்லை. தன் பேச்சைக் கேட்காமல் சீக்கிரமாக முடிவைத் தேடிக் கொண்டாரே என்ற ஆற்றாமையில் உடைந்தாள்.

"அங்க எல்லாம் பள்ளிப் பசங்க. அவனுங்க கிட்ட மாட்டிக்கிட்டா முன்னுக்கு வர முடியுமா? அவஞ் சொல்றதுதான் சட்டம்."

"ஏம் மாமி கேட்குறே? சூளைக்கு நெருப்பு வச்சிட்டு நல்லாத்தான் தணிச்சு வுட்டுட்டு வந்தாரு. ரெண்டு நாள் குளுரட்டும்னு சொன்னாங்க. தணிச்சு வுட்டுட்டு வந்துட்டமே, அங்க இன்னா வேலை இருக்குன்னு ரெண்டு நாளுக்குச் சூளப் பக்கம் எட்டிப் பாக்கல, எப்படித்தான் பாத்துக்குனு இருந்தாங் களோ, சூளயில இருந்த பாதி செங்கல்ல உருவியெடுத்து, ராத்திரியோட ராத்திரியா வித்துப்புட்டானுங்க. மூணு ஆம்பளப் பசங்க கீறானுங்க. ஆளுக்கொரு எடமாவது வேணும். ரெண்டு பொம்பளப் பசங்களும் கலியாணமாயி வூட்டுக்கு வரும்போது, அதுங்களுக்கு ஒரு எடம் வேணுமேன்னு, செங்கல்லு சூளையும் நாட்டு ஓடு சூளையும் ஒன்னா போட்டாரு."

"எல்லார் கண்ணும் ஒன்னப்போல இருக்காது. கடையில கல்லா கட்றான். செங்கல் சூள, ஓட்டுச் சூள, இப்படிக் கைக்கு நாலா வேலை பாக்குறானேன்னு எவன் கண்ணுப் பட்டுச்சோ!"

ஏகாம்பரிக்கு இப்பொழுது கண்ணீர் வரவில்லை யென்றாலும் பழக்கதோஷத்தில் முந்தானையால் மூக்கைத் துடைத்தாள்.

”அதுங் கதைதான் அப்படின்னா, ஓட்டுக்கு நெருப்பு வச்ச அன்னிக்கு மழை வருது. சூளப் போட்டாலே மழ வரும்னுதான் சொல்லுவாங்க. ஊர்ல எல்லாம்தான் சூளப்போடுறான். நல்லா பலக பலகயா தான் எடுத்து அடுக்கி வைக்கிறானுங்க, செக்கச் செவேல்னு. நாம சூளப் போட்ட அன்னிக்குப் பாத்துதான் மழ. பாதி வெந்தும் வேகாததுமா, நொறுங்கிப்போச்சு. மிச்சம் மீதிதான், இதோ இருக்கே இந்தக் கூடத்துக்குப் போட்டது. வெளியில் போட்ட நீட்டுச் செவரும் பாதியில நின்னுப்போச்சு. தோட்டத்துப் பக்கம் மூணு ரூமு போட்றதுக்குன்னு கடகால் எடுத்தது. மிச்சம் இருந்த செங்கல்லயும், ஓட்டையும் வச்சி இந்தத் தாவாரம் மட்டும்தான் போட்டாரு. அதுலயே மனுசன் பாதி ஒடஞ்சிட்டாரு. பெரியவன் அவனுங்கள அடிக்கப்போய், அது வேற பிரச்சினை. கோழி போனதும் இல்லாம கொரலும் போயிடப் போவுதுன்னு இவன அடக்கி வச்சிட்டோம்.”

“ஒரே வருஷந்தான், அப்ப படுத்ததுதானே மச்சான். அதோட பேருக்கு எழுந்து நடமாடுச்சே தவிர, அது ஒடம்புல உசுரு இல்ல. ஒன்னையும் பசங்களையும் நெனச்சுதான் அப்படியே ஆள உருக்கிடுச்சு.”

“மனச விட்டிருக்கக் கூடாது, என்னா போச்சு? நாலு நாள் கடையை நெட்டிப் பாத்துக்குனா வருமானம் வந்துடப்போது. காசு பணமா மனுஷாளுக்குத் தெம்பு?” கன்னியம்மாள் இன்னும் தன் கையில் பிடிமானம் இருப்பதைப்போல் தனக்குள் பேசிக்கொண்டாள்.

சின்னு பார்க்க ஆள் நரம்புபோல், உடம்பில் கூடக் குறைய சதை இருக்காது. அளந்து வைத்து தைத்ததுபோல் சரீரம். கடையைப் பார்க்க, பஜாருக்குப் போய் சரக்கு வாங்க, மாவு அரைக்க, கடையில் வந்திருக்கும் நெல்லு, தானியங்களை உடைக்க மில்லுக்குப் போக என்று காலில் சக்கரம் கட்டியதுபோல் பம்பரமாய்ச் சுற்றிச் சுழல்வார். வரத்து அதிகமாய் இருந்தால், கமிட்டியில் போட்டுட்டு வர மாட்டுவண்டியில் மூட்டை ஏற்றிக்கொண்டு போவார். எங்கிருப்பார், என்ன வேலை செய்கிறார் என்று அனுமானிக்க முடியாதபடி, அங்கும் இங்குமாக ஓட்டத்தில் இருப்பார்.

பிள்ளைகளை வேலை வாங்க மனமே வராது. பெரியவனை ஏழாவதோடு படிப்பை நிறுத்தி, கடையில்

உதவிக்கு வைத்துக்கொண்டதில் பெரும் வருத்தம். படிக்க வைத்திருந்தால், பின்னாளில் பெரிய உத்தியோகத்திற்கு வந்திருப்பான். ஆனால், "என்ன, மாசம் முழுக்க வேலைக்குப் போனாலும் நாப்பதோ அம்பதோ வரப்போது, இவென் கடையில ஒத்தாசையா இருந்தா தாராளமா நூறு, நூத்தம்பது வரும். இதைவிட்டு எதுக்கு ஒருத்தன்கிட்ட போய்க் கைகட்டி, பதில் சொல்லிக்கிட்டுச் சம்பளம் வாங்கணும்?" என்றுதான் ஏழாவதோடு நிறுத்திவிட்டார்.

அவன் இன்னும் அந்தக் கோபத்தை அவ்வப்போது காட்டுவான். அதனாலேயே அவனாகச் செய்யும் வேலையைத் தவிர, இவராக எந்த வேலையும் சொல்வதில்லை. பார்க்கப் பச்சை பசேல் என்று பூவும் பிஞ்சுமாக இருக்கிற முருங்கை மரம், சின்னக் காற்றுக்கு கொப்பும் கிளையுமாக வேரோடு வீழ்ந்து விடுவதுபோல், இப்படியா வீழ்ந்து போவார்?

கன்னியம்மாளின் அப்பா துரைசாமியிடம், மாமனார் பாலசுப்ரமணியம் பெண் கேட்கும்போது, "பையன் அப்படியொன்னும் பாக்க நல்லா இருக்க மாட்டானே? நெறமும் கொறைச்சல். காக்கா மாதிரி. அங்க இங்கன்னு ஓடுற சுறுசுறுப்பு தானே தவிர, ஒரு அம்சமும் இல்லையே? நம்ம குடும்பத்துல எல்லாருமே ரத்தம் ஓடுறது தெரியுற மாதிரி நல்ல நெறம். பேருக்கு முதலியார் வீடா இருந்தாலும், நெறத்துல ஒரு பாப்பான் கிட்ட வர முடியாதே" என்று பெண் கொடுக்க யோசித்தார். பாலும் நெய்யும் சாப்பிட்டு எல்லாம் தளதளவென்று இருப்பார்கள். வீட்டில் கவுச்சி சாப்பிடுகிற பழக்கம் கிடையாது. மரக்கறிதான். காலையில் எழுந்து முகத்தைக் கழுவி, நெற்றியின் நீளத்துக்குப் பட்டையாக விபூதி பூசிக்கொண்டு, நீசுத்தண்ணீர் குடித்துவிட்டு, கழனிக்குப் போவார்கள். மதியம் சாப்பிடுவதற்கு முன்தான் குளியல் நடக்கும். வெயிலில் நாலைந்து மணி வேலை செய்தாலும், யார் முகத்திலும் அசதி தெரியாது. துரைசாமிக்குத் தலை நிறைய முடி. தூக்கிக் கட்டிய கொண்டையுடன், ஆறடி உயரத்தில் ராஜா மாதிரி இருப்பார்.

ஊரில் பத்து ஏக்கரா விவசாயம். காலால் மண் தள்ளி விட்டாலே பூமியில் நீர் சுரக்கும். ஏரிக்கரை ஓரத்தில் கழனிக்கட்டு. வீட்டுக்கு மூத்த பெண் கன்னியம்மாள். ஆள் குள்ளம், தக்காளிப்

பழம்போல் சிவந்து, படர்ந்த முகத்துடன் லட்சணமாய் இருப்பாள். கை வேலையெல்லாம் அத்துப்படி. பூசினாற்போல் உடம்பு என்றாலும், எல்லாவற்றையும் மறைக்கும் வெளுத்த சிவப்பு நிறம் கன்னியம்மாளை அழகாகக் காட்டியது.

'காடு கழனி, ஓட்டல் கடை இருக்கு. பொண்ணு அங்க வந்து, அதைச் செய், இதைச் செய் என்று குடும்பத்தைக் கொண்டு திருப்பிக்கிட்டு இருந்தால் போதும், உடம்பை அலட்டி வேலை செய்ய வேண்டாம். தனக்கு ஒரே பையன், எல்லாச் சொத்தும் அவனுக்குத்தான்' என்று சின்னுவின் அப்பா பாலசுப்ரமணிய முதலியார் அடுத்தடுத்து பெருமைகளைச் சொல்லிக்கொண்டே போனார்.

"ஒரே பையனா? அப்ப வேற பேச்சே இல்ல. ஒரே பையனா பொறந்தவனுக்கு என் பொண்ண கொடுக்கிறதா உத்தேசமே இல்ல. நாலு பங்காளி, பைத்தாளி இருந்தாத்தான் முன்னப் பின்ன உதவியா இருக்கும். இவன் ஒத்தக் கொரங்கா இருந்தா, இவனுக்கு யார் வருவாங்க? இவனுக்குப் பசங்கப் பொறந்து, அதுங்களுக்குப் பசங்க பொறந்தாத்தான் ஜனக்கட்டு கூடும். அதுவரை எம் பொண்ணு, ஒத்தா ஓரவத்தி இல்லாம இருக்கணுமா? இது சரிப்படாது" என்று துரைசாமி கறாராக மறுத்துவிட்டார்.

திருவத்திபுரத்துக்கும் நல்லூருக்கும் நடையாய் நடந்தனர். போகிறவர்கள், வருகிறவர்கள், ஒன்றுவிட்ட பங்காளிகள், எல்லாரும் வந்து அப்பாவை விடாமல் கேட்டனர். "அவென் மட்டுந்தான் ஒத்த பொறப்பு. கூடப் பிறந்த பொண்ணுங்க ரெண்டு இருக்கு. கண்ணாலம் கட்டிக் கொடுத்தாச்சு. ஒன்னுவிட்ட பங்காளிங்க, அண்ணன் தம்பி மொற இருக்கறவங்களே பத்துப் பேருக்கு மேல இருக்கோம். ஒங்க பொண்ணு எங்க வீட்டுக்கு வந்தா, ஒரு வேளைக்கு நாலு படி அரிசியாவது வடிக்கணும். நாங்க பங்காளிங்க எல்லாம் ஒன்னுக்குள்ள ஒன்னாத்தான் இருக்கோம்" என்று பங்காளிகள் பேசி, எப்படியோ கட்டிக்கொண்டு வந்தார்கள்.

வயதுக்கு வந்து இரண்டு மாதம்தான் ஆகியிருந்தது. மூன்றாவது மாதம் தலைக்குத் தண்ணீர் ஊற்றிக்கொள்கிற நாள் வரவில்லை, அதற்குள் கல்யாணத்துக்கு நாள் குறித்துவிட்டார்கள்.

பன்னிரண்டு வயதில் கல்யாணம் பண்ணிக்கொண்டு இந்த ஊருக்கு வந்தது. வந்து இருபது வருசம். அதற்குள் எல்லாமே முடிந்துபோனது.

கன்னியம்மாள் ஏகாம்பரியிடம் சொல்வதும், மனசுக்குள் நினைத்துப் பார்ப்பதும், வாய்க்குள் முனகுவதுமாகத் தன் வாழ்க்கையை நினைத்துக்கொண்டிருந்தாள்.

அடுத்த நாள் சுடலைக்குப் பாலுக்குப் போகிறவர்களுக்குச் சாப்பாடு போடவும், துக்கம் விசாரிக்க வந்து போகிறவர்களுக்குப் பானகம் கொடுக்கவும் மகள்கள் இரண்டு பேரும், துக்கத் தோடு துக்கமாக வேலையையும் இழுத்துப் போட்டுச் செய்து கொண்டிருந்தார்கள். பங்காளி வீட்டுப் பெண்கள் உதவிக்கு வருவதும் போவதுமாக இருந்தார்கள்.

'ஆறு வயது இருக்கும்போதே பெரியம்மைப் போட்டுச் செத்துப்போன முத்துவையும் சேர்த்து, மூன்று பொம்பளைப் பிள்ளைகளைப் பெற்றும் ஒன்றுக்குமே கல்யாணம் கட்டிக் கொடுக்கிற பாக்கியம் இல்லாமல் போய்விட்டாரே? அவர் போன பிறகு, கல்யாணத்தைக் கிட்ட நின்று பார்க்கிற பாக்கியம் எனக்கும் இல்லாமல் போனது. இந்த இரண்டையும் என்ன சீர் செய்து, எப்படி ஒருத்தன் கையில் பிடித்துக் கொடுக்கப் போகிறோமே தெரியவில்லையே?'

கன்னியம்மாளுக்கு மிச்சமிருந்த வாழ்நாளெல்லாம் கண்முன் விரிந்து பயம் கிளம்பியது.

"போன உயிரு திரும்பியா வரப்போது? இல்ல, நாமதான் கூடப் போயிட முடியுமா? அவங்க முன்னால போனா, நாம பின்னாடிப் போப்போறோம். போனதை நெனச்சிக்கிட்டு, இருக்கிறத தொலைச்சிடக் கூடாது. மனச தைரியமா வச்சிக்க நீ." ஏகாம்பரி கன்னியம்மாளின் முகமாற்றங்களைக் கவனித்துப் பொதுவாய்ச் சொன்னாள்.

சின்னு படுக்கும் மரப்பலகைச் சாய்த்துப் போடப் பட்டிருந்தது. சுடலைக்குக் கொண்டு போகும்போது சாய்த்து விட்டது. அதைத் தண்ணீர் விட்டுக் கழுவி, உள்ளே எடுத்து வந்து போட யாருமில்லை. கொடியில் வரிசையாக வெள்ளை வேட்டியும், முண்டா பனியனும். முழுக்கை வைத்துத் தைத்த சட்டை ஒன்றிரண்டும் கிடந்தன.

சாலாம்புரி | 27

சுருட்டு வைத்துக்கொள்ளவும் வெற்றிலைப் போடவும் ஒரு சுருக்குப் பை வைத்திருப்பார். சுருக்குப் பை சாமி மாடத்திற்கு அருகே இருந்தது. குளித்துவிட்டு வந்து விபூதி பூசிக்கொள்ளும் சின்ன எவர்சில்வர் கிண்ணம், அவருக்கென்று தனியாக இருக்கும். அவரை நினைவுபடுத்திக்கொள்ள இவைதான் மிஞ்சி இருக்கின்றன.

வீடு முழுக்க இன்னுமிருக்கும் ஊதுபத்தி வாசனையும், சாமந்திப் பூவின் வாசனையும் சாவு வீடு என்பதைச் சொல்லின. இரண்டின் கலவையான மணத்தினால், தலைச் சுற்றலாக இருந்தது. பித்த வாந்தி எடுப்பதுபோல், தொண்டைக்குள் இருந்து குமட்டிக்கொண்டு வந்தது. 'ஓ' என ஓங்கரித்தாள். ஏகாம்பரி வாரிச் சுருட்டி எழுந்தாள்.

"வெறும் வயித்துல கீற, அழாதேன்னு சொன்னா கேட்டாத் தானே? இரு, கொஞ்சம் சோறு கரைச்சிக்கிட்டு வர்றேன்."

கன்னியம்மாள் நெஞ்சைத் தடவிக்கொண்டே தூணில் நன்றாகச் சாய்ந்து உட்கார்ந்தாள்.

கயிற்றுக் கட்டிலில் சுருண்டிருந்த நடராஜன் அலறியடித்து எழுந்தான்.

"சுடுதாப்பா, சுடுதாப்பா?"

கன்னியம்மாள் அதிர்ந்து, நடராஜனிடம் ஓடினாள்.

நடராஜனின் கையைப் பிடித்தாள். "ம்மா, அப்பாவுக்கு இங்க நெருப்பு பத்திக்கிடுச்சிம்மா." கன்னியம்மாளின் உள்ளங் கையைத் தொட்டுக் காண்பித்து, தேம்பி அழுதான்.

கன்னியம்மாளை அச்சில் வார்த்ததுபோல் முகமும் நிறமும் இவனுக்கு. அப்பாவுக்குப் பிடித்த பேரன். தன் மகளைப்போல் பேரன் பிறந்ததில், தூக்கிவைத்துக் கூத்தாடுவார். தோளில் உட்கார வைத்து திருவத்திபுரத்துக்குத் நடந்தே போய்விடுவார். பத்து மைல் தூரம். காலையில் சாப்பிட்டு, இருட்டோடு கிளம்பினால், பன்னிரண்டு மணிக்கு மத்தியான சாப்பாட்டுக்குமுன் வீட்டுக்குப் போயிடுவார். வயதுக்கு வராத தன் ஆசைப் பேத்தியை நடராஜ னுக்குக் கட்டி வைத்தவர் அவர்தான்.

ஈரத் துணியைப்போல், துவண்டு கிடக்கும் பையனைப் பார்க்கப் பார்க்கக் கன்னியம்மாளுக்குத் துக்கம் பொங்கியது.

இந்த ஒரு நாளுக்காக அழுவதா? இனி வரப்போகும் ஒவ்வொரு நாளுக்காகவும் அழுவதா? என்பது புரியாமல், அலறித் துடித்தழும் மகனைப் பார்த்தபடி நின்றாள்.

ஏகாம்பரி நடராஜனை உள்ளே கூட்டிக்கொண்டு போனாள். சாமி படத்துக்கு முன்னால் நின்றாள். "அம்மா, முத்தாலம்மா, பெரிய உசிரத்தான் கொப்பும் கொளையுமா இருக்கும்போதே ஒடச்சி எடுத்துக்கிட்ட. இந்தப் பிஞ்சு மரத்த ஒன்னும் பண்ணாதம்மா."

விபூதி எடுத்து நடராஜனின் நெற்றியில் பூசினாள். கன்னியம்மாளின் நெற்றியிலும் பூசினாள்.

இனி தனக்கு என்றுமே விபூதி பூசிய நெற்றிதான். நெஞ்சு வெடித்துவிடும்போல் அழுகை வந்தது கன்னியம்மாளுக்கு.

"எனக்கு இனிமே இவன விட்டா யார் இருக்கா? குஞ்சும் குளுவானுமா இவனுக்குக் கீழ நாலு கீதே? அதையெல்லாம் இவன்தானே கரை சேர்க்கணும்? காப்பாத்தும்மா தாயே." கன்னியம்மாளும் வேண்டியபடி, விபூதி எடுத்து நடராஜனின் நெற்றியில் பூசினாள். நடராஜன் தன் நினைவில் இருந்திருந்தால் விபூதி பூசியதை இந்நேரம் தட்டிவிட்டிருப்பான். மகனை மெல்லத் தாங்கியபடி, கூடத்தை ஒட்டிய அறைக்குள் கொண்டுபோய்ப் படுக்க வைத்தாள்.

நடராஜனுக்கு நெருப்புத் துண்டமாய் உடம்பு கண்களை மூட விடாமல் தகிக்க வைத்தது. சிதைக்குள் உடம்பு எரிவது கண்முன் தெரிந்தது. எண்ணங்கள் மூளைக்குள் ஒன்று சேர்ந்து அழுத்தின. தூங்குவதற்கு எது அமைதியாக வேண்டும்? எது ஓய்வெடுக்க வேண்டும்? மூளையா? இதயமா? மூளைக்கும் இதயத்திற்கும் ஞாபகங்கள் போய் வந்தன. இரண்டு கதவுகளும் அடைக்கப்பட்ட சின்ன அறைக்குள் நினைவுகள் ஓடிச் சேர்ந்தன. மஞ்சள் ஒளி தன் உடம்பிலிருந்து புறப்பட்டு அறை, வீடு, தெரு, ஊர் எங்கும் பரவி, அப்பாவின் சிதை வரை நீண்டிருந்தது.

விரட்டும் ஒளியிலிருந்து தப்பித்துப்போக முடியாது என்பது புரிந்தவுடன் தகிக்கும் ஒளியைப் பிடித்துக் கொண்டான். அடிக்கும் அம்மாவின் காலைக் கட்டிக்கொண்டு அழும் குழந்தையைப்போல் ஒளியின் பின்சென்றான். முதலில் அவனைப்

புரட்டிப்போட்டு இம்சைப்படுத்திய ஒளி, மெல்ல குளிர்ந்தது. அவன் படுக்கையைச் சுற்றித் தணலாய்த் தகித்த ஒளி, இப்போது காலடியில் நின்றது. பின் தலைமாட்டிற்கு நகர்ந்த ஒளிக்குள் ஆழ்ந்தான். உடம்பு குளிரத் துவங்கியது. நினைவுகள் திரி திரியாகப் பிரிந்து எரிந்து காணாமல் போயின.

பத்தொன்பது வயதில் வாழ்க்கைத் தனக்குக் காட்டிய ஒளி யற்ற பாதையில், தன் அப்பாவை எரித்த மஞ்சள் ஒளியைக் கையில் வைத்திருந்தான். அரையிருட்டிலும் உள்ளங்கை மஞ் சளாக ஒளிர்வது போலிருந்தது. உள்ளங்கையை மடித்து, நெஞ் சிற்குள் வைத்துக்கொண்டான். நெருப்புப் பந்தாய் அப்பா தனக்குள் வந்துவிட்ட நிறைவு நடராஜனுக்கு.

3

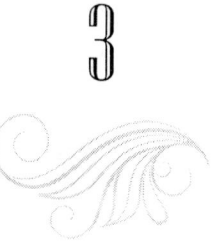

"கடவுள் இல்லை.

கடவுள் இல்லவே இல்லை.

கடவுளைக் கற்பித்தவன் முட்டாள்.

பரப்பினவன் அயோக்கியன்

வணங்குகிறவன் காட்டுமிராண்டி.

கடவுள் இல்லை; இல்லவே இல்லை.

பகுத்தறிவு கொள்கைகளை ஏற்போம்.

பகுத்தறிவோடு நடப்போம்."

எல்லோரும் உறுதிமிக்க குரலில் சொன்னார்கள்.

மாரியம்மன் கோயிலுக்கு முன்னுள்ள சிறு அறை. திருவிழாக் காலத்தில் ஊர்வலம் வரும் மரத்தாலான சாமி வாகனங்களும், கோயிலின் தட்டுமுட்டுச் சாமான்களும் வைக்குமிடம். குளித்து விட்டு வரும் கோயில் பூசாரி ஈரத்துணியை அங்குதான் காய வைப்பார். அம்மன்மேல் சாத்தியிருந்து எடுக்கும் மாலைகளும் சேலைகளும்கூட அங்கேதான் இருக்கும்.

கருவறையின் எண்ணெய்ச் சிகிடு நாற்றமடிக்கும் அந்தச் சின்ன அறையிலே கட்சிக் கூட்டம் நடந்தது. கூட்டத்திற்கு வந்திருந்த அனைவரும் கறுப்புச் சட்டை, வெள்ளை வேட்டி, கறுப்புச் சிவப்புத் துண்டு போட்டிருந்தார்கள். அங்கிருந்த பதினைந்து பேருக்கும் வயது முப்பதுக்குள் இருக்கும். சின்ன மீசையும் ஒழுங்கு செய்யாத கன்னத்து தாடியும், நீண்ட கிருதாவுமாகத்

தோற்றம். பெரும்பாலும் தறி நெய்யும் நெசவாளிகள். கை, கால்கள் மெலிந்து, உடம்பு வயதுக்குரிய பொலிவுடன் இல்லை. ஊட்டமான சாப்பாடு இல்லாததால் வற்றிய கன்னங்கள். கண்களில் மட்டும் தீர்க்கமும், வயதுக்குரிய துடிப்பும்.

"மீசைய எடுத்தவுடனே இந்தி சினிமா ஹீரோ மாதிரி இருக்க ஓய்." தேங்காய் கணேசன் சிரித்துக்கொண்டு சொன்னான்.

அப்பா காரியத்திற்கு மீசை எடுத்து, மழித்த முகத்துடன் இருந்த நடராஜன் பதில் ஒன்றும் சொல்லாமல், கூட்டப் பதி வேட்டை எடுத்து, தேதி, நேரம் எழுதிவிட்டு, தீர்மானங்கள் என்னென்ன எழுத வேண்டும் என்பதுபோல் கூட்டத்தைப் பார்த்தான். முகத்தில் சோர்வு இருந்தாலும், எண்ணம் முழுக்க கூட்டத்தில் இருந்தது.

பெண்கள் தறிபோகும் இந்தப் பதினோரு மணி வேளைக்குக் கூட்டம் என்றால்தான் கொஞ்சம் பேராவது வருவார்கள். சாயந்திரம் என்றால் இன்னும் பெரும்பாடு.

"என்னென்ன விஷயம் பேசப் போறோம்ப்பா?" நடராஜன்.

"நீதானேப்பா செயலாளரு? என்னென்ன பேசணும்னு ஒனக்குத்தானே தெரியும்?" மூக்கில் பொடியை வைத்துச் சுர்ரென்று இழுத்த குமரகுரு சொன்னான்.

"உறுப்பினர் சேக்கிறது, கட்சிக்கு நிதி சேக்கிறது இதெல்லாம் பேருக்கு எழுது நடராஜி. ஒவ்வொரு கூட்டத்துலயும் பேசுறோம். உறுப்பினரா இருக்கிறவங்களே வருஷ சந்தா கட்ட மாட்றாங்க. இதுல புதுசா எங்கப் போய் உறுப்பினர சேக்கறது? கூட்டத்துக்கு வர்றாங்க. கொள்கை, கட்சின்னு பேசிட்டு, தறியில போய் பூந்துக்கிறாங்க. வூடு வூடா போய் யார் சந்தா கேக்குறது? கட்சியாலதான் வூட்ல சண்டையே. போன வாரம் அவள அடிச்சி, காது கம்மல் ஒடஞ்சுப் போச்சு. நீ எங்கனா போ, தெனம் ரெண்டு எழட்டு நெச்சிட்டுக் கட்சிக்குன்னா போ, கூத்தியா வூட்டுக்காவது போன்னு சொல்லிட்டா."

பாலன் புலம்பினான்.

"நல்லதாப் போச்சே? மதியத்தோடு ரெண்டு எழட்ட போட்டுட்டு, வெள்ளச் சட்டைய மாட்டிக்கிட்டு மைனர் மாதிரி கௌம்பிட வேண்டியதுதானே?"

ஏ.என்.பழனி பேச்சில் குறும்பிருந்தது.

“இருக்கிறவளுக்கே கஞ்சி ஊத்த முடியல. இதுல கூத்தியா வூட்டுக்குக் குடுக்க கோவணத்துலயா முடிஞ்சு வச்சிருக்கேன்.”

“கோவணத்த அவுக்கிறதுக்கு வழி சொன்னா, முடிஞ் சிக்கிறத பத்திப் பேசுறான் பாரு, முட்டாள்” பழனி.

“சும்மா இருங்கப்பா, எதுக்கு வந்திருக்கோம், என்ன பேச்சு பேசுறீங்க?” குரலை உயர்த்தினான் நடராஜன்.

“கூட்டம் போட்டா எத்தன உறுப்பினரு வர்றாங்கன்னு முக்கியமில்லை. பொதுக்கூட்டம் போட்டா ஊர்ல இருக்க குஞ்சு குளுவான்லாம் வருது. தீபாவளி கொண்டாட கூடாதுன்னு நாம சொன்னா, அம்பது பேராவது கேக்கிறாங்க. உறுப்பினரு எண்ணிக்கைய பொறுமையாத்தான் கூட்ட முடியும். கையில ரூபாய முடிஞ்சு வச்சிக்கிட்டா ஒக்காந்திருக்காங்க. ஒரு பேச்சுப் பேசினா, ரெண்டு வாட்டு கொறைஞ்சு போயிடுதுன்னு ஓட்றதுதான் கெக்கலன் பொழப்பு. அவங்கிட்ட போய் உறுப்பினர் சந்தா குடு, புஸ்தகத்துக்குச் சந்தா கட்டுன்னா எங்கப் போவான்?” நடராஜன் யதார்த்தத்தைச் சொன்னான்.

“கொள்க எங்க இருக்குது? உன்னாலேயே கொள்கையில நிக்க முடியல.” பங்காளி பலராமன் நையாண்டிச் செய்தான்.

நடராஜனின் முகம் மாறியது.

“என்னடா சொல்ற? நான் எப்பவுமே கட்சிக் கொள்கைய மீறுனது கெடையாது.” நடராஜன் குரல் தடித்தது.

“உங்கப்பாவுக்குக் கொளத்தங்கரையில யார் காரியம் பண்ணது? எறும்பூர் பாப்பான்தானே? கண்ண மூடிக்கல யாரும் இங்க.” பலராமன் குரலில் எரிச்சல் காட்டினான்.

நடராஜனுக்கு அதிர்ச்சியாக இருந்தது.

‘என்ன பதில் சொல்வது? தாய் மாமா அண்ணாசாமியும், அய்யா துரைசாமி முதலியாரும் குளத்தங்கரை காரியத்துக்கு அய்யர் வைத்திருந்தார்கள். அப்பா இறந்த அதிர்ச்சியில் வீட்டில் என்ன நடக்கிறது என்பது தன்னுடைய கவனத்துக்கு வரவில்லை. குளத்தங்கரைக்குப் போன பின்தான் அய்யர் வந்திருப்பது தெரிந்தது. வந்துவிட்டவரை வேண்டாமென்று அனுப்புவதா?

அவர் சொல்லும் சடங்குகளைச் செய்யாமல் இருப்பதா என்று யோசிப்பதற்கு அவகாசமில்லாமல், தம்பிகளையும் தன்னையும் உட்கார வைத்துச் சடங்குகளைச் செய்ய ஆரம்பித்துவிட்டார்கள். சுப்ரமணிதான் கொள்ளி வைத்தான். சின்னப் பிள்ளை என்பதால், அவனை மடியில் உட்கார வைத்துக்கொண்டு அய்யர் சொன்ன சடங்குகளை நான்தான் செய்தேன். மடியில் கடைசித் தம்பி, பக்கத்தில் பெரிய தம்பி, சுற்றிப் பங்காளிகள், சடங்குகளின் வேகம் எல்லாம் சேர்ந்து நிதானிக்க விடவில்லை. உள்ளுக்குள் குற்றவுணர்ச்சி.

என் கல்யாணத்திற்கு அய்யரை வைத்துச் சடங்கு செய்து கொள்ள மாட்டேன், சீர்திருத்த கல்யாணம்தான் என்று முன் கூட்டியே தீர்மானமாகச் சொன்னேன். அப்பா முதலில் கோபப் பட்டாலும், 'அவென் விரும்புறான். கட்சியில இருக்கான். அவனே செய்யலைன்னா, கட்சியில என்ன மரியாதை இருக்கும்' என்று தனக்குத்தானே சமாதானம் செய்துகொண்டு, சீர்திருத்த திருமணம் செய்து வைத்தார். திருமணத்தில் எந்தச் சடங்கும் இல்லை. உறுதிமொழி படித்து, மாலை மாற்றிக்கொண்டு, பெரியவர்கள் ஆசீர்வதித்துக் கொடுத்த தாலி கட்டி, எளிமையாகத் திருமணம் நடந்தது.

கிருத்திகைக்கு வீட்டில் எல்லாரும் ஒருபொழுது இருப் பார்கள். அமாவாசைக்குத் தாய், தந்தை இல்லாதவர்கள்தான் ஒருபொழுது இருக்க வேண்டுமென்பதால் அம்மா எங்களைக் கட்டாயப்படுத்தாது. கட்சிக்கு வந்த பிறகு வீட்டில் படையல் போட்டாலும் அங்குப் போய் நின்று சாமி கும்பிடுவதில்லை. 'நம்ம பண்டிகை இல்லை' என்று தீபாவளிக்கு வீட்டில் படைக்க விடுவதே இல்லை. பொங்கலுக்கு மட்டும் சூரிய பகவானுக்குப் படையல் போடுவோம். கனவிலும் கட்சிக் கொள்கையை மீற நினைத்ததில்லை.

அப்பாவின் சாவினால் நானே நிலைகுலைந்திருந்த நேரம். ஒரு வருஷமாய் ஆஸ்துமாவினால் கஷ்டப்பட்டாரே தவிர, இறந்து போய்விடுவார் என்று எதிர்பார்க்கவில்லை. சாவு வீட்டில் யார் யாரோ கட்டளையிட்டார்கள். சொன்னதைச் செய்ய வைத்தார்கள். சடங்கா, சம்பிரதாயமா ஒன்றும் புரியாமல் சொன்னதைச் செய்தேன்.

பதினாறாம் நாள், அம்மா மனம் கலங்கித் துடிதுடித்து அழ, மாங்கல்யம் வாங்கிய போதுதான், 'எதற்கு இந்தத் தேவையில்லாத சடங்குகள்? மாங்கல்யம் கழற்றித்தான் ஆக வேண்டும் என்றால், அம்மாவையே கழற்றி வைக்கச் சொல்லி யிருக்கலாம். இத்தனை பேர் கூடி, ஓவென்று அழுது, துக்கத்தை அதிகப்படுத்திதான் வாங்க வேண்டுமா?' என்று கோபம் வந்தது.

தான் நிலைகுலைந்திருந்த நேரத்தில் நடந்த விஷயங் களுக்குப் பலராமன் குத்தலாக, அதுவும் கிளைக் கூட்டத்தில் பேசுவது எரிச்சலைத் தந்தது. அவன் கட்சியில் உறுப்பினர் இல்லை. ஆனாலும் கூட்டத்துக்கு வந்து உட்கார்ந்து விடுவான். தாலுக்காபீசில் வேலைக்குச் சேர்ந்து ஒரு வருஷமானது. நாற்பதோ, அம்பதோ சம்பளம் வாங்குகிறான். பேச்சு முழுக்கச் சிலுமிஷம்.

குளத்தங்கரையில் அய்யர் வைத்துக் காரியம் செய்ததில் தனக்கு உடன்பாடு இல்லை, மனமறிந்து அதில் தன் பங்கில்லை எனப் பலராமனுக்குப் பதில் சொல்லலாமா வேண்டாமா?'

"சாவு வீட்ல இருக்கிறவனுக்கு என்னாத்த ஞாபகம் இருக்கும்? நிதானத்துல இருக்கும்போதுதான் கட்சி, கொள்கை, கோட்பாடு எல்லாம். மூச்சுப் பேச்சில்லாம இருக்கும்போது எத நெனைக்க முடியும்?" ஒரு பக்கமாகச் சாய்ந்து காற்றை வெளியேற்றியபடியே கோபால் நடராஜனின் உதவிக்கு வந்தான்.

"நீ மொதல்ல அத அடக்கு. மொச்சக் கொட்டையும் காரா மணியும் மூணு வேளையும் தின்னா? நாத்தம் கொடலைப் புடுங்குது. பொது எடத்துலகூட உன்னால அடக்க முடியாதா?" கணேசன் மூக்கைப் பொத்தியபடி கோபால்மேல் பாய்ந்தான்.

"அடக்க முடியாத பட்டியல்ல இதுவும் இருக்கு. அது பாட்டுக்குனு போது. ஒனக்கு என்ன உபத்திரவம்?" மீண்டும் வலது பக்கம் சாய்ந்தான்.

"டேய், ஒழுங்கு மரியாதையா எழுந்து ஓடிப்போயிடு. ஓத்தா, வந்துட்டான்." குமரகுரு பல்லைக் கடித்தான்.

"நீ புருபுருன்னு பொடிய இழுக்கறயே?"

"குசு உட்றதையும், கோவணம் கட்றதையும் பத்திப் பேசுறதுக்கா கூட்டம் போட்டு இருக்கீங்க? வந்தமா,

பேசணுமான்னு இருக்க வேணாமா?" பலராமன் மீண்டும் நடராஜனைக் குறி வைத்துப் பாய்ந்தான்.

குரலை லேசாகக் கனைத்துக்கொண்டு நடராஜன் பேசத் தொடங்கினான்.

"அன்பான தோழர்களே,

திருச்சியில் நடந்த இரண்டாவது மாநில மாநாட்டில், கட்சித் தேர்தல சந்திக்க முடிவு பண்ணியிருக்கு. மார்ச் மாசத்துல சட்டமன்றத் தேர்தல் வரலாம்னு சொல்லிக்கிறாங்க. நம்ம கட்சிச் சந்திக்கப் போற மொத தேர்தல்.

உற்சாகத்தோடும் நம்பிக்கையோடும் கட்சிக் கிளைங்க தேர்தலுக்குத் தயாராகணும்னு அண்ணாதுரையும் பொதுச் செயலாளர் நெடுஞ்செழியனும் 'நம் நாடு'ல எழுதியிருக் காங்க. வட மாவட்டங்கள்ல கட்சிப் பெருவாரியா தேர்தல்ல ஜெயிச்சதுன்னா, நமக்குப் பெருமையா இருக்கும். நம்மாளு ஒருத்தர் கட்சி ஆரம்பிச்சு, தேர்தலையும் சந்திக்கத் தயாரா யிட்டாரு. பெரியார் நேரடி தேர்தல் அரசியல்ல ஈடுபடக் கூடாதுன்னு சொன்னாலும், நாம பேசுற விஷயங்கள, ஆட்சிக்கு வந்தாத்தான் செய்ய முடியும்னு அண்ணாதுரைக்குத் தெரியும்.

வரப் போற மூணு மாசமும் சொந்த வேலை கெட்டுப் போகும்தான். சொந்த வேலையையே பார்த்துக்கிட்டு இருந்தா, யார்தான் கட்சி வேலயைப் பார்க்கிறது? திமுகவை முதலியார் கட்சின்னு சொல்றாங்க. அதுல உண்மையில்லன்னாலும் முதலி யார்கள் திமுகவை கைவிட மாட்டாங்கன்னு நாம முதல் தேர் தல்லயே நிரூபிக்கணும்."

"முதல்ல கொடிக் கம்பத்த மாத்தணும். ஒன்றரை ஆள் ஒயரம்கூட இல்ல." பழனி குறுக்கிட்டான்.

"அண்ணாதுரை நம்ம ஊர் வழியா திருவத்தூர் போனப்ப, அவசரத்துக்கு நட்டு, அவர கொடியேத்த வச்சோம். அதுவும்தான் ஓடிப்போச்சே, ஆறேழு வருஷம். இப்போ கொறஞ்சது மூணாள் ஒயரத்துக்காவது கம்பம் நடணும். சீக்கிரம் செஞ்சிடலாம்" நடராஜன்.

"பேசி முடிக்கட்டும். குறுக்கப் பேசாதே." கோபால் பழனியை முறைத்தான்.

“கறுப்புச் சட்டை படையிலதான் நாம எல்லாரும் ஒன்னு சேர்ந்தோம். பெரியார் உருவாக்கின படைப்பிரிவோட அந்தக் கட்டுக்கோப்பு கலையாம, இருக்க வேண்டிய காலம் வந்துடுச்சி” நடராஜன்.

குமரகுருவின் பையன், ஒழுகின மூக்குடன் ஓடிவந்தான்.

“ப்பா, அம்மா ஒன்ன தறி போவ கூப்பிடுது.”

“நல்லா ஜெயிச்சுடுவீங்க. போப்பா, குமரகுரு. அடுத்து ஒன் பொண்டாட்டி வந்துடும். ஊரே எடுத்துக்கிட்டுப் போற மாதிரி தொண்டையைத் தெறக்கும்” என்றான் பலராமன்.

“சர்க்கார் உத்தியோகத்துக்குப் போற தெனாவட்டுல பேசுற பலராமா. ஒங்கப்பன் ஒன்ன காகுழியில இருந்து காப்பாத் திட்டாரு. தறியில ஒரு வாட்டுப் போட்டாத்தான் அடுத்த வேளை சோறு” குமரகுருவின் குரலில் கோபமும் சலிப்பும்.

“டேய், போடா, ஒங்கப்பன் வருவான்னு போய்ச் சொல்லு” நடராஜன் பையனை விரட்டினான்.

“நம்ம கஷ்டத்தையே பார்த்துக்கிட்டு இருந்தா, சமுதாயத்த மாத்த முடியுமா? சுதந்திரம் வாங்கிப் பத்து வருஷம் ஆச்சு. வெள்ளக்காரன வெரட்டி விட்டுட்டா, நாட்ல பாலாறும் தேனாறும் ஓடும்னு சொன்னவங்கள்லாம் எங்க போனாங்க? காங்கிரசு கட்சியால காந்தியவே காப்பாத்த முடியல. திராவிடர் கழகமும், திமுகவும்தான் இன்னைக்கும் சமத்துவ சமுதாயத்துக்காகப் பாடுபடுற கட்சிங்க. திராவிடர் கழகத்தில இருந்து நாம பிரிஞ்சு வந்துட்டாலும், நமக்கும் அவங்களுக்கும் பெருசா வித்தியாசமில்ல. சமூகச் சீர்திருத்தம்தான் இரண்டு கட்சியோட நோக்கமும். தமிழ்நாடு தமிழர்களுக்குத்தான். வெள்ளக்காரன சுலபமா வெரட்டிட்டோம். பாப்பான் வெதச் சிருக்கிற வெஷ வெதை பத்தா, நூறா நம்மகிட்டயே இருக்கு. நீயும் நானும் சமமா இல்லையான்னு சொல்ல, அவன் தராச தான் நாம வச்சிருக்கிறோம். சமதர்ம சமுதாயம் படைக்க, அண்ணாதுரை தலைமையில் அணி திரள்வோம்.” நடராஜன் பேசப் பேச அமைதியாகக் கேட்டுக் கொண்டிருந்தார்கள்.

உள்ளூர் ஆள்களைக் குறை சொல்லிக் கொண்டிருந்தாலும், கட்சிமேல் பலராமனுக்கு அபிமானம் உண்டு.

அவனும் கூர்ந்து கவனித்தான்.

நடராஜன் பேசி முடித்தவுடன் தன்னுடைய வேட்டியின் மடிப்பைப் பிரித்தான். சில்லறையும் ரூபாயுமாக இருந்ததில், ஒரு ரூபாயைத் தேடி எடுத்து, நடராஜனிடம் நீட்டினான்.

"முதல் நிதியாய் வச்சுக்கோ. வேலு முதலியார் ரூ 1. சர்க்கார் உத்தியோகக்காரன் நான். எதிர்க்கட்சிக்குத் தேர்தல் நிதி கொடுத்தா, என்ன பிரச்சினை வரும்னு தெரியாது. எங்கப்பா பேர்ல எழுதிக்கோ."

பலராமன் ரூபாயைக் கொடுத்தவுடன் எல்லோரும் கைத்தட்டினார்கள்.

நடராஜன் எழுந்து நின்று வாங்கினான்.

'1957-ஆம் ஆண்டுக்கான கழகத் தேர்தல் நிதி' என்று எழுதிவிட்டு, கோபாலிடம் நோட்டுப் புத்தகத்தைக் கொடுத்து, வேலு முதலியார் பெயரை எழுதச் சொன்னான்.

"அப்பா..." மூச்சிறைக்க வந்தாள் வசந்தி, தேங்காய் கணேசனின் ஐந்து வயது மகள்.

"உச்சி எறங்கிடுச்சே. பொம்பளயாள் பூராம் அடுப்புப் பத்த வைக்கணுமே. பேசுனது போதும், கௌம்புங்க. என்ன மாதிரி சம்பாத்தியக்காரன் பத்துப் பேரப் பாத்து நிதி வாங்கிக்கலாம். நீங்கக் கூடிப் பேசித்தானா கட்சிக்கு நிதி வரப்போது" பலராமன் ஊசியாய் வார்த்தைகளை இறக்கினான்.

"அவன் ரூபாயும் வேணாம், மயிரும் வேணாம், தூக்கி மூஞ்சில கடாசு ஓய்" கோபாலுக்குக் கோபம் உச்சிக்கேறியது.

"செய்யறதையும் செய்வான், வாயும் காது வரைக்கும் நீளும்."

கூட்டத்தில் இருந்தவர்களிடையேயும் சலசலப்பு எழுந்தது.

"கும்பிக் காஞ்சிப்போன பசங்க, வாய்க்கு மட்டும் கொறச்சல் இல்ல" முனங்கியபடி பலராமன் துண்டை உதறித் தோளில் போட்டுக்கொண்டு, எழுந்து வெளியே போனான்.

"அப்பன், சித்தப்பன் யாருக்குக் கொழுப்பு கம்மி, இவனுக்குக் கம்மியா இருக்க? பத்தாததுக்குச் சர்க்கார் உத்தி

யோகமும் சேந்துகிடுச்சு. சூத்துப் படிஞ்சு வேலை செஞ்சான்னா, வாய்த் திமிரு குறையும். நடராஜி, ஒன் பங்காளி காலைச் சுத்துன பாம்புடா. அவன நீ அடிச்சும் கொல்ல முடியாது. ஒதறியும் தள்ள முடியாது. ஒன்ன கருவறுத்துக்கிட்டே இருப்பான். இவென்கிட்ட ஜாக்கிரதையா இருக்கணும்." கோபாலின் குரலில் கவலையும் எச்சரிக்கையும் கூடியது.

“இப்ப இந்த ஒரு ரூபாய என்ன பண்றது? கட்சி நிதியில சேக்கிறதா வேணாமா?"

“மொத மொத ஒரு அல்சாட்டம் புடிச்சவன் ரூபா வேணாம், நடராஜி" கணேசன் மறுத்தான்.

“ஒய், பத்து பேருக்கும் டீ சொல்லு, இந்நேரத்துக்கு வீட்டுக்குப்போய் டீ கேட்டா, அடுப்புல நம்பள வெறகா ஒடச்சு வெச்சுடுவாளுங்க. அவன்கூடப் பேசுனதுலதான் ஆவியத்து, தொண்டை வறண்டு போச்சு. அவன் காசுலயே நிவாரணமும் தேடுவோம்." ஏ.என்.பாலன் டீக்கு அடி போட்டான்.

“நல்ல யோசனைப்பா. நம்ம கடைக்கு ஆள அனுப்பவா?"

“வேணாம் பாலு, கட்சிக் காச டீக்கடைக்கு எடுத்துக்கிட் டேன்னு அவென் ஊரெல்லாம் கிளப்பி விட்டுடுவான். போண்டா முதலி டீக்கடைக்கு அனுப்பு."

“கூட்டம் வர்ற நேரம். நானும் சீக்கிரம் கடைக்குப் போணும்ப்பா. தேவி மட்டும் தனியா சமாளிக்க மாட்டா. நீங்க டீ சாப்பிட்டுக் கிளம்புங்க. மத்தத ராத்திரி பேசிக்கலாம். தேர்தல் வரப் போகுது. இனிமே சொந்த வேலையைப் பார்த்துக்கினு தெனம் ஓட முடியாது. இன்னும் ரெண்டு மூணு மாசம் எப்படி யாவது சமாளிக்கணும்" என்று சொல்லிவிட்டு, கூட்ட நோட்டை எடுத்துத் துணிப்பையில் வைத்தான் நடராஜன்.

பலராமன் கொடுத்த ஒரு ரூபாயைப் பாலன் கையில் கொடுத்தான். அப்பாவின் மறைவு தந்த அதிர்ச்சியில் இருந்து மீள முடிய வில்லையென்றாலும், கட்சித் தேர்தலில் நிற்கப் போகிறது என்ற எண்ணம் உற்சாகமாக இருந்தது.

திமுகவின் வெற்றி மக்களின் வாழ்க்கையில் சமதர்மத்தை உண்டாக்குமென்ற நம்பிக்கை, அப்பாவின் மரணம் கொடுத்த

வலியைக் கொஞ்சம் குறைப்பதாக இருந்தது. குடும்பத்தையும் தேர்தல் வேலையையும் சமாளிக்க வேண்டிய யோசனையுடன் கடையை நோக்கி நடந்தான் நடராஜன்.

தூரத்தில் இருந்து பார்க்கும்போதே கடையில் கூட்டம் அதிகமிருப்பது தெரிந்தது.

கூட்டத்துக்கு நடுவில் தேவி தனியாகத் தெரிந்தாள். தேவியைப் பார்த்தவுடன் மனத்தின் அடியாழத்தில் இருந்து அன்பும், இரக்கமும் ஒன்றாக மேலெழுந்தன.

4

அம்மையப்ப நல்லூர். சிறு நகரம். ஊருக்கு வடக்கே மலைக் குன்று. மலையுச்சியில் நின்று பார்த்தால் மலையின் மடியில் ஊர் உட்கார்ந்திருப்பதுபோல் இருக்கும். மலையை ஒட்டி ஊரின் நீளத்திற்கு மெலிந்தும் நீண்டும் ஓடும் சிற்றேரி.

தெற்கே சுகநதி. சுகநதியில் வெள்ளம் பார்த்தவர்கள் யாரும் இல்லை. சுகநதி பெரிய ஏரி போல் இருந்ததால்தான் மேலே சொன்ன ஏரிக்குச் சிற்றேரி என்று பெயர் வந்ததோ? சுகநதி, பெயரே புதுமைதான். பெண்களின் பெயரோ, ஊரின் பெயரோதான் நதியின் பெயராக இருக்கும். அடித்துப் பிடித்து ஓடாமல், நிதானமாக விரும்பும் தொலைவுவரை ஓடி, சுகமாக இருப்பதாலா, ஆற்று நீரைப் பருகுபவருக்கும் பயன்படுத்து வோருக்கும் சுகம் கிடைக்கும் என்ற காரணப் பெயரோ, விளக்கம் சொல்ல காதறுந்த நூற்றுக் கிழவியும், தடி ஊன்றிய நூற்றுக் கிழவனும் ஊரில் இல்லை. ஆனாலும் சுகநதி யின் கரையோரத்தில் வருஷம் முழுக்கப் புல்லறுக்கலாம்.

கிழக்கு மேற்காகச் செல்லும் அகன்ற மண்பாதை ஊரை இரண்டாகப் பிரிக்கும். பாதைக்கு வடவண்டை நான்கு தெரு. புதுத் தெரு, மாரியம்மன் கோயில் தெரு, கன்னிகாபுரத் தெரு, பள்ளிக்கூடத் தெரு. தென்னண்டை சரிவில் நான்கு தெரு. சன்னதி தெரு. அதற்குப் பின்னால் சன்னதி பின்புறத் தெரு, கோயில் தெரு, தோப்புத் தெரு. சன்னதி தெருவின் மையத்தில் இருந்து கோயில் தெரு பிரியும். சன்னதி தெரு, கோயில் தெரு, இரண்டுக்கும் என்ன வேறுபாடு? அதுவும் அடுத்தடுத்து இருப்பதற்குக் காரண காரியம் கேட்கக் கூடாது.

ஊருக்கு மையமாகப் பாதைச் செல்வதால், வடவண்டை, தென்னண்டை பகுதிகள் தனித் தனி ஊர் போல் காட்சி தரும்.

தென்னண்டை தெருக்களுக்குள் போகும் முன், பெரிய தோப்பு. தோப்பு முழுக்க கருவேல மரங்கள், எருக்கம் புதர்கள், பனை மரங்கள். இந்தப் பெரிய தோப்புதான் காலைக் கடனைக் கழிக்க வரும் ஆண்கள், பெண்கள், ஆடு மாடுகள், அவ்வப்போது வரும் பன்றிகள் எல்லாவற்றுக்கும் அவசரகால அடைக்கலம். வெயில் நேரத்தில் பன்றிகள் புரண்டெழுவதால் கிளம்பும் நாற்றமும் வெயிலும் சேர்ந்து குடலைப் புரட்டும்.

தோப்பிலிருந்து சிறிய கரடுமுரடான பாதை வழிப்போனால் அம்மையப்ப நல்லூரின் காலனி. ஊருக்கு நிகரான மக்கள் தொகை. காலனிக்குச் செல்வதற்குப் பிரத்தியேகப் பாதை கிடையாது. தோப்பின் வழியாகச் செல்லலாம். ஒவ்வொரு தெருவிலும் பெரிய வீடுகளை ஒட்டி, சின்னச் சின்ன சந்து களிருக்கும். வீட்டு வேலைகளையும், விவசாய வேலைகளையும் முடித்துவிட்டு காலனியாள்கள் அந்தச் சந்து வழியாகத் தங்கள் வீடுகளுக்குச் செல்வார்கள்.

தோப்பில் இருந்து நூறடியில் குடிதண்ணீர்க் குளம். படிக்கட்டு இல்லையென்றாலும் வழுக்காமல் ஏறி இறங்குவதற்குப் பிடிப்பான பார் மண்ணும் கப்பியுமாக இருக்கும். வடக்காக ஐம்பதடி நடந்தால் சின்னக் குட்டை. மழைக்காலத்தில் குட்டை நிரம்பி, குளத்திற்குத் தண்ணீர்ப் போவதற்கு வசதியாக ஒரு கால்வாய்.

சன்னதி தெருவின் நடுநாயகமாக சுப்ரமணியர் திருக் கோயில். பிரகாரம் பெரியது. சன்னதி சிறியது. நூறு வருஷத்துக்கு முந்தைய கோயில். விஸ்தாரமான பிரகாரம், மார்கழி மாதத்தில் மட்டும்தான் நிரம்பி வழியும்.

வடகிழக்கில், குளத்தையொட்டி ஊரின் எல்லைக் காவலாக மாரியம்மன் கோயில். சுப்ரமணியர் கோயில் திருவிழாக்களுக்கு வராதவர்கள்கூட, மாரியம்மன் கோயில் திருவிழாவுக்குக் கட்டாயம் வருவார்கள்.

ஊரில் ஐந்து மெத்தை வீடுகள். மற்றவை நாட்டோடு போட்டவை. மஞ்சப்புல் வேய்ந்த குடிசைகள். நெசவாளிகள்

அதிகமுள்ள நல்லூர் வாசிகளுக்குப் பெயரளவுக்குத்தான் வீடு. பாதி நேரம் தெருவில்தான் பிழைப்பு. தெருக்கள் ஒவ்வொன்றும் முப்பதடி அகலத்திற்காவது இருக்கும். பாவு தோய, நூல் காய வைக்க, தெருவே அவர்களின் புழங்குமிடம். மேற்கில், நூறு ஏக்கருக்கு மேல் உள்ள வயல்வெளி. பரம்பரையாய் விவசாயம் செய்யும் ஐந்தாறு குடும்பங்களுக்குச் சொந்தம். கழனியில் விளைவதைக் களத்தில் ஒப்படிச் செய்து எடுத்து வருவதைக் காய வைக்க அவர்களுக்கும் தெருவே ஆதாரம்.

வயக்காட்டைத் தாண்டினால் பச்சையம்மன் கோயில். காவலாக விசுவரூபமெடுத்து நிற்கும் மும்முனிகளின் பிரம் மாண்ட சிலைகள். ஒவ்வொன்றும் இருபதடி உயரம். கையில் அரி வாளும், காலுக்கடியில் பலிகொண்ட மனிதத்தலையும், துருத்திய நாக்கும், இரவில் அந்தப் பக்கம் செல்ல யோசிப்பார்கள். காரணம் தெரியாமல் செத்துப் போனவர்கள் எல்லாம் மும்முனி அடித்தே செத்துப் போனதாக ஊரில் பேசிக் கொள்வார்கள். பச்சையம்மன் கோயில், நல்லூருக்கு அடுத்துள்ள காவேரிப்பாக்கத்திற்குச் சொந்தமென்றாலும் ஊரின் மேற்கெல்லையை மும்முனிகள்தான் காவல் காப்பதாக ஐதீகம்.

ஒவ்வொரு ஊருக்கும் ஒரு முகம். நல்லூரின் முகம் தறிச் சத்தம். ஊரை நெருங்க கால் பர்லாங்கு இருக்கும்போதே சத்தம் கேட்கும். தறியிலிருந்து, இடமும் வலமும், பறக்கும் மீனைப்போல் நாடா ஓடும் சத்தம். ஒவ்வொரு இழையாக நெய்து, பொழுது சாய்வதற்குள் ஒரு சேலையோ, ஒரு சோமனையோ நெய்துவிடும் வேகத்துடன், 'டக்... டக்...' என்று நாடா மோதித் திரும்பும். நெசவாளியின் கை வேகம்தான் நாடாவின் வேகம்.

தறியின் சத்தத்தைமீறிப் பேச வேண்டும் என்பதால், எப்போதும் உரத்த குரலில்தான் பேசுவார்கள். அருகில் இருப் பவர்களிடம்கூட, தெருக்கோடியில் நிற்பவர்களிடம் பேசும் சத்தத்துடன் இருக்கும் பேச்சு. இரவும் அமைதியாக இருக்கும் என்று சொல்லிவிட முடியாது. பகலில் பந்தயக் குதிரைபோல் ஓடுபவர்களுடன் போட்டிப்போட முடியாத நொண்டி குதிரைகளும், வாட்டுச் சத்தம் கேட்காமல் இந்த இரவு கடந்து போகிறதே என்று அனுதாபம் கொள்கிறவர்களும், தீராக் கடனை நினைத்துத் தூக்கம் வராமல் தறி நெய்பவர்களும் இரவிலும் நல்லூரின் சத்தத்திற்குப் பங்களிப்பவர்கள்.

ஊரில் விசேசமான இரண்டு இடங்கள், பெரிய ஆலமரமும், ஆலமரத்தை ஒட்டிய கூத்து மேடையும். ஒரே நேரத்தில் நூறு பேர் உட்காரலாம். உச்சி வெயிலிலும், கூத்து மேடையில் சூரியனின் வெளிச்சம் துளியும் படாது. படர்ந்த மரத்தின் கிளைகளும் விழுது களுமாக அவ்விடமே குளிர்ச்சியாக இருக்கும். தறி நெய்பவர்கள் டீயும் பத்திரிகையும் கையில் எடுத்தால், மதியம் பனிரெண்டுவரை ஆலமரத்தடியில் பொழுதை ஓட்டுவார்கள். சாயந்தரம் ஒரு கச்சேரி இருக்கும். திருவிழாக் காலத்தில் கூத்து நடக்கும். பல ஊர்களில் வேலை வெட்டி இல்லாதவர்கள் கூடுமிடமாக ஆலமரம் இருக்க, நல்லூரில் மட்டும் ஆலமரத்திற்குப் பெரும் மரியாதை உண்டு. "உட்கார்ந்து உருப்படியா ஏதோ படிக்குதுங்க, ஊர மாத்துறோம்னு கூடிக் கூடிப் பேசுதுங்க" என்று நல்ல பெயர்.

நல்லூர் மனிதர்களின் கதைகளும் துயரப்பாடுதான். இரண்டு நாள் தறி நெய்யவில்லையென்றால், வீட்டில் அரிசிப் பானை காலியாகிவிடும். அடுத்த வேளை சோற்றுக்குத் தடுமாறி நிற்கும்.

பசியும் பாடும் இருந்தாலும் நல்லூர் சுயமரியாதைக் கொடியைத் தூக்கிப் பிடித்தது. வண்ணப் புடவைகளை நெய்த நேரத்தில், அவர்கள் தங்கள் வாழ்க்கையின் அடையாளமாகக் கறுப்பு நிறத்தைத் தேர்ந்தெடுத்தார்கள்.

நடராஜன், கணேசன், சுபானு, ஏ.என்.பழனி, கோபால் ஆகிய இளந்தாரிகளோடு, ராஜி முதலியார், வடிவேல் முதலியார் உள்ளிட்ட பெருந்தலைகளும் சேர்ந்திருப்பதால் நல்லூரின் ஆல மரத்தடி எப்போதுமே கலகலப்பாய் இருந்தது.

சத்தத்தைப் போலவே, அடர்ந்த கறுப்பு நல்லூர் மக்களின் அடையாளமானது. பத்தொன்பது வயது நடராஜன் ஆல மரத்தடியில் இருந்து புதிய அத்தியாயத்தைத் துவக்கினான். சொந்த வாழ்வின் வீழ்ச்சியில் இருந்து, பொது வாழ்விற்கான உத்வேகம் பெறும் முனைப்புடன் இருந்தான்.

நடராஜன் கதையிலிருந்தே நல்லூரின் கதை விரிகிறது.

5

அந்த இரவை என்றுமே மறக்க முடியும் என்று தோன்ற வில்லை. அப்பாவிடம் அழுது, முரண்டு பண்ணி, இரண்டு நாளாக ஒற்றைக் காலில் நின்று, சாப்பிடாமல் இருந்து, தனக்குத் தெரிந்த, கேள்விப்பட்டிருந்த எல்லா ஒத்துழையாமைகளையும் நடத்திக் காண்பித்துவிட்டேன். அப்பா அசைந்து கொடுப்பதாக இல்லை. "ஊர் பேர் தெரியாதவன்னால்லாம் வெள்ளையுஞ் சொள்ளையுமா சொக்கா போட்டுக்கிட்டு நாற்காலியில ஒக்காந்திருப்பான், அவன்கிட்ட போய் அய்யா, எசமான், சார், மோருன்னு கைக்கட்டிச் சேவகம் பண்ணிக்கிட்டு இருப்பியா? வேலை செய்ற அன்னன்னிக்குக் கூலி தர மாட்டானாம். மாசக் கடைசியிலதான் ரூபாயக் காட்டுவானாம். அதுவும் என்னா பிசுக்கோத்து ரூபா? அந்த வேலைக்குப் போறதுக்குப் படிக்கப் போறானாம், புஸ்தகப் பைய இனிமே கையில எடுக்கக் கூடாது, சொல்லிட்டேன்" எனப் பிடிவாதமாய்ப் பள்ளிக்கூடம் அனுப்ப அப்பா மறுத்துவிட்டார்.

தனக்கு ஆதரவாகப் பேசுவார்கள் என்று நினைத்து, பஞ் சாயத்துக்கு வடிவேல் பெரியப்பா, ராஜி மாமாவையும் கூட்டி வந்தேன். பொதுவாகவே தான் சொல்வதை யாரும் மறுத்துப் பேசிவிட முடியாதபடி, குரலில் அழுத்தமும் சத்தமும் கூட்டிப் பேசக் கூடிய வடிவேல் பெரியப்பா, "என்னடா சின்னு, சின்னப் பையன அழ வச்சிக்கிட்டு இருக்க, இன்னும் ஒரு வருஷம் பள்ளிக் கூடம் போட்டுமே" எனத் தழைந்து பேசினார்.

அவர் பேசும் தொனியைப் பார்க்கும்போதே, தன்னைக் கைவிட்டு விட்டார் என்பது புரிந்தது.

“எதுக்குண்ணா, இன்னும் ஒரு வருஷம் படிச்சு மட்டும் என்ன செய்யப் போறான்? ஒருத்தன்கிட்ட கைகட்டிச் சம்பளம் வாங்கணுமா? நமக்கு என்னா கொற? ஆண்டவன் புண்ணியத்துல எல்லாம் கட்டுசெட்டா இருக்கு. படிக்க வச்சுட்டா, அப்புறம் கடையில படிஞ்சு வேலை செய்ய மாட்டான். இப்பவே படிய வச்சாத்தான் நமக்குப் படிவான். நாலும் யோசிச்சுதான் நிறுத்தி னேன். கடையில கைவேலைக்கு ஒத்தாசையா இருக்கட்டும்.”

பெரியப்பா ஒன்றும் பேசாமல், அப்பா மந்தாரை இலையில் மடித்துக் கொடுத்த இரண்டு வடையைச் சாப்பிட்டு, டீ குடித்து விட்டுக் கிளம்பிவிட்டார்.

அன்று தனக்காக ஏன் அவர், ‘சின்னு, பள்ளிக்கூடம் அனுப்புப்பா அவன’ என ஒரே பேச்சாய்ப் பேசவில்லையென்று தெரியவில்லை. அவரிடம் யார் போய் கேட்க முடியும்?

வடிவேலுவிடம் எளிதில் யாரும் எதுவும் பேசிவிட முடியாது. ஆறடி உயரம், மாநிறம். நெஞ்சுவரை ஏற்றிக்கட்டிய சோமன். முகத்தில் தீர்க்கம். பார்க்கும்போது அவரிடம் அச்சம் உண்டாகக் காரணம் அவரின் உயரமும் உயரத்திற்கு ஏற்ற ஆகிருதையும்தான். பஞ்சாயத்திலும், வீட்டுப் பிரச்சினைகளிலும் அவர் பேச ஆரம்பித்தால், எத்தனை பேர் இருக்கும் சபையென்றாலும், அவரின் முதல் வார்த்தையில் கூட்டம் அமைதியாகிவிடும். அதிகம் பேச மாட்டார். பேசத் தேர்ந்தெடுக்கும் வார்த்தைகளும் அதிகமிருக்காது. எல்லாவற்றையும் காது கொடுத்து கேட்டுக் கொண்டிருந்துவிட்டு, எழுந்துபோகத் தயாராவதுபோல் முன்னுக்கு நகர்ந்து உட்கார்ந்து, அதிகபட்சம் பத்து வார்த்தைப் பேசுவார். அவ்வளவுதான், இனி பேசுவதற்கு ஒன்றுமில்லை என்பதுபோல் கிளம்புவார். அவர் பேச்சில் விளக்கமோ, சந்தேகமோ, எதிர்ப்போ, மாற்றுக் கருத்தோ சொல்ல முடியாது என்பதை அவரின் இடப்பெயர்ச்சி சொல்லும். பங்காளிகளில் அவரைவிட வயதில் மூத்தவர்களும் இருக்கிறார்கள். வயது என்ன வயது? வரிசை வைத்தும், வயது பார்த்துமா தகுதி வளருது? பெரிய மனுஷன் இடத்துக்குத் தானாகவே வந்து சேர்ந்துவிட்டார் வடிவேல்.

அடுத்த பெரிய நம்பிக்கையாய் இருந்தது ராஜி மாமாதான். எனக்காக எங்கு வந்தும் பேசுவார், எந்தப் பிரச்சினை என்றாலும் முன்னால் நிற்பார் என்று நான் நம்பிக்கொண்டிருப்பவர். அவர் தயங்கித் தயங்கித்தான் அப்பாவிடம் வர ஒப்புக்கொண்டார்.

“ஏற்கெனவே ஒங்கப்பன் நான் ஒன்ன கெடுத்துக்கிட்டிருக் கேன்னு திட்டுவான்டா, கோயில், கொளம், களத்துமேடுன்னு நேரங்காலம் இல்லாம கூடக் கூட்டிக்கிட்டுத் திரியுறேன், இவனும் எடுபிடி மாதிரி போறான். ‘அவெந்தான் சின்னப் பையன், நீ ஏன்ணே கூட்டிக்கிட்டுப் போற?’ன்னு கேட்பான். நான் சொன்னா கேப்பானான்னு தெரியலையே. பள்ளிக்கூடம் போய் நீ என்னடா தெரிஞ்சுக்கப் போற? இந்தக் கறுப்புச் சட்டைப் பசங்கக்கூட மட்டும் போகாத. அவனுங்கப் பசங்கள ஊருக்குப் பயன்படாதவங்களா மாத்திடுறானுங்க. நீயென் கூடவே இரு. எல்லாமே நான் சொல்லித் தர்றேன் வா. எனக்கு அப்புறம் நீதான் எல்லாமே” என்று சொன்னார்.

கட்டாயப்படுத்தி ஒருநாள் காலையில் அப்பா முன்னால் கூட்டிப்போய் நிறுத்தினேன். “பெரிய பஞ்சாயத்தா இருக்கே, உன்னையும் விடலையாண்ணே இந்தப் பையன்? இவன் படிச்சு கலெக்டராவா போப்போறான்? ஏழாவது வரைக்கும் படிக்க வச்சாச்சு. கடையில வாய்க் கணக்கா காசு வாங்குற அளவுக்குப் படிப்பிருந்தா போதும். இவனுக்கு நல்லாவே கணக்கு வரும். காலணா, அரையணா, அரியரைக்கா வாய்ப்பாடு எல்லாம் அத்துப்படி. கடையைப் பார்க்கச் சொல்லு. நாமென்ன பாப்பாமூடா? படிச்சா தான் பொழைக்கலாம்னு இருக்கிறதுக்கு? கை கால் ஒழைச்சாதான் என்னைக்கிருந்தாலும் பொழைப்பு.”

ராஜி மாமாவுக்கு உள்ளூர சந்தோஷம். நான் பள்ளிக்கூடம் போகவில்லையென்றால், நாள் முழுக்க அவருடன் இருப்பேன் என்ற நட்பாசையும் இருந்ததால் அமைதி காத்தார்.

எனக்கு வேண்டிய இருவருமே கைவிட்ட பிறகு, நானே போராடிப் பார்ப்பது என்ற முடிவைத்தான் அன்றிரவு எடுத்தேன்.

வண்ணான் வருகிற நேரம். ஊராகாளி மந்தையில் இருந்து மாடுகளை ஓட்டிவிட்டுப் போயிருந்தான். அம்மா குளித்துவிட்டு, வீட்டில் இருக்கிற சாமான்களை ஒழித்துப்போட்டுத் தேய்க்க உட்கார்ந்தது. கடையில் என்னென்ன மீறுகிறதோ அதைப் பார்த்துவிட்டுத்தான் ராத்திரி சாப்பாட்டுக்கு உலை வைக்கும். எதிரில் வருவது யாரென்று தெரியாத அளவிற்கு இருள் படர்ந்தது. மருள் வந்தவனைப்போல் விறுவிறுவென்று நடந்து களத்துமேட்டுக்குப் போனேன். களத்துமேட்டுக்குப் போவ

தற்குள்ளேயே இருள் கவ்விவிட்டது. சிம்னி விளக்கின் வெளிச்சத்தில் களத்தில் காய வைத்த நெல் மூட்டைகளை அம்பாரம் போட்டுக் கொண்டிருந்தார்கள்.

பறவைகளின் சத்தம் பெரும் கூப்பாடாய்க் களத்துமேட்டில் நிறைந்திருந்தது. ஏற்கெனவே யோசித்து வைத்திருந்ததால், தடுமாற்றமில்லாமல் நேராகப் போய் ஒரு பெரிய புளிய மரத்தில் ஏறினேன். கையில் முன்யோசனையாய் ஒரு துண்டும் இருந்தது. துண்டை நிஜார் ஜோபியில் செருகிக்கொண்டு மரத்தில் ஏறினேன். தம்பி அண்ணாமலைதான் மரமேறுவதில் கில்லாடி. குரங்கு குட்டிப்போல் நிமிஷத்தில் உச்சிக்குப் போய்விடுவான். கிளைக்குத் தாவுவான். அவன் கால்கள், குரங்கின் விரல்களைப்போல் அவ்வளவு லாவகமாக மரக் கிளைகளைப் பற்றிக்கொள்ளும். எனக்கு உயரத்தைப் பார்த்தாலே பயம். வீட்டில் பரண்மேல் ஏறி அண்டா குண்டான் எடுக்கச் சொன்னாலே, நிமிர்ந்து பார்க்கும்போதே முதுகுப் பக்கம் கீழே சரிவதுபோல் பயம் வரும்.

இன்று அவ்வளவு பயமில்லை. வீட்டில் எல்லோரையும் பயமுறுத்தி, எப்படியாவது படிக்கச் சம்மதம் வாங்கிவிட வேண்டும் என்ற தீர்மானம் இருந்ததால், பயம் பின்னுக்குப் போயிருந்தது.

குறைந்த உயரத்திலேயே வாகாய் ஒரு கிளை படர்ந்திருந்தது. அதிலேறி ஜோபியில் இருந்து துண்டை எடுத்து ஒரு கையால் மரத்தைப் பிடித்தபடியே, துண்டை அரைகுறையாக விரித்து ஒருவழியாக அதில் உட்கார்ந்து கொண்டேன். நிதானமாகச் சுற்றிப் பார்க்க ஆரம்பித்தேன். வீட்டுக் கவுச்சி சட்டியின் அடிப் பகுதிபோல் ஊரே கறுத்திருந்தது.

களத்துமேடு முழுக்கப் புளிய மரங்கள். அம்பாரம் போட்டுக் கொண்டிருந்தவர்கள் போய்விட்டிருந்தார்கள். இருளில் அம்பாரமும் குத்த வைத்த புளிய மரம்போல் உட்கார்ந்திருந்தது. தூரத்தில் ஊர் இருட்டில் இருந்தது. துண்டு விழாமல் திரும்பிப் பார்த்துக்கொண்டு, அரை மண்டியில் எழுந்து நின்று ஊரைப் பார்த்தேன். வயிற்றில் பயம் புரண்டது. நிஜாரில் ஜவ்வு மிட்டாய் இரண்டும், கமர்கட் இரண்டும் இருந்தன. ஜவ்வு மிட்டாயில் ஒன்றை எடுத்து வாயில் போட்டுக் கொண்டேன்.

‘பாம்புக்கு மரம் ஏறத் தெரியுமா?’ என்று பக்கத்து வீட்டு தனலட்சுமி பெரியம்மாவிடம் கேட்டதற்கு, ‘மரமேறி பாம்புன்னே ஒன்னு இருக்கு. அது தரையில இருக்காது. மரத்துலதான் இருக்கும். மரத்துக்கு மரம் தாவித்தாவிப் போவும். கண்ணப் பார்த்துதான் நச்சுன்னு கொத்தும்’னு சொன்னாங்க. ‘மரத்துல இருக்கிற பாம்பு, தரையில இருக்கிற நம்மள ஏன் கொத்தணும்?’ என்று கேட்டதற்கு, ‘பாம்பு இருக்கிற மரத்த யாராவது வெட்டப்போனாலும், மரத்துல இருந்து தழை ஒடைக்கிறேன், பூ ஒடைக்கிறேன்னு தொரடு வச்சு இழுத்தாலும் மரமேறி பாம்பு பார்த்துக்கிட்டே இருக்கும். நம்மத்தான் கொல்ல வர்றாங்கன்னு நெனச்சிக்கிட்டு, பழி வாங்க நேரம் பார்க்கும். ஆளப் பார்த்து வச்சிக்கிட்டு, அவங்கத் தனியா வரும்போது, கண்ணக் கொத்திட்டுப் போயிடும். கண்ணு வழியா வெஷம் உடம்புக்கு வந்துடும். கொத்தின மரமேறி பாம்பு நேரா சுடுகாட்டுக்குத்தான் போவும். அங்கப்போய் மரத்துமேல காத்துக்கிட்டு இருக்கும். ‘நாம கொத்துன ஆளு செத்தானா? அவன புதைக்கத் தூக்கிட்டு வர்றாங்களா?’ன்னு பார்க்கும். அதனால தான் கண்கொத்திப் பாம்பா இருக்கான்னு சொல்றாங்களே? அதுக்கு அவ்வளவு வஞ்சம் இருக்கும்’ என்று சொன்னது நினைவில் வந்தது.

‘இந்த மரத்தில் மரமேறி பாம்பு இருக்குமா?’ என்ற பயத்தில் உடல் சூடேறியது. மரமேறி பாம்பைக் கோபப்படுத்தும்படி நான் ஒன்றும் செய்ததில்லை, அது தொந்தரவு செய்தவர்களைத்தானே கொத்தும் என்பது நினைவுக்கு வந்ததால் பயம் குறைய ஆரம்பித்தது.

வீட்டில் இந்நேரம் தேட ஆரம்பித்திருப்பார்களா? இருக்காது. மணி ஏழுதான் ஆகியிருக்கும். நான் கடையில் இருப்பேன், இல்லை பையன்களுடன் சேர்ந்து விளையாடிக்கொண்டு இருப்பேன் என்று நினைத்திருப்பார்கள். சாப்பிட ஆள் வரவில்லையே என்று எட்டு மணிக்கு அப்புறம்தான் தேட ஆரம்பிப்பார்கள். சாப்பிட்ட பிறகும் எப்போது படுக்கிறேன், எங்கே படுக்கிறேன் என்று யாரும் கவனிப்பதில்லை.

மொத்தம் மூன்று குடும்பங்கள். வாசல் மட்டும்தான் பொது. தாத்தாவுடன் பிறந்த சின்ன தாத்தா வேலு முதலியார் குடும்பம், அவருடைய பெரிய மகன் பலராமன் கல்யாணம்

செய்துகொண்டு, பெரிய வீட்டை தடுத்து, அதிலொரு தனிக்குடித்தனம், எங்கள் வீடு ஒன்று. அவர்களுடைய இரண்டு வீடு அளவுக்கு எங்களுடையது ஒரே வீடு. வேலு தாத்தாவின் மகள்களின் பேரன்கள், மகன்களின் பேரன்கள் என யார் யார் வீட்டுக்குள் இருக்கிறார்கள், போகிறார்கள் என்பது தெரியாது. ராத்திரியானால், வாசல் முழுக்கப் பாயும் தலையணையுமாக அங்கங்கே படுத்துக் கிடப்பார்கள். வீட்டுக் குள் யாருமே படுப்பதில்லை. இருட்டில் நான் கும்பலில் படுத் திருப்பதாக நினைத்துக்கொள்வார்கள்.

சாப்பிட வரவில்லையென்றால் மட்டும் அம்மா தேடும். ஆளைக் காணோம் என்றாலும் விடாது. ஊரே எடுத்துக்கொண்டு போவதுபோல் கத்திக்கொண்டு தெருவுக்கும் வாசலுக்கும் நடக்கும். நான் குரல் கொடுக்கவில்லையென்றால், தெருவில் வந்து நின்று கூப்பிடும். வருகிறவரை நிறுத்தாது. நான் சாப்பிடாமல் அம்மா சாப்பிடாது. ஏனென்று கேட்டால், "எனக்குச் சோறு போட்ட ராசாவே நீதானேப்பா? நீ சாப்பிடாம நான் சாப்பிடுவேனா?" என்று சொல்லும்.

எங்கள் ஆயா உயிரோடு இருந்த வரைக்கும், ராத்திரியில் எல்லாரும் ஒன்றாக உட்கார்ந்து சாப்பிட்டாலும், அம்மாவைச் சாப்பிடக் கூப்பிடாது. மாமியார் மருமகளுக்குச் சுடுசோறு போட யோசிக்கும். எல்லாரும் சாப்பிட்டப் பின்னால் மீதியிருப்பதுதான் அம்மா சாப்பாடு. எனக்கு வெண்கலப் பாத கிண்ணியில் சோறு போடுவார்கள். நான் வேகமாகச் சாப்பிட்டுவிட்டு, "ஆயா, இன்னும் கொஞ்சம் சோறு போடு, வெளியில போய்ச் சாப்பிடப் போறேன்" என்று சோறு வாங்கிக்கொண்டு, தோட்டத்து வாசற்படி இருட்டில் உட்கார்ந்திருக்கும் அம்மாவிடம் வருவேன். நான் சாப்பிட்டேனா என்று கேட்டுவிட்டு, அம்மா வாங்கி வேகவேகமாகச் சாப்பிட்டுவிட்டு, கிண்ணியைக் கொடுக்கும். கடைசியில் இரண்டு வாய்ச் சோறு மிச்சம் வைக்கும். "என்னாலே சாப்பிட முடியல ஆயா, இந்தா நீ சாப்பிடு" எனக் கொண்டுபோய்க் கொடுப்பேன். அப்போதுதான் சந்தேகம் வராது. ஆயா இருக்கும்வரை அம்மாவுக்கு ராத்திரி சாப்பாடு இப்படித்தான். அதனால்தான் அம்மா என்னை அப்படிக் கொஞ்சும்.

காலையில் இருந்து அழுதுகொண்டு நான் சாப்பிடாமல் இருப்பது தெரியும். ராத்திரி சாப்பாட்டுக்கும் ஆளைக்

காணோமென்றால் அம்மா பயந்துகொண்டு தேடும். நல்லா தேடட்டும். எல்லாரும் பயப்படட்டும். யார் வந்து கூப்பிட்டா லும் போகக்கூடாது. பள்ளிக்கூடம் அனுப்புகிறோம் என்று சொன்னால்தான் போக வேண்டும். அப்பாவை நினைத்தால் பயமாகவும் இருந்தது. இதுவரை அப்பா எதற்கும் அடித்ததில்லை. ஆனால் அவர் முறைத்துப் பார்த்து, பல்லைக் கடித்தாலே போதும், ஒன்றுக்கு வந்துவிடும். அப்பா திட்டுவதுபோல் இதுவரை நடந்து கொண்டதில்லை. தாத்தா துரைசாமி முதலி யாருக்குப் பெருமை பிடிபடாது. "கன்னியம்மாவுக்குத் தலைச்சன் பிள்ளை சிங்கக்குட்டி மாதிரி பொறந்திருக்கான், அதுக்கு ஒரு கொறையும் இல்லை" என்று எப்பவுமே பூரிப்பாகச் சொல்லிக் கொண்டிருப்பார்.

திடீரென்று நினைவுக்கு வந்தது. தாத்தாவைக் கூப்பிட்டு வந்து சொல்லியிருக்கலாமோ? காலையில் கமிட்டிக்கு வந்து போகிறவர்களிடம் சொல்லியனுப்பி இருந்தால், தாத்தாவும் பாட்டியும் பொழுது விடியும்போது இங்கே இருந்திருப்பார்களே! வீட்டில் இருக்கும் கெவுறு, கலக்காய், சால்ல இன்னும் என்னென்ன இருக்கோ, அதையெல்லாம் சின்னச் சின்ன மூட்டையா கட்டி எடுத்து, தலைச்சுமையாக வைத்து நடந்து வந்திடுவார். 'காத்து மாதிரி இருக்கும் எங்கப்பா நடை' என்று அம்மா சொல்லும். இந்த வயசுக்கு அவர் நடையில் சின்னத் தளர்ச்சி இல்லை. அவர்கூட யார் நடந்தாலும், சிறு ஓட்டமாய் ஓடித்தான் வர வேண்டும்.

தாத்தா வந்திருந்தால் அப்பாவால் மறுத்திருக்க முடியாது. தன்னுடைய மகன் சபாபதியைவிட மருமகன்மேல் பாசம் அதிகம். தன்னுடைய மகள் வாழ வந்த இடம் என்பதாலும் எப்பொழுதுமே கௌரவத்துடன் வைத்துக் கொள்வார். அப்பா வும் தாத்தாவைமீறி ஒன்றும் சொல்லியிருக்க மாட்டார். ஏன், தாத்தா நினைவு வராமல் போனது? தாத்தா வந்திருந்தால் அம்மாவும் வாயைத் திறந்திருக்காது.

காலின்மேல் மெத்தென்று ஏதோ ஒன்று ஊரும் உணர்வு. தண்டுவடம் சில்லிட்டது. மரமேறி வந்துவிட்டதோ? பூரான், தேள், நண்டுதலக்கா இதெல்லாம் மரமேறி வருமா? கையில் சின்னக் கொம்பாவது எடுத்து வந்திருக்கலாம். இப்படி

சாலாம்புரி | 51

வெறுங்கையாக வந்து உட்கார்ந்திருக்கோமே? பள்ளிக்கூடம் போக உயிரோடு இருக்க வேண்டாமா? என்று என் மேலேயே எனக்குக் கோபம் வந்தது.

என்ன ஊர்கிறது என்று கை வைத்துப் பார்க்கவும் பயம். வெறும் காலில் சில்லிப்பு என்னவோபோல் இருந்தது. கொழ கொழவென்று இருந்த இடத்திலிருந்து நழுவியது. கீழே விழப்போகிறது என்ற உணர்வில் அனிச்சையாகத் தொட்டுப் பார்த்ததில், ஓடு பிரிந்த புளியம்பழம். 'அப்பாடா' என்று நிம்மதி மூச்சுவிட்டேன்.

பசிக்க ஆரம்பித்தது. நிஜார் ஜோபியில் மிச்சம் இருந்த கமர்கட்டையும் ஜவ்வு மிட்டாயையும் எடுத்துச் சாப்பிட்டேன். தூக்கம் வருவதுபோல் கண் எரிந்தது. சுற்றிலும் இருந்த இருட்டு இப்பொழுது கண்ணுக்குப் பழகி இருந்தது. மரத்தின் கிளை வழியே தெரிந்த வானத்து நட்சத்திரங்களின் வெளிச்சம் தெரிந்தது. கீச் மூச்சென்று கத்திக்கொண்டிருந்த பறவைகளும் தானாகச் சோர்ந்து, தூங்கப்போய் விட்டன. சில்வண்டுகள் மட்டும் கத்திக்கொண்டே இருந்தன. மரத்தில் நல்ல காய்ப்பு இருந்தது.

பள்ளிக்கூடம் போக முடியாமலே போய் விடுமோ என்ற பயத்தில் துக்கம் தொண்டையை அடைத்தது. சோணாசலம் சார் நினைவுக்கு வந்தார். "நடராஜி, உன் அறிவுக்கு நீ நல்லா வந்துடுவ. இந்தக் காட்டானுங்க கூட்டத்துல சேராம எப்படியாவது எஸ்எஸ்எல்சி பாஸ் பண்ணிடு போதும், ஓகோன்னு வந்திடுவ" என்று அடிக்கடிச் சொல்வார். வகுப்பில் எதற்கெடுத்தாலும் என்னைத்தான் எழுப்புவார். வரலாறு படிக்கவே வேண்டிய தில்லை. அவர் சொல்கிற ஒவ்வொரு வார்த்தையும் மறக்காமல் அடுத்த நாள் சொல்லிடுவேன். "நானே மாத்திச் சொல்லுவேன். நடராஜன் பாரு, ஒரு வரி மாறாமல் சொல்றான்" என்று புகழ்வார்.

ஐந்தாம் பாரம் படிக்கும்போதே கறுப்புச் சட்டை படை பற்றி வாத்தியாரிடம் போய்க் கேட்டதற்கு, "நல்லதுதான் சொல்றாங்க அவனுங்க. ஆனா கட்சிப் பின்னாடி போனா, வாழ்நாள் முழுக்கப் போராட்டம்னு ஆயிடும். இப்போ நீ சின்னப் பையன், படிப்பப் பாரு மொதல்ல, அப்புறம் யோசிக்கலாம்" என்றார். ஆனாலும் கட்சிக்காரர்கள் பின்னால் போவதை நான் என்றுமே நிறுத்தவில்லை.

பொட்டு வாத்தியார், அவருக்குச் சின்னசாமி என்று பெயர் இருந்தாலும், யாரும் அப்படிச் சொல்லிக் கேட்டதே இல்லை. சந்தனப் பொட்டு வைத்திருப்பதாலோ என்னமோ அவர் எப்பவுமே பொட்டு வாத்தியார்தான், வகுப்பில் நுழையும்போதே என்னைக் கூப்பிட்டபடிதான் வருவார். அவர் சைக்கிள் கேரியரில் இருக்கும் சாப்பாட்டுப் பையை எடுத்துவரும் வேலை எனக்கு. அதில்தான் வெற்றிலை பாக்கு, புகையிலையோடு தொண்டை கமறினால் குடிக்க சுடுதண்ணீர் தெர்மாபிளாஸ்க்கும் வைத்திருப்பார். 'பையன் நல்ல கெட்டிக்காரன்' என்று சக வாத்தியார்களிடம் சொல்லுவார்.

எல்லா வாத்தியாரும் எங்களுடைய ஓட்டல் கடையில் வந்து டீயோ, வடையோ சாப்பிட்டுப் போகிறவர்கள். அப்பாவுக்கு நன்றாகத் தெரிந்தவர்கள். நான் நன்றாகப் படிப்பேன் என்று அப்பாவிடம் எல்லா வாத்தியார்களுமே சொல்லியிருக்கிறார்கள். இருந்தாலும் அப்பாவுக்கு எதற்கு இந்த வீணான பிடிவாதம்? கடையில் ஒத்தாசையாக இருக்கவில்லை என்றாலும் பரவா யில்லை. காலையில் பள்ளிக்கூடம் கிளம்பும்வரை எல்லா வேலையும் செய்துவிட்டுத்தான் போகிறேன். முடிந்தவுடன் நேராகக் கடைக்குத்தான் வருவேன். வீட்டில் வந்து படிக்கிற பழக்கமே கிடையாது. நடத்தும்போதே எல்லாப் பாடமும் அத்துப்படி. கணக்கு மட்டும்தான் போடணும். சேர்த்து வைத்து, நேரம் கிடைக்கும்போது போட்டுக்கொள்வேன். அப்படியும் பிடிவாதம் பிடித்தால் என்ன? எல்லாரும் என்னைக் காணாமல் இன்று அழட்டும். ராத்திரி முழுக்க அழட்டும்.

பள்ளிக்கூடத்தை நினைத்தபடியே எப்பொழுது தூங்கினேன் என்று தெரியவில்லை.

ஒரே கூச்சலும் அழுகையும் கேட்டது. கை, பத்தை வைத்துக் கட்டியதுபோல் கனத்தது. மெல்லக் கண்ணைத் திறந்தால் அம்மா, அப்பா, தம்பி, தங்கச்சி எல்லாரும் தலைகீழாகத் தெரிந்தார்கள். அம்மா தலையில் அடித்து அழுது கொண்டிருந்தது. ஏன் எல்லாரும் இப்படித் தலைகீழாக நிற்கிறார்கள் என்று யோசிப்பதற்குள், யாரோ என் கைகளைப் பிடித்திழுத்தார்கள். நிமிர்ந்து பார்த்தால் கார்த்தி அண்ணன். வேலு பெரியப்பாவின் நடு பையன்.

“பார்த்துத் தூக்குடா கார்த்தி, பச்சை கை. உடைஞ்சு கிடைஞ்சு போயிடப்போது.” கீழிருந்து அம்மா பதறுவது தெரிந்தது.

கார்த்தி அண்ணன், “கையை குட்றா” எனச் சொல்லும் போதுதான் கவனித்தேன், கார்த்தி அண்ணன் என் தலைக்கு மேலாக நின்று கொண்டிருந்தது. தூக்கத்தில் நழுவி, அனிச்சை யாக மரக்கிளையைப் பிடித்துக்கொண்டு தலைகீழாகத் தொங்கிக் கொண்டிருந்திருக்கிறேன். கை மரத்துப் போயிருந்தது. அண்ணன் தொட்டுத் தூக்குவது தெரிந்தது. கைகளில் உணர்வில்லை. என்னைத் தூக்கித் தோள்மேல் போட்டுக்கொண்டு கீழே வந்த வுடன், அம்மா பாய்ந்து வந்து என்னைத் தூக்கிக்கொண்டது. சுற்றி நின்ற பாதிப் பேர் சிரித்தார்கள். “பள்ளிக்கூடம் போகக் கூடாதுன்னு சொன்னதுக்காடா தலைகீழா தொங்குன நடராஜி? பெரிய ஞானி மாதிரிதான் தவம் பண்ணியிருக்கிற. ஒங்கம்மா தான் ராத்திரி யெல்லாம் தூங்காம ஊரைக் கூட்டிடுச்சு, போ, போய் சாப்பிடு” சொல்லிக்கொண்டே கலைந்து போனார்கள்.

அப்பா முகத்தைப் பார்க்க முடியவில்லை. பயமாக இருந்தது. முதல் அடி வாங்கப் போகிறேனோ என்று முதுகைத் தயாராக்கினேன். அம்மா என்னைத் தூக்க முடியாமல் தரதர வென்று இழுத்தது. அம்மாவின் கையை உதறிவிட்டு, வேகமாக வீட்டுக்கு ஓடினேன். அப்பா யாருக்காவது மசிவார் என்ற நம்பிக்கைப் போய்விட்டது. ஒரு வாரம் கடைப் பக்கமே போகாமல், ராஜி மாமாவுடன் சுற்றிக்கொண்டிருந்தேன். படித் திருந்தால் நல்லா இருந்திருக்கும். நாள் முழுக்க ஓட்டல் கடையில் அல்லாடுவதற்கு பதிலாக, கிடைத்த வரைக்கும் போதுமென்று மாதச் சம்பளம் வாங்கிக்கொண்டு இருந்திருக்கலாம். தம்பிகளையாவது படிக்க வைக்க வேண்டும் என்ற வைராக்கியம் வந்தது மனசுக்குள்.

தேவி எனக்கு நேரெதிர். தினம் தாத்தா தோள்மேல் தூக்கிக்கிட்டுப் போய் அவளைப் பள்ளிக்கூடத்தில் விட்டு வருவார்.

“பொம்பளப் பொண்ணு நாலெழுத்து எழுதப் படிக்க கத்துக்கிட்டா அதுக்கு நல்லதுதானே? கெட்டிக்காரியா பொழச்சிக்கலாம்” என்று தாத்தா காலையில் எழுந்தவுடன் முதல் வேலையாக தேவியைக் கிளப்புவார்.

அம்மா இல்லாத பெண். ஐந்து வயதிருக்கும்போதே மாமி செத்துப்போனது. மாமி செக்கச் செவேல் என்று சுருட்டை முடியும், படர்ந்த முகமும் பார்க்க அழகாக இருக்கும். தாய் மாமா சபாபதியும் அவ்வளவு அழகு. நடுத்தர உயரம், மெலிந்த தேகம். தாத்தாபோல் குடுமி கிடையாது மாமாவுக்கு. கழுத்துவரை வளர்ந்த முடியை ஏற்றிப் படியச் சீவி இருப்பார். கண்ணின் கூர்மை மை தீட்டியதுபோல் நீண்டிருக்கும். நீள புருவம். மூன்று விரலால் அவர் விபூதி பூசும் அழகே தனி. குளித்துவிட்டு வந்த ஈரம் போகாமல், சாமி மாடத்தின் முன்னால் நின்று, கிண்ணத்தில் இருக்கும் விபூதியை எடுப்பார். தடித்த விரல்கள், அவர் விபூதியைத் தொட்டுத் தீற்றும்போது மட்டும் எப்படிச் சின்னத் தீற்றலாகப் பிசிறில்லாமல் வரும்? விபூதி பூசியவுடன் சந்தன வில்லையில் கொஞ்சம் உடைத்து உள்ளங்கையில் வைத்து, நீர் விட்டுக் குழைப்பார். குழைத்த சந்தனத்தில் தண்ணீர் கூடக் குறைய இருக்காது. பிள்ளையார் பிடித்து வைக்க, ஒரு பதத்தில் மஞ்சளைக் குழைப்பார்களே, அப்படியொரு பக்குவத்தில் சந்தனத்தைக் குழைப்பார்.

குழைத்த சந்தனத்தில் தன் தோள் துண்டினால் கொஞ்சமாக ஒற்றியெடுப்பார். நேரடியாகக் கையால் வைத்தாலே பலருக்கு வட்டப்பொட்டாக வராது. மாமா நடுநெற்றியில் துண்டில் ஒற்றிய சந்தனத்தைச் சின்ன வட்டமாக வைப்பார். வைக்கும்போதே சந்தனம் சரியான வட்டத்தில் இருக்கும். அதைத் தொட்டுச் சரி பண்ண வேண்டிய தேவை இருக்காது. ஒரு புனிதத்தை நெற்றியில் ஏந்துவதுபோல் பணிவும் பூரிப்பும் இருக்கும் முகத்தில். துண்டில் மீதி இருக்கும் சந்தனத்தைக் கழுத்தில் சிறு பொட்டாக வைப்பார். நாள் முழுக்க எவ்வளவு வியர்த்தாலும் சந்தனம் கலைந்து பார்த்ததில்லை. விபூதியும் சந்தனமும், நீளத் தலைமுடியுமாக மாமாவைப் பார்த்தால் அசல் சிவபெருமான் போலவே இருக் கிறதென்று அப்பா சொல்வார்.

வெளியில் சொன்னால் சிரிப்பார்கள். பேருக்கு திமுககாரன். கற்பனையெல்லாம் சிவபெருமான். மாமாவைப் பார்க்கும் போதெல்லாம் சிவபெருமான் நினைவுக்கு வருவதைத் தவிர்க்க முடிந்ததில்லை. மாமா யாரிடமும் அதிர்ந்து பேச மாட்டார். எப்பொழுதும் முகத்தில் சாந்தமிருக்கும். தேவிக்கு ஐந்து வயது இருக்கும்போது மாமிக்கு இரண்டாவது குழந்தை பிறந்தது.

ஆம்பிளைப் பையன். அவனும் செக்கச் செவேல் என்று மாமா, மாமி மாதிரியே பார்க்கக் களையாக இருந்தான். குழந்தை பிறந்த பதினேழாவது நாள் ஜன்னி கண்டு, மாமி செத்துப்போனது.

சின்னக் குழந்தையை வைத்துக்கொண்டு, எப்படிக் காலம் தள்ளுவான் என்று தாத்தாவுக்கு மாமாவைப் பற்றிய கவலை. ஆளும் கொஞ்ச வயதுதானே என்று வருஷம் திரும்புவதற்குள் இரண்டாவது கல்யாணம். மாமாவுக்கு நேர்மாறு சின்ன மாமி. முகத்தில் நிரந்தரமாய் ஒரு சிடுசிடுப்பு. எதிராளி வாயைத் திறந்து பேசுவதற்குள், 'வள் வள்' என்று சம்பந்தா சம்பந்தமில்லாமல் பேசி சூழலையே கசப்பாக்கி விடும். உருவத்திலும் மாமாவுக்குப் பொருத்தம் கிடையாது. குள்ளம், கறுப்பு. கொஞ்சம்கூட களையே கூடி வராத முகம். நடவடிக்கையும் காக்காய்தான். கால் ஓரிடத்தில் தங்காது. ஓடும் ஓட்டமும் உபயோகமாய் இருக்காது. செய்யும் எல்லாக் காரியத்திலும் அடுத்தவரை காயப்படுத்துவது உள்நோக்கமாக இருக்கும். இத்தனை காலம் மாமா வீட்டுச் சத்தத்தைத் தெருவில் கேட்டவர்கள் யாருமில்லை. சின்ன மாமி வந்தவுடன் பொழுதன்னைக்கும் தெருவாசல் திண்ணைதான். வீட்டுக் கதையை வாசலில் உட்கார்ந்து, அரிசி கேழ்வரகோடு சேர்த்துப் புடைத்துக்கொண்டிருக்கும்.

தேவியைப் பார்த்தாலே எரிந்து விழும். பார்க்கத் தங்க ரதம் மாதிரி இருக்கும் குழந்தை, சின்ன மாமிக்குள் பொறாமையைத் தூண்டுமோ என்னவோ, ஐந்து வயதுக் குழந்தை என்றுகூடப் பார்க்காது. தொட்டதெற்கெல்லாம் அடிதான்.

ஒருநாள் அமாவாசைக்கு மாமா இலை போட்டு, சாப்பாடு எடுத்து வைத்து, கற்பூரம் காட்டிக்கொண்டிருந்தார். அப்பாவின் அருகில் நின்றிருந்த தேவி, இலையில் இருந்த வடையை எடுத்து வாயில் வைத்திருக்கிறது. ஆரத்தி எடுத்துக்கொண்டிருந்த மாமா ஒன்றும் சொல்லாமல் சிரித்தபடி, 'தீபாராதனை முடிந்தவுடன் சாப்பிடு கொழந்தை' என்று சொன்னார்.

மாமா சொல்லி முடிப்பதற்குள் குழந்தை வீறிட்டது. 'படைக்கிற எலைய எச்சி பண்ணிட்டயே?' என்று கேட்டுக் கொண்டே சின்ன மாமி, விசிறிக் காம்பினால் தேவியின் வெற்று முதுகில் ஓங்கி ஓர் அடி அடித்தாள். சரியாக முதுகு எலும்பில் பட்ட அடியினால் வலி தாங்காமல், கீழே விழுந்து புரண்டு அழுதது. மாமா துடிதுடித்துப் போனார். ஆரத்தி தட்டை கீழே

போட்டுவிட்டு, குழந்தையைத் தூக்கிக்கொண்டார். பிஞ்சுக் குழந்தை என்பதால், அடி விழுந்த இடம் கோடாகத் தடித்து, வரப்புக் கட்டினதுபோல் வீங்கிவிட்டது.

மாமாவுக்குக் கண்களில் கண்ணீர் வழிந்தது. குழந்தையைத் தோளில் போட்டுத் தடவியபடியே தாத்தாவிடம் ஓடினார். தாத்தாவும் அப்பொழுதுதான் படையல் போட்டு நிமிர்ந்தவர், காலில் நெருப்புப் பட்ட மாதிரி ஓடிவரும் மகனையும், அவர் தோளில் கிடக்கும் பேத்தியையும் பார்த்து என்ன நடந்தது என்று புரியாமல் பார்த்தார்.

"நானா பொண்டாட்டி வேணும்னு கேட்டேன், ஒரு கொல காரிய என் தலையில கட்டி வச்சிருக்கீங்களே, எம் பொண்ணு அடிபட்டே செத்துடுவா போல இருக்கே? போன மகராசி பெத்த பொண்ணையும் கூப்பிட்டுக்குவாளோ என்னவோ?" மடியில் குழந்தையைப் போட்டுக்கொண்டு ஓவென்று குமுறி அழுதார்.

தேவியின் முதுகைப் பார்த்த துரைசாமி தாத்தாவும் குப்பு பாட்டியும் கதறி அழுதார்கள். "பொண்டாட்டி இல்லாம நீ சட்டிப் பானைக் கழுவிக்கினு கஞ்சிக் குடிக்கணுமான்னுதான்டா கட்டி வச்சேன். குத்து வௌக்கேத்துவான்னு பாத்தா, கூரைக்கு நெருப்பு வைக்கிறாளே?" என்று தாத்தா தேவியை வாங்கி மடியில் போட்டுக்கொண்டார்.

அதன்பிறகு மூவரும் ஒரு வார்த்தைப் பேசவில்லை. படைத்த சோறு அப்படியே இலையில் இருந்தது. காக்காவுக்கும் சோறு வைக்கவில்லை. சாயந்திரம் மாமா வீட்டுக்குப் போகும்போது மாமி சின்னப் பெண்ணை அடித்துவிட்டோமே என்று வருத்தமாக இருப்பாள் என்று நினைத்தார். எல்லோரும் அப்படித்தான் நினைப் பார்கள். மாமியோ, 'ஊர்ல இல்லாத அதிசயமா பொண்ணப் பெத்து வச்சிருக்காங்க. ஒரு அடி அடிக்கக் கூடாதா? படைக்கிற எலையை எச்சி பண்ணா அடிக்க மாட்டாங்களா? கொஞ்சுவாங்களா?' என்று மீண்டும் ஒரு யுத்தத்திற்குத் தயாராக இருந்தாள். மாமாவுக்குத் தன் தலையில் நிரந்தர பாரம் ஏறிவிட்டது புரிந்தது.

தாத்தா, தேவியைத் தன்கூடவே வைத்துக் கொண்டார். வாரத்திற்கு ஒருமுறை தலையில் சூடு பறக்க நல்லெண்ணெய்

வைத்து, ஏரியில் இருக்கும் களிமண்ணையோ, அரப்புத் தூளையோ போட்டு நன்றாக அரக்கித் தேய்த்துவிடுவார். துணி துவைத்துத் தருவார். மாதத்துக்கொருமுறையாவது, பேத்தியைத் தூக்கிக்கொண்டு, மகள் வீட்டுக்கு வந்துவிடுவார். ஒரு நாள், இரண்டு நாள் இருந்துவிட்டு மீண்டும் ஊருக்கு நடந்தே போய்விடுவார். பேத்தியை ஓர் அடி எடுத்து வைக்கக்கூட கீழே இறக்கிவிட மாட்டார்.

மாமிக்கு இரண்டாவதாகப் பையன் பிறந்து அவனும் வளர்ந்துவிட்டான். ஐந்தாறு வருஷம் பெரும் பிரச்சினை இல்லாமல்தான் போனது. மாமா சண்டை வராமல் விலகியிருந்தார்.

திருவத்திபுரத்தில் வியாழக்கிழமை சந்தை. பதார்த்தம், கருவாடு, துணிமணி எல்லாம் கிடைக்கும். சந்தைக்குப்போன மாமா, சிவப்பு நிறத்தில் கரை வைத்த சின்னாளப்பட்டுச் சேலையைப் பார்த்தார். தேவிக்குச் சேலை கட்டும் வயது வரவில்லையென்றாலும், அந்த நிறம் நன்றாக இருக்கும் என்று விரும்பி, ஒரு சேலை வாங்கினார். வயதுக்கு வருகிற நேரம்தான், எதற்கும் இருக்கட்டும் என்று வாங்கிக்கொண்டு வீட்டுக்கு வந்தவர், தாத்தா வீட்டில் இருந்த தேவியைக் கூப்பிட்டு, ஆசையாய்ச் சேலையைக் கொடுத்துக் கட்டிக்கொண்டு வரச் சொன்னார்.

அதுவரை சேலை கட்டியறியாத தேவி சேலையை வாங்கி வைத்துக்கொண்டு முழித்தாள். "எனக்குக் கட்டத் தெரியாதேப்பா?"

"சும்மா போட்டுக்கிற துணி மேலயே போட்டுக்கிட்டு வாம்மா" என்று சொல்லிவிட்டு, மகள் சேலை கட்டிக்கொண்டு வரும் அழகைப் பார்க்கப் பூரிப்புடன் உட்கார்ந்திருந்தார்.

உள்ளே போன தேவி, 'தத்தக்கா... புத்தக்கா...' என்று சேலையை மேலே சுற்றிக்கொண்டு வந்தது. "முத்தாலம்மாவே நேர்ல வந்த மாதிரி இருக்கும்மா, உன் நெறத்துக்கு லட்சணமா இருக்கு. உன் அம்மா மாதிரியே இருக்க!" என மகளைத் தூர நிற்க வைத்துப் பார்த்து ரசித்தார்.

முதல்முதலாகச் சேலை கட்டிக்கொண்டு நிற்கும் வெட்கமும், சரியாகக் கட்ட தெரியவில்லையே என்ற ஆதங்கமும் சேர்ந்து தேவி நெளிந்துகொண்டு நின்றாள்.

கோழிக்குஞ்சை கவ்வும் பருந்து மாதிரி எங்கிருந்துதான் சின்ன மாமி வந்தாளோ, சேலையின் முந்தானையைப் பிடித்துத் தரதரவென்று இழுத்தாள். மாமாவும் தேவியும் எதிர்பாராத நேரத்தில் சின்ன மாமி, தேவி கட்டியிருந்த சேலையை உருவி எடுத்துவிட்டாள். "தாலி கட்டிக்கினு வந்த நாள்ல இருந்து ஒரு ரவிக்கைத் துணிக்கு வழியிருக்கா? போ, நீ சேலை கட்டும்போது வேற வாங்கிக்கலாம். இத நான் எடுத்துக்கிறேன்" என்று புதுச் சேலையை வெடுக்கென்று சுருட்டிக்கொண்டு உள்ளே போனாள்.

மாமா ஒரு வார்த்தைப் பேசவில்லை.

அடுத்த நாளே மாமா, தாத்தா, பாட்டி மூவரும் தேவியைக் கூட்டிக்கொண்டு நல்லூருக்கு வந்துவிட்டார்கள். "என்னைக்கா இருந்தாலும் இந்த வீட்டுக்கு வரப்போகுது, அங்க அந்த ராட்சசி கண்ணு முன்னால கொழந்த இருக்க வேணாம். கண்ணாலயே கரிச்சுக் கொட்டிடுவா. பொம்பளையே இல்ல அவ, சூன்யக்காரி. தேவி இங்கேயே இருக்கட்டும்" என்று விட்டுவிட்டுப் போனார்கள்.

என்னைவிடத் தங்கைகளையும் தம்பிகளையும் நன்றாகப் பார்த்துக்கொள்ளும் தேவியை நினைத்தவுடன் தொண்டை அடைத்தது.

துக்கத்திலும் தொண்டை அடைக்கிறது. சந்தோஷத்திலும் தொண்டை அடைக்கிறது.

எல்லாவற்றுக்கும் கண்ணீர் பொதுவானதுதான்.

6

நான் இந்த ஊருக்கு வந்தபோது பத்து வயது. சொந்த அத்தை வீடு. அத்தை மகன்தான். பதினோரு வயதில் கல்யாணம். கல்யாணமாகி ஒரு வருஷம் கழித்துதான் வயதுக்கு வந்தேன்.

கல்யாணமானாலும் அய்யாவும் ஆயாவும் என்னைத் தனியாக விட்டுவிட்டுப் போகவில்லை. கழனிக்கட்டை, வீட்டில் வேலை செய்த முருகனிடம், 'நீயே பயிர் வச்சு, நீயே பார்த்துக்க. வெளையறுதுல ஒனக்கு மனசுக்குப் படுறதை கொண்டாந்து கொடு. பேத்திய விட்டுட்டு எங்களால இங்கத் தனியா இருக்க முடியாது. இனிமே ஒழைச்சு யாருக்குத் தரப்போறோம்? நீ பொழச்சிக்க. முருவா' என்று விட்டுவிட்டார்கள்.

"ஏம்ப்பா, அண்ணன்கிட்ட விட வேண்டியதுதானே? முருகனுக்கு ஏன் விட்டீங்க?" என்று அத்தை கேட்டதற்கு, "ஒங்க அண்ணன்கிட்ட குடுத்தாலும் ஒரு பிரயோஜனம் இல்ல. கொத்திக்கிட்டுப் போக இப்பத்தான் ஒரு பருந்தாளிக் கூட்டம் வந்து சேர்ந்திருக்கே? பாவம், முருவன் வாயில்லாப்பூச்சி. நம்மள நம்பியே கெடந்தவன். பொழச்சுப் போறான், போ" என்று அய்யா சொல்லிவிட்டார்.

தாயில்லாப் பிள்ளை, சின்னக் குறைகூட வந்துவிடக் கூடாது என்று அய்யாவும், ஆயாவும் அன்பாய்ப் பார்த்துக் கொள்வார்கள். ரத்தச் சிவப்பில் அம்சமாய், அப்பா முன்னுக்கு நடக்க, குனிந்த தலையாய்ப் பின்னால், தினம் கோயில் சுற்றிவரும் அம்மாவின் உருவம் மட்டும் மனத்தில் இருக்கிறது. அம்மா காலில் மூன்று கால் கொலுசுகள் போட்டிருக்கும். எல்லோரும் போடுவதுபோல் வழக்கமான கால் கொலுசு ஒன்று, நுனியில் கீற்று கட்டிய

சங்கிலி, முத்து முத்தாய் வேலங்காய் கொலுசு ஒன்று. கழுத்தில் கெம்புக்கல் வைத்த அட்டிகை. சுருட்டை முடியை எப்பொழுதும் கோடாலி முடிச்சுப் போட்டிருக்கும். சேலையைப் பின்பக்கக் கொசுவம் வைத்துத்தான் கட்டும்.

பூவும் பிஞ்சுமாகக் குலை விட்டிருக்கிற வாழை மரம், காற்றில் சாய்ந்து போவதுபோல், அம்மா எப்படியோ செத்துப்போனது. தம்பி என்னை மாதிரியேதான் இருந்தான் என்று அய்யா சொல்லுவார். அவனாவது பிழைத்து இருந்திருக்கலாம். எனக்கொரு துணையாக இருந்திருப்பான்.

அப்பாவைக் குறை சொல்ல முடியாது. அப்பா, 'பொம்பளப் புள்ளைய வச்சு தனியா சமாளிக்க முடியுமா?' என்று தவித்தார். அய்யா அந்தத் தயக்கத்தைத் தனக்குச் சாதகமாக்கிக்கொண்டு, உடனே பெண் பார்த்துவிட்டார். சித்தியுடன் அப்பா ஒரு நாள்கூடச் சிரித்துச் சந்தோஷமாக இருந்து பார்த்ததே இல்லை. மறுவீடு போயிட்டு வந்த உடனே சித்தி, "எனக்கு மொத தாரத்து நகையெல்லாம் ஈடு வைக்கிறேன்னு சொன்னாங்களே, மொத்தமும் இப்பவே என் கைக்கு வரணும்" என விருந்து சாப்பிட வந்த பங்காளிகள் எல்லாரும் இருக்கும்போதே நாலு வீட்டுக்குக் கேட்பதுபோல் கூச்சல் போட்டது. அய்யா தணிந்த குரலில், "குடுக்குறோம்னு சொன்னோம். குடுக்காம எங்கப் போயிடப் போறோம்? இனிமே இது உன் வீடு. வீட்ல இருக்கிற காசு பணம், கழனிக்கட்டு, மொத தாரத்துப் புடவை நகைங்க எல்லாமே உனக்குத்தானே? இதுல பிரிச்சு வாங்கி என்ன பண்ணப் போற? இன்னொன்னு நீ கேட்டு நாங்க யாரும் இல்லைன்னு சொல்லலையே? அதுக்குள்ள எதுக்குப் பஞ்சாயத்த கூட்டுற?" என்றார்.

"போட்றேன்னு சொன்னதப் போடுங்க. வேற பேச்சு வேணாம்."

சித்தி குரலில் இருந்த கடுமை, 'இது சாதாரணப் பொண்ணு இல்ல, சாந்தமான பையன் தலையில அடங்காப்பிடாரியைக் கட்டி வச்சுட்டோம்' என்பது அய்யாவுக்குப் புரிந்தது. நித்தம் நவகண்டம்தான் தன் பையனோட வாழ்க்கை என்று குப்பு ஆயா அழ ஆரம்பித்தது.

“கல்யாண வீட்ல எதுக்குடி மூக்கச் சிந்திக்கினு கீற? சபாபதி, ராஜத்தோட நகையை எடுத்துக் கொடுத்துடு.”

மகள் இறந்த துக்கம் இருந்தாலும், பேத்தி, மருமகன் உறவு விட்டுப்போகக் கூடாது என்று மறுவீடு விருந்துக்கு வந்திருந்த திருவத்திபுரம் தாத்தாவுக்கும் மாமாவுக்கும் கோபம் வந்தது. திண்ணையில் உட்கார்ந்திருந்த இருவரும் எழுந்து உள்ளே வந்தார்கள்.

“மாமா, எங்க வீட்டுப் பொண்ணத்தான் வாரி குடுத்துட் டோம். நியாயமா பாத்தா நாங்கப் போட்ட நகை நட்டு, பாத்திரம் பண்டமெல்லாம் நீங்க திருப்பிக் குடுத்திருக்கணும். அது வயித்துல பொறந்தது ஒண்ணு இருக்கு. நம்ம பொண்ணுதான் ஆண்டு அனுபவிக்க குடுத்து வைக்கலை. பேத்தியாவது அனுபவிக்கட்டும்னு நாங்க எதையுமே கேக்கலை. எங்கப் பொண்ணுக்குப் போட்ட நகையெல்லாம் எங்கப் பேத்திக்குக் குடுத்திடணும். மருமவன் வேற கல்யாணம் பண்ணிக் கிட்டாருன்னா அவர் சம்பாதிச்சது, உங்கப் பூர்வீகத்தில இருக் கிறத வந்த மருமகளுக்குக் குடுங்க. எங்களுக்கு ஆட்சேபனை இல்லை. எங்கப் பொண் ணுக்குப் போட்ட நகையைப் பேத்திக்குத்தான் போடணும். இல்ல, திருப்பிக் குடுத்திடுங்க. அதுக்குத் தெரட்டி சுத்தும் போதோ, கண்ணாலம் பண்ணும் போதோ நாங்கப் போட்றோம்” என்றார் திருவத்திபுரம் தாத்தா.

“ராஜாக்கண்ணு, நீயுமா சந்துல பூந்து குத்தற?” அய்யா சோர்வான குரலில் கேட்டார்.

“நானா கேட்கலை மாமா, இங்க இருக்க சந்தர்ப்பத்த பாத்துதான் கேட்டேன்.”

‘சத்தம் போடாமல் முடித்திருக்க வேண்டிய காரியத்தை இப்படி ஊரைக் கூட்டிக் கெடுத்துட்டோமே’ என்று சித்திக்கு முகம் சுண்டிப்போனது.

வாய்ப் பேசாமல், நேராகத் தோட்டத்துக்குப்போய் அழுது கொண்டு நின்றது. அன்றையில் இருந்து அப்படித்தான், வீட்டில் சண்டையை மூட்டும். மூட்டிவிட்டு எல்லாரையும் வாய்க்கு வந்தபடிப் பேசும். பேசிவிட்டுத் தோட்டத்துக் கிணற்றடியில் போய் உட்கார்ந்து அழும்.

“இவ வாரத்துல ரெண்டு நாள் கெணத்துக்குப் போய் தண்ணீ எறைக்கலைன்னா, நம்ம வீட்டுக் கெணறு வத்திப் போயிடும். நல்லதுதான் அழட்டும்” என்று குப்பு ஆயா ரகசியமாகச் சொல்லிச் சிரிக்கும்.

திருவத்திபுரம் தாத்தா, என் தாய்மாமாவைக் கூப்பிட்டுக் கிட்டு வந்ததோடு, பேத்தி கல்யாணத்துக்கு நகை நட்டெல்லாம் போடுறோம் என்று சொன்னதைக் கேட்டதும், சின்னு மாமாவுக்கும், கன்னியம்மா அத்தைக்கும் லேசாகப் பொறி தட்டியது. ‘பொண்ணுதான் போயிட்டா, பேத்திய பையனுக்குக் கட்டி வச்சு, தன் வூட்டு மருமகளாக்கிக்கணும்னு ஆசை இருக்குமோ’ என்று சந்தேகப்பட்டார்கள். அய்யாவுக்கும் அப்பா வுக்கும் கூட அப்படி ஒரு சந்தேகம் இருந்தது.

அய்யாவுக்கு இவரென்றால் உயிர். “ராஜா மாதிரி இருக் கான் பாரு எம் பேரன். இந்த வட்டாரத்துல இவன் நெறத்துக்கு யார் இருக்கா? கிருஷ்ணன் பொறந்த ரோகிணி நட்சத்திரத்துல பொறந்தவன். கடவுளோட அம்சம். அவனுக்குத்தான் எம் பேத்திய கட்டிக் குடுப்பேன்” என்று போகிற வருகிறவரிடமெல்லாம் சொல்லுவார். அப்பாவுக்கும் தங்கச்சி மகனுக்குக் கொடுக்க வேண்டும் என்றுதான் விருப்பம். “ரொம்ப நல்லா படிப்பான். உலக வெவகாரமெல்லாம் அத்துப்படி” என்று அவருக்குப் பெருமை.

கிருஷ்ணன் பிறந்த நட்சத்திரம் தாய் மாமனுக்கு ஆகாது என்று அவர் பிறந்தவுடனே அவர்கள் பாட்டி பாலில் நெல்மணியைப் போட்டு ஊற்ற பார்த்திருக்கிறது. அய்யா பார்த்துட்டுத்தான் காப்பாத்தினாராம். மகனிடம் அன்றைக்குக் கிழவிக்குச் செமத்தியான மிதி கிடைத்தது. ‘தாய்மாமனுக்கு அப்படித்தான் சாவு வரணும்னா வந்துட்டுப் போட்டும்’ என்று அய்யா சிரித்தாராம்

சித்தி கண்ணில் படக் கூடாது என்றுதான் அய்யா வருஷத்தில் பாதி நாள் என்னை நல்லூருக்குக் கூட்டிப் போயிடுவார். தான் உயிரோட இருக்கும்போதே இவர்களுக்குக் கல்யாணம் பண்ணிட வேண்டுமென்று அய்யாவுக்கு அவசரம். “ஒனக்கென்ன துரைசாமி, இன்னும் அம்பது வருசம் இருப்ப” என இவர் அய்யாவைக் கேலி பேசுவார். ரெண்டாவது மச்சினன்

அண்ணாமலைகூட, அய்யாவைப் பேர் சொல்லித்தான் கூப்பிடும்.

"ஏன்டா ஒன் வயசென்ன, எங்கப்பா வயசென்ன? பேர் சொல்லிக் கூப்பிட்ற?" என்று அத்தை திட்டினால், "பேர் எதுக்கு? நாலு பேர் சொல்லிக் கூப்பிட்றதுக்குத்தானே? என் பேரப் பசங்கக் கூப்பிடுறதுல என்ன தப்பு?" என்று கூப்பிடுவதற்குத் தைரியம் கொடுப்பார்.

சின்னு மாமாவும், "அடுத்தடுத்து ரெண்டு பொம்பளப் பசங்க இருக்கு, பெரியவனுக்குச் சீக்கிரம் முடிச்சிட்டா, அதுங்களுக்கும் நாலு ரூபா சேர்த்து வைக்கலாம்" என்று கல்யாணத்துக்கு ஒத்துக் கொண்டார்.

கல்யாணப் பேச்சு நடக்கிறது என்று தெரிந்தவுடனே, திருவத்திபுரம் மாமா, அவர்கள் பங்காளிகள் ஐந்தாறு பேரைக் கூட்டிக்கொண்டு ஊருக்கு வந்துவிட்டார்.

"என் பொண்ணு பெத்த பேத்தி. அல்பாயுசுல பெரிய உயிர் போயிடுச்சி. அது பெத்த பொண்ணு எங்க வீட்டுக்கு மருமவளா வந்தா, எங்களுக்குக் கொடுப்பினை. எங்களுக்கும்தானே உரிமை இருக்கு கேட்க?" என்று தாத்தா பேசப் பேச, அவர்களின் பங்காளிகளும் ஆமோதித்தார்கள். அப்பாவும் தெருவில் இருந்த பங்காளிகள் நான்கைந்து பேரைக் கூப்பிட்டுச் சபையில் உட்கார வைத்தார். பொதுவாய் இருந்த ஒன்றிரண்டு பெரிய மனிதர்கள், "சபாபதி, அவங்கக் கேட்கிறதுலயும் தப்பில்லையே? அவங்களுக்கும் கட்ற மொற இருக்கு. சொந்த தாய் மாமன் மகன். பையனுக்கும் கலியாணம் பண்ற வயசு. நீ யோசிச்சுப் பார்த்துதான் சொல்லணும்" என்றார்கள்.

அய்யாவும் அப்பாவும் என்ன பதில் சொல்வது என்று திகைத்துப் போய்விட்டார்கள்.

எல்லாரும் அமைதியாக இருக்கும்போது பெரியசாமி சித்தப்பா, அவர் எங்கள் பங்காளியில் ஒருத்தர், "மாமன் பையனக் கட்டறதுக்கும் மொற இருக்கு, அத்த பையனக் கட்டறதுக்கும் மொற இருக்கு. இதுல யார் ஒருத்தருக்கும் பொண்ணு கொடுக்கலைன்னு அவங்க வாயால சொல்ல முடியாது. தர்மசங்கடம். ரெண்டு பேர்ல ஒருத்தர வேண்டாம்னு

சொல்ல முடியாது. அதனால நான் ஒரு வழி சொல்றேன்" என்று சொன்னார். கன்னங்கரேல் என்று முனீஸ்வரன் மாதிரி ஆள் ஆகாயத்துக்கும் பூமிக்குமாக இருப்பார். மீசையும் அப்படித்தான், கடா மீசை. ஆள் அவ்வளவு வளர்ந்ததால், மீசையை அப்படி வளர்த்துக்கொள்கிறார்களா, இல்லை மீசை கடா மீசையாக வளர்வதால் ஆள் வளர்ந்து விடுகிறார்களா என்பது புதிர்தான். சோமனை மடித்துக் கட்டிக்கொண்டு, முண்டா பனியனும் தோளில் துண்டுமாக, கரகர குரலில் பெரியசாமி சித்தப்பா சொன்னார்.

"சொல்லுப்பா, என்ன பண்ணலாம்?"

'இரண்டு பேரையும் சமாதானமாய் வைத்துக்கொள்ள ஒரு வழி இருந்தால் போதும்' என்ற ஆசையில் அய்யா ஆர்வமாய்க் கேட்டார்.

"ரெண்டு பையன் பேரையும் ஒரு தாள்ல எழுதி, சாமி மாடம் முன்னால் குலுக்கிப் போடுவோம். யார் பேர் வருதோ, அவங்களுக்குப் பொண்ணு. இன்னொருத்தவங்க விட்டுக் குடுத்து டணும். சீட்டு யார வேணா எடுக்கச் சொல்லலாம். யார் பேரு வந்தாலும், தெய்வ சம்மதம்னு எதிராளி மனச தேத்திக்கினு போயிடணும். சம்மதமா?" என்று கேட்டார்.

திருவத்திபுரம் தாத்தாவும், பங்காளிகளும் ஒருவருக் கொருவர் பார்த்துக் கொண்டார்கள். அய்யா தங்களுக்குச் சம்மதம் என்பது போல் சைகைக் காட்டினார்.

பெரியசாமி சித்தப்பா, ஒரு தாளை எடுத்துக்கொண்டு வந்தார். இரண்டு துண்டாகக் கிழித்து, பெயர்களை எழுதி, காகிதத்தைச் சுருட்டினார். சாமி மாடத்தின் முன்னால் போய் நின்று கண்ணை மூடி வேண்டிக்கொண்டார். பிறகு இரண்டு சீட்டையும் உள்ளங்கைக்குள் வைத்து, வலதுகையும் இடது கையும் மேலும் கீழும் போகும்படி நன்றாகக் குலுக்கினார். எல்லோரும் சித்தப்பாவையே பார்த்துக் கொண்டிருந்தார்கள்.

சீட்டை தாயம் உருட்டுவதைப்போல் போட்டுவிட்டு, சித்தப்பா கூடத்தில் இருந்தவர்களைப் பார்த்தார். 'யார் வேண்டுமானாலும் வந்து எடுக்கலாம்' என்பதுபோல் இருந்தது அவர் பார்வை.

“நீங்கதான் பிராது கொண்டுகிட்டு வந்தவரு. நீங்களே போய் எடுங்க” எனத் திருவத்திபுரம் தாத்தாவைச் சீட்டு எடுக்கச் சொன்னார் பக்கத்து வீட்டுப் பெரியப்பா.

தாத்தா கொஞ்சம் யோசித்தாலும் எழுந்து நின்று சோமனை இழுத்துக்கட்டி, துண்டை எடுத்து தோள்மேல் போட்டு, சாமி மாடத்து அருகில் போய் நின்றார். செத்துப்போன மகள் ராஜத்தையும் குல தெய்வத்தையும் வேண்டிக்கொண்டார். கிண்ணத்தில் இருந்த விபூதியை எடுத்து நெற்றியில் பூசினார். இரண்டு சீட்டையும் பார்த்து, எதை எடுப்பது என்பதுபோல் கொஞ்சம் யோசனை செய்தார். பிறகு ஒரு சீட்டை எடுத்து சித்தப்பாவிடம் கொடுத்தார்.

வாங்கிப் பார்த்த சித்தப்பா, மீண்டும் சாமி மாடத்தைப் பார்த்துக் கும்பிட்டுவிட்டு, சீட்டைப் பிரித்துப் படித்தார். முகத்தில் எந்த உணர்ச்சியையும் காட்டாமல், “நடராஜன்” என்று படித்தார்.

அய்யாவுக்கும் அப்பாவுக்கும் உள்ளூரச் சந்தோஷமாக இருந் தாலும், முகத்தில் காட்டிக்கொள்ளவில்லை. திருவத்திபுரம் தாத்தாவும், பங்காளிகளும் முகம் சோர்ந்துபோனார்கள். “தெய்வ உத்தரவு அதுதான்னா, அதை நாம மாத்த முடியுமா?” என்று மனத்தைத் தேற்றிக்கொண்டார்கள். “பேத்தி கல்யாணத்துக்குப் பத்திரிகை அனுப்பு மாமா, என் பொண்ணுக்குச் செஞ்சத பேத்திக் கும் செய்றேன்” என்று சொல்லிவிட்டுப் புறப்பட்டார்கள்.

அப்பாவுக்கும் அய்யாவுக்கும் அவர்களுக்குப் பிடித்த மாதிரியே இவருக்குக் கட்டி வைக்கப் போகிறோம் என்று மன நிறைவு. சாயந்திரம் வீட்டுக்கு எதிரில் இருக்கும் சுப்ரமணியர் கோயிலுக்கு அப்பாவும் அய்யாவும் நாள் தவறாமல் விளக்கு வைக்க எண்ணெய்த் தருவார்கள். அன்றைக்கும் கோயிலுக்குப் போய் எண்ணெய்க் கொடுத்துவிட்டு, கோயில் வாசலில் காற்றாட உட்கார்ந்திருந்தார்கள்.

பெரியசாமி சித்தப்பா அந்தப் பக்கம் வந்தவர், இரண்டு பேரையும் பார்த்துவிட்டு, அருகில் வந்து உட்கார்ந்தார். “எப் படியோ அந்த முத்தாலம்மா தான் கண்ணத் தெறந்து நடராஜன் பேர் இருக்கிற சீட்ட காட்டினா. எங்களுக்கு நிம்மதியா போச்சு”

என்று சொல்லியிருக்கிறார் அய்யா. "முத்தாலம்மா வந்து இந்தச் சீட்டு எடுன்னு காட்டுவாளா? நீயொரு ஆளு. இன்னும் சாமி, பூசைன்னு. எல்லாமே இந்த ஆசாமி பண்ணதுதான்" என்று சொன்னார் சித்தப்பா.

"என்னடா சொல்லுற?" அதிர்ச்சியோடு கேட்டார்கள் இருவரும்.

"உங்களுக்கு அவசியம் சொல்லணுமா?" குரலில் கிண்டல் தொனிக்க கேட்டார் சித்தப்பா.

"என்ன நடந்துச்சின்னு சொல்லுடா" துரைசாமி பரபரத்தார்.

"ரெண்டு சீட்டுலயும் நடராஜன் பேர்தான் எழுதிப் போட்டேன்." பெரியசாமிக்குக் குறும்புச் சிரிப்பு பொங்கியது.

"அடப்பாவி, யாராவது பார்த்திருந்தா நம்ம எல்லாரையும்தானே ஏமாத்துக்காரங்கன்னு சொல்லி அசிங்கப்படுத்தியிருப்பாங்க சபையில?"

"வந்தவன் எவனுக்குப் படிக்கத் தெரியும்? நம்ம படிக்கிறதுதான் பேரு. இன்னொரு சீட்டு, சாமி மாடத்துலயே தானே இருந்துச்சி? எவனுக்காவது எடுத்துப் பார்க்கணும்னு தோணுச்சா? பார்த்திருந்தா என் தில்லுமுல்லு அப்பவே வெளுத்திருக்கும். ஏமார்ற ஏமாளி இருக்கிறதனாலதான், ஏமாத்தணும்ற எண்ணம் வருது. எனக்கு ஒங்க ரெண்டு பேர் மனசும் தெரியும். நடராஜன் நம்ம கூட்டாளி. கெட்டிக்காரன். லட்சணமா இருக்கான். எல்லாத்தையும் விட்டுட்டுப் பொண்ண திருவத்தூராங்கிட்ட தூக்கிக் குடுத்துடுவாங்களா? ஒன்ன கட்டிக்கிட்டு வந்தே, பாதியில போயிடுச்சு. இதுல அந்த வூட்டுக்கு நம்ம பொண்ண அனுப்பணுமா? அதான் சின்னதா ஒரு வெளையாட்டு."

பெரியசாமி செய்தது ஏமாற்று என்று அப்பாவும் அய்யாவும் மனம் கலங்கினார்கள். வீட்டில் யாருக்கும் பொய் சொல்வது, பித்தலாட்டம் செய்வது எதுவும் பிடிக்காது.

"நல்லது கெட்டதுக்குப் பயப்படணும், நாலு பேருக்கு நல்லது செய்யணும், கடவுளுக்குப் பயந்து நடக்கணும்"

இதுதான் அய்யா எப்பொழுதுமே சொல்வார்.

நான் வயதுக்கு வருகின்ற வரைக்கும் அய்யா காத்திருக்க வில்லை. சட்டுபுட்டென்று கல்யாணத்தைப் பண்ண வேண்டும் எனத் தேதி குறித்துவிட்டார்கள்.

ஊரில் எனக்குக் கல்யாணம் நடந்த அன்றைக்கு ஐந்து கல்யாணம். கல்யாணம் மூன்று நாள் நடந்தது. கல்யாணத்துக்கு நான்கு நாள் முன்னாடியே கூண்டு வண்டியில் நான், அய்யா, பாட்டி, அப்பா, சித்தி, தம்பி, இன்னொரு வண்டியில் சீர் கட்டுவதற்குச் சாமான் செட்டு எல்லாம் எடுத்துக்கொண்டு கிளம்பிவிட்டோம். பொழுது பளபளவென்று விடிவதற்கு முன்னால் கிளம்பிய வண்டிகள் பத்து மணிக்கு இங்கே வந்துவிட்டன. மற்றப் பங்காளிகள், சொந்தக்காரர்கள் எல்லாரும் நடந்தே மதியச் சாப்பாட்டுக்கு வந்து சேர்ந்தார்கள்.

அத்தை வீட்டில் இருக்கக் கூடாது என்று, வாசலில் இருந்த வேலு தாத்தா வீட்டில்தான் என்னைத் தங்க வைத்திருந்தார்கள். இரண்டு வருஷமாக அத்தை வீட்டில்தான் இருந்தேன் என்றாலும், கல்யாணம் முடிவதற்கு முன் போகக் கூடாது என்று சொன்னார்கள். எல்லாரும் என்னை வந்து வந்து பார்த்துவிட்டுப் போகும்போது கூச்சமாக இருந்தது. பக்கத்து வீட்டு அண்ணி தலைப்பின்னி, சாமந்தி பில்லை வைத்து, மல்லிகைப்பூவைத் தலை நிறைய வைத்துவிட்டார்கள். “ஒனக்குச் சவுரியே வைக்க வேணாம். இப்பவே இவ்ளோ முடி. முடிய சுமக்கவே நீ சாப்பிட்டு ஒடம்பத் தேத்தணும்” என்றாள் அண்ணி.

ஆனி மாதக் காற்று அடித்ததால், வெளியில் அதிகச் சூடு தெரியவில்லை. எங்கம்மா போட்டிருந்த கெம்புக்கல் அட்டிகையும் வெள்ளைக் கல் வைத்த நெக்லசும் போட்டிருந்தேன். சேலை கட்டி விடவில்லை. “இவளுக்கு எங்க நிக்கப்போது, முகூர்த்தத்துக்குக் கட்டிக்கலாம்” என்றாள் அண்ணி.

தொழுவத்தில் இருந்த மாடுகளை அவிழ்த்து, தோட்டத்து மரங்களில் கட்டிவிட்டு, கொட்டைகையைச் சுத்தமாக மெழுகி, எருமட்டையை வரிசையாக அடுக்கி, முட்டி அடுப்பு, பத்தடி நீளத்திற்கு ஒரே அடுப்பு கட்டியிருந்தார்கள். ஒன்றுக்கு நெருப்பு வைத்தால் போதும், அடுத்தடுத்து பற்றிக் கொள்ளும். சோறு,

குழம்பு, ரசம், பயித்தம் ப்ருப்பு பாயசம், லட்டு, காராபூந்தி என ஆளுக்கொரு சாப்பாடும், பலகாரமும் செய்தார்கள்.

கல்யாண அலங்காரம் செய்துகொண்டு எவ்வளவு நேரந்தான் உள்ளே இருப்பது? வெளியில் வந்து எப்போதும் விளையாடும் பிள்ளைகளோடு விளையாடினேன். அத்தை, "அவளை உள்ள கூப்பிட்டுக்கிட்டுப் போங்கடீ" என்று கூச்சல் போட்டது.

நீண்ட பலகையில், ஐந்து கல்யாணப் பெண்களையும் வரிசையாக உட்கார வைத்து ஊர்வலம் வந்தார்கள். இருப்ப திலேயே நான்தான் சின்னப்பெண். வயதுக்கு வராத பெண். விளையாட்டுத்தனமாய் எழுந்து எழுந்து நின்று வேடிக்கைப் பார்த்தேன். கல்யாணத்தன்றைக்குக் கூரைப் புடவைக் கட்டுவதற்குள் பக்கத்து வீட்டு அண்ணி, இரண்டு முறை இடுப்பைக் கிள்ளினாள். "இடுப்புன்னு ஒன்னு இருந்தா தானடிச் சேலையைக் கட்டிவிட முடியும்?"

மற்ற நால்வர் கல்யாணமும் எறும்பூர் அய்யர் வைத்து, மந்திரம் சொல்லி நடந்தது. இவர் கட்சிக்காரர் என்பதால், அய்யர் வைக்கவில்லை. வெளியூரிலிருந்து வந்த கட்சிக்காரர்கள் இரண்டு மூன்று பேர் வாழ்த்திப் பேசினார்கள். போட்டோ போட்டு எடுத்து வந்திருந்த வாழ்த்தைப் படித்துக் கொடுத்தார்கள். அய்யாவும் மாமாவும் சேர்ந்து நின்று தாலி எடுத்துக் கொடுக்க, தாலி கட்டினார்.

விளையாடும்போது குதித்தால், ஓடினால் கழன்றுகொள்கிறது என்று உள்ளே எடுத்துப் போடுவேன். வயிற்றில் குறுகுறுவென்று உரசுகிறது என்று வெளியே எடுத்துப் போடுவேன். பார்த்துக் கொண்டு இருக்கின்ற அத்தைத் திட்டும். "மஞ்சக் கயிறை எப்பவும் வெளிய எடுத்து விடக்கூடாது."

கல்யாணம் பண்ணிய கையோடு அய்யா திருவத்திபுரத்துக்கே கூட்டிக்கொண்டு போனார். "ரெண்டு மாசம் எங்கக்கூட இருக் கட்டும். ஒடம்பையும் கொஞ்சம் தேத்துறோம். பெரிய பொண் ணான பிறகு கூட்டிக்கிட்டு வர்றோம்."

காலையில் எழுந்தவுடனே, நல்லெண்ணெயில் பச்சை முட்டையை உடைத்து ஊற்றி, கூடவே மிளகைப் பொடி பண்ணிப் போட்டுக் குடிக்கச் சொல்லுவார் அய்யா.

நல்லெண்ணெயும் பச்சை முட்டையும் சேர்ந்து குமட்டும். மூக்கைப் பிடித்துக்கொண்டு குடித்துவிட்டாலும் நாள் முழுக்க ஏப்பம் வரும்போதெல்லாம் மஞ்சள் கருவும் கார மிளகுமாகச் சேர்ந்து ஓமட்டும். முக்கடலையை ராத்திரி ஊற வைத்து, காலையில் எழுந்தவுடன் கடலையைச் சாப்பிட்டு, அந்தத் தண்ணீரையும் குடிக்க வேண்டும். உடம்பைத் தேற்றுகிறோம் என்று அய்யாவும் ஆயாவும் படுத்திய பாட்டில், வழக்கமாகச் சாப்பிடுகின்ற சாப்பாட்டையும் ஒழுங்காகச் சாப்பிட முடியாமல் போனது.

"இங்க வச்சிக்கிட்டு என்ன பண்ணப் போற, கன்னுக்குட்டிய பாத்தாத்தான் மாடு பால் கறக்கும்" என்று கோயிலில் ஒரு கிழவி சொன்னதென்று மீண்டும் கூண்டு வண்டிக் கட்டிக்கொண்டு அய்யாவும் ஆயாவும் நல்லூருக்கே என்னைக் கூட்டி வந்து விட்டார்கள்.

அப்புறம் ஏழெட்டு மாதம் கழித்துத்தான் வயதுக்கு வந்தேன். ஆள் அப்பவும் உடைத்து மடியில் வைக்கிற மாதிரிதான் இருப் பேன். கல்யாணமான அப்புறம்கூட அய்யாதான் தோட்டத்துக் கிணற்றடியில் என்னை உட்கார வைத்துத் தலைக்குத் தேய்த்து விடுவார். 'காடு மாதிரி இருக்கிற சுருட்ட முடிய நோஞ்சான் கையை வச்சு எப்படித் தேய்க்கும்?' என்று அய்யா சொல்வார், யாரோ அவரிடம் கேள்வி கேட்டதுபோல்.

அத்தைதான் என்றாலும் அவ்வப்போது மாமியார் குணம் எட்டிப் பார்க்கும். கடைக்குப் போய்விட்டு வரும்போது, வீட்டில் போட்ட வேலை போட்டபடி இருந்தால் மூஞ்சி அஷ்டகோணலாகப் போகும்.

"எத்தன எடத்துலதான் ஒரு பொம்மனாட்டி எடுப்பு எடுக்கிறது? நானும் மனுசிதானே? எனக்குக் கை கால் நோவாதா?" என்று சாக்கு வைத்துப் பேசும். எத்தனை மணியானாலும் தான் வந்துதான் உலை வைக்க வேண்டியிருக்கிறதே என்று கோபம். எனக்கு வீட்டு வேலை செய்து பழக்கமில்லை. விளை யாட்டுத்தனம் குறையாததும் காரணம்.

சாக்கு வைத்துப் பேசிக்கொண்டு இருந்த அத்தை, ரெண்டு மூன்று மாதத்தில் நேராகவே திட்ட ஆரம்பித்தது. வீட்டுக்குள் வந்தவுடனே குண்டான் சட்டிகளைத் 'தொம் தொம்' என்று

சத்தமாக வைக்கும். தண்ணீர் குடிக்கின்ற சொம்பை ‘ணங்’கென்று தரையில் வைக்கும். அய்யா பொறுத்துப் பார்த்தார். ஒரு நாள் ராத்திரி, அத்தையை அடிக்க கை ஓங்கிவிட்டார்.

“சின்னப் பொண்ணு, அதைச் சாக்கு வச்சிப் பேசிக்கினு இருக்க? அவ இடுப்பு ஒயரம் இருக்கிற சோத்துப் பானையைத் தூக்கி வச்சு அவ வடிப்பாளா? இல்ல நான் வடிக்கணுமா? ஒங்கம்மாவும் ஒங்கூடக் கடைக்கு வந்துட்றா. இனிமே கொழந்தையைப் பேசினா, வாய ஒடைச்சிடுவேன்.”

அய்யா கோபப்பட்டு அத்தையும் பார்த்ததில்லை. பேத்திக் காகத் தன்னை அடிக்க வர்றாரே? அதுவும் கட்டிக் கொடுத்த பெண்ணை என்று கோபம்.

“தெரியாமத்தான் கேக்குறேன். நீ என்ன பெத்தியா? அவளப் பெத்தியா?”

“அது நாங்க பெத்ததுக்கெல்லாம் மேல.”

அய்யா பட்டென்றுச் சொல்லிட்டார்.

அன்று அத்தை சோறாக்கவில்லை. தோட்டத்துக் கதவருகில் போய்ப் படுத்துக் கொண்டு அழுதது.

ராத்திரி கடையைச் சாத்திவிட்டு வந்த மாமா, “எங்க இவள காணோம்?” என்று கேட்டார்.

அய்யா நடந்ததைச் சொன்னவுடன், “இவள்லாம் அசல்ல மருமகக் கட்டி ஒருவேளைக்கு வச்சு குடும்பம் நடத்துவாளா? கட்டும் செட்டுமா வந்து நிக்கிற பொண்ணையே இந்தப் பாடு படுத்தறாளே?” என்று மாமாவும் சேர்ந்து அத்தையைத் திட்டி விட்டு, “மீதி இருக்கிற நாஷ்டாவே போதும் மாமி, எடுத்து வைங்க, சாப்பிடலாம்” என்றார்.

இவர் மட்டும் அம்மாவைத் தேடிப்போய் பக்கத்தில் உட்கார்ந்தார். “ஓம் பொண்டாட்டி என்னை மதிக்கிறதில்லடா மண்ணாங்கட்டி, பத்தும் பத்தாத்துக்கு எங்கப்பன் ஆத்தா ரெண்டு பேரும் அவள கீழ வுட்றது கெடையாது. கடையிலயும் எடுப்பெடுத்துட்டு, வீட்டுக்கும் வந்து எடுப்பெடுக்கணும். நாலு சாமான தேய்ப்போம். ஒலை வச்சு அரிசிப் போடுவோம்னு இருக்காடா?” என்று அழுதுகொண்டே சொன்னாள்.

“அது சின்னப்பொண்ணுதானேம்மா. போவப் போவச் சரியாப் போயிடும்”

“அவ வயசுல நீ எனக்குப் பொறந்துட்ட. நானும் மாமியார், நாத்தனாருக்குப் பயந்துகிட்டு வூட்டு வேலை பாக்கலையா? எம் மாமியா நான் ஆக்கிவச்சதயே என்ன துன்ன வுட்டாளா? ஒனக்குத் தெரியாதா? இவதான் ஊர்ல இல்லாத அதிசயமா சின்னப் பொண்ணா?”

“சரி, எழுந்து வந்து சாப்புட்டுப் படு. பசியில இருந்தா ஒனக்கு கிறுகிறுன்னு வரும்.”

“எனக்குச் சோறும் வேணாம், ஒன்னும் வேணாம். அந்தக் கெழவன் என்னை அடிக்க கைய ஓங்கிக்கினு வருது. பேத்தி அவ்ளோ முக்கியமா போய்ட்டா.”

“சரி சரி, வுடு. எழுந்து வா.”

அத்தை எழுந்து வரவில்லை. அத்தை எப்பவும் சாப்பிடும் பாதக்கிண்ணியில் சாப்பாடு போட்டு எடுத்துக்கொண்டு போய்க் கொடுத்தார். அப்போதும் எழுந்திருக்கவில்லை. அன்று ராத்திரி சாப்பிடாமல்தான் தூங்கியது.

அடுத்த நாள் காலையில கையில் எடுத்த கரண்டிதான், இன்றுவரை ஒரு நாள் ஓய்வில்லை. மாமா திடுதிப்பென்று செத்துப் போயிடுவார் என்று யார் பார்த்தார்கள்? குடைராட்டினம் சாய்ந்தது மாதிரி அப்படியே குடும்பம் சாய்ந்து நின்றது. எப்படியோ ஒற்றை ஆளாகத் தூக்கிப் பிடித்துக்கொண்டு இருக்கிறார்.

சாப்பாட்டுக்கு ஒன்றும் பிரச்சினை இல்லைதான். ஓட்டல் கடை நல்ல ஓட்டம். மாமா அனுபவஸ்தராக இருந்ததால் சமாளித்துக்கொண்டு இருந்தார். முக்கியமாக, மாமாவுக்குக் கடையைத் தவிர வேறு சிந்தனை கிடையாது. இவருக்கு ஒன்றா இரண்டா சிந்தனை?

எந்தத் தெருவில் சண்டையென்றாலும் அங்குப் பஞ் சாயத்துக்குப் போய் முதல் ஆளாக நிற்பது, ஊர் பொதுக் காரியம், கட்சிக் கூட்டத்துக்குப் போவது, கட்சிக் கூட்டம் நடத்துவது, சினிமாவுக்குப் போவது என்று வீட்டில் கால் தங்காது.

கடையில் ஆள் இல்லையென்றால் கை மாற்ற கொஞ்ச நேரம் வருவார். அதுவும் காலில் சுடுதண்ணீர் ஊற்றிக்கொண்ட மாதிரிதான்.

இப்போது கடையிலேயே கட்டிப்போட்ட மாதிரி ஆனது. அங்கே இங்கே நகர முடியவில்லை. பல்லைக் கடித்துக்கொண்டு இருக்கிறார். மாமா செத்து, காரியம் முடிந்து, பத்து நாள் கழித்து, ஓட்டல் கடையைத் திறக்கலாமென வீட்டில் பேசியபோது, “நான் இனிமே கடைக்கு வர மாட்டேன். ஒங்களால என்னா முடியுமோ அந்தளவுக்குப் பாத்து, கடைய நடத்திக்கோங்க. ஒங்கப்பா செய்த தொழிலு. அதனால விட்டுடாம கடைய நடத்துங்க” என அத்தை தீர்மானமாய்ச் சொல்லிவிட்டது. அத்தை இப்படிச் சொல்லும் என்று யாரும் எதிர்பார்க்கவில்லை.

“பூவும் பொட்டும் இல்லன்னா, ஊர்ல யாரும் கடை கண்ணிக்கு வராமலா இருக்காங்க? நீயே ஏன் ஒன்ன உள்ள வச்சுப் பூட்டிக்கிற?” என்று அய்யா சொன்ன போதும் அத்தை கேட்கவில்லை.

“யாரும் என்ன ஒரு சொல்லு சொல்லக் கூடாது. காலையில டீ குடிக்க கடைக்கு வருவாங்க. வாய்ப் பெருத்தவன், சிலுமிஷம் பிடிச்சவன் எவனாவது ஒருத்தன் பல்லுமேல நாக்கப் போட்டுப் பேசுவான். நமக்குக் கொல நடுங்கி, தேகம் சுருங்கிப் போவும். எதுக்கு வம்பு. ஒன்னுக்கு மூணு பொட்டச்சிங்க இருக்காளுங்க. கூட மாட வேலை செய்வாளுங்க. நான் வீட்ல இருந்தே சாம்பார், சட்னி குடுத்தனுப்பிடுறேன். இவளுக்கு இனிமே வேலையைக் கத்துக் குடுத்துட்டு, கூடமாட ஒத்தாசையா வச்சுக்கிட்டு நீ பார்த்துக்க.”

“இவளையா? இட்லி சுட்டாளே அன்னைக்கு? அப்பா சொல்லிச் சொல்லிச் சிரிச்சாங்களே?”

கடையில் நான் செய்த கோமாளித்தனத்தை நினைத்து மீண்டும் எல்லாரும் சிரித்தார்கள்.

ஒரு நாள் அத்தை அரைத்துக் கொடுத்த ஒடைச்ச கடலைச் சட்னியைக் கடையில் கொடுத்து வருவதற்குப் போனேன். மாமா மட்டுந்தான் கடையில் இருந்தார். மாமா என்றும், சில

நேரம் அப்பா என்றும் கூப்பிடுவேன். குண்டானில் சாம்பார் கொதித்துக்கொண்டு இருந்தது.

"ஏரிக்குப் போயிட்டு வர்றேன்ம்மா, ஒரு ஈடு இட்லி ஊத்தி வைக்கிறயா?" என்று சொல்லிவிட்டுப் போனார்.

இட்லி தட்டுக் கழுவி எடுத்து வைத்திருந்தார். மாவு குண்டான் பக்கத்தில் இருந்தது. மாவு எடுத்து, தட்டில் ஊற்றி அடுக்கி வைப்பதுதானே? இதென்ன பெரிய விஷயம்?

"நீ போய் வாப்பா, ஊத்தி வைக்கிறேன்."

என் நெஞ்சு உயரத்திற்குப் பெரிய பித்தளை அண்டா. கால்வாசி தண்ணீர் ஊற்றி வைத்திருந்தார். மண்ணாலான இட்லி கொத்து. பத்துப் பெரிய பெரிய தட்டு. ஒவ்வொன்றிலேயும் ஐந்து இட்லி. தண்ணீர் தளதளவென்று கொதித்துக்கொண்டிருந்தது. மண் கொத்தை உள்ளே வைத்துவிட்டு ஒவ்வொரு தட்டாக எடுத்து இட்லி ஊற்றி, வரிசையாக அடுக்கினேன். மொத்த தட்டும் ஊற்றின பிறகு, பித்தளைத் தட்டை எடுத்து மூடி வைத்தேன்.

"இட்லி வெந்திருக்குமாமா? எப்போ ஊத்துன?"

"இன்னும் செத்த நாழி இருக்கட்டும் மாமா. கொஞ்ச நேரந்தான் ஆச்சு, ஊத்தி வச்சு."

கொஞ்ச நேரம் கழித்து அண்டாவைத் திறந்து, ஆவியடங்கின பிறகு கொத்தைப் பிடித்துத் தூக்கினார் மாமா. இட்லி வேக, அதில் இருக்கிற ஓட்டை எதிரும் புதிருமாக வருகிற மாதிரி வைக்க வேண்டுமாம். எனக்குத் தெரியாது.

நான் கைக்கு வந்த மாதிரி, அப்படியே ஒன்றுமேல் ஒன்றாக, வரிசையாக வைத்துவிட்டேன். தட்டுகள் ஒட்டிக் கொண்டன. இட்லி பாதி வெந்து பாதி வேகவில்லை.

"தட்ட மாத்தி மாத்தி வைக்காம, அப்படியே ஒன்னுமேல ஒன்னு வச்சிட்டீயாம்மா? இட்லி தட்டு ஒன்னோட ஒன்னு ஒட்டிக்கிச்சு பார். இட்லியும் எடுக்க முடியாது. நீ தூர வா."

மாமாவே பத்துத் தட்டு இட்லியையும் எடுத்து, ரோட்டில் இருந்த நாய்களுக்கும், காக்காய்களுக்கும் போட்டார். சோமனைத் தூக்கிக் கட்டிக்கொண்டு, தட்டுகளைக் கழுவி

மறுபடியும் இட்லி ஊற்றி வைப்பதற்குள், கடையில் கூட்டம் வந்துவிட்டது.

"ஒக்காருங்க, நாழியில ஒரு ஈடு இட்லி எடுத்து தந்துட்றேன், அதுவரை வடையும் சாம்பாரும் சாப்பிட்டுக்கிட்டு இருங்க" என்று கேட்டவர்கள், கேட்காதவர்கள் எல்லாருக்கும் வடையும் சாம்பாரும் வைத்தார்.

"என்ன மோலியாரே? அசந்துட்டயா என்ன? இன்னும் மொத ஈடு இட்லியே எடுக்கக் காணோம்?"

"அசரவுமில்லை, ஒன்னுமில்ல கவுண்டரே. இதோ எடுக்கப் போறேன்."

பரபரவென்று விறகைத் தள்ளினார். அண்டா உயரத்துக்கு நெருப்பு கிளம்பியது.

'ஏம்மா இப்படிச் செஞ்சே?' என்று ஒரு சொல் சொல்ல வில்லை.

"அம்பது இட்லி போச்சு. அது சின்னப் பொண்ணு, முன்ன பின்ன இட்லி ஊத்தியிருக்கா என்ன?" என்று அத்தைக்குச் சமாதானம் சொன்னார்.

அத்தை பேசினால், "நாலு பேச்சு பேசிட்டு மறுபடியும் அவகிட்ட வாய கப்சிப்புனு மூடிக்கினுதான் வரணும், அதுக்கு முதல்லயே பேசாம இருந்துடலாமே" என்று மாமா வாயைத் திறக்க மாட்டார். என்றைக்காவது கோபம் வந்துவிட்டால் அவ்வளவுதான். கன்னம் கதை பாடிவிடும். ஒல்லிக்குச்சி நோஞ்சான் கைக்கு எங்கே இருந்து வலு வருமோ தெரியாது, ஒரே அடியில் அத்தை சுருண்டுவிடும். வாயைத் திறக்காமல் இடத்தைவிட்டுக் கிளம்பும்.

அத்தை உழைப்பாளி. ஒரு நிமிஷம் அக்கடா என்று உட்காராது. கால்ல சக்கரம் கட்டின மாதிரி பொழுதன்னைக்கும் ஓட்டம். "அவ ஒடம்ப வச்சிக்கிட்டு வேலை செய்யறது கஷ்டம். பொத்தப் பூசணிக்கா மாதிரி இருந்துக்குனு என்னா சுத்து சுத்தறா?" என ஏகாம்பரி அத்தைகூடச் சொல்லுவாள்.

இரண்டு நாத்தனாரும் என்னைவிடச் சின்னவர்கள். அத்தை அவர்களை எல்லா வேலைகளையும் செய்ய பழக்கி

சாலாம்புரி | 75

வைத்திருந்தது. இருவரும் வேலை செய்வதில் மணி. சிட்டாகப் பறப்பார்கள். அத்தைக்குப் பாதி சுமையைக் குறைத்து விடுவார்கள்.

பெரிய நாத்தனார் வயசுக்கு வந்து ஒரு வருஷமாச்சு. சின்ன நாத்தனார் இப்பவோ அப்பவோ என்று இருக்கு. ஆள் குட்டை என்பதால் ஒன்றும் சொல்ல முடியவில்லை.

சின்ன நாத்தனார் உட்கார்வதற்குள் பெரிய நாத்தனாரை எப்படிக் கரையேத்துவது என்பதுதான் இப்போது வீட்டோட முதல் கவலை.

சொப்பு விளையாடுவதுபோல்தான் இருக்கிறது எல்லாமே எனக்கு.

7

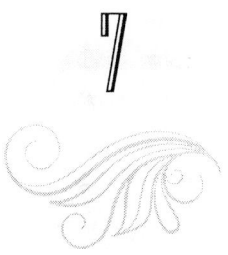

அப்பா இரட்டை பிறப்பு. கூட பிறந்தது பெண். பிறந்த ஒரு மாதத்திலேயே செத்துப் போனதாம். அப்பா ஒரு பிள்ளையாகப் போனதால், நாங்கள் ஆறு பேர் பிறந்ததில் அப்பாவுக்கு ரொம்பத் திருப்தி. வீடு முழுக்கப் பிள்ளைகள் இருக்க வேண்டும், ஒரு பிள்ளையாக நின்றால் பங்காளிகள் மத்தியில் மதிப்பாக இருக்காது என்பார். "சண்டை சாவடின்னா நம்ம பாத்துப் பயப்படுவானுங்க. சின்னச் சண்டைன்னாலும் அண்ணந்தம்பி கூட்டமா வந்துடுவாங்கன்னு யோசிப்பாங்க. என்னா ஒன்னு, இவனுங்க மூணு பேரும் ஒத்துமையா இருக்கணும். ஒத்துமையா இல்லைன்னா, ஒத்தப் பையனா இருக்கிறதவிட நிலைமை இன்னும் அசிங்கமாப் போயிடும்" என்பார்.

அண்ணனுக்கு அப்புறம் நான் பிறந்தாலும், வீட்டுக்கு முதல் பெண் குழந்தையென்று எங்கப்பாவுக்கு எம்மேல் பாசம். அண்ணன் அம்மா மாதிரி நல்ல நிறம். அம்மா மாதிரியே கொழுக் மொழுக்கென்று இருக்கும். நான் அப்பா மாதிரி. கறுப்பு. அம்மா முகமாக இருந்தாலும் அப்பா மாதிரிதான் உயரம்.

"பொம்பளப் பசங்கள ரொம்ப வேலை வாங்கக் கூடாது. போற எடத்திலேயும் அதுங்கதான் வேலை செய்யப் போகுதுங்க, இங்கயாவது கொஞ்சம் ஆசுவாசமா இருந்துக்கட்டும்" என்று அப்பா சொல்லுவார். ஆனால் வீட்டில் குவிந்து கிடக்கும் வேலைகள், எங்களைச் சும்மா இருக்க விடாது. நான்தான் காலையில் எழுந்து சாணி கரைத்துத் தெருவாசல் பெருக்குவேன். வீட்டில் மூன்று குடும்பம் இருப்பதால் மாதம் ஒருத்தர் தெருவாசல் பெருக்க வேண்டும். நான் கணக்குப் பார்க்க

மாட்டேன். 'எழுந்தோமா, முதல் வேலையாய்த் தெரு வாசலை சாணி தெளிச்சுப் பெருக்கினோமோ' என்று பெருக்கி விடுவேன். முன் வீட்டு சொர்ணம் பாட்டி, "ருக்குக்கு மனசுல கல்மிஷம் கெடையாது" என்று சொல்லும்.

வாசல் பெருக்கித் தள்ளிவிட்டு, தோட்டத்து மாட்டுக் கொட்டகைக்கு வருவேன். வீட்டில் மூன்று எருமை மாடுகள் இருந்தன. மூன்றுமே கறவை மாடுகள். ஒவ்வொரு மாடும் ஒரு சின்ன தேக்சா நிறையப் பால் கறக்கும். நான் சின்னத் தவலையில் தண்ணீர் கொண்டு வரவும், பால்காரர் பரசுராமன் வரவும் சரியாக இருக்கும். தவலை தண்ணீரை வாங்கி, ஒவ்வொரு மாட்டின் மடியிலும் விசிறி அடிப்பார். சில்லென்ற தண்ணீர் பட்டவுடன் அசைபோட்டுக் கொண்டிருக்கும் மாடு, லேசாகத் தலையை அசைத்தபடி காலைப் பின்னால் தேய்த்து விட்டுக்கொண்டு இடம் மாறும். கன்றுக்குட்டியை அவிழ்த்துவிட்டு, மாட்டுக்கு வைக்கப்போரில் இருந்து, வைக்கோல் பிடுங்கிப் போடுவார். மாடு ஆர்வமாய் வைக்கோலைக் கடிக்கும். கன்றுக்குட்டி முட்டிமுட்டிப் பால் குடிக்க ஆரம்பித்தவுடன், சட்டென்று கன்றுக்குட்டியை இழுத்து என்னிடம் அதன் கயிறைக் கொடுப்பார்.

குடித்த பால் போதாது என்பதுபோல் கன்றுக்குட்டி கயிற்றை இழுக்கும். வாலைத் தூக்கித் துள்ளிக் குதிக்கும். காலை நசுக்கிவிடுமோ என்ற பயத்தில் ஒதுங்கி நின்றுகொண்டுதான் ஒவ்வொரு கன்றுக்குட்டியாகப் பிடித்துக் கட்டுவேன். அம்மா சொல்வது மாதிரி, எங்க வீட்டுக்கு மாடு ராசி உண்டு. அண்ணன் மாடுகளை நன்றாகப் பார்த்துக் கொள்ளும். சொல்லி வைத்த மாதிரி எல்லாமே கிடாரி கன்றுதான் போடும். பால், தயிர், நெய்க்கு ஒரு காலத்திலும் பற்றாக்குறை இருந்ததில்லை.

வீட்டிலிருந்த ஒரு எருமை மாட்டுக்கு மூன்று காம்புதான் இருந்தது. பிறந்தபோது ஊரே வந்து அதிசயமாகப் பார்த்தது. முன்னால் இரண்டு காம்பும், நடுமையமாய் ஒரு காம்பும் இருந்தது. மூன்று காம்பு என்றாலும் அதுவும் தேக்சா குறையாமல்தான் பால் கறக்கும். மூன்று தேக்சா பாலில் ஒரு தேக்சா பாலை வீட்டுக்கு வைத்துக் கொள்வோம். மற்ற இரண்டும் கடைக்கு.

பால் கறந்தவுடன் எருமட்டையை உடைத்துப்போட்டு, அடுப்பைப் பற்ற வைப்பேன். நெருப்புப் பிடித்தவுடன் பால் தேக்சாவை அடுப்பில் வைத்து, தீயைக் குறைத்து வைத்துவிட்டு, மாட்டுக் கொட்டகையைப் பெருக்கித் தள்ளுவேன். சாணியை அள்ளிக்கொண்டு போய் உரக் குப்பையில் கொட்டிவிட்டுச் சுத்தமாகப் பெருக்கி முடிப்பதற்குள் கன்றுகள் பால் குடித்து, வாயில் நுரை பொங்க நின்றிருக்கும். பிடித்துக் கட்டிவிட்டு, கொஞ்சம் வைக்கோலும் புல்லும் போட்டு, வீட்டுக்குள் போவதற்குள் அம்மா சாம்பலை நுணுக்கி, பல் தேய்த்துக்கொண்டு இருக்கும்.

எல்லோருக்கும் நீசுத்தண்ணி கரைத்து வைத்து, நானும் குடித்துவிட்டுக் கடைக்கு இட்லி மாவும், சட்னியும் அரைக்க உட்கார்ந்தால், அவ்வளவுதான், கை சுற்றுவதுதான் தெரியும், நேரம் ஓடுவது தெரியாது. சின்ன அண்டா நிறைய வடை மாவு அரைக்க வேண்டும். உளுந்து நான்கு உரல். நான் அரைத்தால் தான் வடை மாவு ஆண்டு வருமென்று அம்மா சொல்லும். சுசீலாவிடம் வடை மாவு அரைக்கச் சொன்னால் போதும், உட்கார்ந்த நிமிஷத்தில் இரண்டு கைத் தண்ணீரை எடுத்து மாவில் ஊற்றிவிடுவாள்.

"ஏன் இப்படித் தண்ணீய ஊத்துற, மாவு தண்ணியா போனா எண்ணெய் இழுக்கும்."

"எண்ணெய் இழுக்கும்றதுக்காகக் கல்லு மாதிரி உரலை இழுத்துக்கிட்டு இருக்கணுமா? எண்ணெய குடிச்சா குடிச்சிட்டுப் போகுது, வடை போண்டா மாதிரி எழும்பிடும்."

"ஒன்ன கூப்பிட்டாலே வேலையக் கெடுத்துடுவ. போ, போய் வேற எதுனா வேலையப் பார்."

எந்த வேலை செய்தாலும் எங்களுக்குள் சண்டை வரும். சேர்ந்து எந்த வேலையும் செய்ய மாட்டோம். எடுத்தேன் கவிழ்த்தேன் என்று அவள் செய்வது எனக்குப் பிடிக்காது. ரொம்ப வசதியாகப் போச்சு என்று அவள் வேலைகளில் இருந்து கழன்று கொள்வாள்.

வடை மாவு அரைத்து முடித்துவிட்டு, இட்லிக்கு ஊற வைத்திருக்கிற அரிசியை அரைக்க வேண்டும். அரிசியும் உளுந்தும்

களைந்து கொடுத்தாலும் பரவாயில்லை. அதையும் செய்ய மாட்டாள். தோட்டத்துக்குப் போய்விடுவாள். கொடுக்காப்புளி, புளியம்பழம், ஈச்சம்பழம் பொறுக்கிக்கொண்டு, வீட்டுக்கு வரமாட்டாள். எங்கேயாவது திண்ணையில் உட்கார்ந்து பையன் கள்கூடச் சேர்ந்து சாப்பிட்டு, பொழுது போவது தெரியாமல் விளையாடிவிட்டு, மதியம் சாப்பிடுவதற்கு மட்டும் சரியாக வந்துவிடுவாள்.

சாயந்திரம் பையன்களுடன் புல்கோட்டி விளையாடுவாள். அண்ணனே அவளைப் பலமுறை மிரட்டியிருக்கிறது. "பையங்கக் கூட புல்கோட்டி விளையாடப் போவாதே. எங்கனா பட்டுச்சுன்னா வம்பு" என்று. அவள் கேட்டதே இல்லை.

சுசீலாவுக்கு ஐந்தாறு வயது இருக்கும்போது வீட்டுத் திண்ணையில் உட்கார்ந்திருந்தவளுக்கு, எதிர்வீட்டுக் கோபு அடித்த புல்கோட்டி நெற்றியில் அடித்து ரத்தம் பீய்ச்சியடித்தது. தழும்பு சின்னக் கோடாய் இன்னும் இருக்கிறது. இவள் அடித்து ஒரு பையனுக்கு முன்நெற்றியில் காயம். விளையாடுபவர்கள், வேடிக்கை பார்க்கிறவர்கள், தெருவில் நடந்து போகிறவர்கள், எல்லாருக்குமே ஆபத்துதான் புல்கோட்டியால். எவ்வளவு சொன்னாலும் சுசீலா எப்படியாவது ஏமாற்றிவிட்டு விளை யாடப் போய் விடுவாள்.

இரண்டு தோள்பட்டையும் சோர்ந்து போகும், மாவு அரைத்து முடிப்பதற்குள். வாசலில் சாமான்கள் குவிந்திருக்கும். சோறாக்குகிற பானை, குழம்புச் சட்டி, காலை நாஷ்டா முடிந்து, கடையில் இருந்து வருகிற பெரிய பெரிய அண்டா, எல்லாம் வாசலில் போட்டு வைத்திருப்பார்கள். மண் பானைகளைச் சாம்பலும் மண்ணும் போட்டு விளக்க வேண்டும். வெண்கலச் சாப்பாட்டுக் கிண்ணி, தட்டுகளைப் புளி போட்டு விளக்க வேண்டும். விளக்கி வைக்க வைக்கக் காய்ந்துபோகும். கையோடு கழுவினால் மேலே சாம்பல் பூத்த மாதிரி தெரியாது.

அப்போது மட்டும் அண்ணியோ, சுசீலாவோ உதவிக்கு வந்தால் தேவலாம்போல் இருக்கும். அண்ணி மதியம் சோறாக்க, அரிசியைப் புடைத்து, கல் எடுத்துக் கொண்டிருக்கும். அல்லது அடுப்பங்கரை, வீடு பெருக்கிக்கொண்டு இருக்கும். கூப்பிட முடியாது.

அப்பாவை மாற்றி விடுவதற்காகக் கடைக்குப் போயிருப்பாள் சுசீலா. அப்பா சுருட்டுப் பிடித்துக்கொண்டு, இரண்டாவது முறை தோப்புக்குப் போகும் நேரம்.

ஒவ்வொரு பானையாகத் தேய்த்துவிட்டுக் கழுவி எடுப்ப தற்குள் நடு முதுகு சுள்ளென்று வலிக்கும். எதிரில் உட்கார்ந்து சாமான் தேய்க்கும் பஞ்சாங்கம் சித்தி முறைத்துக் கொண்டே தான் அவர்கள் வீட்டுச் சாமானைத் தேய்க்கும்.

எங்குப் போனாலும் நான் வேலை செய்வதை உற்றுப் பார்க்க ஆள் இருப்பார்கள். மாடு பால் கறக்கும்போது பக்கத்து வீட்டு தனலட்சுமி பெரியம்மா, பால் தேக்சாவையே முறைத்துப் பார்த்துக்கொண்டு நிற்கும்.

“அவ கண்ணுல பட்ற மாதிரி பால் தேக்சாவைக் காட்டாதே. மாடு மடி வத்திப் போயிடும். நாளைக்குப் பாரு, எப்படியும் அரைச் சொம்பு பாலாவது கம்மியாத்தான் கறக்கும்” என்று அம்மா சொல்லும். சொல்லி வைத்ததுபோல், அடுத்த நாள் அந்த மாடு முடடம் வைத்துக்கொண்டு, பால் கறக்கவே பரசுராமனைக் கிட்ட சேர்க்காது. உதைக்கும். கன்றுக்குட்டியை விட்டாலும் கத்திக் கொண்டே உதைத்துத் தள்ளும்.

சில பேருடைய கண் பார்த்தாலே பச்சைப் பசேலென்று பூத்திருப்பதுகூடக் கருகிப் போயிடும். ‘நிற்கிற இடம் சாண் மண்ணு வேகும்’ என்று அம்மா சொல்வது பல நேரம் நடந்திருக்கிறது.

புல் அறுத்துப் பெரிய கட்டாகக் கட்டித் தூக்கிட்டு வருவதை, கொடுங்காலூராள் பார்த்தாள் என்றால், அடுத்த நாள் புல்லறுக்கும்போது கட்டாயம் அருவாள் பட்டுச் சொட்டு ரத்தமாவது வரும்.

பளபளவென்று வெண்கலக் கிண்ணியை விளக்கி, வெயிலில் காய வைத்திருப்பதைப் பார்த்து எதிர்வீட்டு அஞ்சலை அத்தை, “கையாடி அது, பொன்னு மாதிரி தேச்சு வச்சிருக்காளே?” என்று சொன்னாளென்றால், அடுத்த நாள் கட்டாயம், சாமான் தேய்க்கும்போது, சாம்பலில் இருக்கும் சின்னக் கல்லோ, அடுப்புக் கறியோடு எரியாமல் சேர்ந்து வந்துவிட்ட வேலமுள்ளோ கையைக் கீறி வைக்கும்.

தலையில் இரண்டு, இடுப்பில் ஒன்று, அதற்குமேல் சின்னத் தோண்டி, சில நேரத்தில் சும்மா இருக்கிறதே என்று கையிலேயும் ஒரு தோண்டியைப் பிடித்துக்கொண்டு லாவகமாக, ஐந்து தவலை தண்ணீரோடு குளத்தில் இருந்து வீடு வந்து சேருவேன். தெரு முனையிலேயே, "கரகாட்டம் ஆடுறவகூட தலமேல இத்தன தூக்க மாட்டா..." கிழவியொன்று சொன்ன அடுத்த நாள், மாட்டுத் தொட்டியில் ஒரு தவலை தண்ணீர் தூக்கி ஊற்றும்போதே, தவலையைக் கீழே போட்டு, தவலை நசுங்கியது.

"யார் கண்ணையும் உறுத்தாத மாதிரி வேலை செய்யக் கத்துக்கணும்" என அம்மா சொல்லிக் கொண்டே இருக்கும்.

சுசீலா கடைக்குப்போய் வீட்டுக்கு வரும்போது வயிறு முட்டச் சாப்பிட்டு வருவாள். கடையில் இருக்கும் போண்டா, வடை, இட்லி, போகிற வருகிறவர்கள் கொடுக்கும் மல்லாக்கொட்டை, சோளக்கதிர், கம்பு எது கிடைத்தாலும் வாயில்போட்டு எந்திரம் போல் அரைப்பாள். கடையிலிருந்து கைக்கு அகப்பட்ட சில்லறையும் எடுத்து வந்துவிடுவாள்.

எத்தனை நாளாகச் சில்லறை எடுத்து வந்தாளோ தெரியவில்லை. ஒருநாள், கையும் களவுமாக மாட்டிக் கொண்டாள்.

'வெயில்ல எலைங்க தீஞ்சிப் போகுதே' என்று முனை கருகி நின்ற எலுமிச்சம் பழ மரத்தைப் பார்த்த அண்ணன், கிணற்றில் இருந்து நான்கைந்து தவலை தண்ணீர் இறைத்து ஊற்றினார். இலைகள் தெளிச்சியாகட்டும் என்று முதலில் இலைகளின்மேல் ஒரு தவலை தண்ணீரை இறைத்தார்போல் தெளித்தார். பிறகு, வேரில் தேங்குவதுபோல் மூன்று தவலை தண்ணீர் ஊற்றினார். காய்ந்த சருகுகள் நீரின் மேலே வந்து மிதந்தன. சருகுகளைக் கையால் பீராய்ந்தார். பீராய்ந்தபோது கையில் காலணா, அரையணா காசுகள் அகப்பட்டன. 'என்னம்மா இது? மரத்தடியில காசு காய்க்குதா?' என்று கேட்டுக்கொண்டே எங்களைக் கூப்பிட்டார்.

சுசீலா வீட்டில் இல்லை. நானும் அண்ணியும் போனோம். அண்ணன் தண்ணீரைக் கையால் இறைத்து, வரப்பையொட்டி விலக்கித் தள்ளிக் கொண்டிருந்தார்.

"என்னாமே இது, வேர்ல காலணா, அரையணா துட்டு கெடக்குது?"

"துட்டு மரமா இருக்குமா?"

"கட்சிக்காரன் வீட்லயேவா? நீங்க யார்னா தண்ணீத் தவலையில துட்டு போட்டு வச்சு, கவனம் இல்லாம அப்படியே ஊத்திட்டிங்களா?"

"நாங்க யாரும் ஊத்தல."

அதற்குள் நான் மண்வெட்டியுடன் போனேன்.

"நீ நவுருண்ணா."

அண்ணனை நகர்த்திவிட்டுப் பள்ளத்துக்குள் இறங்கி, மண்வெட்டியால் கொத்தினேன். தண்ணீரை எடுத்து வெளியே ஊற்றி, மண்ணை ஆழமாக்கினேன்.

அண்ணனும் குனிந்து தண்ணீரைக் கையால் இறைத்தது. தண்ணீர் குறையக் குறைய, மண்வெட்டியில் இன்னும் ஒன்றிரண்டு துட்டு அகப்பட்டது.

"ருக்கு, இன்னாடி இது அதிசயமா இருக்கு?"

அண்ணி பாய்ந்து வந்து, பள்ளத்தைக் கையால் தோண்டியது. துட்டு கிடந்த இடத்தைத் தோண்டத் தோண்ட காலணா, அரையணா, பொத்த காலணா என வந்து கொண்டே இருந்தது. மூவரும் கையால் அள்ளிப் போட்டோம்.

"தாத்தா, பாட்டி யார்னா பொதையல் வச்சிருந்திருப் பாங்களோ?"

"அவனவன் சோத்துக்கே இல்லாமப் போய்ச் சேர்ந்தான். இதுல பொதையலு வேற வெச்சிருப்பாங்க."

அண்ணன் ஏளனம் பண்ணினார்.

அள்ள அள்ள, பால் கறக்கின்ற சின்னத் தேக்சாவில் முக்கால் வந்திருந்தது. யாரும் பார்த்துடுவாங்களோ என்ற அவசரம் வேறு மூன்று பேரிடமும்.

"சின்னப் பள்ளம் தோண்டி யாரோ துட்டு புதைச்சு வச்சிருந்திருக்காங்க. நம்ம கையில கிடைச்சிடுச்சி. யாருன்னு தெரியலையே?"

கிணற்றில் இருந்து தண்ணீர் இழுத்து மறுபடியும் எலுமிச்சம் மரத்தின் வேரில் ஊற்றிய அண்ணன் யோசனையாகச் சொன்னார்.

எலுமிச்சம் மரம், ஏன் தனக்கு ஊற்றிய தண்ணீரை வெளியேற்றினார்கள்? மீண்டும் இப்பொழுது தண்ணீர் ஊற்றுகிறார்கள் என்பது புரியாமல், நமக்கெதற்கு காரண காரியமெல்லாம், காய்ந்துபோன இலைகளைப் பார்ப்போம் என்று அமைதியாக நின்றிருந்தது.

சுசீலா எங்கோ விளையாடிக் கொண்டிருந்தவள், வீட்டுக்குள் யாரையும் காணோமே என்று ஒரே ஓட்டமாய்த் தோட்டத்துக்கு ஓடி வந்தாள். மூவரும் நின்றிருப்பதை முதலில் சாதாரணமாகத்தான் பார்த்தாள். ஏதோ நடக்கிறது என்று, 'என்ன?' என்பதுபோல் பார்த்தாள். நாங்கள் எலுமிச்சம் மரத்தடியில் நிற்பதைப் பார்த்தவுடன் பரபரப்பாகி, "என் மரத்துக்கிட்ட என்னா பண்றீங்க?" என்று அருகில் வந்தாள். முகம் மாறியது. பயத்தை மறைக்கத் தெரியவில்லை.

"உனக்குப் பல்லு விழுந்துச்சே? எங்கப் பொதச்சு வச்சே சுசீலா?"

அண்ணன் கேட்டவுடன் புரியாமல் பார்த்தாள்.

"இன்னாண்ணா?"

"விழுந்த பல்ல பொதச்சு வச்சா, துட்டு காய்க்கும்னு அம்மா சொல்லும்ல? நம்ம எலுமிச்சம் மரத்துல துட்டு காச்சிருக்கு. ஒனக்குத்தானே பல்லு விழுந்தது இப்போ?"

எங்கள் மூவரையும் கடந்து சுசீலாவின் கண்கள் துட்டு எடுத்துப் போட்டிருந்த தேக்சாவைப் பார்த்தது. பயத்தைக் காட்டிக்காமல் சுசீலா சமாளிக்கப் பார்த்தாள். 'இந்தக் குள்ளப் பொண்ணு கொஞ்சம் அழுத்தம்' என்று அம்மா திட்டுவதுபோல் ஒன்றுமே தெரியாத மாதிரி நடித்தாள்.

"ஒன்னோட பல்லு பொதைச்ச எடத்துலதான் இவ்வளவு துட்டு கெடச்சிருக்குப் பாரு. எல்லாம் ஒனக்குத்தான், இந்தாப் புடி."

சுசீலா அண்ணன் அருகில் போனாள்.

முக்கால் தேக்சா துட்டு இருந்தது. சுசீலாவுக்கு முகம் வெளிறியது. தேக்சாவைக் கையில் எடுத்த சுசீலாவின் முடியை அண்ணன் கொத்தாகப் பிடித்தார்.

“திருட்டுக் கழுத, கூடமாட கடைக்குப் போன்னா, கடையில இருக்கிற மொதல கொஞ்சம் கொஞ்சமா எலி சொரண்டுற மாதிரி சொரண்டிட்ட? குள்ளப் பெருச்சாளி. நாளையில இருந்து கடப் பக்கம் வா, ஒன் கை காலை ஒடைக்கிறேன்.”

சுசீலா எவ்வளவு அடித்தாலும் மிரட்டினாலும் பயப்பட மாட்டாள். நான்தான் தொட்டதுக்கெல்லாம் அழுவேன்.

அமைதியாக நின்றாள்.

“என் துட்டை குடு. நான் கஷ்டப்பட்டு சேத்து வச்சது.”

“ஆமா, இவ கஷ்டப்பட்டு ஒழைச்சு சேத்து வச்சா? ஓடிப் போயிடு. இல்ல முதுகிலே விழும்.”

“அடிச்சிக்கோ, ஆனா துட்டை குடுத்துடு.”

அண்ணன் நல்ல குணத்தில் இருந்தார் அன்றைக்கு. இல்லையென்றால், அந்நேரம் முதுகில் நான்கு விழுந்திருக்கும். ஆனாலும் சுசீலா அசராமல் துட்டை கேட்டுக்கொண்டு நின்றிருந்தாள்.

அண்ணன் கை ஈரத்தைத் துடைத்துவிட்டு, தேக்சாவை உள்ளே தூக்கிக்கொண்டு வந்தார்.

“சொந்த வீட்லயே, காச திருடியிருக்கிற?”

“நான் ஏன் திருடுறேன்? யங்கத் திருடுனேன்? என் கடை. நான் யாரை கேட்கணும்? எனக்குச் செலவுக்கு வேணும். அதான் எடுத்தாந்து வச்சேன்.”

“எடுத்தாந்தவ ஏன் எலுமிச்ச மரத்தடியில வச்ச?”

“வீட்லதான் எவ்ளோ துட்டு இருந்தாலும் அப்பன் புள்ள எல்லாம் சொரண்டி எடுத்துக்கிட்டுப் போயிடுறீங்க? மாடத்துல, எரவாணத்துல, துணியில முடிஞ்சி, அரிசி சால்ல வச்சாலும் மோப்பம் புடிச்சி எடுத்துடுறீங்க. எனக்குன்னு துட்டு சேர்த்து வச்சிருக்கேன். இன்னா தப்பு?”

சுசீலாவின் கேள்விக்கு அண்ணன் ஒன்றும் சொல்லாமல் போய்விட்டார். அன்று ராத்திரி அம்மாவின் கச்சேரி நாலு வீட்டுக்குக் கேட்டது. சுசீலா மட்டும் அசரவில்லை. நடந்ததுக்கும் தனக்கும் சம்பந்தம் இல்லை என அமுக்கிப்போல் நடந்துகொண்டாள்.

சாயந்திரம் ஆயாந்தோட்டத்தில் இருந்து வந்த மாடுகளைக் கட்டிப்போட்டு, தவுடு வைத்துத் தண்ணீர் காட்டி, குளத்துக்குப்போய் வீட்டுக்கும் கடைக்கும் தண்ணீர் எடுத்து வைத்துவிட்டு, குளித்து துணி மாற்றிக்கொண்டு பொழுது சாயத்தான் 'அப்பாடா' என்று உட்கார நேரம் கிடைக்கும். அப்படியும் அம்மா கடையில் இருந்து வந்தவுடன், அதைச் செய்யவில்லை, இதைச் செய்யவில்லை என்று என்னைத்தான் திட்டும். அண்ணி வந்த பிறகு, எனக்கு விழும் திட்டில் அண்ணிக்குப் பாதி விழுகிறது. இந்தக் குட்டாறு சுசீலா எப்படி யாவது தப்பித்துக் கொள்வாள்.

தெருவில் இருக்கும் பெண்களிடமும் அவளுக்கு நல்ல பெயர்தான். தனலட்சுமி பெரியம்மாவுடன் கூத்துப் பார்க்கப் போவாள். கூத்தில் வந்த பாட்டை வரி மாறாமல் சொல்கின்றவரை பெரியம்மா கூடவே சுற்றிச் சுற்றி வருவாள். பெரியம்மாவுக்குப் பவளக்கொடி, அல்லி ராஜ்ஜியம், கர்ண மோட்சம், அரிச்சந்திரன் எல்லாக் கூத்துப் பாட்டும் அத்துப்படி.

துக்கமாக இருந்தால் சந்திரமதியாகவே மாறி ஒப்பாரி வைக்கும். பங்காளிகள்கூடச் சண்டை என்றால் கர்ண மோட்சம் பாட்டைப் பாடும். "நீ என்னடா தப்பு செய்தாய் கர்ணா? பங்காளிங்கதான் பகையாளியா உன்னைக் கருவறுத்தாங்களே?" என்று வெம்பிக்கொண்டு, கர்ணனை நினைத்து அழும். குந்தியைத் திட்டித் தீர்க்கும்.

சுசீலா பெரியம்மாவின் வாய் அசைவைக்கூடக் கவனிப்பாள். பெரியம்மாவைப்போல் ராகம் போட்டுப் பாட்டுப் பாடி எல்லாரையும் கூட்டுச் சேர்த்து வைத்திருப்பாள். ராத்திரியானால் போதும் அவளைச் சுற்றி, சின்னதும் பெரிதுமாய் எல்லா வயதிலேயும் பெண்கள் உட்கார்ந்திருப்பார்கள்.

"குட்டாறு, பாட்டுப் போதும், வெடி போடு."

அந்நேரம் அவளின் பட்டப் பெயரைச் சொன்னால் அவளுக்குக் கோபம் வராது. மற்ற நேரம் யாரும் 'குட்டாறு' என்று கூப்பிட்டால் போதும், முகத்தில் எள்ளும் கொள்ளும் வெடிக்க, மானாங்கண்ணித்தனமாய்ப் பேசுவாள்.

கிழவி மாதிரி வெடி போடுவாள். அவள் போடுகிற வெடிக்கு விடை சொல்வது ரொம்பக் கஷ்டம். "எங்க இருந்துதான் கத்துக்

கிட்டு வர்றான்னு தெரியலையே? பள்ளிக்கூடம் போனாலும் போன மாதிரியே திரும்பி வந்துடுறா. புதுசு புதுசா யார்கிட்ட வெடி கேட்டுக்கிட்டு வர்றாளோ?" எல்லாருக்குமே ஆச்சர்யமாக இருக்கும்.

அண்ணன் வாங்கிக்கொண்டு வருகின்ற கட்சிப் பத்திரிகைகளை, ராத்திரி விளக்கை ஏற்றி வைத்துக்கொண்டு எழுத்துக் கூட்டிப் படிப்பாள். எனக்குப் படிப்பதில் விருப்பமே இல்லை. படிப்பும் வரலை. மூன்று வருஷம் பள்ளிக்கூடம் போனாலும், எழுத்தைக் கூட்டிப் படிக்கத் தெரியாது. ஒன்றாவதில் இரண்டு வருஷமும், இரண்டாவதில் ஒரு வருஷமும் படித்தேன். பள்ளிக்கூடத்தில் உட்கார்ந்திருந்தாலும், 'வீட்டில் மாட்டுக்குத் தண்ணீர் வைக்கணும், சாமான் தேய்க்கணும், கடைக்குச் சாம்பார், சட்னி எடுத்துக்கிட்டுப் போகணும், இட்லிக்கு அரிசி ஊற வச்சாங்களா இல்லையா?' இதிலே தான் யோசனை இருந்ததே தவிர, வகுப்பில் கவனம் செல்லவில்லை. பலகையில் புள்ளி வைத்துக் கோலம் போட்டுப் பார்த்துக் கொண்டிருப்பேன். சிக்குக் கோலம் வராது. நட்சத்திரம், விளக்கு என்று கைக்கு வந்ததைப் போடுவேன். என்னை மாதிரிதான் தம்பி அண்ணாமலையும். ஆனால் அவனுக்கு மூளை நல்லா வேலை செய்யும். எதையாவது கழற்றி மாட்டிக்கொண்டு இருப்பான்.

அண்ணனைத் தவிர, நாங்கள் நாலு பேருமே இன்னும் கருத்துத் தெரியாமல் இருக்கின்ற நேரத்தில் அப்பா இப்படிச் செத்துப் போவார் என்று நினைக்கவில்லை.

ஏவுகிற வேலைக்கு ஓடியாடி வருவேனே தவிர, எனக்கு விவரம் கிடையாது. வயசுக்கு வந்து ஒரு வருஷம் ஆச்சுன்னாலும், இன்னொரு வீட்டுக்குக் கல்யாணம் பண்ணிப் போகணும் என்ற எண்ணமே வந்ததில்லை.

அண்ணன் நாலைந்து கல்யாண புரோக்கர்களிடம் சொல்லி வைச்சிருக்கு. உடனே அமையக்கூடாது. எனக்குக் கீழே இருக்கிற இந்த மூன்று பேரையும் அண்ணன் அண்ணிகூடச் சேர்ந்து கொஞ்சம் வளர்த்து விட்டுட்டுப் போகலாம்.

பொழுது இருட்டிவிட்டது. தண்ணீர் எடுக்காதது ஞாபகத்துக்கு வந்தது. நாலைந்து தவலையை எடுத்துக்கொண்டு குளத்துக்குக் கிளம்பினேன்.

சாலாம்புரி | 87

8

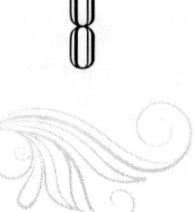

நள்ளிரவு.

வானத்தில் நட்சத்திரங்கள் அங்கொன்றும் இங்கொன்றுமாக இறைந்திருந்தன. நட்சத்திரங்கள் இருந்தாலும் பூமியில் ஒளி பரவியிருக்கிறதா என்ன? அதே இருட்டுதான்.

இன்னும் இருட்டட்டும் என்று சேரியில் அந்தப் பத்துப் பேர் மட்டும் காத்திருந்தார்கள்.

★

"தேவடியாப் பசங்க, இவனுங்கள ஒழிச்சுக் கட்றோம் இன்னையோட."

"அவெவன் குடிக்கத் தண்ணியில்லாம, நாக்கத் தொங்கப் போட்டுக்கிட்டு எச்சூர் காட்லப் போய் தண்ணீ எடுத்தாரணும். அவெவன் பொண்டாட்டி இடுப்பெலும்பு ஒடையணும்."

"கட்சிக் கூட்டம்னா மட்டும் நோட்டீஸ் எடுத்துக்கிட்டு வருவானுங்க. கழகப் பேச்சாளர் வர்றாரு, நீங்கப் பத்துப் பேர் வரணும், இருபது பேர் வரணும்னு."

"இவன்ல்லாம் என்னக்கிச் சாதி புத்திய விடுவான். கறுப்புச் சட்ட போடுற திமுககாரனா இருந்தா என்ன, வெள்ளைச் சட்ட போடுற காங்கிரசுகாரனா இருந்தா என்ன? போட்டுக்கிற சட்டை மாதிரிதான் கொள்கையும். கூட்டத்துக்கு வரும்போது கட்சி சொல்றத கேட்குறோம்னு நம்மகிட்ட சகஜமாப் பேசிக்கினுவாங்க. கூட்டம் முடிஞ்சு சைக்கிள எடுக்கும்போதே அவென் ஒடம்புல முறுக்கு வந்துடும். பத்து வருசமாச்சு நம்மூர்ல

கிளை கட்டி. ஒரு மோலியார் நம்மள வூட்டுக்குள்ள கூப்டு ஒக்கார வச்சு சோறு போட்டுக்கிறான்னு சொல்லு பாப்போம்? அவெவன் வீட்டுக்குப் பக்கத்துல சந்து விட்டு வச்சிருக்கானுங்களே, அந்தச் சந்த அடைச்சானுங்களா? அடைக்க மாட்டானுங்க, ஏன்னா அவனுங்க ரத்தத்துல இருக்கிற சாதிய விட முடியாது."

"எதுன்னாலும் ஒன்னுக்குப் பத்துவாட்டி யோசிச்சு செய்ங்கப்பா. என்னதான் பேசினாலும் வச்சாலும் விடிஞ்சா நாம பொழைக்கிறதுக்கு அவங்கக்கிட்ட தான் போய் நிக்கணும். ஆத்திரம் அவசரத்துக்கு அவங்கக் கால்லதான் விழணும். றெக்க மொளச்சு ஆகாசத்துக்குப் பறந்தா போயிட முடியும்? எனக்கென்னவோ நாம முடிவெடுத்திருக்கிறது நல்லதுக்குன்னு படலை."

"என்ன நல்லதுக்குன்னு படலை? நம்ம வூட்டுப் பொம்பளைங்க மட்டும் மூணு மைலு தள்ளிப்போய், தண்ணீ எடுத்தாரலாமா? கொழந்தையும் குட்டியுமா தெனம் அதுங்க அல்லாடுறதைப் பாக்கும்போதே வயிறு எரியுது. நாம என்ன தெனமுமா ஊர்க் கொளத்துல தண்ணீ எடுக்குறோம்னு சொன்னோம். செத்துக் கெடந்த பூனையை நாயோ நரியோ இழுத்துக்கினு போய் கொளத்துல போட்டுடுச்சி. அந்தத் தண்ணீய எப்படிக் குடிக்கிறது? தண்ணீ மொத்தம் எறச்சிட்டு, புதுத் தண்ணீ வந்தாதான் எடுக்க முடியும். அதுவரைக்கும் ஊர் கொளத்துல, வீட்டுக்கு ரெண்டு தவலை குடிக்கிறதுக்கு மட்டும் குடுங்கடான்னா, என்னா தெனாவட்டாப் பேசுறானுங்க."

"அந்தக் கணேசன் அடிக்க ஓடியார்றான்ப்பா. 'என்னா நெஞ்சழுத்தம்டா ஒங்களுக்கு'ன்னு?"

"இதுல என்னா நெஞ்சழுத்தம்? நாம தண்ணீ எடுக்க கொளத்துல இறங்கிட்டா, அப்புறம் அவனுங்க எப்படிக் குடிப்பானுங்க? தீட்டு ஒட்டிக்குமே, ஒம்மாள."

"ஊர்ல பாதி மோலியாரு பம்பு செட்டுல பறச்சிக்கூடத்தான் படுத்துக் கெடக்கிறான்."

"பேசிப் பேசி வளத்தாதீங்கப்பா, காலங்காலமா இருக்கிறத மாத்த முடியாது. முன்னைக்கு எவ்ளோ மேல். நம்மளையும் மதிச்சு சேரிக்குள்ள வர்றாங்க. நாம பத்துச் சொன்னா, ஒன்னு

ரெண்டு கேட்டுக்கிறாங்க, கொஞ்சம் கொஞ்சமாத்தானே வரணும்? அவங்கள மொத்தமா பகைச்சிக்கிற வேலையை செஞ் சம்னா, நம்மள பழையபடி கால்ல போட்டுத்தான் மிதிப்பாங்க."

"நல்லா மிதிச்சானுங்க. எல்லாம் பறச்சி கால்லதான் கெடக்கிறானுங்க. இனிமே இவளுங்கள விட்டே அவனுங்கள மிதிக்கச் சொல்ல வேண்டியதுதான்."

"எல்லாரும் வாய வளத்து வச்சீட்டீங்க, மட்டு மரியாத இல்லாம. எங்கப் பேச்செல்லாம் எடுபடாது. செய்ங்க, நீங்கப் பத்துப் பேர் இதச் செய்தாலும் பலாபலன் இந்த ஊர்ல இருக்க முந்நூறு சேரி சனங்களுக்கு மட்டுமில்ல, மத்த ஊர்ல இருக்கிற சேரி ஜனங்களுக்கும்தான். காலனி சனங்களைக் கை தூக்கி விடணும்னு பேசுற ஊர் பெரிய மனுஷங்க, இதெல்லாம் பால் ஊத்துனாலும் வெஷப் பாம்புதான்னு திருப்பியடிக்கப் போறாங்க. பாத்துக்கோங்க."

வயதானவர்களின் அனுபவம், கொதித்துக் கொண்டிருந்த இளவயது ரத்தங்களைக் கட்டுப்படுத்த முடியவில்லை. வயதானவர்கள் ஒதுங்கிக் கொண்டார்கள்.

அவரவர் வீட்டில் இருந்த அழுக்குத் துணிகளை ஆளுக்கொரு மூட்டையாகக் கட்டிக் கொண்டார்கள். சோப்புக் கட்டிகளையும் உடம்புக்குப் போட்டுக் குளிக்கும் சவக்காரக் கட்டிகளையும் எடுத்துக்கொண்டு, கிளம்பலாமா என்பதுபோல் ஒருவரையொருவர் பார்த்தார்கள்.

வானத்தை நிமிர்ந்து பார்த்த ஒருத்தன், நள்ளிரவு நெருங்கி விட்டதை அறிந்தான். தன்னுடைய மூட்டையை எடுத்துக் கொண்டு நடந்தான். அவன் நடக்கத் தொடங்கியவுடன் ஒவ்வொருவராகப் பின் தொடந்தார்கள். அவர்கள் நடையில் வேகமும் தீவிரமும் கூடியது.

முதியவர்கள், துர்நட்சத்திரம் ஏதும் தெரிகிறதா என்று வானத்தை நிமிர்ந்து பார்த்தார்கள்.

குளத்தை நெருங்கியவுடன் ஒவ்வொரு கரையிலும் இரண்டு பேர் மூன்று பேராக இறங்கினார்கள். கட்டியிருந்த சோமனை அவிழ்த்து வைத்துவிட்டு, கொண்டு வந்திருந்த அழுக்குத் துணிகளைக் கல்லில் தேய்த்துத் தோய்த்தார்கள். குளத்தின்

கழுத்தளவு ஆழத்திற்குப்போய் நின்று, நிதானமாக ஒவ்வொரு துணியாய் எடுத்து அலசினார்கள். வீட்டுப் பெண்களின் புடவை களையும் சேர்த்து எடுத்து வந்திருந்த சிலர், மீன்பிடிக்க வலை வீசுவதைப்போல், புடவையை விசிறிப் போட்டு லாவகத்துடன் இழுத்தார்கள். தங்களுடைய மொத்த தீட்டையும் இந்த இரவுக்குள் கழுவிவிட வேண்டும் என்ற வெறி இருந்தது. துவைத்து முடித்தவுடன் நீருக்குள் இறங்கி, கட்டியிருந்த கோவணத்தையும் அலசி குளித்துவிட்டு, மறுபடியும் அதையே கட்டிக்கொண்டு, கருமையான இருட்டு, சாம்பல் நிறத்தில் வெளுக்கத் தொடங்கிய வேளையில் கரையேறினார்கள்.

“ஒம்மாள, நாம சூத்துக் கழுவின தண்ணியத்தான் நாளைக்கு எல்லா மோலியாரும் குடிக்கணும்.”

வெறியடங்கின எகத்தாளத்தில், கால்களில் ஈரம் சொட்டச் சொட்ட நடந்தார்கள். குளித்துக் கரையேறிய அவர்களின் ஈரக் கால்களில் புழுதி படிந்த மண் அப்பியது.

நாளை விடிகிற சூரியனின் சிவப்புக்குக் காரணம் என்னவாக இருக்கப் போகிறதோ?

9

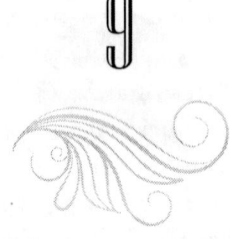

இருள் பிரிவதற்குமுன், கன்னிகாபுரத்தெரு வசந்திதான் தண்ணீர் எடுக்க வருவாள். எப்பவும்போல், குனிந்து தண்ணீரை லேசாக விலக்கித் தள்ளி, அடியில் இருக்கின்ற நல்ல தண்ணீரை எடுப்பதுபோல் எடுத்தாள். தலையில் ஒன்றும், இடுப்பில் ஒன்றுமாய் அவள் கரையேறி போன பிறகு, ஒவ்வொரு தெருவில் இருந்தும் பெண்கள் வந்தார்கள். தெருவில் பாவு தோய்கிற பெண்கள் மட்டும் பாவு தோய்ந்து முடித்து, பழைய சோற்றை இரண்டு வாய் அள்ளிப் போட்டுக்கொண்ட பிறகுதான் தண்ணீர் எடுக்க வருவார்கள்.

இன்று அவர்கள் வருவதற்குள் விஷயம் கசிய ஆரம்பித்து விட்டது.

பழைய சாதத்தில் நீர் ஊற்றி, உப்புப் போட்டு கரைத்து, குடிக்க வாய்க்கருகில் கொண்டு போனபோதுதான் ஏதோ வாசனை வருவது தெரிந்தது வசந்திக்கு. கொஞ்சம் வாயில் ஊற்றிப் பார்த்தவள், ‘என்ன… என்னமோ மாதிரி இருக்குதே?’ என்று கையில் எடுத்த நீசுத் தண்ணீரை கிண்ணத்துடன் அப்படியே தெருவுக்குக் கொண்டு வந்தாள்.

“ஏம் மாமி, நீசுத் தண்ணிய மோந்துப் பாரு, ஏதோ வாசனை வருதில்ல?” என்று பக்கத்து வீட்டுத் தெருவில் உட்கார்ந்திருந்த கிழவியிடம் கிண்ணத்தை நீட்டினாள்.

அடுத்த அரை மணி நேரத்திற்குள் குளத்தில் இருந்து தண்ணீர் எடுத்து வந்த எல்லாப் பெண்களும் தங்களின் தவலை தண்ணீரைத் தெரு வாசலில் வைத்துவிட்டார்கள். தீயாய்ச் செய்தி பரவியது. அந்தந்தத் தெருவில் பாவு தோய்ந்து கொண்டிருந்தவர்களும் தறி

நெய்து கொண்டிருந்தவர்களும் இடுப்புச் சோமனைக் கட்டிக் கொண்டு ஒன்று கூடினார்கள்.

எல்லாரும் தீர்மானமாகச் சொன்னார்கள். "யாரோ துணி துவைச்சு குளிச்சிருக்காங்க. சோப்பு, சவக்கார வாசனைதான். நாலு துறையிலும் எடுத்த தண்ணீலேயும் வாசனை வருதே."

உள்ளூர் ஆட்கள் யாரும் செய்திருப்பார்களா? செய்திருக்க வாய்ப்பில்லையே? குடிக்கிற தண்ணீரில் இறங்கி, துணி துவைத்து குளிக்கும் அளவுக்கு யார் இருக்கிறார்கள்? ஊரில் இருக்கிற ஒன்றிரண்டு பைத்தியங்களும் கோயில் வாசலில் படுத்துக் கிடப்பார்களே தவிர, குளத்தில் இறங்கி ஏன் குளிக்கப் போகுதுங்க? அதுவும் நாலு கரையிலும்?

ஆலமரத்தடியில் காலைப் பத்து மணிக்குள் ஆண்கள் எல்லாம் கூடிவிட்டார்கள். பெண்களும் தறி போக மனமில்லா மல், "குடிக்கிற தண்ணிய நாசம் பண்ணுனவங்களச் சும்மா விடக் கூடாது" என்று கறுவியபடி, கைக் குழந்தையோடும், முழங் காலுக்கு மேல் தூக்கிக் கட்டின சேலையுடனும் மரத்தைச் சுற்றி நின்றார்கள்.

"எங்க மாமியாளுக்கு மாமியா காலத்துல இருந்து கொளத்துத் தண்ணீதான், எங்க மாமனார் கொளத்துத் தண்ணியில சோறு வடிச்சாத்தான் சாப்பிடுவார். வேற ஊருக்குப் போனாலும், சோறு ருசியே இல்ல, நம்ம கொளத்துத் தண்ணி மாதிரி வருமான்னு சொல்லுவார்."

"பின்ன இல்லையா? சோறு சும்மா பலவை பலவையா இருக்குமே!"

"வடிச்சி தண்ணீ ஊத்தி வச்சிட்டா, ரெண்டு நாள் ஆனாலும் கெட்டுப் போவாது. உப்புப் போட்டுக் கரைச்சுக் குடிக்கலாம், அவ்ளோ ருசியா இருக்கும்."

"சோறு வெள்ள வெளேர்னு இருக்கும்."

பெண்கள் குளத்துத் தண்ணீரின் மகிமையைப் பேசிக் கொண்டிருந்தார்கள். ஆண்கள் கோபத்தில் கொதித்துக் கொண்டிருந்தார்கள். ராஜி முதலியார்தான் எல்லாரையும் அமைதிப்படுத்திவிட்டுப் பேச்சை ஆரம்பித்தார்.

“என் ஆயுள்ல நான் கேள்விப்பட்டதில்ல. பறவைங்கதான் அப்பப்ப எச்சம் போடும். அதுக்காகவே கொளத்தச்சுத்தி இருக்கிற கெளைங்கள கழிச்சிவிட்டுக்கிட்டேதான் இருப்போம். கொளத்துல தழை சத்தைங்க விழுந்தாலும் கால உள்ள வைக்காமத்தான், சின்னக் கட்டையைப் போட்டு அதுல ஒக்காந்துக்கினு போய்த்தான் சுத்தம் பண்றது வழக்கம். பச்சக் கொழந்தையில இருந்து எல்லாரும் குடிக்கிற தண்ணீ. யார் இந்த வேலையைச் செஞ்சாங்க? எதுக்காகச் செஞ்சாங்க?”

அவர் குரலில் தெரிந்த கோபக்குறி, சூழலை அசாதாரண மாக்கியது.

“ராத்திரியோட ராத்திரியா இந்த வேலையை யாரோ செஞ்சிருக்கான். அதுவும் நாலு துறையிலும். இது ஒராள், ரெண்டாள் செஞ்ச வேலையா தெரியல.” கூட்டத்தில் யாரோ ஒருவர் சொன்னார்.

“குடிக்கிற கொளத்துத் தண்ணிய அசிங்கம் பண்ணனும்னா மனசுல என்னா வஞ்சம் இருக்கணும்? இது ஒரு நாள் கதையில்லையே? இனிமே எப்பக் கொளத்த சுத்தம் பண்ணி, மறுபடி யும் எப்போ தண்ணி எடுக்கிறது? அதுவரைக்கும் எச்சூர் காட்டுக்குப் போய்த்தான் தண்ணி எடுத்தாரணும். எத்தனை தவலை தண்ணிய, நாலு மைலுக்குத் தூக்கியாறது? தண்ணி எடுத்தார்றது மட்டுந்தான் பொழைப்பா இருக்கும் நம்ம பொம்பளைங்களுக்கு, தறியெல்லாம் மூட்ட கட்டி வச்சிட்டு நாமளும் தோண்டிய தூக்கிக்கினு போவ வேண்டியதுதான்.”

சுபானு கோபத்தில் வெடித்தான். ராஜி முதலியார் கனைத்தார்.

“எனக்கென்னவோ இது நம்மாளுங்கப் பண்ணதா தெரியல.”

எல்லார் மனதிலேயும் இருந்ததை அவர் வெளிப்படையாய்ச் சொன்னார்.

“என்ன மாமா சொல்றீங்க?”

“ஆமாம் நடராஜி, இந்தப் பறச்சேரிப் பசங்க வேலையா இருக்குமோன்னு எனக்குத் தோணுது.”

“என்னது, காலனியாளுங்களா?”

ஆங்காங்கு உறுதிபடுத்திக்கொள்ளும் குரல்கள்.

"அய்யோ, நான் ஒரு வாய் நீசுத்தண்ணிய குடிச்சு வச்சுட்டேனே?" வசந்தி ஓமட்டினாள்.

"பொம்பளையெல்லாம் பேசாம இருங்க" சுபானு அதட்டினான்.

"இருக்காது மாமா, என்ன ஏதுன்னு தெரியாம நாம சொல்லக் கூடாது. அவெங்க ஏன் அப்படிச் செய்யப் போறாங்க?" நடராஜன் ராஜி முதலியாரை மறுத்தான்.

"ஒனக்கு ஞாபகம் இல்லையா? பத்து நாள் முன்னால நம்ம கிட்ட வந்து, சேரி கொளத்துல பூனைக்குட்டிச் செத்துக் கெடக்குது, தண்ணிய சுத்தம் பண்ற வரைக்கும் ஊர்க் கொளத்துல தண்ணி எடுத்துக்கலாமான்னு கேட்டாங்க. கணேசன் அவங்கள அடிக்க ஓடுனானே?"

"ஆமாம்."

நடராஜனுக்குள் யோசனை ஓடியது. ஒருவேளை இந்தப் பிரச்சினை செய்தது காலனி ஆள்கள்தானோ? நம்ப முடியாமல் திணறினான்.

"நாம, 'அதெல்லாம் சரியா வராது, நீங்க ஆக வேண்டியதைச் சீக்கிரம் பார்த்துக்கோங்க'ன்னு சொன்னதுக்கு, ஒன்னும் பேசாம எழுந்து போனவங்கதான் இந்தக் காரியம் பண்ணியிருக்கானுங்க."

கூட்டத்திற்குத் திடீரென்று ஆத்திரம் மண்டியது. "குடிக்கிற தண்ணிய பாழ்படுத்திட்டானுங்களே, இவனுங்களச் சும்மா உடலாமா?" ஆங்காங்கே குரல்களில் நெருப்புப் பற்றியது போலிருந்தது.

"மொத்தப் பறப்பசங்களையும் இன்னைக்கு ஒன்னா வச்சுக் கொளுத்தறேன், பார்."

"ஊர்ல ஒருத்தன் நடமாடக் கூடாது, கழனிக்கட்டு வச்சிருக் கிறவங்க எல்லாரும் அவங்கவங்க ஆள்க்காரனை அடிச்சுத் தொரத்துங்க, சோத்துக்கில்லாம கும்பி காய்ஞ்சாதான் தெரியும்."

கூட்டத்தில் அவரவர் வாய்க்கு வந்ததைப் பேசினார்கள்.

“எல்லாத்துக்கும் காரணம் நீங்கதான். கறுப்புச் சட்டையைப் போட்டுக்கிட்டு, எவனோ எங்கேயோ ஒக்காந்துக்கினு சொல்றதைக் கேட்டுக்கிட்டு, சாக்கடை, பன்னீரு எல்லாத்தையும் ஒன்னா சேர்க்கப் பார்த்தா? பெரியவங்க இந்தத் தராதரம் பாத்துத் தானே அளந்து வச்சிருக்காங்க.” இந்தச் சந்தர்ப்பத்துக்காக காத்திருந்தது போலவே பாய்ந்தான் வஜ்ஜிரவேல்.

கட்சிக் கிளைக் கட்டியதில் இருந்து, அதற்கு எதிராகவே நடக்க வேண்டும் என்று கங்கணம் கட்டிக்கொண்டிருப்பவன்.

“அஞ்சு வெரலு ஒரே மாதிரியா இருக்கா? மனுச ஜாதி என்னைக்குமே ஒன்னா இருக்க முடியாது. அவெவனுக்கு ஏத்த கொணம் இருக்கத்தான் செய்யும். சமதர்மம், சமத்துவம்னு வெட்டிப்பேச்சு பேசிக்கிட்டு? அவனும் தறிதான் நெய்யறான். நானும் தறி தான் நெய்யறேன். ஆனா எங்க வூட்டுக்குள்ள எவனாவது நுழைய முடியுமா?”

“நாய்கூட ஒன் வீட்டுக்கிட்ட வந்தா, திரும்பிப் பாக்காம வேகமா ஓடுமே?”

கூட்டத்தில் ஒருத்தி, வஜ்ஜிரவேலின் வாயை உடைப்பது போல் பதில் சொன்னாள்.

“வாய மூடு, ஒரு எழட்டுப் போடலைன்னா அடுத்த வேளைக்குச் சோறு கிடையாது, பெருசா பேச வந்துட்டா.”

“ஏ எப்பா வஜ்ரவேலு, இதான் பொம்பளைங்ககிட்ட பேசுற மொறையா? மரியாதையா பேசு. என்னப் பிரச்சினையோ அதப் பேசாம, வேற பாதைக்குப் போவாத”

கணேசன் கண்டித்தான்.

வஜ்ஜிரவேல் வாய்க்குள் முனகிக்கொண்டு, பக்கத்தில் காறித் துப்பினான்.

“காறித் துப்புற வேலையெல்லாம் இங்க வச்சுக்காத. தலை யில இருக்கிற நாலு முடி இருக்காது.” அவளும் பதிலுக்கு எகிறினாள்.

“யாருமா அது, நீயும் ஈடு குடுத்துப் பேசித் தூண்டி விட்டுக் கினு இருக்க?”

குரலில் கடுமை காண்பித்தான் கணேசன்.

"ஊர்ல எதுனாலும் கறுப்புச் சட்டைக்காரங்களாலதான்னு கை காட்றத மொத நிறுத்துங்க" நடராஜன் குரலை உயர்த்தினான்.

"நாங்க கட்சிக் கிளை கட்டின பின்னால ஊருக்கு என்னென்ன செஞ்சிருக்கோம்னு எல்லாரும் மனசாட்சிய தொட்டுப் பாத்துட்டுப் பேசுங்க."

"என்னாத்த செஞ்சிட்டீங்க? மணல கயிறா திரிச்சீங்களா? இல்ல, மணல மலையாக்கிட்டீங்களா?" குமாரசாமி முதலியார் பல்லை இளித்துக் காட்டினார்.

அவர்கள் வீட்டில் யார் பேசினாலும் பல் வெளியே நீட்டிக் கொண்டிருக்கும். அதிலும் கோபம் வந்தால் குரங்கு இளிப்பது போல் இளித்துக் காட்டுவார். பார்க்கப் பெரிய திம்மாங்குரங்கு போல் இருக்கும்.

ஊரில் பாதித் தறிக்கு அவர்தான் நூல் கொடுத்து வாங்குகிறவர். ஒரிசாவிலிருந்து எண்பதாம் நெம்பர் நூல் எடுத்து வந்து கொடுப்பார். சேலையில் கொஞ்சம் நூல் தத்தியிருந்தாலும் தரம் இல்லையென்று ஒரு சேலைக்கு இரண்டு ரூபாய், மூன்று ரூபாய் தரம் போடுவார். ஒரு பாவில் இருபது சேலை இருக்கும். குறைந்தது மூன்று நான்கு சேலைக்காவது தரம் போட்டு விடுவார்.

"ஊர்ல சின்னப் பசங்க எல்லாம் தலையெடுத்து ஆடுதுங்க, அதுக்குக் காரணம் இந்தக் கட்சிதான்" என்று எப்பொழுதுமே கசப்பைத் துப்பிக் கொண்டிருக்கும் குமாரசாமிக்கு, இது நல்ல வாய்ப்பாக அமைந்தது.

"நீ கோயிலுக்குப் போனா, பாப்பாமூட்டு அஞ்சு வயசுப் பையன், ஒன்ன, 'யோவ் குமாரசாமி'ன்னு கூப்ட்டானே? இன்னக்கி கூப்பிட முடியுமா?"

நடராஜன் பாய்ந்தான்.

"அவன் கூப்ட்டா என்ன கொறஞ்சு போது? பூஜை பண்றவன், நாள் முழுக்க மந்திரம் சொல்றவன், அவன் வாயால என்னைப் பேர் சொல்லிக் கூப்பிடுறான்னா எனக்குக் கொடுப்பினதானே?"

“ஒம் பேரன் கூப்ட்டாலே அடிக்க ஓடுவ? பாப்பான்னா கூப்டலாமாம். ஒன் கதைய அப்புறம் கேக்கிறேன். மாமா, என்ன பண்ணலாம்னு சொல்லுங்க. எப்படி உறுதிப்படுத்திக்கிறது? எதுவும் உறுதியா தெரியாததுக்கு முன்ன நாமளா ஒரு முடிவுக்கு வந்துட வேணாம். அதுவரைக்கும் சனங்களுக்குக் குடிதண்ணிக்கு வழி பண்ணனுமே?”

ராஜி முதலியாரைக் கேட்டான் நடராஜன்.

“தண்ணிக்கு வழி பண்றதுக்கு முன்ன, மறுபடியும் கொளத்துத் தண்ணியில யாரும் எறங்கக் கூடாது, அதுக்கும் என்னா வழின்னு பாருங்க.”

வாயில் இருந்த புகையிலையை அதக்கிக்கொண்டு தன லட்சுமி பெரியம்மா சொன்னது. ஆலமரத்தின் வேரொன்றில் உட்கார்ந்திருந்தது. “சப்பரமாட்டம் ஒக்காந்துக்கறா பார் எங்க வந்தாலும்” என்று ஜெகதா பெரியம்மா முகத்தைச் சுளித்துச் சொல்லியது.

“ஆமாம், ஒடனே கொளத்துக்கு ரெண்டு பேர காவலுக்குப் போட்டுடலாம்” ராஜி ஆமோதித்தார்.

“யாரப்பா போடலாம் நடராஜி?”

கையோடு பேச்சை நகர்த்தினார்.

“காலனியாளுங்கதான் செய்தாங்கன்னு சந்தேகம் இருந்தா, நம்மாளு யாரையும் காவலுக்குப் போட முடியாது. வீணா வேற ஒரு பிரச்சினையில போய் நிக்கும். அவங்க ஆளையே போடலாம். தோட்டி, தல்லாரி ரெண்டு பேரையும் காவலுக்குப் போடுவோம். அவங்களுக்குத் தோதா ஆளுக்கொரு ஆளைச் சேர்த்துக்கச் சொல்லுவோம். ராத்திரி காவலுக்கு ஒருத்தன், பகலைக்கு ஒருத்தன். நாலு பேருக்கும் நீங்கப் பஞ்சாயத்துப் பணத்துல இருந்துகூடக் கொஞ்சம் ரூபாயக் குடுங்க, தலைவரு நீங்கச் சொன்னா யார் என்னா சொல்லப் போறாங்க?”

“பட்டுனு ஒனக்குப் புரிஞ்சிடும், இன்னும் என் வயசுக்கு வரும்போது ஒனக்கு எல்லாம் அத்துப்படியாயிடும்.”

அந்த நேரத்திலும் ராஜி, நடராஜனைப் பாராட்டத் தவற வில்லை.

"ஒனக்குக் கோமணம்கூட ஒழுங்கா இழுத்து வச்சுக் கட்டத் தெரியலை, இதுல எது நல்லா அத்துப்படியாய் இருக்கும் மாமா?"

கூட்டத்தில் ஒருத்தி அடிக்குரலில் ராஜியை வம்புக்கு இழுத்தாள்.

"இப்பக் கோமணம் கட்றதுதான் பிரச்சினையா? எவடியவப் பேசுறது? இவள்லாம் அவுந்த கோமணத்த வேடிக்கைப் பார்க்காமத்தான் தலையைக் குனிஞ்சிக்கிட்டுப் போறா, பார்."

தனலட்சுமி பெரியம்மாவுக்கு எங்குப் போனாலும் கஞ்சிக்கு ஊறுகாய் தொட்டுக் கொள்வதைப்போல், சூழலில் கொஞ்சம் கிளுகிளுப்பு சேர்த்துக்கொள்ள வேண்டும்.

"குடிக்கவும் சோறாக்கவும் சொட்டுத் தண்ணியில்ல? கொழந்தைங்கப் பசியில அழப் போதுங்க இன்னும் கொஞ்ச நேரத்துல. பெரிய மனுசங்கப் பேசுற பேச்சப் பாரு."

வசந்தி அங்கலாய்த்தாள்.

அவளின் நியாயத்தை உணர்ந்த சூழலில் மீண்டும் அமைதி பரவியது. வெயில் சுள்ளென்று அடித்தது. மதியம் சாப்பாட்டுக்கு இன்னும் உலை வைக்காததை நினைத்துப் பெண்களுக்குத் திடீர் பதற்றம் தொற்றியது.

"எச்சூர் கொழாய்க்குப் போய் வர்றதுல்லாம் நடக்காத கதை. ஒரு வீட்டுக்குக் கொறைஞ்சது பத்துத் தவலை தண்ணியாவது வேணும். எத்தனை நடை மூணு மைலுக்கு நடக்கிறது?"

"வடிவேல் எங்கடா?" ராஜி.

"காலையிலேயே கடைக்குப் போயிட்டார் மாமா, சொல்லியனுப்பவா?"

"அவங்க கழனிகட்டுக் கெணத்துல தேங்காத் தண்ணி மாதிரி இருக்கும்னு சொல்லுவாரே, கழனியில என்ன பயிர் போட்டிருக்கார்? பயிர் பச்சை இல்லைன்னா, ஒரு நாலைஞ்சு நாளைக்கு அவர் கெணத்துல தண்ணி எடுக்கச் சொல்லலாம் சனங்கள. அதுக்குள்ள தண்ணிய சுத்தப்படுத்த என்னா வழியோ அதைச் செஞ்சுடலாம். யாராவது போய் அவர சைக்கிள்ல கூப்பிட்டுக்கிட்டு வர்றீங்களா? இப்பவே என்ன ஏதுன்னு பேசி

முடிச்சிடலாம். இல்லைன்னு சொல்லிட்டா, அடுத்து என்னா வழின்னு யோசிக்கணும்.”

“அவர் என்னா சொல்லப் போறாரு? இப்பத்தான் அறுவடையும் முடிஞ்சது. ஒரு போகம் போடாமத்தான் இருப்பார். எதுக்கும் ஒரு வார்த்தை கேட்டுடலாம்” என்று சொல்லிவிட்டு,

“கணேசா, ஓடிப்போய் வடிவேல் பெரிப்பாவைக் கூப்ட்டா. கடையில தான் இருப்பார்” என்று விரட்டினான் நடராஜன்.

இருபது நிமிஷத்தில் வடிவேல் முதலியார் அங்கிருந்தார்.

“ஊரே தெகைச்சி நிக்கும்போது எங்கிட்ட கேட்க என்ன இருக்கு? தாராளமா தண்ணீ எடுக்கலாம்” என்று வரும்போதே சொல்லிவிட்டார் வடிவேல்.

“இப்போதைக்கு இந்தப் பிரச்சினையை முடிங்க. கொழந்தைங்க மொகமெல்லாம் வதங்கிப் போச்சு. போய் ஒலை வைங்க. மத்ததை அப்புறம் பேசிக்கலாம்.” ராஜி முதலியார் பஞ்சாயத்தைக் கலைத்தார்.

இந்தப் பிரச்சினை குடிதண்ணீருடன் மட்டும் நிற்கப் போவதில்லை என்ற பயம், நடராஜனுக்கு வந்தது.

10

கடையில் டீ போட்டுக் கொண்டிருந்தபோது 'குய்யோ முறையோ' என்று கூச்சலிட்டபடி ஏழெட்டுப் பேர் பள்ளித் தெரு நோக்கி ஓடிக் கொண்டிருந்தார்கள். பாஸ்கரன் மனைவி நாகமல்லியும் அழுதபடி போனாள். பாஸ்கரன் என் வயசுதான். எட்டாவது முடித்தவுடன் வாத்தியார் வேலையில் சேர்ந்து விட்டான். சம்பளம் ஐம்பது அறுபது ரூபாய்தான் என்றாலும் சர்க்கார் உத்தியோகம் என்ற திமிர். எப்பவும் வெள்ளைச் சட்டையைப் போட்டுக்கொண்டு சைக்கிள் ஒன்று வாங்கி யிருக்கிறான், அதில் கடைவீதிக்கு வரும்போதே, உடம்பில் தெனாவட்டு இருக்கும். பள்ளிக்கூடத்தில் சோனாசலம் வாத்தியாரிடம் அடி வாங்காத நாளே இல்லை.

"நீயெல்லாம் உருப்பட மாட்டடா. ஒனக்கெல்லாம் படிப்பே ஏறாது. மரமண்டை, மரமண்டை" என்று அவனைத் தலையில் கொட்டுவார். களிமண் உருண்டையில் கொட்டு வாங்கியதுபோல் அமைதியாக உட்கார்ந்திருப்பான். முட்டைக் கண்ணில் எப்போதும் வெறுப்பு தெரியும். எல்லோர் மீதுமான நிரந்தர வெறுப்பு.

கணக்கு வாத்தியார் கணக்குத்தான் தப்பாமல் நடந்தது.

"படிப்பு வரலைன்னா என்னடா? அவென் அப்பா, பெரியப்பா எப்படியாவது அவென ஒரு உத்தியோகத்துல சேர்த்து விட்ருவாங்க. செல்வாக்கு இருக்கு. இந்தக் காலத்துல படிக்காத பசங்கதான் சாதுர்யமா மேல வர்றாங்க."

வடிவேல் பெரியப்பா பஜாரில் கடை வைத்திருப்பதால் ஊரிலுள்ள முக்கியஸ்தர்கள் பழக்கம். பெரிய ஸ்பிரிட் கடை.

பெரியப்பாவுடைய பழக்க வழக்கத்திற்கு எல்லாரும் அவரைத் தேடி வருவார்கள். ஒருமுறை பெரியப்பாவுடன் பேசிவிட்டார்கள் என்றால், அவர் பழக்கத்தைவிட யாருக்கும் மனசு வராது. பெரிய செல்வாக்கானவர் என்பதை அவர் தோரணை சொல்லும். பெரியப்பா, கடையில் வந்து உட்காருகிறவர்களிடம் ஊரில் நடக்கும் வியாஜ்ஜியங்கள் எல்லாம் அவர் அனுபவத்துடன் சேர்த்துப் பேசுவார். எல்லாக் கட்சிக்காரர்களும் ஊர்ப் பெரிய மனுஷர்களும் பெரியப்பா கடைக்கு வரக் காரணம் இருக்கும். அப்படிப் பழக்கமான பிடிஓ-விடம் சொல்லி, தம்பி மகனான பாஸ்கரனுக்கு வாத்தியார் உத்தியோகம் வாங்கிக் கொடுத்து விட்டார்.

எனக்கும்தான் சொன்னார். “நீ எட்டாவது முடிக்கலைன் னாலும் பரவாயில்லடா. வாத்தியார் வேலைக்கு வரலாமாம். நான் பிடிஓ-கிட்ட சொல்லி உத்தியோகம் போடச் சொல்றேன்” என்றார். “இனிமே எனக்கெப்படி பெரியப்பா ஒத்து வரும்?” என்று மறுத்துவிட்டேன்.

எனக்குக் கல்யாணமாகி ஐந்தாறு மாதமான பிறகுதான் அவனுக்குக் கல்யாணமானது. நல்ல பெண். நிறம், அழகு, குணம், செல்வாக்கு என அவனைவிட ஒரு பிடித் தூக்கலாகத்தான் இருந்தாள். படிப்பு மட்டும் மூன்றாவதுதான்.

கமிட்டிக்குப் போன மாட்டு வண்டிகள் ஊர் திரும்பிக் கொண்டிருந்தன. போகும்போது நாஷ்டா நல்லா வியாபார மாகும். திரும்பும்போது டீயும் வடையும் வியாபாரமாகும். எடுத்து வைத்துக் கொடுக்க ஆள் போதாது. ருக்குவும் அம்மாவும் வீட்டில் இருந்து சாம்பார், சட்னி செய்து கொடுத்து அனுப்புவார்கள். சுசீலாவும் தேவியும் கடையில் உதவிக்கு இருக்கிறார்கள்.

கொதிக்கும் பெரிய எண்ணெய் வாணலியைப் பார்த்துப் பயப்படாமல் தேவி இப்பொழுதுதான் வடை போடக் கற்றுக் கொள்கிறாள். ஒவ்வொரு வடையும் ஒவ்வொரு அளவு. வடை வெந்ததா, வேகலையா எனப் பார்த்து எடுக்கத் தெரியவில்லை. நான்தான் டீ போடுவதை விட்டுவிட்டு அவ்வப்போது போய், வடையைத் தட்டிப்போட்டு, “திருப்பி மட்டும் விடு, வெந்துட்டா நான் வந்து எடுக்கிறேன்” எனச் சொல்லிவிட்டு வருவேன். தறி

வேலைக்குத்தான், “பத்துப் பசங்கப் பெத்துப் போட்டாலும் பத்தாது” என்று சொல்வார்கள். ஓட்டல் கடைக்கும் அதேதான். பத்து என்ன? இருபது பெத்தாலும் எல்லாருக்கும் வேலை இருக்கும். அடுப்புக்காவது கொஞ்சம் ஓய்வு இருக்கும். அடுப்பில் இருக்கிற தணல் மாதிரி கடை நடத்துகிறவன் கனன்று கொண்டே இருக்க வேண்டும்.

“என்னாமே எல்லாரும் ஓடுறாங்க? நாகமல்லி அழுதுக்கினு ஓடுது?”

தேவியிடம் கேட்டேன்.

“எங்க? நாகமல்லியா போது?”

தேவி மாவு கையுடன் எழுந்து வந்தாள்.

“ஆமா, வடையைத் திருப்பி வுடு. போ போ, சீக்கிரம், ஆளுங்க வந்துட்டாங்கப் பாரு.”

டீ மட்டும் கேட்டவர்களுக்கு டிகாஷன் வடித்து, பாலை மொண்டு ஊற்றி, சர்க்கரைப் போட்டு ஓர் ஆத்து ஆத்தி ஒவ்வொருத்தராக கொடுத்தேன். ஒவ்வொரு டீயையும் நானே குடிக்கப் போவதாக நினைத்துத்தான் டீ போடுவேன். எப்போது குடித்தாலும் நல்ல டீ குடிக்க வேண்டும். கொஞ்சம் சுமாரான டீயாகக் குடித்துவிட்டால், மறுபடியும் நல்ல டீ குடிக்கிற வரைக்கும் மனசு குறையாக இருக்கும்.

“ஏம்ப்பா, வெள்ள வேஷ்டிய கட்டிக்கினு டீ போட முடியுமா? எப்படித்தான் தோய்க்கிறது? லுங்கி கட்டிக்க வேண்டியதுதானே?”

நிறையப் பேர் இந்தக் கேள்வியை கேட்டிருக்காங்க.

“கடையில இருக்கும்போது கட்சிக்காரங்க யார்னா பேச வருவாங்க. அதிகாரிங்க டீ குடிக்க வருவாங்க. லுங்கி கட்டுனா மரியாதையா இருக்குமா? ஊர்ல பஞ்சாயத்துன்னா கிளம்பிப் போவணும். கறையானா என்ன? தோய்ச்சிக்க வேண்டியதுதான், இல்ல தூக்கிப் போட்டுட்டு வேற வாங்கிக்க வேண்டியதுதான்.”

“உனக்கென்னப்பா, ஒன் செல்வாக்குக்கு நீ தெனமும் புதுசு கட்டிக்கலாம்.”

“ஆமாம், என் செல்வாக்குக்குத்தான் நான் டீ ஆத்திக்கிட்டு

இருக்கேனே? போய்யா. சோமன் கட்டுனாதான் ஒரு ஆளா இருக்கிற மாதிரி இருக்கு."

பாதிநேரம் மடித்துக்கூட கட்ட மாட்டேன். தேவி, 'சோமனைத் துவைக்கிறதுக்குள்ள கச்சிட்டு வுட்டுப்போது' என்று தினம் திட்டுவாள். காதில் வாங்கிக்கொள்வது கிடையாது.

மாட்டுவண்டிகள் சாரை சாரையாக வர ஆரம்பித்தன. தேவி ஒரு வாணல் வடை எடுத்தவுடன் சோமனை மடித்துக் கட்டிக்கொண்டு, அவளிடம் இருந்து வடை மாவை வாங்கி, கிண்ணத்தைக் கவிழ்த்துப் போட்டு மேலே ஈரத் துணிப் போட்டிருந்தது, அதில் வைத்து உள்ளங்கை அகலத்திற்கு உளுந்து வடை தட்டிப் போட்டேன். 'நான் பாத்துக்கிறேன், நீ வடை கேட்டவங்களுக்குக் குடு' என்று சொல்லிவிட்டு, சுசீலா எங்கிருக் கிறாள் என்று பார்த்தேன். சுசீலா காலையில் கழுவாமல் போட்டிருந்த சாம்பார் குண்டான், இட்லிப் பானைகளைக் கழுவிக் கொண்டிருந்தாள். கடையாள் சப்பை, டம்ளர்களைக் கழுவிக் கொண்டிருந்தான்.

தோளில் இருக்கும் துண்டு நழுவி விடாதபடி கழுத்தைச் சாய்த்து, பல்லால் கடித்துக் கொண்டே பழனி வந்தான். சைக்கிள் ஸ்டாண்ட் போடுவதற்குள் பெருங்குரலில் கத்தினான்.

"ஓய் ஓடியா. ஒன் பங்காளிய உள்ள வச்சுப் பூட்டிட்டாங்கடா."

தட்டிக் கொண்டிருந்த வடையை எண்ணெயில் போட்டு விட்டு, கிண்ணத்தில் கை கழுவியபடியே கொடியில் கிடந்த துண்டை எடுத்துத் தோள்மேல் போட்டுக்கொண்டு வெளியில் வந்தேன்.

"என்னடா ஆச்சு? எந்தப் பங்காளி? யார் பூட்டிட்டாங்க?"

"ஒன்னும் கேக்காத, கௌம்பு, கௌம்பு. ராஜி மோலியாரு எல்லாரும் ஒனக்காக அங்கக் காத்துக்கிட்டு இருக்காங்க."

மூச்சிறைத்தது பழனிக்கு.

உள்ளே திரும்பி, "வடை வெந்துடுச்சான்னு பாத்து எடு தேவி, வேவாம எடுத்துடப் போற. சுசீலா, கூடமாட இரு. நான் இதோ வர்றேன்."

"என்ன, ஏது, யாரு, என்ன வெவகாரம் ஒன்னும் கேக்காத.

சண்டைன்னு சொன்னாப் போதும், துண்டை எடுத்துத் தோள்மேல போட்டுக்கிட்டு கௌம்பிட வேண்டியதா? யாருக்கு என்னண்ணா?"

பழனியிடம் தேவி கேட்டாள்.

"வாத்தியார் இருக்கானே, ஓங்கப் பங்காளி பாஸ்கரு, அவனப் பள்ளிப் பசங்கப் பம்ப் செட்டு உள்ளப் போட்டுப் பூட்டிட்டாங்கறாங்க, கட்டி வச்சிருக்காங்கன்றாங்க, போய்ப் பார்த்தாத்தான் தெரியும்."

"அதான் நாகமல்லி அழுதுக்கினு ஓடுச்சா? வாத்தியார் என்ன பண்ணாராம்?"

"கவுண்டரு பொண்ணுகிட்ட இவரு மைனர் வேலையைக் காமிச்சாராம்."

"அய்யய்யோ, இதென்ன கேவலம்?"

இருவருமே ஒரே நேரத்தில் சொன்னோம்.

"இந்தப் பஞ்சாயத்துக்குப் போவக் கூடாதும்மே."

"போய் என்னன்னு பாப்போம். கவுண்டருங்க இருக்கிற வரைக்கும் ஒன்னோட ஒன்னா நல்லா இருப்பாங்க. எதுனா சண்ட, சச்சரவுன்னு வந்துட்டா மூர்க்கமாயிடுவாங்க. அவங்கள அடக்குறது ரொம்பக் கஷ்டம். இவனுக்கு என்னா கொழுப்பு?"

"இதுக்குல்லாம் நீ போவக் கூடாது. மாமா செத்த பிறகு, இனிமே கடையில படிஞ்சு ஒழுங்கா வேலை செய்றேன்னு அத்தைகிட்ட சொல்லியிருக்க. நல்ல விஷயத்துக்குப் போனாலும் பரவாயில்லை. அங்கப் போய் பக்கத்தூர் வம்பையும் சேத்து வாங்கிக்கினு வராதே."

வடை வெந்துவிட்ட வாசனை வந்தது.

போய் வடையை எடுத்துவிட்டு, தட்டிப் போடச் சொல்லி விட்டுக் கிளம்பினேன்.

தேவியின் முகம் சரியில்லை.

"நல்லதுக்கு மெதுவாகூடப் போலாமே. ஆபத்துன்னாதான் மொத ஆளா போய் நிக்கணும்."

சமாதானம் சொல்வதுபோல் பேசிவிட்டு, பழனியை சைக்கிள் எடுக்கச் சொன்னேன். ஓடுகிற சைக்கிளில் துண்டு மாட்டிக்கொள்ளாமல் இருக்க, இழுத்து முன்னால் விட்டுக் கொண்டு கேரியரில் ஏறி உட்கார்ந்தேன்.

“மழ வர்ற மாதிரி இருக்கு, பாத்துப் போ. நனஞ்சிட்டு அப் புறம் வந்து படுத்துடாத.”

“அதெல்லாம் பாத்துக்கலாம், பாத்துக்கலாம்.”

கடைசியாய் நான் சொன்னது அவளுக்கு கேட்டிருக்காது. அதற்குள் சைக்கிள் வேகமெடுத்திருந்தது.

“நல்லாத் தெரியுமாடா? பாஸ்கரனா இந்த வேலையைச் செஞ்சது? சர்க்கார் உத்தியோகத்தில் இருக்கான். போலீஸ் கேஸ் அது இதுன்னு ஆனா வேலை போய்டுமே? பொண்ணு யாரு? என்ன பண்ணானாம்? இவனுக்கு இப்படி ஒரு அல்ப புத்தி இருக்குன்னு தெரியாம போச்சே?”

அதற்குள் தூறல் படபடவென்று போட்டது.

“துண்ட எடுத்து தலைமேல போடுடா.”

நானும் துண்டைப் போர்த்திக்கொண்டேன்.

“இந்த விஷயத்துல யார் எப்ப வேணும்னாலும் அல்பமாக லாம். சந்தர்ப்பம் அமையலைன்னா அவெவன் ராமன்னு சொல்லிக்கலாம். உனக்கும்தான் சொல்றேன்” என்றான் பழனி.

“வாய மூடு. நீ சொன்னாலும் சொல்லைன்னாலும் நான் ராமன் தான், என்னைக்கும். கண்ட நாய் பின்னாடி காலைத் தூக்கிட்டுப் போற தெரு நாய்ங்க மாதிரின்னு என்னை நெனைச்சியா?”

“ராமனையும் ராமாயணத்தையும் கொளுத்துறவங்க நாம. ஆனா நாம யோக்கியம்னு சொல்றதுக்குக்கூட அந்த ராமனைத்தான் உதாரணத்துக்குச் சொல்ல வேண்டியிருக்குது.”

“வாய மூடிக்கிட்டு ஓட்டுடா.”

பழனி சொல்வதின் நியாயம் உரைத்ததால் இயலாமைக் கோபமாக வெடித்தது.

தூறல் கொஞ்ச நேரத்திற்குள் மழையானது.

'ராமனுக்குப் பதில் யாரை உதாரணமாகச் சொல்வது? ராவணனைச் சொல்ல முடியுமா? ராவணனும் பொம்பளை விஷயத்தில் யோக்கியமில்லையே? சாமியில வேற யாராவது? முருகன், சிவன், பிரம்மா, விஷ்ணு? ம்கூம், ஒரு சாமியும் தேறலையே? பிள்ளையாருக்குக் கல்யாணமே ஆகலை, ஆனாத்தான் அவர் கதை என்னன்னு தெரியும். வடநாட்ல பிள்ளையாருக்குக் கல்யாணமாகி ரெண்டு பொண்டாட்டி இருக்குன்னு திருவத்திபுரம் கூட்டத்துல தாடி அருணாசலம் பேசினாரே? அடுத்த முறை கட்சி மேலிடப் பேச்சாளர் வந்தா கேக்கணும். இல்ல, அண்ணாதுரைக்கு ஒரு கடுதாசி எழுதி, ராமாயணம் வேணாம்னா வேற எத ஏத்துக்கணும்னு விளக்கச் சொல்லணும். அண்ணாதுரை எப்படியும் பதில் சொல்லிடுவார். அவர் பேச்சும் திறமையும்தான் கட்சியைத் தூக்கி நிறுத்தியிருக்கிறது. இல்லையென்றால் பெரியாரை விட்டுப் பிரிஞ்சு வெளிய வந்து கட்சி ஆரம்பிச்சு, இப்போ தேர்தல்லயும் நிக்கிற தைரியம் வருமா? எப்படியும் முதலமைச் சராயிடுவார். நம்ம ஊர்ப் பக்கத்தில இருந்தும் ஒருத்தர் முதன்முதலா முதலமைச்சரா வந்தா பெருமைதான்.'

பழனி காலை ஊன்றிச் சைக்கிளை நிறுத்தியிருந்தான். சிந்தனை அறுபட்டது.

ஊன்றி நின்ற காலில் வீக்கம் அதிகமாகத் தெரிந்தது. "என்னன்னு பாரு ஓய், கால் வீக்கம் பெருசா இருக்கே?"

பழனி காதில் வாங்கவில்லை.

"ராமபிரானே, எறங்குங்க. போய் உங்கப் பங்காளி யார்மீது ராவண அவதாரம் எடுத்தார் என்று கண்டறிந்து வாருங்கள்."

"ஒக்கால, வாய மூட்றா."

தலையில் போட்டிருந்த துண்டை எடுத்துத் தலையைத் துடைத்தேன். துண்டு முழுதாக நனைந்திருந்ததால், தலையில் ஈரம் போகவில்லை.

முனுசாமியின் கழனியில் இருந்த பெரிய மாமரத்தடியில் பள்ளித் தெருவே கூடியிருந்தது. எல்லாரும் நனைந்திருந்தார்கள். ராஜி மாமா, போண்டா கோவிந்து, கணேசன், குமரகுரு, சுபானுவோடு சன்னதி தெரு ஆள்களும் திரண்டிருந்தனர்.

“பங்குனி மழை பஞ்சத்தைக் கொண்டாரும்னு சொல்லு வாங்க. இவன மாதிரி நல்லவங்களால இனிமே எல்லாப் பஞ்சமும் தானா வந்துடும்.” கூட்டத்தில் ஒரு பெண் பக்கத்தில் இருந்த பெண்ணிடம் சொன்னாள்.

நாகமல்லி ஓரத்தில் நின்று அழுது கொண்டிருந்தாள்.

முனுசாமி, எல்லாம் பேசி முடித்து விட்டேன் என்பதுபோல் ராஜி முதலியார் முன்னால் நின்றிருந்தான்.

நான் போய் நின்றவுடன் முனுசாமி முகத்தில் கோபம் தெரிந்தது.

“இதோ வர்றாரே அவருக்கு நேர் பங்காளி, இவர்கிட்டயே நியாயத்தைக் கேளுங்க. பங்காளி நியாயமும் சொல்லணும். கட்சி நியாயமும் சொல்லணும். நானும் கட்சிக்காரன்தானே?”

“என்னா முனுசாமி? சத்தம் ஓவரா இருக்கு? ஊரையே கூட்டி வச்சிருக்க, என்னா விஷயம்?”

“ஒங்க ஊர் பஞ்சாயத்துக்காரங்ககிட்ட எல்லாம் சொல்லிட் டேன்ப்பா. கேட்டுக்க. இப்பவே எனக்கு ஒன்னுல ரெண்டு சொல்லணும். படிச்சிட்டு வாத்தியார் உத்தியோகம் வேற, இந்த மூஞ்சிக்கு?”

காறித் துப்பினான், பின்னால் திரும்பி.

முனுசாமி கட்சியில் துணைச் செயலாளர். கட்சியில் வேகமாய் இருப்பான். எந்தப் போராட்டம் என்றாலும் முதலில் நிற்பான். பொதுக்கூட்டம் போக வேண்டுமென்றால் பத்துப் பேரோடு வருவான். கூட்டத்தில் யாராவது சலசலப்பு பண்ணினால் முனுசாமியின் உரத்த குரல் ஒரு நாழியில் அடக்கிவிடும். முன்னின்று கட்சி வேலை செய் வான். புலவரிடமும் முனுசாமிக்கு நல்ல மரியாதை. அவர் சொல்லித்தான் பொதுக் குழுவிலும் சேர்த்தார்கள். முனு சாமியுடன் நடக்கும் எந்தப் பிரச்சினையும் கட்சியிலும் எதிரொலிக்கும்.

பாஸ்கரன் எங்கிருக்கிறான் என்று தெரியவில்லை. சுற்றி முற்றிப் பார்த்தேன். ராஜி மாமாவைப் பார்த்தேன். நிலைமை நம் கையில் இல்லை என்பதைப்போல் பார்த்தார்.

மழை வலுக்கும்போல் இருந்தது. சுற்றி நின்றிருந்த ஆண் களும், பெண்களும் நனைவது பொருட்டில்லை என்பதுபோல் நின்றிருந்தார்கள்.

நான் ராஜி மாமாவிடம் போனேன்.

“என்ன சமாச்சாரம் மாமா?”

“இந்தப் பொறம்போக்கு நம்மள அசிங்கப்படுத்தி நிக்க வச்சிருக்கான். நம்மள விடு கழுத, வடிவேலை நினைச்சாத்தான் சங்கடமா இருக்கு.”

“என்னன்னு சொல்லுங்க மாமா. ஆளாளுக்கு இழுத்துக்கிட்டு இருக்கீங்க.”

“அந்தாண்ட வாடா.”

கையைப் பிடித்து இழுத்துக்கொண்டு ராஜி மாமா தனியாகப் போனார். அதுவும் மாமரம்தான், சின்ன மாமரம். நாங்கள் போய் நின்றவுடன் மழைத் தண்ணீர் விழுந்தது.

குரலைத் தணித்தார்.

“முனுசாமி தங்கச்சி கழனியில பண்ணைக் கீர பறிக்க வர்றத தெனம் நோட்டம் விட்டிருக்கான். இன்னைக்குக் காலையில பள்ளிக்கூடம் போறதுக்கு முன்னால, இந்த பாஸ்கரு வாயில வேப்பங்குச்சிய வச்சி கொதப்பிக்கிட்டு, பம்ப்செட்ல குளிக்கலாம்ன்னு வந்திருக்கான். சுத்தி யாரும் ஆளில்லயாம். அவ கீர கட்டுத் தூக்கிட்டுப் போவும்போது, இவன் பின்னால போய், ரவிக்கையைப் பிடிச்சு இழுத்திருக்கான். கீரக் கட்டப் போட்டுட்டு அய்யோ குய்யோன்னு கத்தியிருக்கா. பக்கத்துக் கழனியில இருந்தவங்க எல்லாரும் கூடிட்டாங்க. இவன் ஓடிப் போவப் பார்த்திருக்கான். அதுக்குள்ள சுதாரிச்சிக்கிட்டவ, இவன் துண்டையே கழுத்தோட சேர்த்துப் பிடிச்சுக்கிட்டாளாம். அவன் கன்னத்துலயே நாலு போட்டிருக்கா. வந்தவனுங்களும் ஆளுக்கொன்னு போட்டிருக்கானுங்க. அப்புறம் இந்தப் பொட்டை நாயால, ஊரப் பகைச்சிக்க வேணாம், அவங்க ஊராளே வரட்டும், வந்து என்னாப் பஞ்சாயத்துப் பண்றாங்கன்னு பாப்போம்னு சொல்லிட்டு, பம்புசெட்டுல உள்ளப் போட்டுப் பூட்டி வச்சிருக்காங்க.”

“அய்யோ, இதென்ன அசிங்கம். இவனுக்கேன் இப்படிப் புத்தி போச்சுன்னே தெரியலையே? வடிவேல் பெரியப்பாவுக்கு மூஞ்சி செத்துப் போயிடுமே? இவனுக்கு ஊர்ல மரியாதை இல்லைன்னாலும் பெரியப்பாவையாவது நெனைச்சுப் பார்த்திருக்கணும். நாகமல்லியைப் பாருங்க, அழுதுகிட்டு நிக்குது.”

“நம்மாளுங்க எல்லாருக்கும்தான் தலைகுனிவு. எதுடா காரணம்னு பார்த்துக்கிட்டு நிப்பானுங்க சண்டைக்கு.”

“என்னா மாமா நீங்க? நம்ம வூட்டுப் பொம்பளகிட்ட யார்னா இப்படி நடந்தா சும்மாவா இருப்போம்? இந்நேரம் முதுகில டின்னு கட்டியிருப்போம். அவங்களா இருக்கவே நம்ம மரியாதை கெடாம நம்மள கூப்பிட்டு விட்டிருக்காங்க. முனுசாமி நம்ம கட்சிக்காரன்தான், நான் பேசிப் பார்க்கிறேன். ஆனா என்னன்னு பேசுறது? தப்பு செஞ்சிட்டான். செஞ்ச தப்ப திருப்பி வாங்க முடியாது. என்னா ஒன்னு, ரவிக்கையைப் பிடிச்சு இழுத்ததோட விட்டுட்டான். இருந்தாலும் அந்தப் பொண்ணுக்கு அசிங்கம்தானே. இன்னொரு வீட்டுக்கு கட்டிக்கிட்டுப் போக வேண்டிய பொண்ணு. என்ன மாமா செய்யிறது?”

“வடிவேலை கூப்பிட்டுக்கிட்டு வரச் சொல்லியிருக்கேன்டா. ஒனக்கு பழனியை அனுப்பி வச்சிட்டுத்தான், அவருக்குக் கோபாலை அனுப்பி வச்சிருக்கேன்.”

“என்னா மாமா? பெரியப்பா எதுக்கு இங்க வரணும்? இவென் அப்பனைக் கூப்பிடணும். இல்லை, நாமளே பேசி முடிச்சிட்டுப் போறதை விட்டுட்டு, பெரியப்பாவைப் போய் இங்கக் கூப்பிட்டிக்கிட்டு. இந்தச் சில்லறைப் பையன் செஞ்ச தப்புக்கு அவர் வந்து நின்னு தலை குனியணுமா? தப்பு இவெந்தானே பண்ணான்? அதுக்கு என்ன தண்டனையோ, அதை அவனே ஏத்துக்கட்டும். அவன் என்ன பச்சப் புள்ளையா?”

“ஏன்டா, வடிவேல் வர வேணாமா? அப்புறம் நாளைக்கு எங்கிட்ட சொல்லாம நீங்களே என்னடா இப்படிச் செஞ் சிட்டீங்களேன்னு கேட்டா?”

தலையில் விழுந்த மாவிலையைத் தட்டிவிட்டுக் கொண்டே சொன்னார்.

தூரத்தில் நின்று கொண்டிருந்தவர்கள், பொறுமையிழந்து சலசலப்பது தெரிந்தது. சாரல்தான் என்றாலும் மொத்தமாக நனைந்திருந்தார்கள்.

“அதெல்லாம் நான் பாத்துக்கிறேன் மாமா. முனுசாமி என்னா செய்ய சொல்றான். அவன் தங்கச்சி எங்க இருக்கு?”

“பக்கத்துக் கழனியில ஒக்கார வச்சிருக்காங்க. ரவிக்கைக் கிழிஞ்சு, நகம்பட்டு ரத்தம் வந்திருக்கு. நான் வந்துதான் நீ போம்மான்னு அனுப்பி வச்சிட்டன். அது வீட்டுக்குப் போகாம, அங்கப் போய் ஒக்காந்து இருக்கு. என்ன பண்ணலாம்னு சொல்லு. அப்புறம் நாம அங்கப் போய் இதான் முடிவுன்னு சொல்லிடலாம். ரூபாய் கேட்பானோ எதுனா?”

“அச்சச்சோ, முனுசாமி அந்த மாதிரி இல்ல மாமா. ரூபாய் கொடுக்கிறோம்னு சொல்றது அசிங்கம். வாங்க, முனுசாமிகிட்டயே போய் கேப்போம்.”

அறுவடை முடிந்திருந்த நெல் கதிரின் அடிப்பகுதி, ஈரத்தில் வழுக்கிய காலைக் குத்தியது. லேசாகத் தாங்கித் தாங்கி நடந்தார் ராஜி மாமா. எனக்கு மழையிலும் வியர்த்து, உள்ளே போட்டிருந்த பனியன் நனைந்திருந்தது. ‘நம் குடும்பத்திலும் இப்படியொரு ஈனப் பிறவி இருக்கிறானே’ என்று அவமானமாக இருந்தது.

முனுசாமி பொறுமை இழந்திருந்தான்.

“நடராஜி, என்னா குசுகுசுன்னு பேசிக்கிட்டு, பொம்பளைங்க ரகசியம் பேசுற மாதிரி. நம்ம கட்சிக்காரனாச்சே, இந்தப் பொறம்போக்கு ஒன் பங்காளியாச்சேன்னு இவ்வளவு நேரம் பொறுமையா இருக்கேன். எவ்ளோ அசிங்கம் என் தங்கச்சிக்கு? கல்யாணமான காட்டுத்தடி, இவனுக்கு வேற பொம்பள கேட்குதா? அவன் மூஞ்சியும் மொகறையும். அந்த ஆந்தைக் கண்ண இன்னைக்குப் பேத்துர்றேன் பாரு.”

முனுசாமி கொதித்தான்.

“அவன் பண்ணது பஞ்சமா பாதகம். ஒன் தங்கச்சி மனசு என்ன பாடுபடும்? ஊர்ல இருக்கிறவன் வாய்க்கு வந்ததைப் பேசுவான். இன்னொரு வீட்டுக்குக் கல்யாணம் பண்ணிக்கிட்டுப் போக வேண்டிய பொண்ணு. நாங்க ஒன்னும் சொல்றதுக்கில்ல. நீ என்னா சொல்றீயோ, நாங்கக் கேட்டுக்கிறோம்.”

முனுசாமி கொஞ்சம்கூட யோசிக்காமல் தேங்காய் உடைத்ததுபோல் சொன்னான்.

"அந்த நாய் எல்லார் முன்னாலேயும், என் தங்கச்சி கால்ல விழுந்து மன்னிப்புக் கேட்கணும்."

நாகமல்லி அதிர்ந்துபோய் முனுசாமியைப் பார்த்தாள். அவள் முகத்தில் இருந்த அழுகைப் போய் அருவருப்பு வந்தது. விறுவிறுவென்று அங்கிருந்து கிளம்பினாள்.

கூட்டம் கப்சிப்பென்று இருந்தது. முனுசாமி கொஞ்சமும் தாமதிக்க விரும்பாமல் நேராகப் போய் பம்ப்செட் கதவைத் திறந்தான். தகரக் கதவு கிறீச்சென்று சத்தத்துடன் விலகிக் கொண்டது.

எலிப்பொறியில் சிக்கிய பெருச்சாளிபோல் நின்றிருந்தான் பாஸ்கரன். காற்றில்லா பம்ப்செட்டில் உடம்பு வியர்த்திருந்தது. அடிவாங்கியதில் உதட்டிலும் முகத்திலும் ஆங்காங்கு ரத்தம் கட்டிக் கறுத்திருந்தது.

கழுத்தில் இரண்டு இடங்களில் கன்றிப் போயிருந்தன. யார் முகத்தையும் ஏறெடுத்துப் பார்க்கும் துணி வில்லாமல் தலையைக் கவிழ்ந்தபடியே வந்தான்.

முனுசாமி அவனை ஏறக்குறைய இழுத்து வந்தான்.

"வள்ளி, இங்க வா."

பக்கத்துக் கழனியில் இருந்த வள்ளியைக் கூப்பிட்டான். முனுசாமியின் பிடியைத் தளர்த்த, பாஸ்கரன் கழுத்தை அப்படியும் இப்படியுமாக அசைத்தான்.

"துள்ளுன, கன்னம் கதை பாடிடும்."

மழை அதிகமானது. தாவணியின் முந்தானையை இழுத்துப் போர்த்திக்கொண்டு, அழுது சிவந்திருந்த முகத்துடன் வந்தாள் வள்ளி.

ஈரத்தில் உடம்போடு ஒட்டியிருந்த தாவணியையும் பாவாடையையும் அவளுடைய கைகள் இழுத்துவிட்டன.

அவளை நிமிர்ந்து பார்க்கவே மனம் தயங்கியது.

“அவெ கால்ல விழுந்து மன்னிப்புக் கேள்டா, அயோக்கிய நாயே?”

நாங்கள் ஆதரித்துப் பேசுவோமா என்பதுபோல் பாஸ்கரன் எங்களைப் பார்த்தான்.

“கால்ல விழுந்து மன்னிப்புக் கேட்டா, நீ உயிரோட வீட்டுக்குப் போவ. இல்ல, ஒரே வெட்டு. தல தனியா, முண்டம் தனியா போய் விழும். பொம்பள மானம் போன பிறகு, நாங்க உயிரோட இருந்து என்ன பிரயோஜனம்? போட்ருவேன்.”

அதற்குமேல் அங்கு நிற்பது மானக்கேடு என்று ராஜி ஊரைப் பார்த்து நடக்க ஆரம்பித்தார். சன்னதி தெரு சனங்களும் ஒன்றும் சொல்லாமல் மௌனமாகத் திரும்பி நடந்தனர்.

மழை மட்டும் முழு வேகத்துடன் பார்த்தே தீருவேன் என்பதுபோல் அதிகமானது.

கிளம்பும்முன் பாஸ்கரனைப் பார்த்தேன். சைக்கிள் நிற்கும் முன்னாலேயே காலைக் கீழே ஊன்றி, தெனாவட்டாகச் சுற்றி இருப்பவர்களை அற்பர்கள் போல் பார்க்கும் அந்தக் கண்களைப் பார்த்தேன். அடி வாங்கியதாலோ, அழுததாலோ கண்கள் கலங்கி இருந்தன. ‘தீதும் நன்றும் பிறர் தர வாரா.’ கைலாசம் மாமா பாடும் பாட்டை நினைத்துக்கொண்டு, பழனியைச் சைக்கிளை எடுக்கச் சொன்னேன்.

மழையில் சூரியன் தெரியவில்லை. உச்சிக் குத்திடுகின்ற நேரமாகியிருக்கும். எல்லார் வீட்டிலும் மதியச் சாப்பாட்டிற்கு அடுப்பு பற்ற வைக்கும் வேளை. நாகமல்லியின் வீட்டில் மட்டும் பாஸ்கரன் ஏற்படுத்தின அவமானம் பற்றியெரியும்.

“என்னடா பார்க்கிற, விழு கால்ல?” முனுசாமியின் குரல் முனீஸ்வரனின் அதட்டலாகக் கழனிக்கட்டு முழுக்க எதிரொலித்தது.

அவமானம் தாங்காமல் பொத்துக்கொண்டு வானம் மழையாகச் ‘சோ’வென்று பேயத் தொடங்கியது.

11

வாசல் திண்ணையில் படுத்திருந்தேன். தூக்கம் வரவில்லை. வலப்பக்கம் திரும்பிப் படுத்தால் வானத்து நட்சத்திரங்கள்.

நிலவில்லாத வானம் மனசுக்குக் கொஞ்சம் ஆறுதலாய் இருந்தது. ஒளியை அள்ளிக் கொட்டும் வானத்தைப் பார்த்தால் சில நேரங்களில் பதற்றமாகிவிடும். நட்சத்திரங்கள் நிறைந்த வானம் மனசுக்கு இணக்கமாக இருக்கிறது. குறைந்த நட்சத்திரங்கள் என்றால் இன்னும் இணக்கம்.

கண்ணைக் கட்டி முட்டுச் சந்தில் தள்ளிவிட்டு, காலம் தன்னை வேடிக்கை பார்த்துக் கொண்டிருக்கிறதோ என்று பயமாக இருந்தது. அப்பாவின் திடீர் மரணம், தன்மேல் விழுந்துள்ள மொத்த குடும்ப பாரம், அனுபவமில்லாத ஓட்டல் கடை என்று பொறுப்புணர்ச்சி நிறைய அழுத்துகிறது. அப்பா இருந்தவரை நான்தான் செய்தாக வேண்டும் என்று எந்த ஒரு காரியமுமே இருந்ததில்லை.

அண்ணாமலை கடைப் பக்கமே வருவதில்லை. அப்பா இருக்கும் போதும் அவன் வீட்டுக்குப் படிந்து இருக்க மாட்டான். இரண்டாவது படிக்கும்போது, தினம் ஒன்னுக்கு மணி அடிக்கும்போது பையைத் தூக்கிக்கொண்டு வீட்டுக்கு வந்திடுவான்.

ஒரு நாள் மணியடித்தவுடனே, பையைத் தூக்கிக்கொண்டு வெளியில் வந்தவனைக் கையும் களவுமாகப் பிடித்த தனபால் வாத்தியார், "ஏன்டா, இப்படித் தெனம் வீட்டுக்குப் போற?" என்று பிரம்பால் கால்முட்டியில் நான்கு அடி போட்டிருக்கிறார்.

"விடுடா என்ன, இல்ல அவ்வளவுதான்" என்று மிரட்டியிருக்கிறான்.

“என்னது, டா வா? மவனே ஒன்னை இன்னைக்கு உறிச்சு உப்புக்கண்டம் போடுறேனே இல்லையா பார்?” என்று அவிழ்ந்த சோமனைக் கட்ட பிடியைத் தளர்த்தியிருக்கிறார். இதுதான் சந்தர்ப்பம் என்று பிடியை உதறியவன், சட்டென்று குனிந்து பிடி மண்ணையள்ளி வாத்தியார் கண்ணில் தூவிவிட்டு, ஒரே ஓட்டமாய் வீட்டுக்கு ஓடி வந்துவிட்டான்.

எல்லா வாத்தியாருமே நம் கடைக்கு டீ குடிக்க வருபவர்கள் தான். அன்று கும்பலாக அப்பாவிடம் வந்தனர்.

“என்னப்பா சின்னு, இப்படி ஒரு பையனப் பெத்து வச்சிருக்க? வாத்தியார் கண்ணுல மண்ணள்ளிப் போடுறானே, இவன் யாருக்கு அஞ்சுவான்? மொளைச்சு மூணு எலை விடலை, அதுக்குள்ள என்னா நெஞ்சழுத்தம்?” என்று கொதித்துவிட்டனர். அப்பாவுக்கு அவர்களைச் சமாதானப்படுத்தி அனுப்புவதற்குள் போதும் போதுமென்றாகியது. டீக்கும் வடைக்கும் அன்று யாரிடமும் காசு வாங்கவில்லை. அண்ணாமலை அத்துடன் பள்ளிக்கூடம் பக்கம் தலை வைத்துப் படுக்கவில்லை. டீக் கடையில் அவனைப் பார்க்கும் வாத்தியார்கள், அடிக்க கை உயர்த்திக்கொண்டு வருவார்கள்.

தெரு வாசலில் அவனைத் தேடினால், தோட்டத்து வாசல் வழியாக வெளியேறுவான். தோட்டத்து வாசலில் கூப்பிட்டால் தெரு வாசல் வழியாகத் தப்புவான். கையில் திருப்புளியும் சுத்தியுமாகச் சுற்றுகிறான். எங்கு போகிறான் வருகிறான் என்பது யாருக்கும் தெரியாது. வீட்டில் இரண்டு வேளைச் சாப்பிட்டால் பெரிய விஷயம். அப்பா இருக்கும்வரை யாரும் பெரிதாக எடுத்துக் கொள்ளவில்லை. இப்போது கடையில் ஆள் இல்லாத நிலையில், கூடமாட அவன் வேலை செய்தால் உதவியாக இருக்குமே என்று அம்மாவுக்கு ஆதங்கம். “கடைக்குப் போடா அண்ணாமலை, பெரியவனுக்குக் கூட ஒத்தாசையாக இரு” என்று அம்மா சொல்லிக் கொண்டிருக்கும்போதே, காதில் வாங்காததுபோல் கிளம்பி விடுவான். சீட்டாட்டம் நடக்குமிடம், நாடகக் கொட்டகை என்று அவன் நடமாடும் இடங்கள் பயத்தைக் கொடுக்கின்றன.

ஊரில் நடக்கும் காரியங்கள் ஒரு பக்கம். பார வண்டியில் கூடுதல் பாரத்தை ஏற்றியதுபோல் தடுமாற்றமாக இருக்கிறது.

கட்சிக் கிளை கட்டிய பிறகுதான் காலனி பக்கம் நம்மூர் ஆள்கள் இயல்பாகப் போவதும் வருவதுமாக இருக்கிறார்கள். அதுவும் கட்சியில் இருக்கிறவர்கள்தான். தண்ணீர்ப் பிரச்சினையால் எல்லாம் கெட்டுப் போகும். எப்படிச் சரிசெய்ய முடியுமோ? ஊர் வாயைக் கட்ட நாம் செய்து வந்த காரியங்களை ஒரே ராத்திரியில் கெடுத்துவிட்டார்கள். குடிக்கிற தண்ணீரை நாசம் பண்ணியது பெரிய தப்பு. குளத்து நீரை எப்படிச் சுத்தம் பண்ணி, என்றைக்கு சனங்களுக்குக் குடிதண்ணீர் ஏற்பாடு செய்வது?

இந்தப் பாஸ்கரன் நம்ம வகையறாவையே அசிங்கப் படுத்திட்டு வந்திருக்கிறான். யார் தப்பு செய்தார்கள் என்று சனங்கள் பேசுவதைவிட, மண்ணு வீட்டு வகையறாவில் ஒருத்தன் செய்தான் என்று பொத்தாம் பொதுவாகப் பேசுவார்கள். இன்னும் வடிவேல் பெரியப்பாவைப் பார்க்கவில்லை. கோபத்தில் இருப்பார். சின்னப் பெரியப்பா கந்தனுக்கு அவ்வளவு போதாது. பெரியப்பா சொந்தமாகப் பெரிய கடை வைத்திருந்தும், அவர் கூடமாட இருந்து கடையைப் பார்த்துக் கொள்ளும் திறமை கிடையாது. வீட்டில் தறிபோட்டு, அவரால் முடிந்த அளவுக்கு ஒரு நாளைக்கு ஒரு சேலை, பாதிச் சேலை நெய்வார். சின்னப் பெரியம்மாவும் அவரைப் போலவே தான். பார்த்தால் பார்த்த இடம், போனால் போன இடம். சோறாக்குவதே என்னைப் பிடி, உன்னைப் பிடி என்றுதான். 'தானா நல்லா வந்தா உண்டு' என்றுதான் பெரியப்பா, பெரியம்மா சமையலைச் சொல்லுவார். அம்மா, அப்பாவைப் பொருட்படுத்தாத பாஸ்கரன், பெரியப்பா வுக்குத்தான் பயப்படுவான். தட்டுத் தடுமாறி படித்தாலும், பெரியப்பா அவனைச் சர்க்கார் உத்தியோகத்தில் சேர்த்துக் கைத்தூக்கிவிட்டார். அதன் பிறகும் அவனால் கௌரவமாக இருக்க முடியவில்லை.

தோட்டத்து வராண்டாவில் கவிழ்த்து வைத்திருக்கும் கூடையில் இருந்து 'கொக், கொக்' என்று கோழி இரைஞ் சலாகக் குரல் கொடுத்தது. சிவப்பியாக இருக்கும். அவள் குரல்தான். நடுசாமத்தைக் கடந்திருக்கும். வானம் வெளுத்த சாம்பல் நிறத்துக்குத் திரும்பியிருந்தது. ஆங்காங்கு இருந்த நட்சத்திரங்களில் கொஞ்சம் காணாமல் போயிருந்தது.

கண்முன்னால் நின்றிருக்கும் தேர்தல் வேலை மலைப்பாக இருந்தது. திமுக பிரிந்து வரும்போது, அண்ணாதுரைக்கும்

மனசுக்குள் ஒரு தயக்கம் இருந்திருக்கும். திராவிடர் கழகத்தை விட்டுப் பிரிந்து வரப் பெரிதாக என்ன காரணங்களைச் சொல்ல முடியும்? மணியம்மையைக் கல்யாணம் செய்து கொண்டார்? கட்சியின் சொத்துகளுக்கு அவரை வாரிசாக்கினார் என்று சின்னச் சின்னக் கருத்து மோதல்கள் மட்டும்தானே எல்லாருக்கும் தெரிந்திருந்தது? இது காரணமே இல்லை. ஊருக்கு ஊர் நடப்பதுதான். பெரியார் செய்தார் என்பதுதான் பிரச்சினை.

சொத்து விவகாரத்தில் பெரியார் அவ்வளவு குறியாக இருந்ததுதான் அண்ணாதுரை உள்ளிட்ட எல்லோரையும் காயப் படுத்தியிருக்கும். கட்சிக்காகவே உயிரைக் கொடுக்கிறோம், இவர் சொத்தைக் காப்பாற்றுவதற்காகக் கல்யாணம் செய்துகொண்டால் என்ன அர்த்தம்? நம்மீது என்னதான் நம்பிக்கை இருக்கிறது என்று கொதித்தெழுந்தனர்.

அண்ணாவைப் பின்தொடர்ந்தவர்களுக்கு நன்றாகப் புரிந் திருக்கும், அவர் திராவிடர் கழகம் உருவானதில் இருந்தே தேர்தல் அரசியலை நோக்கி நகரும் சந்தர்ப்பத்துக்காகக் காத்திருந்தார். அவரிடம் தீர்மானம் இருந்தது.

நூறு மேடை போட்டு ஆயிரம் மணி நேரம் நேரம் பேசி னாலும் உண்டாகும் மாற்றம் நிரந்தரமானதல்ல, மாற்றமும் மலையைப் பெயர்த்து எடுப்பதுதான். சர்க்கார் மூலமாகச் சட்டங்கள் போட்டுக் கொண்டுவரும் மாற்றங்கள்தான் காலத்துக்கும் நிற்கும் என்ற தீர்க்கதரிசனம் அவருக்கிருந்தது. எட்டு வருஷத்தில் தேர்தலைச் சந்திக்க, கட்சியைத் தயார் செய்துவிட்டார். தீர்க்கதரிசனமாக இருந்தாலும் ஓட்டர்கள் அதற்கு அங்கீகாரம் கொடுக்க வேண்டுமே?

சட்டென்று ஒரு எரிநட்சத்திரம் வானத்தில் இருந்து கீழே விழுந்தது. எரிநட்சத்திரம் விழுவது நற்சகுனமா? துர்சகுனமா? ஒரு வார்த்தையில் சாமி இல்லையென்று சொல்லிவிடலாம். வீட்டுக்குள் வந்தவுடன் சட்டையைக் கழற்றி ஆணியில் மாட்டி விடுவதுபோல் கடவுளைக்கூட இல்லையென்று கழற்றிவிடலாம். சகுனமும் சடங்கும் சம்பிரதாயமும் ரத்தத்தில் இருக்கிறது. கழற்றவே முடியாமல் உடம்போடு ஒட்டியிருக்கிறது.

இப்போதுதான் மாறி வருகிறேன். எந்தக் காரியத்திலும் நியாயமாய் நடந்துகொள்ள முடிகிறது. மனதறிந்து பொய்

சாலாம்புரி | 117

சொல்லுவதோ, யாரையும் ஏமாற்றுவதோ இல்லை. முடிந்தவரை கை காசைப் போட்டுத்தான் பொதுக் காரியங்கள் செய்கிறேன்.

முதன்முதலில் கறுப்புச் சட்டைப் படையில் என்னோடு சேர்த்துப் பத்துப் பேர் சேர்ந்தோம். கறுப்புச் சட்டைப் படையில் சேர வேண்டும் என்றால் முழு நேரத் தொண்டராக இருக்க வேண்டும். கட்சிக் கூப்பிட்டால் எந்நேரமும் வரத் தயாராக இருக்க வேண்டும். கறுப்புச் சட்டையும் வெள்ளை வேட்டியும்தான் சீருடை. ஊரில் கறுப்புச் சட்டைப் போட பெரும் எதிர்ப்பு.

'இதென்ன காட்டேரி மாதிரி?', 'கறுப்பு நம்ம குடும்பத்துக்கே ஆகாது, கறுப்புப் போட்டுக்கிட்டு வூட்டுக்குள்ள வரக்கூடாது' என ஒவ்வொரு வீட்டிலேயும் ஒவ்வொரு எதிர்ப்பு. சட்டைத் துணி வாங்க ஒருத்தர் வீட்டிலேயும் ரூபாய் கொடுக்கவில்லை.

நான்தான் அப்பாவிடம் வாங்கி, பத்துப் பேருக்கும் சட்டைத் துணி எடுத்துத் தைத்துக் கொடுத்தேன். நான்கு பேர் ஒன்றாக இருந்தால் யாராவது செலவு செய்வார்கள் என்று ஒருபோதும் ஒதுங்கி இருந்ததில்லை.

கட்சிக் கூட்டத்துக்குப் பேச்சாளர் யார் வந்தாலும் பெரியப்பா வீட்டில்தான் சாப்பாடு. அம்மாவும் மற்ற விஷயத்தில் கூச்சல் போட்டுக் கொண்டிருந்தாலும், வீட்டுக்கு யார் வந்தாலும் நல்லாச் சாப்பாடு செய்து போடும். கைப்பக்குவமும் ஓகோன்னு இருக்கும். ஒருமுறை சாப்பிட்டவங்க, அடுத்த முறை பார்க்கும்போது அம்மாவின் சாப்பாடு பற்றிக் கட்டாயம் விசாரிப்பார்கள்.

கூட்டத்துக்கு வருகிற பேச்சாளர்கள் கூட்டத்தைக் கட்டிப் போடுகிற மாதிரி சுவையாகப் பேசி, கட்சியின் நோக்கத்தைப் புரிய வைக்கிறார்கள். ஓடியாடி ஒரு கூட்டத்துக்கு ஏற்பாடு செய்தாலும், ஊரில் ஒரு மாதத்துக்கு அதுவே பேச்சாக இருக்கிறது. பொதுக் கூட்டத்திற்கு கைக் காசை செலவழித்துதான் பழக்கம்.

பெரிய மரக்கதவு டர்ரென்ற சத்தத்தோடு திறப்பது கேட்டது. கீலுக்குக் கொஞ்சம் எண்ணெய்ப் போடணும். எங்க, கடை கடைன்னு ஓடிக்கிட்டே இருக்கிறோம். சொந்த

வேலையோ, வீட்டு வேலையோ எதையுமே நிதானமாகச் செய்ய முடியிறதில்லை.

அருகில் காலடிச் சத்தம் கேட்டது. தேவியாகத்தான் இருக்கும் என்று நினைத்து முடிப்பதற்குள் கொறட்டுக் கல்லில் வந்து உட்கார்ந்தாள்.

"என்னாமே, தூக்கம் வரலையா? இன்னும் முழிச்சிக்கினு இருக்க?"

"நீயேன் எழுந்துட்ட? கடையைத் தெறக்கணும்னு நாலு வாட்டி எழுப்பினாலும் என்னன்னு கேக்க மாட்டே?"

"ரொம்ப நேரமா பொரண்டுப் பொரண்டுப் படுத்த மாதிரி இருந்தது. அப்புறம் பார்த்தா ஆளக் காணோம். அதான் எழுந்து வந்துட்டேன். என்னா யோசனை?"

"எதைன்னு யோசிக்கிறது?"

"யோசிக்கிறதுல ஒன்னு ரெண்டு சொல்லு."

"எல்லா வண்டியும் மண்ணுல சிக்குறதுக்குப் போற மாதிரியே இருக்கு. எப்படிக் கொண்டு திருப்புறதுன்னுதான் தெரியலை."

"அதெல்லாம் திருப்பிடலாம் வுடு. மாட்டு வாலப் பிடிச்சு திருகணும்னா, அது பாட்டுக்கினு ஒழுங்கான வழியில போகப் போது."

நடராஜனுக்குச் சிரிப்பு வந்தது. இவ்வளவு எளிதாகப் பிரச்சினைகளுக்குத் தீர்வு வந்துவிட்டால் நன்றாக இருக்கும்தான்.

"நான் ஒங்க ஊருக்கு ஓட்டுக் கேட்டு சைக்கிள்ல கொடிக் கட்டிக்கிட்டு வந்திருக்கேனே, ஞாபகம் இருக்கா?"

"மொத்தப் பேருக்கும் அப்பாதானே மோர் கலக்கிக் குடுத்தார். மதியம் சாப்பாடுகூடத் தயார் பண்றேன்னு சொன்னார். நீங்கதான் அப்படியே ஊர் ஊராப் போகணும்னு கெளம்பிட்டீங்க."

"ஆமாம், கறுப்புச் சட்டைப் படையில சேர்ந்து, ஊர் ஊராப் போய் சனங்கக் கிட்ட பேசினோம். அந்தப் பழக்கத்துலதான்,

திமுக பிரிஞ்சி வந்தவுடனே ஒவ்வொரு ஊர்லயும் கட்சிக்குக் கிளை கட்ட முடிஞ்சது. மொத்தம் அம்பத்தி நாலு கிராமங்க. சின்னப் பையன்னாலும் நம்மள எல்லாருமே ரொம்ப மரியாதையாப் பாக்கிறாங்கன்னா காரணம் இருக்கு."

"அத்தை திட்டிக்கிட்டே இருக்கும், சைக்கிள் எடுத்துக்கிட்டு காலையில போனவன ஆளக் காணோமேன்னு."

"நமக்காவது நான் இல்லைன்னாலும் வேலை நிக்காது. குமரகுரு வீட்டுல பெரும் சண்டை நடக்கும். தார் சுத்தணும். நூல் எழச்சிக் கொடுக்கணும். எழட்டுக் கட்டிக் கொடுக்கணும். தறி நெய்றவங்களுக்கு ஓராள் கூடவே இருந்து தோது பண்ணிக்கிட்டே இருக்கணும். அப்பத்தான் தறியில வேலை நிக்காம ஓடும். இவென் கட்சி வேலைன்னு ரெண்டு நாள் வந்துட்டான்னா, அவ்வளவுதான். ஒருவாட்டி இவனால வீட்ல சண்டை வந்து, அவங்க அம்மாவை அப்பா நாடாவாலேயே குத்திட்டார். ஒரு மாசமாச்சு, அவெங்க எழுந்து திரும்பவும் தறி நெய்ய. குமரகுரு கொஞ்சம் நெஞ்சழுத்தக்காரன்தான். நாமா இருந்தா பயந்துக்கிட்டு ரெண்டு மூணு நாளுக்காவது வீட்ல இருப்போம். அவன் அப்பத்தான் வெறியா வெளியில வருவான். "நீ வாடா, ஒத்தா. அவங்கச் சண்டைப் போட்டுக்கிட்டா நாம வீட்டோட இருந்துடுவோம்னு நெனைப்பா? இந்தக் குமரகுரு இப்படித்தான்னு எவனுமே முடிவு செய்யக் கூடாதுடா. பெத்த அப்பன் ஆத்தாளா இருந்தாலும்தான்"ன்னு சொல்லிட்டு ஒரு வாரம் கடுமையா கட்சி வேலை செஞ்சான்."

"அவர நெஞ்சழுத்தக்காரன்னு சொல்ற? நீ மட்டும் என்னவாம்? லேசுபட்ட ஆளா?"

"நம்ம பிரச்சினைன்னா தாங்கிக்கலாம். பொதுக் காரியம்னா தான் நமக்கு மண்டை வெடிக்குது."

கோழியின் குரல் கேட்டது.

"இந்தச் சிவப்பியும் தூங்க மாட்டாளா? கிக் கிக்கின்னு சத்தம் குடுத்துக்கிட்டு?"

"மாடு, கோழில்லாம் பாக்க நேரமே இல்லை. வாரமானா போதும். நாலு மாட்டையும் குளிப்பாட்றதுதான் மொத

வேலை. உண்ணி எடுத்து, சோப்புப் போட்டு தேங்காய் நாரால நல்லாத் தேய்ச்சிக் குளிப்பாட்டி வுடுவேன். இப்ப காலையில போனவுடனே பாகன் போட்ற சோத்துருண்டையை அபுக்குன்னு ஆன முழுங்குற மாதிரி நம்மள ஓட்டல் கடை முழுங்கிடுதே!"

"அத்தையும் கடைக்கு வரமாட்டேன்னு சொல்லிட்டாங்க. வேலை செய்யவும் தோதா ஆள் இல்ல. ஒன்னப் பாத்தாலும் கஷ்டமா இருக்கு. ஒரு நாளா ரெண்டு நாளா, பல்லக் கடிச்சிக்கினு இருந்துடலாம்னு நெனைக்கிறதுக்கு. நாளும் திருநாள்னா எப்படி ஓடப் போறோமே?"

"அண்ணாமலை கூடமாட வேலை செஞ்சா கொஞ்சம் ஒதவியா இருக்கும்."

"அது இனிமே வீட்டுக்குப் படியாது. மூக்கணாங்கயிறு இல்லாத மாடு மாதிரி, பிடி நம்மகிட்ட இல்ல."

"இந்தப் பாஸ்கரன் மாதிரி எங்கேயும் போய் அசிங்கப் படுத்திக்கிட்டு வந்துடக்கூடாது. மலத்தைக் கால்ல மிதிச்சிட்டா, காலக் கழுவிக்கினா சரியாயிடும். தின்னுவேன்னு போறவனை என்ன பண்றது..?"

தொண்டைக் கமறிக் கமறி தேவி இருமினாள். இருமல் நிற்கவில்லை.

'இருந்தாற்போல் இருந்து என்ன இப்படி இருமல் வந்து விட்டது? சளி இல்லையே?' யோசித்துக் கொண்டே உள்ளே போய் தவலையில் இருந்து ஒரு சொம்பில் தண்ணீர்க் கொண்டுவந்து கொடுத்தேன்.

இருமல் அப்போதும் முழுசாக நிற்கவில்லை. திணறியபடிப் பேசினாள்.

"அதுமாதிரில்லாம் இன்னும் புத்திக் கெட்டுப் போகலை. படிக்கிறதுல ஆர்வமில்ல. கடை வேலையையும் ஒடம்பு வணங்கிச் செய்ய முடியலை. அது போக்குல விடுவோம். என்னா பண்ணுதோ பண்ணட்டும்."

"நீதான் கடுகு டப்பாவுல போட்டு வச்சு, அவனுக்குக் கைச் செலவுக்குத் துட்டுக் குடுக்கிற. எனக்குத் தெரியாதுன்னு நெனைச்சிக்காத. கொரங்குக்கு கள்ளும் ஊத்தின மாதிரி, கையில

துட்டோட ஊர் சுத்துனா இல்லாத கெட்டப்பழக்கம் எல்லாம் வந்துடும். பாத்துக்கோ."

"அதெல்லாம் பாத்துக்கலாம். மொதல்ல ருக்குக்கு வழி பண்ணு. நம்ம வல்லம் சித்தப்பாகிட்ட சொல்லி, நமக்குத் தோதான சம்பந்தம் பாக்கச் சொல்லு. சொந்தத்துல யாருமில்ல. எப்படின்னாலும் அசல்லதானே பார்க்கணும்."

"ஆமாம், சொல்லணும். கடமையை ஒவ்வொன்னா சீக்கிரம் முடிக்கணும். நமக்குன்னு ஒன்னு பொறக்குறதுக்குள்ள இவங்கள கரையேத்தி விடணும்."

மீண்டும் தொண்டை கமறலாக இருமல் வந்தது.

"என்ன வறட்டு இருமலா இருக்கே? சளிகூட இல்லையே?"

"சளி புடிக்கல, ஆனா அடிக்கடி இருமல் வருது."

சற்றுநேரம் இருவருமே பேசாமல் இருந்தார்கள். நடராஜன் வானத்தையே பார்த்துக் கொண்டிருந்தான்.

தேவிக்கு மனத்தில் வேறு சிந்தனை ஓடிக்கொண்டிருந்தது.

'கல்யாணமாகி மூன்று வருஷம் ஓடிப்போனது. என்கூடக் கல்யாணமானவர்கள் கையில் ஒன்று, இடுப்பில் ஒன்று வைத் திருக்கிறார்கள். சின்னப் பெண்ணாக, நரம்பாட்டம் இருப்பதால் உடம்புத் தேறட்டும், பிள்ளைப் பெற்றுக்கொள்ள உடம்பில் தெம்பு வேண்டாமா? என்று எனக்காகத்தான் பரிந்து பேசியிருக் கிறார்களே தவிர குறையாகச் சொன்னதில்லை. ஆனாலும் ஏன் இன்னும் குழந்தைத் தங்கவில்லை?'

"நீ வேற லோகத்துக்குப் போயிட்டியா?" என்று நடராஜன் கேட்க, தேவியின் சிந்தனை அறுபட்டது.

"எங்கப் போறது? மொதல்ல வேற லோகம் இருக்கா என்ன?"

"நீயும் கட்சிக்காரி மாதிரி யோசிக்க ஆரம்பிச்சிட்ட?"

நடராஜன் கேலி செய்தான்.

"கட்சிக்காரன்னு பேர் எடுக்கிறது லேசு இல்லடீ. ரொம்பப் பெரிய கௌரவம். அந்தப் பேர் வாங்குறதுக்கு முன்னால நாம

நம்மள தகுதியாக்கிக்கணும். வடிவேல் பெரியப்பா அடிக்கடி சொல்லுவாரு. 'உறுப்பினர் அட்டை வாங்குனா கட்சிக்காரனா யிடலாம். வெள்ளைச் சட்டையும் தோள்ல துண்டும் போட்டுக் கிட்டு, பஞ்சாயத்துக்கு மொத ஆளா நின்னா, ஊர்ப் பெரிய மனுஷனாயிடலாம். ஆனா அததக்குரிய தகுதின்னு ஒன்னு இருக்கு. அதை நாமதான் வளத்துக்கணும். கட்சியில இருக்கிறவன்கிட்ட ஒழுங்கு இருக்கணும். நான் அப்படித்தான் என்னைக் கொஞ்சம் கொஞ்சமா மாத்திக்கிட்டேன். மனசாட்சிய மீறி ஒன்னு செய்யக் கூடாது."

"நான் ஏதோ கடல் தாண்டி இருக்கிற மாதிரி எங்கிட்ட சொல்ற? வீட்ல இருந்த வெண்கலச் சொம்பை வித்துட்டு, ஒரு வருஷம் இருபத்தஞ்சு பேருக்கு உறுப்பினர் சந்தா கட்டுனயே? மறந்து போயிடுமா? மாமா அப்பக்கூட ஒன்னும் திட்டலை. 'அடமானம் வச்சிட்டு வந்திருந்தா மூட்டுக்கிட்டு இருக்கலாமேடா'ன்னுதான் கேட்டார். மாமாதான் என்னை நல்லா பாத்துக்கிட்டார். ஒரு வார்த்தைக் கோபமா சொன்னது கிடையாது. எங்க அய்யாவும் மாமாவும் ஒன்னு. எப்படியோ நம்மளவிட்டுப் போயிட்டாரே?"

இருவருமே அமைதியானார்கள்.

"போனமுறை வந்தபோது அய்யா கடையில என்கூட ரொம்ப நேரம் பேசிக்கிட்டு இருந்தார். ஒன்கிட்ட சொல்ல மறந்துட்டேன்" என்றான் நடராஜன்.

"நான் எங்கப் போயிட்டேன்?"

"நீ சோறாக்க, ஏழு மணிக்கு வீட்டுக்குக் கௌம்பின பின்னால வந்தார்."

"என்ன சொன்னாரு, எங்கிட்ட கூடச் சொல்லாத ரகசியமா?"

"ரகசியமல்லாம் ஒன்னுமில்ல. 'தேவி பாவம் கண்ணு. அம்மா இல்லாத பொண்ணு. இதுக்குப் பொம்பள ஒத்தாசையா இருக்குமேன்னு நான்தான் அவசரப்பட்டு ஒரு ராட்சசியைக் கட்டி வச்சுட்டேன். கொழந்த கட்டுன சேலையை உருவிக்கிட்டு விட்டாளே? பொம்பளையா அவ. அவ எங்க காலத்துக்குப் பெறகு தேவிக்கு என்ன செய்வா? இல்ல, எம் பையனச் செய்ய

விடுவாளான்னு தெரியாது. ஒரு நாள் தேவியைக் கூட்டிக்கிட்டு ஊருக்கு வா. என் பேர்ல இருக்கிற ஒரு கொல்லையை எழுதி வைக்கிறேன். கையெழுத்துப் போட்டுட்டு வரட்டும். நீங்க அதை விக்கறீங்களோ, பயிர் பண்ணிக்கிறீங்களோ உங்க தோது. இந்தப் பொண்ணுக்கு ஒன்னுமே செய்யாம போயிட்டமேன்னு அப்புறம் என் மனசு வேகாம எழுந்துக்க கூடாது'ன்னு சொன்னார். சொல்றப்பவே கண்ணு கலங்கிட்டார்."

தேவிக்கும் கண் கலங்கியது.

"ஆயாவும் அய்யாவும் இல்லைன்னா, என்னை என்னைக்கோ மண்ணுக்கு அள்ளிக் கொடுத்திட்டுப் போயிருப்பாங்க. புல்லு மொளைச்சுப் போயிருப்பேன். அந்த ரெண்டு ஜீவனும்தான் என்னைக் காப்பாத்திக் கரையேத்துச்சுங்க."

எங்கோ தூரத்தில் இன்ன பறவையென்றுப் பிரித்துப் பார்க்க முடியாதபடி, பறவையின் குரல் சன்னமாகக் கேட்டது.

இருவருக்குமே அய்யாவையும் ஆயாவையும் பிடிக்கும். இருவரின் மனசும் அவர்களின் நினைவுகளில் அமிழ்ந்தன.

தேவிதான் அமைதியைக் கலைத்தாள்.

"கொஞ்ச நேரம் படுக்கறியா? இன்னும் கொஞ்ச நேரம் ஒக்காந்திருந்தா குளிச்சிட்டுக் கடைய தெறக்கப் போக வேண் டியதுதான்."

"கடையை வச்சிக்கிட்டு, கட்சி வேலைக்கும் போக முடியல. ஊர் வேலையும் பார்க்க முடியல. வேற என்னா செய்யலாம்டீ?"

தேவிக்கு அதிர்ச்சியாக இருந்தது. இரண்டு நாத்தனார்களும் கல்யாணமாகிப் போனபிறகு சமாளிக்க முடியாமல் போகலாம். அதுவரை கடை ஓடும் என்று நினைத்திருந்தவளுக்கு நடராஜன் இப்படிக் கேட்டதும் திகைத்துப் போனாள்.

"வேற எந்த வேலை செஞ்சாலும் இந்த வருமானம் பாக்க முடியாது. சாப்பாட்டுக்கு அரிசின்னு கடையில போய் வாங்குறது கிடையாது. தெனம் நூறு, அம்பதுன்னு வருமானமும் வருது. பெரிய குடும்பத்துக்கு இந்த வருமானமும் இல்லைன்னா சமாளிக்க முடியாது. ஓட்டல் கடையை எடுத்துட்டு வேற என்ன செய்யப் போற? ஒனக்குத் தறி நெய்யத் தெரியாது. தறி

நெய்றவங்கப் படுற கஷ்டம்தான் நாம பாக்குறமோ? ஓடி ஓடி நெச்சாலும் மாசத்துக்கு நூறு ரூபா பாக்கறது கஷ்டம்."

தேவிக்குத் தன் பேச்சில் நியாயம் இருந்தாலும், அந்த நியாயம் எடுபடுவதற்கான நேரம் அனுசரணையாக இல்லை என்று தோன்றியது.

"நீ சொல்றது எல்லாஞ் சரிதான். ஆனா நம்மால கடையை இழுத்துப் பிடிக்க முடியலை. வெடிகாலம் நாலு மணிக்கு எழுந்தா ராத்திரி பதினொன்னாவது படுக்க. நடுவில் இப்படி அப்படி நகர முடியலை. கடைக்குச் சரக்கு வாங்கப் போகணும்னா கூட அந்நேரத்துக்குன்னு ஒரு ஆள தோது பண்ணி விட்டுட்டுப் போறதா இருக்கு. ஆத்திர அவசரத்துக்கு வெளிய கிளம்ப முடியலை."

"கடைசியா சொன்ன பாரு, அதான் ஒனக்கு மொதப் பிரச்சினை."

"இருக்கட்டுமே, என்னால கட்டிப்போட்ட மாதிரி இருக்க முடியாது. என் வேலையை மட்டும் பாத்துக்கிட்டு இருந்தா, முன்னாடி போட்ட புல்லு கட்ட சாப்பிட்டு, நாள் பூரா அசை போட்டுக்கிட்டு இருக்கிற மாடு மாதிரி இருக்கு."

"நீ என்னா சொல்றியோ செய்யறேன். எனக்குன்னு தனியா ஒன்னும் கிடையாது. ஒனக்குப் பின்னால ரெண்டு தம்பி, தங்கச்சிங்க இருக்கு. அதுகள கரையேத்தணும், அதை மட்டும் மறந்துடாதே. அப்பன் சின்ன வயசுல செத்துட்டான். அண்ணன் காரன் குடும்பத்தைத் தெருவுல விட்டுட்டான்னு ஒருத்தர் ஒரு கொறை சொல்லிடக் கூடாது. அத மட்டும் மனசுல வச்சுக்க. ஒங்கம்மாவும்தான். அது மனசு நொந்து, தலைச்சன் பிள்ளை தறுதலையா போச்சு, அதான் குடும்பமும் தறுதலையாயிடுச்சு அழக் கூடாது. இந்தப் பேர் வாங்காம நீ என்ன வேணா செய்."

சின்னப் பெண்தான் என்றாலும் குடும்பத்தின் எல்லாச் சூழலையும் அலசி ஆராய்ந்து சுருக்கமாய்ச் சொல்லிவிட்ட தேவியையே ஆச்சர்யமாகப் பார்த்தான்.

நல்லவேளையாக இரண்டு சீட்டிலும் நடராஜனின் பெயரையே எழுதி, தேவியைக் கல்யாணம் பண்ணி வைத்த பெரியசாமி சித்தப்பாவுக்கு மனசால் நன்றி சொன்னான்.

தோட்டத்தில் கட்டியிருந்த வெள்ளை, "ம்மாஆ" என்று குரல் கொடுத்தது.

"பாத்தியா, பால்க்காரன் வர்ற நேரமாச்சு, வாயைப் பார்த்துக் கிட்டே. எழுந்திருமே சட்டுனு."

தேவி உத்தரவு போட்டபடி, விருட்டென்று எழுந்தாள். ருக்கு எழுந்து பின்பக்கத்தில் பல் விளக்கிக் கொண்டிருப்பது தெரிந்தது.

காலை நேரத்தின் குளுமையில் கொஞ்ச நேரம் தூங்கினால் பரவாயில்லைபோல் இருந்தது.

நட்சத்திரங்கள் ஒளி மங்கி இருந்தன. நட்சத்திரம், நிலவு, சூரியன் எது வந்தாலும் அலட்டிக் கொள்ளாமல் வந்தால் வந்து போகட்டும் என்பதுபோல் இருக்கும் வானத்தைப் பார்த்தான்.

இடுப்புச் சோமனை அவிழ்த்துக் கட்டியபடியே சோம்பல் முறித்து எழுந்தான்.

இப்போது வானம் நடராஜனைப் பார்த்துக்கொண்டிருந்தது.

12

ராஜி முதலியார் காலையில் தூங்கி எழுந்து முகத்தைக் கழுவி விபூதி பூசிக்கொண்டு, வெற்று உடம்பில் மேல் துண் டோடு வெளியில் கிளம்பினார்.

நேராக நடராஜனின் ஓட்டல் கடைக்கு வந்தார்.

"டேய் நடராஜி, ஸ்ட்ராங்கா ஒரு டீ போடு."

"மாமா, இப்பத்தான் நெனச்சேன். சாயங்காலம் கடையை மூடிட்டுப் பாக்க வரலாம்னு நெனச்சிக்கிட்டு இருந்தேன்."

"நேத்து காத்தால இந்த வழியாத்தான் போனேன். ஒங்கப்பன் ஞாபகம் வந்துச்சு. நீ ஒத்த ஆளா கடையில நிக்கிறதப் பாத்ததும் மனசு தாங்கல. கடைக்கு வராம நேராப் போயிட்டேன்."

"நீங்கப் போறத பாக்கலை மாமா. பார்த்திருந்தா கூப்பிட்டிருப்பேனே?"

"ஆறு மணிக்கே தான் ஒன் கடை களை கட்டுதே?"

"ஆமாம் மாமா, அறுவட காலமாச்சே!"

சுத்துப்பட்டு கிராமங்களில் இருந்து கமிட்டிக்கு மூட்டை ஏற்றிக்கொண்டு வண்டிகள் போகும். விடியும்போது அங்கே இருக்க வேண்டும். வரிசையில் முதலில் நின்றால்தான் வேகமாக எடை போட முடியும். அக்கம்பக்கத்துக் கிராமத்து விவசாயிகள் ராத்திரியோடு ராத்திரியாகக் கிளம்பிடுவார்கள். கொண்டுபோகிற மூட்டையை எடை போட்டு, கணக்குப் பார்த்துக் கொடுப்பதற்குள் வெயில் உச்சிக்கு வந்துடும். மேற்கே இருந்து வருகிற எல்லா வண்டிக்காரங்களும் நடராஜன்

கடையில்தான் நாஷ்டா சாப்பிடுவார்கள். இருட்டுப் பிரிவதற்குள் காலை நாஷ்டா தயாராய் இருக்கும்.

கன்னியம்மாளின் சாம்பார் வடை வெகு பிரபல்யம். உள்ளங்கை அகலத்திற்கு குறைந்து வடை தட்டத் தெரியாது. நான்கு இட்லி, ஐந்து வடை, ஐந்து இட்லி ஆறு வடை என இட்லியைவிட அதிகமாக வடை சாப்பிடுவார்கள்.

சாப்பாட்டுக்கு விவசாயிகள் பெரும்பாலும் காசு, பணம் கொடுக்க மாட்டார்கள். கமிட்டிக்குக் கொண்டுபோகும் தானியத்தைத்தான் அளந்து கொடுப்பார்கள். சாப்பிட்ட கணக்கை யாரும் கேட்பதுமில்லை. யாரும் சொல்வதுமில்லை. வழிச் சாப்பாட்டுக் கடைக்குக் கொடுப்பதற்காகவே உதிரி மூட்டையில் தானியத்தைக் கொண்டு வந்திருப்பார்கள். அம்மூட்டையைப் பிரித்து, கால் மரக்காலோ, அரை மரக்காலோ வயிறு குளிர்ந்த அளவு மூலையில் இருக்கும் மண் சாலில் கொட்டுவார்கள். அறுவடை நேரத்தில் ஒரு நாளைக்கு இரண்டு, மூன்று மூட்டை நெல்கூடத் தேறும்.

கன்னியம்மாளிடம் சிலர், ‘மோலியார்ட்டம்மா, இது சம்பா அரிசி. கருவாட்டுக் குழம்புக்குச் சம்பா சோறு தூக்கலா இருக்கும்’ என்று சொல்லித் தனியாக வைத்துக்கொள்ளச் சொல்வார்கள்.

புழுத்துப்போன அரிசியையோ மக்கின அரிசியையோ இட்லிக்குப் போட மாட்டாள். ‘பேர் கெட்டுவிடும்’ என்பதைவிட, ‘நாம சாப்பிடுவோமா, புழுத்துப்போன அரிசி இட்லியை’ எனத் தனக்குச் சமைப்பதைப் போலவே ஓட்டல் கடைக்கும் சமைப்பாள்.

சின்னு இருக்கும் போதும், கட்சிக் கூட்டம் முடிந்து எல் லாருடனும் கும்பலாக வந்து கடையில் டீ, வடை வாங்கிக் கொடுப்பான். சின்னு இறந்த பிறகு, ‘நடராஜன் கடைதானே’ என எந்நேரமும் நண்பர்கள் வந்து டீ குடிப்பார்கள். கட்சி நிர்வாகிகள் யாரிடமும் நடராஜன் துட்டு வாங்குவதில்லை. தேவியும் ஆளுக் கொரு வடை போட்டுக் கொடுப்பாள்.

“நான் வந்தா, எம் பின்னாடியே நீ கடயவிட்டு வந்துடு வியோன்னு பயம்ப்பா.”

நடராஜனைக் கடையிலிருந்து கூட்டிக்கொண்டு போனால் கன்னியம்மாள் திட்டுவாள். கன்னியம்மாளைப் பார்த்தால்

மனசுக்குள் கொஞ்சம் பயம்தான். முகதாட்சண்யம் பார்க்க மாட்டாள். சரியோ தப்போ பட்டென்று ஒரு கேள்வியால் உடைத்துவிடுவாள்.

"ஒங்கப்பன் ஜாதகம், புள்ளைங்க ஒக்காந்து சாப்பிடணும்னு இருக்குணா. அவங்கப்பன் ஜாதகம் நட்டாத்துல நண்டும் சிண்டுமா புள்ளைங்கள வுட்டுப் பாதியில போணும்னு கீது. இதுங்க ஒழச்சித் தேய்ஞ்சாதான் கஞ்சி. நீ அவன ஊர் வேலைக்குக் கூப்டாதண்ணா. நீ கடயாண்ட வந்தாலே அவனுக்குக் காலு நிக்காது." கன்னியம்மா ஏற்கெனவே ஒருநாள் பொட்டில் அடித்த மாதிரி சொல்லியிருந்தாள்.

நடராஜனிடம் பேசாமல் இருக்க முடியவில்லை. எந்தப் பிரச்சினையைச் சொன்னாலும், அப்பிரச்சினையில் புது கோணத்தைச் சொல்லுவான். வயசு, அனுபவம் தன்னைவிடக் குறைவு என்றாலும், அவனுக்குப் புத்திக் கூர்மை அதிகம். அவன் தன் பக்கத்தில் இருந்தால் பத்துப் பேர் இருக்கின்ற பலம்.

நடராஜனைப் பார்த்தால்தான் பாவமாக இருக்கிறது. அவன் அப்பன் இப்படி ஐந்து பெத்து வைத்துவிட்டுப் போய்ச் சேருவானென்று யார் பார்த்தது? சின்ன வயதிலேயே பெரிய குடும்பத்தைத் தாங்க வேண்டும் என்று தலையெழுத்து. 'பையன இப்படியே வுட்டம்னா இன்னும் பத்து வருஷத்துல, ஊர்ல பெரியாளாயிடுவான். தலையெழுத்து எப்டி இருக்கோ?' மனத்தில் எதையெதையோ நினைத்துக்கொண்டு கடையில் அமைதியாக உட்கார்ந்திருந்தார் ராஜி.

"என்ன மாமா, யோசனையா இருக்கீங்க?"

"டீயைக் குடுடா."

"இதோ, போட்டேன் மாமா. இந்தாங்க, ஒங்களுக்குச் சர்க்கரை கொஞ்சம் தூக்கலா."

'யார் யாருக்கு எப்டி டீ போடணும்னு அவனுக்குத்தாண்ணே தெரியும்' அங்கில்லையென்றாலும் கன்னியம்மாள் பேசுவது நினைவில் வந்தது.

"சுப்ரமணிக்கு டீ போடுவான் பாருண்ணே. கோபுரமா. கோபுரமா டீ போட்டு நீ ஒன் வயசுக்குக் கேள்விப்பட்டிருக்கியா?

அதுவும் பொல்லாதது, இவனும் மெனக்கெட்டு ஆத்தி ஆத்தி நொரையைக் கோபுரமா கட்டித் தருவான். வாங்கிப் பார்த்துட்டுச் சின்னக் கோபுரமா கீதுன்னு வாயால ஊதிவிட்டுட்டுக் கீழ புரண்டு அழுவும். இவனும் பெரிய கோபுரமா போட்டுத் தருவான்.”

டீ குடித்துக் கொண்டிருக்கும்போது கைலாசம் வந்தார்.

“வாய்யா கைலாசம்.”

ராஜி நகர்ந்து உட்கார்ந்தார். கைலாசம் பக்கத்தில் உட்கார்ந்தார். சித்தம் போக்கு, சிவன் போக்கு என்று சுற்றிக்கொண்டிருப்பவர்.

மூவரும் என்ன பேசுவது என்று அமைதியாக இருந்தார்கள்.

கைலாசம்தான் திடீரென்று பேச ஆரம்பித்தார்.

“நீ கெக்கலன்தான்டா, ஆனா தறி நெச்சுப் பொழைக்கிற கெக்கலன் இல்ல. கஞ்சூர்த்துல இருக்காம் பாரு, ராஜதந்திரி, நீ ராஜதந்திரி கூட இல்லடா, ராஜாவேதான்.”

கைலாசம் மாமா ஏதோ ஒரு புள்ளியில் நின்று பேச ஆரம்பித்தார்.

“என்ன மாமா, சுதியில இருக்கியா என்ன?”

“ஓசி பீடிக்கு எத்தன அடி போடுது பாரு பன மரம்.” டீ குடித்துவிட்டு எழுந்துபோகும் சொந்தக்காரன் ஒருவன் கைலாசம் மாமாவைத் திட்டிக்கொண்டு போனான்.

“யோவ் மாமா, அடுத்த வேல சோத்துக்கே வழியில்ல. இதுல ராஜாவாட்டம் எங்க இருக்கிறது?”

“நீ யோகக்காரன்டா, இந்தக் கடையில கெடக்க மாட்ட பாரு.”

“என் யோகத்ததான் பாத்தனே. பொறந்தது ரோகிணி நட்சத்திரம். கிருஷ்ணன் பொறந்த நட்சத்திரம். கிருஷ்ணன் என்னைக்காவது யார்கிட்டயாவது நல்ல பேர் வாங்கியிருக்கானா? தாய் மாமனுக்கு ஆகாதுன்னு கெட்ட பேரு வேற.”

“நட்சத்திரம் என்ன? நாளு என்ன? கோளு என்ன? எல்லாம் அவனவன் வந்த வழி.”

“எங்கூடத் தான் பொறந்தான் பலராமன். எனக்கும் அவனுக்கும் அரைமணி நேரந்தான் முன்னபின்ன. அவன் பரணி நட்சத்திரம். ஒன்னாதான் படிச்சோம். என்னை ஏழாவதோட நிறுத்திட்டாங்க. அவன் எட்டாவதுவரை படிச்சான். பரணியில பொறந்தவன் தரணி ஆளுவான்னுவாங்க. அவன் சர்க்கார் வேலைக்குப் போயிட்டான். ஓட்டல்ல நல்ல காசுன்னு, காசு பார்த்துட்டு உத்தியோகத்தை விட்டுட்டோம்.”

“டேய் நடராஜி, ஒங்கப்பன் இருக்கிற வரைக்கும் சொல்லிச் சொல்லிச் சிரிப்பான்டா, நீ புளிய மரத்துல ஏறி உட்கார்ந்துகிட்டத.”

“அப்ப நம்மளுதுதானே கடைத்தெருவுல ஒரே ஓட்டல் கடை. நூறு ரூபாய் கூடக் கல்லா கட்டுவாங்க. அரையணாவுக்கு ரெண்டு போண்டா. இனிப்பு போண்டா. ரெண்டு போண்டாவைச் சாப்பிட்டு டீயைக் குடிச்சாப் போதும், ராத்திரிக்குச் சாப்பாடு வேணாம். தெனம் நூறு ரூபாய் பார்க்கிற ஜோர்ல, மாசம் நாப்பது ரூபா சம்பளத்துக்கு எவன்டா சர்க்கார் வேலைக்குப் போவான்னு நிறுத்திட்டாரு. இப்பத்தானே அங்கங்க கடையாப்போச்சு.”

“இப்ப மட்டும் என்ன? ஒங்கட வியாபாரம் கொறஞ்சு போச்சா என்ன?”

“வர்ற வருமானம் வந்துக்கிட்டுத்தான் இருக்கு மாமா. நம்மாலதான் வேலை செய்ய முடியலை.”

“நான் கௌம்பட்டா நடராஜி.”

“என்னய்யா அவசரம்?”

“தேவி வாயத் தெறக்கும், குடிச்சிட்டு வந்துட்டயான்னு. இனிமே இருந்தா நம்ம மரியாத நாத்தமெடுக்கும். அதுக்குள்ள கௌம்பிடணும்.”

“புதுசா நாத்தமெடுக்க என்னா கெடக்கு. அவ என்னைக்குச் சத்தம் போடாம இருந்திருக்கா? விடுய்யா, பாட்டு ஒன்னு சொல்லு மாமா.”

“இந்தா, சூடா டீயக் குடிச்சிட்டுப் பாடு. நீ சித்தர் பாட்டுப் பாடு. அவரு பெரியார் புராணம் சொல்வாரு. நல்லாருக்கு ஜோடி.”

தேவி இருவரிடமும் டீ டம்ளரைக் கொடுத்தாள்.

"ஒங்களுக்கு இன்னொரு டீ போடச் சொல்லவாண்ணே?"

"இப்பத்தானேம்மா குடிச்சேன், வேணாம்."

டீயைப் பார்த்தவுடன் கைலாசத்தின் முகத்தில் மலர்ச்சி. தேவியிடமிருந்து இரண்டு டம்பளரையும் வாங்கி, ஒன்றை நடராஜனிடம் நீட்டினார்.

"ரெண்டும் ஒன்னுதானே, அவெனுக்குன்னு தனியா இருக்கா?"

"க்கூம், என்னா போடப்போறேன் தனியா?"

"எல்லாத்துக்கும் மூஞ்சிய மொழ நீளத்துக்கு இழுத்துக்கிறாளே, பாலேடு கேட்பான் அவென். அதான் அவென் டீயில போட்டிருக்கியான்னு கேட்டேன்."

"வேலயக் கெடுக்கிற உனக்கு டீ போட்டுக் குடுத்தன் பாரு. இதுவும் பேசுவ, இன்னமும் பேசுவ. சித்தராம், பெரிய சித்தரு."

"கைநாட்டுக் கழுத, ஒனக்கென்ன தெரியும் சித்தருங்களப் பத்தி. நம்ம மண்ணே முனிவருங்க மண்ணுதான். காத்துல பூராம் அவங்க மூச்சிக் காத்து. வெங்குணம் மலையெல்லாம் அவங்க கால்த் தடம். அப்ப நம்மூரு வெறுங்காடு. பக்கத்துல இருக்க மும்முனிதான் அவங்க தாய் பூமி. மும்முனின்னா என்னா அர்த்தம்? மூன்று முனி. முனிவருங்க வாழ்ந்த எடம். இப்ப எல்லாம் வூடும் கூடுமாப்போச்சு. பாட்டெழுதி வச்ச சித்தருங்களத்தான் ஊருக்குத் தெரியும். பாட்டாவே வாழ்ந்துட்டுப்போன சித்தருங்கள யாருக்குத் தெரியும்?"

"நீதான் இருக்கியே மாமா, நாங்க பாக்குற சித்தர்."

"ஓசி பீடிக்கு யார்கிட்டயாவது நிக்கிறவரா சித்தரு? ரெண்டு பாட்ட பாடிட்டா சித்தரா?"

"நீங்க யாரும் எனக்குச் சோறு போட வேணாம். இந்த மண்ணு எனக்கு சோறு போடும்."

"போடும், போடும். கொடுங்காலூர்ல இருந்து எங்க மாமியக் கட்டியாந்துட்ட. வயணமா வேளா வேளைக்கு வடிச்சுக் கொட்டுது."

“என்னா வயணமா போட்டா? ஒரு தட்டுச் சோத்துக்கு ஒரு வண்டி ஒத்தாமட்ட வுடுவா. நல்ல ஜென்மத்துக்குச் செரிக்காது. நானா இருக்கவே அந்தச் சோறு செரிச்சுப்போது. வாய் பெருத்த ஒம் மாமிய வேற ஒருத்தன் வச்சுக்கிட்டு குப்பக் கொட்டுவானா?”

”அய்ய மாமா, நீ ஒம் பாட்ட பாடு. மாமிகூடச் சண்ட முடிஞ்சிடாத. அதுக்குக் காது செவுத்துல இருக்கும்.”

“மாமா, இன்னைக்குப் பொதுக் கூட்டம். ஏழு மணிக்காப் போலாமா?”

“எங்கடா போட்டிருக்காங்க?”

“காவேரிபாக்கம் ரோட்ல.”

“அடங்கோத்தா, அங்கயான்டா போட்றானுங்க? மூத்திரம் பேய கூட அந்தப் பக்கம் எவனும் வரமாட்டானுங்க.”

“அங்கன்னா அம்பது பேர் வந்தாலும் அடக்கமா பெரிய கூட்டம் மாதிரி இருக்கும். கோட்ட மூலைல அய்ந்நூறு பேரு வந்தாலும் பொசுக்குனு இருக்கும். பேச்சாளரும் பெரிய பேச்சாளர் இல்ல மாமா.”

“அவென் வந்து எவென் வூட்லயாவது நல்லாச் சோத்த தின்னுட்டு, மேடைக்கு வர பதினொன்னு ஆவும். வந்தவன் போனவன்ல்லாம் பேசிட்டு, மேல இருந்து வந்தவன் பேசி முடிக்கப் பன்னண்டு பன்னன்ட்ற ஆவும். நாம வூடு வர ஒன்னாவும். பாக்கலாம், போலாமா வேணாமான்னு சொல்றேன்.”

“எங்க, நீ அவர கூட்டத்துக்குப் போவாம நிறுத்திடு பாப்போம்? அஞ்சு கட்டு பீடி வாங்கித் தர்றேன்” தேவி இடையில் புகுந்தாள்.

“அவென் கூட்டத்துக்குப் போகலைன்னா எப்படி? என்னைய மாதிரியா அவென்? கட்சி ஆரம்பிச்சதுல இருந்து அவெந்தான் கிளைச் செயலாளரு. எல்லாக் கூட்டத்து நோட்டீஸ்லயும் அவென் பேரு இருக்குல்ல? போவாம விட்டா மரியாத கெடையாது. ரத்தத்துல கீது அவனுக்குக் கட்சி.”

சொல்லிக் கொண்டே எழுந்து நின்று வேட்டியை அவிழ்த்துப் பிரித்து, உள்ளே கட்டியிருந்த கோவணத்தை

இறுக்கினார். மீண்டும் வேட்டியைக் கட்டிக்கொண்டு, மடியில் இருந்த துண்டை எடுத்துத் தோளில் போட்டுக் கொண்டார். போவதற்காக எழுந்து நின்றார்.

இடுப்புக்கு மேல் நெடுநெடுவென்று அதிகம் வளர்ந்தவர் போல் தெரியும் கைலாசம், மேற்கூரையில் இடித்துக் கொள்ளப் போகிறோம் என்ற கவனத்தில் குனிந்தபடி எழுந்ததால் சமாளிக்க முடியாமல் திணறினார். உயரத்தைக் குறைக்க லேசாகக் கூன் போட்டிருந்தார்.

தொய்வான நடையில் கைலாசம் நடப்பதைப் பார்க்க மனசுக்குச் சங்கடமாக இருந்தது நடராஜனுக்கு. 'எப்படிப்பட்ட ஆளு கைலாசம் மாமா? தறியில கெடந்து கஷ்டப்படுறாரே?'

முதல்முதலில், "கறுப்புச் சட்டைக்காரங்க வந்திருக்காங் கடா, வா, கூட்டத்துக்குப் போலாம்" எனக் கைப்பிடித்து இழுத்துக்கொண்டு ஓடின நாள் இப்போது கண்முன்னால் ஓடியது போலிருந்தது நடராஜனுக்கு.

குளத்துப் பிரச்சினை, குடிதண்ணீருக்கு என்ன வழி என்று ஊர்ப் பிரச்சினைகளைப் பற்றி ராஜி மாமாவோடு கொஞ்ச நேரம் பேசிக்கொண்டிருந்தான் நடராஜன்.

ராஜி மாமா, "வர்றேன் நடராஜி" என்று சொல்லிவிட்டுக் கிளம்பியபோது, தீர்மானமான குரலில் நடராஜன் சொன்னான்.

"நமக்கு இந்த ஓட்டல் கடை சரிப்பட்டு வராது, மாமா."

13

“அண்ணி ஒடனே கடைக்கு வரச் சொன்னாங்கண்ணா.”

மூச்சிறைக்க ஓடிவந்தான் பக்கத்து வீட்டுப் பையன்.

”என்னாச்சுடா? எதுக்கு இப்படி ஓடி வர்ற?”

“அண்ணி கையோட கூப்பிட்டுக்கினு வரச் சொன்னாங்க.”

“சொல்லிட்டுத்தானே வந்தேன், பன்னண்டாவும்னு. நீ போ. நான் வர்றேன்.”

தேர்தல் வேலைகள் பிரித்துக் கொடுப்பதற்கான கூட்டம். இன்று, நாளை என்று ஒவ்வொரு நாளாய்த் தள்ளிக்கொண்டு இன்றைக்குத்தான் ஒழிந்தது. தேவி நேரமானால்தான் கூப்பிட்டு விடுவாள். இல்லையென்றால் ஒன்றும் சொல்ல மாட்டாளே? என்று யோசனை முடிவதற்குள், ஓடி வந்த சின்னப் பையன்,

“அண்ணிகிட்ட ரெண்டு பேர் கோவமா பேசிக்கினு இருக்காங்கணா” என்றான்.

பகீரென்றது.

அவ்வப்போது கடையில் ஏதாவது பிரச்சினை வரும். சாப்பிட வருகிறவர்களும், டீ குடிக்க வருகிறவர்களும், சும்மா பேப்பர் பார்த்துட்டுப் போவதற்காக வந்து உட்கார்ந் திருப்பவர்களும் வந்த வேலையை மட்டும் பார்க்க மாட்டார்கள். ஊர்க் கதை, அவன் பங்காளி பகையாளி கதை, வெறும் வம்பு எதையாவது பேசுவார்கள். நமக்குச் சம்பந்தமில்லையென்று காதில் விழாதது மாதிரிதான் இருப்பது வழக்கம். அப்பா எப்போதுமே சொல்லுவார், ‘யார் கிட்டயும் வாய்க் குடுக்கக்

கூடாது. அவன் பேசுறானேன்னு நாமும் சேந்து பேசக் கூடாது. அவென் எல்லாத்தையும் பேசி, நம்மள ஊங் கொட்ட வைச்சு, வெளியில போய் நாமதான் எல்லாம் பேசுனது மாதிரி சொல்லுவான். எத்தன வம்புங்கள நான் பாத்துட்டேன். யாரையும் கூட்டஞ் சேர வுடாத. வந்தாங்களா, சாப்ட்டாங்களா, கெளப்பி அனுப்பிக்கிட்டே இருக்கணும். வம்பு தும்பு ஆள்னு தெரிஞ்சா, வம்பு வர்றதுக்கு முன்னாலேயே அவன நிறுத்திர்றது நல்லது' என்று.

'இன்னைக்கு யார் வந்து என்ன வம்பு இழுக்கிறான் என்று தெரியலையே?' அதுவும் வீட்டுப் பெண்களிடம். நடராஜனின் உடம்பு முழுக்கப் பதற்றம் தொற்றியது.

கூட்டம் ஆரம்பித்து பத்து நிமிஷம்கூட ஆகவில்லை. யோசனையுடன் பார்த்தான்.

"நடராஜி, நீ கிளம்பு. போய் என்னன்னு பார்த்துட்டு வா. நாங்கப் பேசிக்கிட்டு இருக்கோம்." சுபானு சொன்னான்.

"பார்த்துக்க ஓய். போய் என்னன்னு கேட்டுட்டு ஓடியாந்து டுறேன்."

விறுவிறுவென்று வெளியில் வந்தான்.

கடைக்கும் ஆலமரத்துக்கும் ஐந்து நிமிட நடைதான். பனங்குடுவையை இரண்டு சக்கரமாக்கி, இரண்டையும் ஒரு கம்பில் இணைத்து, வண்டியாக்கி இருந்தான் சின்னப் பையன். 'டுர்ர்'ரென்று கிளப்பிக்கொண்டு முன்னால் ஓடினான். பெரியதும் சின்னதுமாய் இல்லாமல் இரண்டும் ஒன்றைப் போலவே இருந்த பனங்காய்கள் அவன் வேகத்திற்கு உருண்டன. மெலிந்து சிறுத்த அவன் வலது பின்னங்காலில் தழும்பு ஒன்று பெரியதாகத் தெரிந்தது.

அவனுடைய அம்மா ஒரு ராட்சசி. சின்னப் பையன் ஏரி யில் குளிக்கப் போயிருக்கிறான். குளிக்கும்போது சோப்பு கை நழுவித் தண்ணீரில் விழுந்திருக்கிறது. சின்னப் பையன் தட்டுத் தடுமாறி எடுப்பதற்குள் சோப்பு உள்ளே போய்விட்டதாம். 'புது சோப்பு, உறையைப் பிரிச்சு இப்போதானே கொடுத் தனுப்பிச்சேன், ஒங்கப்பனுக்கு யார் பதில் சொல்றது? இனிமே சோப்பைக் கையில எடுக்கும்போதெல்லாம் இந்தச் சூடு

ஞாபகம் வரணும்'ன்னு பையனுக்குப் பின்னங்காலில் சூடு இழுத்திருக்கிறாள். துடிதுடித்துப் போய்விட்டான் பையன்.

தேவியும் சுசீலாவும் மட்டும் தனியாகக் கடையில் இருந்திருப்பார்கள். விட்டுவிட்டு வந்தது தப்புதான். கள்ளச்சாராயம் குடிக்கிறவன்கள் ஊரில் அதிகமாகி விட்டார்கள். பகலிலேயே குடித்துவிட்டு வருகிறார்கள். கால்கள் விரைந்தன. மனமோ முன்பு நடந்த சம்பவங்களின் கசப்பை உமிழ முடியாமல் மென்று விழுங்கிக்கொண்டிருந்தது.

தூரத்தில் போகும்போதே கடையைக் கண்கள் துழாவின. கடை முன்னால் பெரிய கூட்டமில்லை. வெளியே கிடந்த பலகையில் நான்கைந்து பேர் டீ குடித்துக்கொண்டு உட்கார்ந்திருந்தார்கள். 'அப்பாடா" என்று மூச்சு சீரானது.

துண்டை எடுத்து முகத்தைத் துடைத்துபடி உள்ளே நுழைந்தவன், தேவி எங்கிருக்கிறாள் என்று பார்த்தான். கடையாள் சப்பை டீ போட்டுக் கொண்டிருந்தான்.

"எங்கடா அண்ணி?"

"உள்ள மாவு எடுக்கப் போயிருக்கு."

உள்ளே போவதற்குள் தேவி மாவு குண்டானுடன் வெளியே வந்தாள்.

"என்னமே, எதுக்குக் கூப்பிட்ட? சொல்லிட்டுத்தானே போனேன்?"

கேள்வி கேட்டபடியே அவளின் முகத்தை ஆராய்ந்தான். சோர்ந்திருந்தது. ஏதோ பிரச்சினைதான்.

"யார் வந்தது?"

தேவியின் முகம் கோபத்தில் சிவந்தது.

"அந்தக் காதர் பாயும் கூட நாலு பேரும் வந்தாங்க. டீயும் வடையும் கேட்டாங்க. சப்பைகிட்ட டீ போடச் சொன்னேன். அவர் ரெண்டு மாசமாவே ரூபா தரலை. அடுத்த முறை வந்தா கேட்கணும்னு சொன்ன இல்ல? 'பாய், பாக்கி கொஞ்சம் அப்படியே நின்னு போயிருக்கு. கேட்கணும்னு சொல்லியிருந்தார்'ன்னு நான் பொதுவாத்தான் சொன்னேன். அவருக்கு அப்படியே புஸ்ஸுனு கோவம் வந்துடுச்சி.

நாலு வியாபாரி கூட வந்து டீ குடிக்கும்போது தான் பாக்கி இருக்குன்னு சொல்லிக் காட்டணுமா? நான் என்ன மரத்தடியிலா குடிசை போட்டுக்கினு இருக்கேன், ராத்திரியோட ராத்திரியா ஓடிப் போறதுக்கு? ஆ, ஊன்னு வாய்க்கு வந்ததைப் பேச ஆரம்பிச்சுட்டாரு."

"அவனுக்கு வாய்த் துடுக்குதான். வாத்து மேய்க்கிற நாய்க்கு குடிச்ச டீக்கு காசு கேட்டா கசக்குதா?"

"நாம பொழைக்கிறதே அவங்களாலதானாம். எங்க துலுக்கத் தெரு ஆளுங்க ஒன் கடைக்கு வரலைன்னா ஒனக்கு என்ன வியா பாரம் ஆவும்னு கேள்வி வேற கேக்கிறாரு."

"எவன் வந்தா என்ன? அவன் வந்தா வாங்குறதுக்கு மேல காச கொடுத்துட்டுப் போறானா என்ன? பொருளுக்குக் காசு. துலுக்கன் வந்தா என்ன? கவுண்டன் வந்தா என்ன? பறையன் வந்தா என்ன? எல்லாருக்கும் ஒரே வெலைதானே?"

"அந்தாளு குடிச்சிருந்தாரா என்னன்னு தெரியலை. கத்திக் கிட்டு ஒக்கார்ற பலகையைக் காலால் ஒதைச்சாரு. வாங்குன நாலு டீயையும் கீழ ஊத்திட்டுப் போயிட்டாரு. இந்த நாலு டீயையும் கணக்குல எழுதுவேன்னு சொன்னேன். போய் வர்றேன்னு சொல்லிட்டுப் போயிருக்கார்."

"மூஞ்சில குத்துற மாதிரிதான் சொல்லியிருக்க."

தேவியைத் தேற்றுகிறார்போல் பதில் சொல்லிவிட்டானே தவிர மனத்தில் கலக்கம் படர்ந்தது.

"பத்திரமாவே இருப்பா, பொம்பளைய தனியா விட்டுட்டுப் போவாதே. துலுக்கனும் கவுண்டனும் பிரச்சினை வராத வரை பசு மாதிரி இருப்பானுங்க. பிரச்சினையை ஆரம்பிக்கிறதுன்னு முடிவு செஞ்சுட்டா போதும், சீண்டிச் சீண்டிச் சண்டைக்கு நிப்பாங்க. பிரச்சினை போலீஸ் ஸ்டேஷனுக்குப்போய் நிக்கிற வரைக்கும் அடங்க மாட்டாங்க." டீ குடித்துக் கொண்டிருந்த கன்னிகாபுரத் தெரு மாணிக்கம் சொன்னார்.

"எங்காளுங்ககிட்ட ஜாக்கிரதையா இரு மோலியாரே. எல்லார் கைலயும் சாராயத் துட்டு நடமாடுது. அதான் தலைகீழா கீறானுங்க." முள்ளங்கி பாய் சொன்னார்.

நடராஜன் ஒன்றும் பதில் சொல்லவில்லை.

கூட்டத்திற்குத் திரும்பப் போகலாமா என்று யோசனை வந்தது.

தேவியிடம் கேட்கவும் தயக்கமாக இருந்தது.

"ஒரு டீ போட்றா சப்பை."

வெளிப்பலகையில் உட்கார்ந்தான்.

தேவியும் பக்கத்தில் வந்து நின்றாள்.

"அண்ணி, ஒனக்கும் ஒரு டீ போடட்டா?"

"போடு."

"சுசீலா எங்கே?"

"இப்பத்தான் வீட்டுக்குப் போயிட்டு வர்றேன்னு போய் இருக்கு."

"அந்தப் பாய் வந்தப்ப இருந்தாளா?"

"இருந்துச்சு, அதுவும்தான் கூட வந்து நின்னுச்சு."

"இனிமே எவனாவது பேச்சு கொடுத்தாகூட, நீ ஒன்னும் பேசாத. பாக்கி இருந்தா நான் கேட்டுக்கிறேன். ஆளில்லாதப்ப ஒன்னும் பேசாத."

"நான் சாதாரணமாத்தான் சொன்னமே. அந்தாளுக்குத்தான் புஸ்ஸுன்னு கோவம் வந்துடுச்சி."

"நம்மூரு ஆளுங்க, தெரிஞ்சவங்கன்னா பரவாயில்லை. இவனுங்கள்ளாம் நாலு எடத்துக்குப் போய் வியாபாரம் பண்றவனுங்க. வாய்த் துடுக்கு அதிகமா இருக்கும்."

"நம்ம வீட்டுக் காச கேக்குறதுக்கா இவ்ளோ பயப்படணும்?"

சப்பை இருவருக்கும் டீ கொண்டுவந்து கொடுத்தான். கையில் வாங்கிய நடராஜன், டீ டம்ளரை உயர்த்திப் பார்த்தான்.

"என்னாப் பாக்குறே? யார் டீ போட்டாலும் ஒனக்குப் பிடிக்காதே?"

"ஸ்ட்ராங்காப் போட்டிருக்கானான்னு பார்த்தேன்."

“குடிண்ணா, ஒன்கிட்ட தானே கத்துக்கிட்டேன்.”

டீ ஸ்ட்ராங்கா இருக்க வேண்டும். டீ தூளின் வாசனைதான் வர வேண்டும். பால் வாசனை வரக்கூடாது. வெள்ளைக்காரன் பால் ஊற்றாமல்தான் டீ குடிக்கிறான். டீ இலையைக் கண்டுபிடித்த சீனாவில், டீத்தூள் கொதிக்கிற வாசனையையே முகர்ந்து பார்த்துட்டு இருப்பாங்களாம். நம்மாளுங்கதான் கஷாயத்துடன் பாலைக் கலந்துவிட்டார்கள். சர்க்கரையும் குறைவாகத்தான் போட்டுக் கொள்வான். டீயின் துவர்ப்பு லேசாக நாக்கில் ஒட்ட வேண்டும்.

பாய்லரில் செம்பூவாய்க் கனன்று கொண்டிருந்த நெருப்பைப் பார்த்தான். செவ்வாரஞ்சு நிறத்தைப் பார்த்துக்கொண்டு இருப்பது பிடிக்கும். கனலும் நெருப்பு டீ குடிக்கும் ஆசையைத் தூண்டியது. டம்பளரை ஒரு சுழற்றுச் சுழற்றிக் குடிக்கத் தொடங்கினான்.

அதற்குள் தேவி பாதியைக் குடித்திருந்தாள்.

“நம்மூர் களத்துமேடு இருக்கே, அது நம்ம எடம். தெரியுமா ஒனக்கு?”

“பறச்சேரிக்குப் போற வழியில இருக்கே, அதுவா?”

“ஆமாம், அந்த ரெண்டு ஏக்கருமே நம்ம எடம். இப்படித்தான் பாக்கி இருக்கேன்னு அப்பா கேட்கப் போய், அதுல போயிடுச்சி.”

“என்னாமே சொல்ற?”

“நமக்குக் கல்யாணம் ஆவறதுக்கு முன்ன நடந்த கதை. குப்பன்னு மணியக்காரன் ஒருத்தன். வெளியூர்க்காரன். இங்க மணியக்காரனா போட்டிருந்தாங்க. மூணு வேளையும் நம்ம கடையிலதான் அவனுக்குச் சாப்பாடு, நாஷ்டா, டீயெல்லாம். மொதல்ல அப்பப்பவே காசு குடுத்துக்கிட்டு இருந்தவன், அப்புறம் என்ன நினைச்சானோ, பணமே குடுக்கலை. அப்பாவும் ஒரு மாசம், ரெண்டு மாசம் ஒன்னும் கேட்கலை. உத்தியோகக்காரன் குடுக்காம எங்கப் போயிடப் போறான்னு இருந்துட்டாரு. ரூபாயப் பத்தி வாயே தெறக்க மாட்டேன்றானேன்னு சொல்லிட்டு, அப்பாவே நாலஞ்சு தரம் கேட்டார். இதோ தர்றேன், அதோ தர்றேன்னு பிடி குடுக்காம,

என்ன நினைக்கிறான்னு புரிஞ்சிக்க முடியாதபடி, அவ்ளோ நாசூக்கா இருந்துட்டான்.

பஞ்சாயத்துல எடத்துக்குப் பேர் மாத்தித் தரணும், வரி கட்டணும், இப்படி என்ன சொன்னான்னு தெரியலை, அப்பாகிட்ட ஒரு வெத்துப் பத்திரத்துல கையெழுத்து வாங்கிட்டான். சர்க்கார் காலனிக்காரங்களுக்கெல்லாம் வீடு கட்டிக் கொடுக்கிறதுக்கு ஊர்ல இருந்து பொறம்போக்கு நிலம் எடுத்தாங்க. அப்புறம் விருப்பப்பட்டுக் குடுக்கிறவங்க குடுத்தாங்க. அதுக்குரிய ரேட்டு சர்க்கார் கொடுத்தது. இவன் காலனிக்கு நம்ம எடத்தைக் குடுக்கிறதா அப்பாவுக்குத் தெரியாம அந்தப் பத்திரத்துல எழுதி குடுத்துட்டிருக்கான். தாலுக்காபீசுல இருந்து அந்த எடத்தை எடுக்க வந்தப்பதான் அப்பாவுக்குத் தெரிஞ்சது. ஒன்னும் பண்ண முடியலை. மணியக்காரன்றதுனால தெளிவா எழுதிட்டான். சாப்ட்டதுக்குக் காசு கேட்டதுக்கு இப்படிப் பழி வாங்கிட்டான், அந்தப் பொறம்போக்கு தேவடியா மவன். ரெண்டு ஏக்கர், சொத்தா கெடந்திருந்தா இன்னைக்கு எதுக்காவது பயன்பட்டிருக்கும். அவ்வளவு வஞ்சம் வச்சி கழுத்தறுட்டான்."

"அடப்பாவி, இப்படியுமா வஞ்சம் வைப்பானுங்க?"

"ஆமா, ரூபா கொடுக்கிறேன், கொடுக்கல, ஒன்னும் சொல்லல. அவனுக்கு கடன கேட்டதே பெரிய அவமானமாப் போச்சாம். ஓசியில தின்ற நாய்க்கு."

"மாமா படிப்பாங்கதானே?"

"ஒன்னும் எழுதல அவென். கையெழுத்தப் போடுங்க, அப்புறம் நான் பொறுமையா எழுதிக்கிறேன்னு சொல்லி வாங்கிட்டான்."

"ஓட்டல் கடையில் போட்ற முதலுக்கு ரெண்டா வருமானம் வந்தாலும், காலுக்குக் கீழ கொசு கடிச்சிக்கிட்டு இருக்கிற மாதிரி பிரச்சினைங்களும் கடிச்சிக்கிட்டே தான் இருக்கும்."

பலகையில் இருந்த 'நம் நாடு' பேப்பரை எடுத்தான். செய்திகளைக் கண்கள் மேலோட்டமாகப் பார்த்ததே தவிர, ஒரு செய்தியும் மனத்தில் எட்டவில்லை. கூட்டத்திற்குப் போக

வேண்டுமே என்ற எண்ணமே உள்ளுக்குள் ஓடிக்கொண்டிருந்தது. எழுந்தும் போக முடியவில்லை. ஏதோ ஒன்று, விரும்பாத ஓர் உணர்வு மனத்தைப் போட்டுப் பிசைந்து கொண்டிருந்தது.

பேப்பரை வைத்துக்கொண்டு படிக்காமல் உட்கார்ந்திருப் பதைப் பார்த்த தேவி,

"நீ வேணா கூட்டத்துக்குப் போய் வாமே. நான் பாத்துக் கிறேன்" என்றாள்.

"ம்ம்ம், போலாம் போலாம்."

சொன்னானே தவிர எழுந்திருக்கவில்லை.

"பொம்பளைய விட்டுப் பாக்கிய கேட்கச் சொல்லிட்டு, பொட்டப் பையன் மாதிரி வீட்டுக்குள்ள பூந்துக்கிட்டு இருந்தியா?"

குரல் சமீபத்தில் கேட்டதில் தூக்கிவாரிப் போட்டது. யார் யாரிடம் பேசுகிறார்கள் என்பது புரியாமல் நிமிர்ந்தான். காதர் பாயும் இன்னும் ஐந்தாறு பேரும் நின்றிருந்தார்கள். மனம் இவ்வளவு நேரமாகப் பிசைந்துகொண்டு இருந்ததின் காரணம் புரிந்தது.

"கடன் வச்ச எங்களுக்குக் குடுக்கத் தெரியாதா? பொண் டாட்டியவிட்டுக் கேக்கச் சொல்ற? அதுவும் நாலஞ்சு வியாபாரிங்க கூட வந்திருக்கும்போது?"

"நீ என்ன சொன்ன?"

"ஒம்மாள, யார்கிட்ட பாக்கி கேக்கறேன்னு கேட்டன்."

சரேலென்று எழுந்து சோமனை மடித்துக் கட்டினான். தேவி பாய்ந்து அருகில் வந்து கைகளைப் பிடித்துக் கொண்டாள்.

"வேணாம்மே, அவனுங்க வேணும்னு சண்டை இழுக்க வந்திருக்கானுங்க. நீ பேசாம இரு."

"பொம்பளகிட்ட என்ன பேச்சு பேசக்கூடாதுன்னு அவனுக்கு இன்னிக்குக் கத்துக் குடுக்கிறன்."

"எனக்குக் கத்துக்கொடுக்கிறானாம் பொட்டப் பையன்."

தேவியின் கையை உதறிவிட்டு, கொட்டகையின் கூரையில் இருந்து ஒரு கொம்பை உருவினான்.

உருவிய வேகத்தில் காதர் பாயின் தலையில் ஓங்கி ஒரு போடு போட்டான். அடி பெரிதாக விழுந்தது. "அய்யோ, அம்மா" என்று வலியில் துடித்தபடி கத்தினான்.

"யார்றா பொட்டப் பையன்? வயிறு முட்ட தின்னுட்டு, வச்ச கடனைக் கொடுக்கத் துப்பில்ல. என்னையா பொட்டப் பையன்னு சொல்ற?"

அடி விழுந்தும் அவன் வாயை மூடவில்லை.

"பொட்டப் பையன்தான். ஒன் பொண்டாட்டிய அனுப்பி வுடு."

மடார்மடாரென்று தலையிலும் முதுகிலும் அடி போட்டான். பாயுடன் வந்தவர்களில் ஒருத்தன், ஓடிவந்து அவன் கையில் இருக்கிற கொம்பைப் பிடுங்கப் பார்த்தான். இன்னொருத்தன் பின்பக்கத்தில் இருந்து அவன் தோள் துண்டோடு கழுத்தை இறுக்குவதைப்போல் கழுத்தோடு சேர்த்து இழுத்தான்.

தேவி பாயின் கையைத் தட்டிவிட்டு நடராஜனைப் பிடித்து இழுத்தாள். வீட்டிலிருந்து மாவு குண்டானைத் தூக்கிக்கொண்டு வந்த சுசீலா, நடப்பதைப் பார்த்து வேகமாக ஓடி வந்தாள். அண்ணன் கழுத்தைப் பிடித்திருந்தவனின் கையைப் பிடித்து இழுத்தாள். ஒருத்தன் குருவி ரொட்டி இருந்த கண்ணாடி பாட்டிலைத் தூக்கிப் போட்டு உடைத்தான். பாய்லர் அருகில் நின்றிருந்த சப்பை பயந்துபோய்க் கத்தினான்.

"ஓடியாங்க, ஓடியாங்க. பாய் பசங்க அண்ணனை அடிக்கிறாங்க."

காதர் பாய் மண்டையைத் தேய்த்து விட்டுக்கொண்டே, பாய்லர் அருகில் போனான். பால் குண்டானைத் தூக்கி, இருந்த பாலைக் கீழே கவிழ்த்தான். நடராஜனுக்குள் மூர்க்கம் அதிக மானது. பின்னாலிருந்து பிடித்துக் கொண்டிருந்தவனை ஒரு இழு இழுத்து முன்னால் போட்டான்.

பால் குண்டானைக் கவிழ்த்துவிட்டு, பாய்லர் அருகில் போய்க் கொண்டிருந்த காதர் பாயை நோக்கிப் பாய்ந்தான். வடையைக் குத்தி எடுப்பதற்காக அங்கிருந்த கம்பியை எடுத்து, பாயின் முதுகில் ஓங்கிக் குத்தினான்.

குத்திய வேகத்தில் அவன், "அல்லா" என்று கத்தினான். குத்துப்பட்ட இடத்தில் ரத்தம் பீய்ச்சியடித்தது.

ரத்தத்தைப் பார்த்தவுடன் இந்நேரம் வரை அங்குத் தாண்டவ மாடிக் கொண்டிருந்த கோபம், மணலில் ஊற்றிய தண்ணீர் போல் நிமிஷத்தில் வடிந்தது. பாய் குப்புற சரிந்தான். அவனுடன் வந்தவர்கள் ஓடிப்போய்த் தூக்கினார்கள்.

ஒருத்தன் வெறியுடன் கொதிக்கும் பாய்லரைத் தூக்கி ரோட்டில் போட்டான். கையில் இருந்த கம்பியைத் திருப்பிப் பார்த்தான் நடராஜன். நுனியில் ரத்தம் உறைந்திருந்தது.

14

“ஜெயிக்கற மாதிரி ஜெயிக்க வச்சு, ஆள கவுத்திடுதே, …ச்சேய்.”

கையில் இருந்த சீட்டுகளைத் தூக்கிப் போட்டான் நடராஜன்.

“பொம்பள மாதிரிதான் மச்சான், சீட்டு விளையாட்டும். அதுக்கெல்லாம் தனி தெறமை வேணும். ஒனக்கெல்லாம் ஒத்து வராது. எவனாவது ஆபிசர் மாதிரி வெள்ளையுஞ் சொள்ளையுமா சீட்டாட வருவானா? கௌம்பு ஓய்.”

“வெட்டாட்டத்தை நம்ப முடியலை ஓய். ஒங்க கையில இருக்கிற சீட்டு மட்டும் சொன்னா சொன்னபடியே வருது.”

“ஓய் மாப்பிள்ளை, எத்தனை நாளாச்சு இந்த ஜமாவுல சேந்து? அதுக்குள்ள சீட்டு சொன்னபடி கேக்குமா? நாங்க இதுலயே கெடக்கிறோம் சாராய ஊறல் மாதிரி.”

சித்தேரியை ஒட்டிய முள்ளுத் தோப்பில் சீட்டாட்டம் எப்போதும் களை கட்டியிருக்கும். வெயில் நேரத்தில் பன்றிகள் நடமாட்டம் இருந்தால் மல நாற்றமும் கூடும். தன் ஊரில் இப்படியொரு இடம் இருக்கிறது என்று தெரிந்திருந்தாலும் நடராஜன் இந்தப் பக்கம் வந்ததே கிடையாது. வெண்குன்றம் ஏரி, சித்தேரி, பெரியேரி கரை இந்த இடங்களிலெல்லாம் பகலிலும் நடமாட முடியாது. ஊருக்கு ஒதுக்குப்புறமான இவ்விடங்களில் இருப்பவர்கள் ஊரின் தீவு மனிதர்களே.

அவர்களுக்கென்று நிரந்தர வருவாயும், இழப்பும் நடைபெறுமிடம். இங்குப் புகையும் சின்னச் சின்னச் சண்டைகள்,

ஊருக்குள் பெரும் சண்டையை மூட்டும். இவர்களை முன்னிட்டு அடித்துக் கொள்பவர்கள் தங்களுக்குள் விரோதியாகி விடுவார்கள். காரணமான இவர்கள் அடுத்த நாள் சீட்டாட்டத்தில் ஒரு கையாகச் சேர்ந்து உட்கார்ந்திருப்பார்கள்.

வெறுங்கையாக வந்து உட்காருபவர்கள்கூட, இருட்டிய பிறகு வீடு திரும்பும்போது ஜோபி நிறைய காசு கொண்டு போவார்கள். கை நிறையப் பணத்துடன் ஜெயித்துப் போகிறவனை மற்றவர் எரித்து விடுவதைப்போல் பார்ப்பார்கள். ஜெயித்திருக்கிறோமே இதுபோதும், கொஞ்ச நாளைக்கு இந்தப் பக்கம் வந்துவிடக் கூடாது என்ற வைராக்கியம் மட்டும் சீட்டாடுபவர்களுக்கு வராது. ஜெயித்தவன் இரவு முழுக்க யோசிப்பான், இன்று கையில் ஒத்தப் பைசா இல்லாமல் பத்து ஜெயிச்சோம். விடிந்தால், இந்தப் பத்தை வைத்து இருபதாக்க வேண்டும் என்று வெறி கிளம்பும். தொடர்ந்து ஜெயிக்கும் அதிர்ஷ்டம் சீட்டாட்டத்தில் ஒருத்தருக்கும் அமையாது.

அடுப்பில் அணைக்காமல் விட்டுவிட்ட கறித்துண்டு, எரியாமல் இருக்கிற தழை, சத்தை, எருமட்டைத் துண்டுகளைச் சேர்த்துக் கனன்று சிலநேரம் வீட்டையே எரித்து விடுவதைப் போல், சீட்டாட்டம் எல்லாக் குற்றங்களையும் தன்னோடு சேர்த்துக்கொண்டு எரியும்.

சாராய ஊறல்களில் மேலாக வடிக்கும் நல்ல சாராயம், ஊரிலுள்ள பெரிய மனுஷர்களுக்கு அவர்கள் வீட்டுப் பெண் களுக்குத் தெரியாமல் ரகசியமாகக் கொடுக்கப்படும். மிச்சமிருக்கிற சாராயத்தைச் சின்னச் சின்னக் கேன்களின் ஊற்றிக்கொண்டு, கையில் டம்ளரோடு சீட்டாடிக் கொண்டிருக்கும் குழுவிடம் வருவார்கள்.

'வேணுமா?' என்ற கேள்வியே இருக்காது. கொண்டு வருபவன் மூடியைத் திறந்து ஆளுக்கொரு டம்ளர் ஊற்றிக் கொடுப்பான். குடிக்கிறவனிடத்தில் கணக்கு இருக்காது. ஊற்றிக் கொடுக்கிறவன்தான் கணக்கு வைத்துக் கொள்வான். எனில், எப்படிச் சரியான கணக்காக இருக்கும்? சாராயம் உள்ளே போகும்வரை, "என்ன மாப்பிள்ள? என்ன ஓய்?" என்று மரியாதையாகப் பேசுபவர்கள் சாராயம் உள்ளே போன பிறகு, "ஒக்கால ஒழி, போட்றா சீட்ட" என்று சுதி மாறிப் பேசுவார்கள்.

அடிதடி வழக்குத் தானம் கொடுப்பதில் சீட்டாட்டக்காரர்களே முதலிடம்.

ஊரின் மரியாதை மனிதர்கள் யாரும் சித்தேரிக் கரைக்குச் சீட்டாட வர மாட்டார்கள். இதன் பொருள் பெரிய மனிதர்கள் சீட்டாட மாட்டார்கள் என்பதல்ல. மல நாற்றம் அடிக்கும் இடத்தில் சீட்டாட வர மாட்டார்கள். அவர்கள் நகரத்தின் மையமான மகாலட்சுமி டெண்ட் கொட்டாய் அருகில் இருக்கும் கிளப்பில் சீட்டாடுவார்கள். மலக்காட்டில் ஐந்து ரூபாய் வைத்து விளையாடினால் கிளப்பில் ஐநூறு ரூபாய் வைத்து ஆடுவார்கள். இருசாராருக்கும் பொதுவான விஷயம், ஆடுமிடத்திலேயே சாராயம் வரும். சாராயத்தின் தரமும் வேறுபடும். மலக்காட்டுக்குத் திருட்டு வழக்கு. கிளப்புக்குச் சொத்தை ஏமாற்றிப் பிடுங்கிக் கொண்ட வழக்கு. இவர்கள்மேல் அடிதடி என்றால், அங்கு கொலை முயற்சி அல்லது கொலை வழக்கு. போலீஸைக் கண்டால் இவர்கள் துண்டைக் காணோம், துணியைக் காணோம் என்று ஓடுவார்கள். அவர்களைக் கண்டால் போலீஸ் ஓடிவரும், மாமூல் வாங்க. மொத்தத்தில் சீட்டாட்டம் ஊரின் ஒதுக்குப்புறமாய் நடப்பதுபோல் தெரிந்தாலும், நகரத்தின் மையமும் அதுதான்.

அந்தப் பக்கமே தலைவைத்துப் படுக்க மாட்டேன் என்று உறுதியாய் இருந்த நடராஜன், இருபது நாளாய் அடைக்கலமாகி இருப்பது சித்தேரிக் கரையில்தான்.

“வெட்டாட்டம் வேணாம் ஓய், ரம்மி ஆடலாமா?”

“மூக்குறிஞ்சிக்கினு நிக்கிற பச்சை கொழந்தைங்க வெளை யாட்ற வெளையாட்டு மாமா ரம்மில்லாம். ஒனக்கு இதெல்லாம் சரிப்படாது, நீ கெளம்பு. கட்சி, கூட்டம், பஞ்சாயத்துன்னு இருக் கிற ஆள். போதாத நேரம். அதுக்காக இங்க வரலாமா? வரக்கூடாது. கெளம்பு, கெளம்பு.”

நடராஜன் அமைதியாக இருந்தான்.

“சொல்றேன் இல்ல ஓய், மணி பன்னண்டாவப் போது, அக்கா தேடும். கெளம்பு.”

“இன்னொரு ஆட்டம் போட்றா, போலாம்.”

“சொறி பிடிச்சவன் கையும் சீட்டு ஆட்றவன் கையும் சும்மா இருக்குமா? ஒன் போதாத காலம், எங்கப் போய் முடியப் போதோ? ஜோபில துட்டு இருக்கா?”

“இருக்குப் போடுறா. இல்லைனா நீயா ஒன் அண்ணாக்கவுற அவுக்கப் போற?”

“அவென் அண்ணாக்கயிறு வெள்ளியில இருக்கா? பொன்னுல இருக்கா? கறுப்புக் கயிறுகூட கட்டியிருக்கானோ என்னவோ?”

“கயிறு இல்லைனா, லுங்கிய எதுல சொருவுவான்? இடுப்பா கீது?”

சிரித்தார்கள்.

“போட்றா, மாமனுக்காக ஒரே ஒரு ஆட்டம். ரம்மி ஆடி எவ்ளோ நாளாச்சு!”

ராசியான கைப்போல் தெரிந்த ஒருவன் சீட்டுக் கட்டை எடுத்து நன்றாகக் குலுக்கி, கலந்தெடுத்து ஐந்து பேருக்கும் போட ஆரம்பித்தான்.

ஒவ்வொருத்தரும் ஆட்டம் தேறுமா, தேறாதா என்று முதல் சீட்டிலேயே கண்டறியும் ஆர்வத்துடன் சீட்டை எடுத்துப் பார்த்தார்கள்.

“டேய் மாப்பிள்ளைங்களா, போலீசு வரான்டா.”

துப்பு சொல்ல ரோட்டுக் கரையில் காவலுக்கு நிறுத்தியிருந்தவன், அடிவயிறு மேலெழும்ப, கையை உயரத் தூக்கி உரத்தக் குரலில் சொன்னான்.

போலீஸ் பெயரைக் கேட்டவுடன் நடராஜனுக்குச் சர்வ நாடியும் ஒடுங்கியது. உடன் இருந்தவர்கள் மின்னலாகப் பாய்ந்தார்கள். எப்போது சீட்டை எடுத்தார்கள், எப்போது சீட்டுப் போட விரித்திருந்த லுங்கியை எடுத்தார்கள், எதுவும் தெரியவில்லை. கண் இமைக்கும் நேரத்திற்குள் ஆளுக்கொரு திசை பார்த்து ஓடினார்கள்.

திரும்பிப் பார்த்த ஒருவன், “ஓய் நடராஜி, நிக்காதேய்யா ஓடு, போலீஸ் வருது. மாட்டுனா முட்டியைப் பேத்துடுவானுங்க” என்றான்.

நடராஜனுக்கு உடம்புச் சில்லிட்டது. 'போலீஸுக்குப் பயந்து நான் ஏன் ஓட வேண்டும்? நான் இந்த ஊர் கட்சிக் கிளைச் செயலாளர். என்னை யார் என்ன செய்ய முடியும்?' என்ற சிந்தனை ஓடியவுடனே, தான் இருக்கும் இடம் நினைவுக்கு வந்தது. இந்த இடத்தில் தன்னைப் போலீஸ் பார்த்தால் எவ்வளவு அசிங்கம்? மின்னலாய் ஓடும் அவர்களின் ஓட்டம் உடலின் வேகமாய்த் தெரியவில்லை, தப்பிக்கும் மனோ வேகம்.

நடராஜன் சட்டென்று அருகில் இருந்த முள் புதருக்குள் பாய்ந்தான். நுழைந்த வேகத்தில், குட்டிப் போட்டிருந்த பன்றி அதிர்ந்து வெளியேறியது. பன்றியின் பின்னால் ஏழெட்டுக் குட்டிகள் ஓடின.

'நல்லவேளை, பன்றி ஓடியது. நின்று சீறியிருந்தால் இன்று கதை முடிந்திருக்கும்.'

நடராஜன் உடம்பைக் குறுக்கிக்கொண்டு ஒடுங்கி உட்கார்ந்தான். வெள்ளைச் சட்டையும் சோமனும் பளிச்சென்று போலீஸ்காரன் கண்ணில் படுமா? அதனால்தான் இங்கு வருபவர்கள் எப்பவும் அழுக்கு லுங்கியும் கறுத்துப் போன பனியனுமாக வருகிறார்களா? பயத்தில் சட்டை முதுகோடு ஒட்டிக்கொண்டது. மூச்சையடக்கி உட்கார்ந்திருந்தான்.

பூட்ஸ் கால்களின் சத்தம் நெருங்கியது. கையில் விலங்குடன் இரண்டு போலீஸ்காரர்கள். பத்தடி தூரம்தான் இடையில். எச்சரிக்கைக் கொடுத்த பையன் கூடவே வந்தான்.

"ஒருத்தர் இந்தப் பக்கம் வர்றதில்ல சார், நான்தான் சொல்றேனே? போலீஸ்னா இப்பல்லாம் பயப்படுறாங்க. துணிஞ்ச நாலஞ்சு கேசு இருக்கு. அதெல்லாம் பெரிய ஏரி கரைக்குப் போகுதுங்க. இந்தப் பக்கம் யாருமே வர்றதில்லங்க சார், பாருங்க, பன்னிங்க எவ்வளவு சுதந்திரமா நடமாடுது?"

நடராஜன் இடத்தைப் பிடித்ததால் வெளியேறிய பன்றிகள் போலீஸை நோக்கிப் போயின.

"சிக்குனா இன்னைக்கு நாலு பேர முட்டியப் பேக்கலாம்னு தான் வந்தேன். எவனோ சிக்னல் குடுத்திடுறான். சிட்டாப் பறந்துட்டானுங்க."

உடன் வந்தவன் நெளிந்தான்.

சாலாம்புரி | 149

"நீங்க பாம்பு மாதிரி வர்றீங்க. உங்களப் போய் யாராலே சார் மோப்பம் பிடிக்க முடியும்?"

"பிடிக்கிறேன். மாட்டாமயா போயிடுவானுங்க. அவனுங்களுக்கு இருக்கு."

போலீஸ்காரர்கள் நடராஜன் இருந்த முள் புதர் நோக்கி நகர்ந்தார்கள். நடராஜனுக்கு மூச்சு அடைத்தது. போலீஸ் கையில் மாட்டி, யார் என்ன என்று விசாரிப்பதற்குள் அடித்துவிட்டால்? நினைக்கவே நெஞ்சடைத்தது.

"எவ்ளோ தூரம் ஓடியிருக்கப் போறானுங்க? இங்கதான் எங்கனா பொதர்ல பன்னி மாதிரி பீய மிதிச்சிக்கிட்டு ஒக்காந்திருப்பானுங்க."

அருகில் இருந்த புதரில் லத்தியால் தட்டினார் ஒரு போலீஸ். தாய்ப் பன்றி ஒன்று, சீறிக்கொண்டு பாய்ந்தது. பின்னால் ஏழெட்டுக் குட்டிகள்.

"சார் சார், தூர வாங்க. குட்டிப் போட்ட பன்னி, வெறியில மேல பாய்ஞ்சிடும்."

கூட வந்தவன் எச்சரித்தான். பன்றி இப்போதுதான் சாக்கடையில் புரண்டு எழுந்து வந்திருந்தது. மேலே சாக்கடை நாற்றம். நடராஜனுக்கு இதயம் துடிக்கும் சத்தம் வெளியில் கேட்குமோ என்ற பயம். கையை வைத்து, துண்டுடன் நெஞ்சை சேர்த்துப் பிடித்துக் கொண்டான்.

போலீஸ் இங்கும் அங்கும் சுற்றிப் பார்த்துவிட்டு, வந்த வழியே திரும்பியது. கூட வந்தவனிடம் ஏதோ பேசிக் கொண்டிருந்தனர். நடராஜனுக்குக் கால் நடுங்கியது. போலீஸ் போய் விட்டது தெரிந்த பின்னரும் புதரைவிட்டு வெளியில் வர கால் வரவில்லை. பயத்தில் தொண்டை வறண்டிருந்தது. பன்றிகள் இங்குமங்கும் ஓடிக் கொண்டிருந்தன. முதுகில் ஒட்டியிருந்த சட்டை லேசாகக் காய்ந்து, உடம்பைவிட்டுப் பிரிந்தது.

பயம் கொஞ்சம் குறைந்த பிறகுதான் சுற்றி வீசிய மல வாடை மூக்கில் ஏறியது.

துண்டால் முகத்தைத் துடைத்தபடியே தயக்கத்துடன் நடராஜன் வெளியே வந்தான்.

தாமதிக்காமல் வீடு நோக்கி நடந்தான். பின்பக்க வேட்டி முழுக்கச் சேறும் சகதியும் அப்பியிருந்தது.

★

"ஒனக்கு ஏன் புத்தி இப்படிப் போச்சுன்னு தெரியலையே? மானம் போயிருக்கும். யார் செஞ்ச புண்ணியமோ, தப்பிப் பொழச்சு வந்திருக்க."

நடராஜன் தலைகுனிந்து வாழ்நாளில் செய்யக் கூடாததைச் செய்துவிட்டு வந்த குற்றவுணர்வில் மறுகி உட்கார்ந்திருந்தான். கண்கள் சிவந்திருந்தன. வீட்டுக்கு வந்து தலை முழுகி, வேறு உடை மாற்றியிருந்தான். முகம் சிவந்திருந்தது.

"ஒழுங்காப் போய்க்கிட்டு இருந்த குடும்பத்தைக் கலைக் கிறதுக்குன்னே எமன் மாதிரி வந்து சேர்ந்தான் படுபாவி. கடன கேட்டதுக்கு, நாலு பேர கூட்டிக்கிட்டு வந்தானே? அவென் நல்லா இருப்பானா? உருப்படுவானா? பாடாளப்பன், இன்னைக்கே பூடுவான்."

சாபமிட்டு இரண்டு கைகளையும் சேர்த்து நெறித்தாள்.

"தேவி?"

"அய்ய்யோ, அத்தை கூப்பிடுது. ஒன்னும் சொல்லாதே அதுங்கிட்ட."

தேவி வெளியே ஓடினாள்.

"இந்தா அவனுக்குப் பிடிக்குமேன்னு கெவுறு அடை சுட்டேன். முருங்கைக் கீரைப் போட்டு. சூடா இருக்குச் சாப்பிடுங்க."

தட்டில் இரண்டு அடை வைத்துக் கொடுத்தாள். எடுத்துக் கொண்டு உள்ளே வந்த தேவியைச் சேர்த்தணைத்துத் தேம்பினான்.

"அம்மாவுக்குத் தெரிஞ்சா மூக்கணாங்கயிறுலயே மாட்டிக் கும். அப்பன் செத்து ஒரு வருஷமாவல. தலைச்சன் தறுதலையா போச்சேன்னு அதுக்கு உசுரு போயிடும். எப்படித்தான் புத்திக் கெட்டுப் போனேனோ தெரியலையே?"

தேவி, நடராஜன் தலையைக் கோதிவிட்டாள்.

“ச்சூ, மெதுவா பேசு. ஒருத்தருக்குத் தெரியாது இங்க. நீயே மூஞ்சிய தூக்கி வச்சிக்கிட்டு காமிச்சுக் குடுத்துடாதே? கண்ணத் தொட. எழுந்து மூஞ்சியக் கழுவிக்கிணு சாப்பிடு, வா.”

“அவென் அந்தச் சொல் சொன்னதாலதான் கோபத்துல அடிச்சிட்டேன்.”

“அவென அடிச்சது ஒன்னும் தப்பில்ல. அவென் ஏற்கெனவே சுசீலாகிட்ட ராங்காதான் பேசினான். எல்லாத்துக்கும் சேத்துப் போட்டாச்சு அவென.”

“என்ன பேசுனான்? என்கிட்ட சொல்லலை?”

கண்களைத் துடைத்தபடி நிமிர்ந்தான்.

“சொல்லியிருந்தா அன்னைக்கே கம்பியால போட்டிருப்ப? விடு. ஓட்டல் கடையை எடுக்கணும், வேற தொழில் பண்ணனும்னு நெனைச்சோம். அதுக்கு இவென் காரணமா வந்து சேர்ந்துட்டான்.”

“மகாலட்சுமி கொட்டாய்க் கிட்ட கடை வைக்கலாம்னு சொன்னாங்க. நான் வேணாம்னு சொல்லிட்டேன். எங்கப் போனாலும் பழைய வஞ்சத்தைத் துலுக்கனுங்க மறக்க மாட்டாங்க. நமக்கு வியாபாரமே சாராயக் கடைக்கு வர்றவனும், கமிட்டிக்கு வர்றவனும்தான். கமிட்டிக்கு வர்றவன் வருஷம் பூரா வர மாட்டான். அறுவடை நேரத்துல வருவான். மத்த நேரமெல்லாம் சாராயக் கடை வியாபாரம்தான். சாராயம் காச்சறது பாய்ங்கதான். ஒருத்தன் இல்லைன்னாலும் ஒருத்தன் வம்புக்குன்னு நிப்பான். இனிமே ஓட்டல் கடைன்ற பேச்சே கெடையாது.”

“சொல்றது எல்லாம் சரிதான். வேற என்ன பண்றதுன்னு சீட்டாட்டம் ஆடப் போய் ஒக்காந்துக்கிட்டா? எங்க கத்துக்கிட்ட இந்தப் புதுப் பழக்கம்? சீட்டாட்டம் ஆடுறப்ப பட்ட சாராயம் ஊத்திக் குடுப்பான். அதையும் வாங்கிக் குடி. சிகரெட் பிடி. அப்படியே பண்டாரந்தோப்புல எவளையாவது சேத்துக்கிட்டுப் போ...”

தேவி அழுதாள். அடிபட்டதுபோல் திரும்பிப் பார்த்தான் நடராஜன்.

"பின்ன என்ன? அன்னிக்கே போலீஸ் கேசுல மாட்டி யிருப் போம். அடிவாங்கிக்கினு போனவன் அம்பது பேர கூப்பிட்டுக் கினு வந்துட்டானே? ஒன் பங்காளிங்க எத்தன பேர் வந்து நின்னாங்க?"

"சண்டை நடக்கப்போது. பஞ்சாயத்துக்குத் தயாரா இருப் போன்னு எல்லாரையும் துண்ட தோள்மேல போட்டுக்கிட்டு இருக்கச் சொல்றீயா?"

"இந்த நக்கல்ல மட்டும் கொறைச்சல் இல்ல. மாமாவுக்குத் தெரிஞ்ச பாய்ங்க ரெண்டு பேர் நீ சொன்னத காது குடுத்துக் கேட்டாங்க. அவென்மேல தான் தப்பு இருக்குன்னு பேசாம போய்ட்டாங்க."

"அவென் குடிச்சிருந்தான். போலீஸ்கிட்ட போனா தீட்டிடு வான்னு தெரியும். அதான் கப்சிப்னு போய்ட்டாங்க."

"நியாயம் இருந்தா மட்டும் போதுமா? ஏதோ நல்ல நேரம், நம்மள காப்பாத்துச்சு."

"உண்மையிலேயே நல்ல நேரமா இருந்தா சண்டையே நடக்காம தடுத்திருக்கணும்."

"விதண்டாவாதம் பேசுறது உன்னெ விட்டுப் போகல. கடையை மூட்டைக் கட்டிட்டு சீட்டாட்டத்துக்குப் போனா என்னா அர்த்தம்? வீட்டு நெலமையை நெனைச்சுப் பார்த்தியா? ருக்குவ இன்னும் வீட்ல வச்சிருக்கோம். இதெல்லாம் ஞாபகத்துல இருந்தா நீ சீட்டாட போவியா?"

"என்னமோ புத்திக் கெட்டுப்போச்சு. இந்தச் சப்பைதான், வாண்ணா, ஒனக்கு மனசு சரியில்லையே, சும்மா வந்து ஒரு கை போடுன்னு கூப்பிட்டுக்கினு போனான் ஒருநாள். மாடு மந்தைக்குப் போற மாதிரி அப்டியே போயிடுச்சி காலு."

"எனக்கே தெரியாமப் போச்சே?"

"தலை முழுவிடுறேன். ஓட்டல் கடை போயிடுச்சு. அப்பா இருபது வருஷமா நடத்தி வந்த கடை. எத்தனப் பேர பார்த் திருப்பாரு? எல்லாத்தையும் பொறுத்துக்கிட்டுத்தானே நடத்தினாரு? நம்மால கெட்டுப்போச்சேன்னு மனசு முள்ளு மாதிரி குத்துது. ஒரே நாள்ல ஓகோன்னு இருந்த கடையைப்

பிரிச்சுப் போட்டுக்கிட்டு வந்துட்டோம். அடுத்து என்னான்னு தெரியலை. புத்தி ஒரு நெலையில இல்ல."

"இனிமே ஓட்டல் கடை இல்லதானே?"

"நம்மாள சமாளிக்க முடியாதுமே."

"அப்பவிடு. நமக்கு அதவிட்டா வேற என்ன தெரியும்? ரோட்டு கடையில போய் நிக்கறது கஷ்டமா இருக்கு. நீ பாதி நேரம் கட்சி, பஞ்சாயத்துன்னு போயிடுற. நாங்கப் பொம்பளைங்க தான் கடையில இருக்கணும். வர்றவன் எல்லாம் ஒரே மாதிரி இருக் கிறதில்ல. வீட்டோட இருக்க மாதிரி ஒரு வேலையைப் பார்."

"வீட்டோட இருக்கிற வேலைன்னா, என்னா வேலை செய்றது?"

"கக்கலனுக்கு என்னா தொழிலு? தறிதான்."

"தறியா? வாட்டுப் போடக் கூடத் தெரியாதே?"

"கால்குழியில எறக்கிவிட்டா, தானா வாட்டு வரும். தனபால் மாமாகிட்ட நாளைக்கே போய்த் தறி கத்துக்கோ. வராண்டாவுல கூரையை எறக்கி, தறி போடலாம்."

நடராஜன் யோசனையுடன் இருந்தான்.

"என்னாமே யோசிக்கிற?"

"தறி நெச்சு நமக்குக் கட்டிப்படியாகுமா? கை நெறைய வரு மானம் பார்த்துத் தாம்தூம்னு செலவு பண்ண கை, சிக்கனமா எப்படி இருக்கும்?"

"அஞ்சு பேர் இருக்கோம். ரெண்டு தறி போட்டு நெச்சா ஓகோன்னு இருக்கலாம். ரொம்ப யோசிக்காதே. போய், தனபால் மாமாவைப் பார்த்துட்டு வா."

நடராஜன் முகத்தில் குழப்பம்.

"வல்லம் சித்தப்பா வந்தார். ஒரு மாப்பிள்ளை இருக்காராம். ஒங்கிட்ட பேசணும்னு சொன்னார்."

"சரி, பார்ப்போம்."

அம்மாவை நினைத்துக் கொண்டே, ஆறிப் போயிருந்த அடையை எடுத்துச் சாப்பிட்டான்.

15

"ஏம்ப்பா?"

அம்மா கூப்பிடுவது கேட்டாலும் காதில் விழாததுபோல் அமைதியாக இருந்தான் நடராஜன்.

அம்மா என்ன பேச ஆரம்பிக்கும் என்று தெரியும். ஓட்டல் கடையை எடுத்ததில் அம்மாவுக்கு வருத்தம். தாத்தா, அப்பா என இரண்டு தலைமுறையாகத் தொடர்ந்த பந்தம். நல்லூரில் இருந்து, நகரம்வரை மூன்று மைல் தொலைவிற்குத் தாங்கள் ஓட்டல் கடை நடத்தாத இடமே இல்லை என்று அம்மா அடிக்கடிச் சொல்லும். அப்பா அவ்வளவு பேரைப் பழகி வைத்திருந்தார். யாரும் பசி யென்று நின்றால் போதும், கணக்குப் பார்க்காமல் எடுத்துக் கொடுப்பார்கள். அப்பா ஓட்டல் கடையைத் தொழிலாகப் பார்த்ததே இல்லை. பசியாற்றும் கடமையாகவே எண்ணினார்.

'என்னம்மா?'ன்னு பதிலுக்குக் கேட்கவில்லையென்பதால் அம்மா மீண்டும் கூப்பிடப் போகிறது என்று நினைத்துக்கொண் டிருக்கும்போதே கன்னியம்மாள் கூப்பிட்டாள்.

"ஏம்ப்பா மண்ணாங்கட்டி."

அம்மா மண்ணாங்கட்டி என்றுதான் கூப்பிடும். ஏன் அப்படிக் கூப்பிடுகிறது என அம்மாவுக்கும் தெரியாது. அப்பாவுக்கும் தெரியாது. அப்பா ஒவ்வொரு முறையும் சொல்லுவார், "என்னாம்மே கூப்பிட்ற? எவ்வளவு அழகா தில்லை நடராஜனோட பேர் வச்சிருக்கேன். ஒங்க அப்பாவுக்குச் சிதம்பரம் நடராஜர்னா உயிர். அவர மாதிரியே நெத்தியில மூணு பட்டை போட்டு, நடுவுல சந்தனப் பொட்டு வச்சு, கழுத்து

வரைக்கும் பிடரி மயிரு, அவரு கண்ணுல தெரியும் சாந்தம் எல்லாம் சேர்ந்து அந்தச் சிவபெருமான் மாதிரியே இருப்பாரு. இவன் பொறக்கயிலயே எல்லாரும் சொன்னாங்களே, அப்படியே தாத்தன்தான்னு. செக்கச் செவேல்னு அவரு நெறம், ஏறு நெத்தி, படர்ந்த மொகம்" என்று தாத்தா துரைசாமியைப் போலவே இருந்ததால்தான் அப்பா, அவருக்குப் பிடித்த நடராஜர் பெயரை வைத்தார்.

அம்மாகிட்ட எத்தனையோ முறை கேட்டுப் பார்த்தாச்சு, அதுக்குப் பதில் சொல்லத் தெரியாது. "அதெல்லாம் பெருசா படிச்சவங்க கூப்பிடுற பேர் மாதிரி கீது. என் பையன கூப்பிடுற மாதிரி இல்ல. நான் மண்ணாங்கட்டின்னே கூப்பிட்டுக்கிறேன்" என ஒரே ஒருமுறை அவங்க அப்பாகிட்ட சொல்லியிருக்கு. "இவனும் ரொம்பப் படிச்சுப் பேர் வாங்கப் போறான் பாரு" என்று தாத்தா அம்மாவிடம் சொல்லியிருக்கிறார்.

"காதிலேயே விழாத மாதிரி கீறான் பாரு" கன்னியம்மாள் குரலில் லேசாகக் கோபம் எட்டிப் பார்த்தது.

"என்னம்மா?"

"என்ன காரியம் பண்ணிட்டு வந்திருக்கப் பாத்தீயா?"

நடராஜனுக்குப் பகீரென்றது. சீட்டு விளையாடப் போனது அம்மாவுக்குத் தெரிந்துபோய் விட்டதோ!

"ஒங்கப்பா இருந்தா இந்நேரம் உசுர வுட்டிருப்பாரு. என்ன ஏதுன்னு கேக்கல. என்ன வுடு. பொம்பள. முண்டச்சியா ஊட்ல ஒக்காந்துக்கினு இருக்கேன். என்னை என்னா கேக்கணும்னு நெனச்சிருப்ப. ஒங்கப் பெரியப்பன் கிட்ட கேட்டிருக்கலாம். நீயும் ஒம் பொண்டாட்டியும் என்னமோ சொன்னீங்க, பொறாக்கூட்ட கலைக்கிற மாதிரி ஒரு நாழியில கடையைக் காலி பண்ணி எடுத்தாந்து போட்டுட்டீங்க? குடும்பமே நிர்க்கதியா நிக்குது. ஒன் மனசுல என்னா நெனச்சிக்கிட்டு இந்த வேல செய்த? ரெண்டு தங்கச்சிங்க இருக்கு கல்யாணம் பண்ண, தெரியும்ல."

"நீ சும்மா இரும்மா. நான் பாத்துப்பேன்."

"என்ன பாத்துப்பே? ஒனக்குக் கடையில கால் படியலே. கட்சி, பஞ்சாயத்துன்னு சுத்தணும். அதுக்கு ஓட்டல் கடை கால்

கட்டுப் போட்ட மாதிரி இருக்குன்னு காலி பண்ணிட்ட. அடுத்த வேளை சாப்பாட்டுக்கு என்னா வழின்னு பாத்தியா?"

"நீ சும்மா இருக்கப் போறீயா? நான் எழுந்து போட்டா?"

"எல்லாம் அந்தப் பெரியாம்பள பண்ற வேல. சும்மா கெடக்கிற சங்க ஊதிக் கெடுத்தான்ற மாதிரி, அந்தாளு தெனம் கடையில வந்து ஒக்காந்துக்கினு மனச கலைச்சிட்டாரு. ரெண்டு போகமும் அவருக்கு நெல்லு வெளையுது. தலச்சேரியில இருந்து பச்சையம்மா கோயிலு வரைக்கும் அவங்க எடம். இப்படியே ஒக்காந்து சாப்பிட்டாலும் இன்னும் பத்துத் தலமொறைக்கு அவங்களுக்குச் சோத்துக்குப் பஞ்சம் கெடையாது. மூணு வேளையும் அஞ்சும் மூணும் அடுக்கா எடுத்து வச்சு, தட்டுல சோறு போட்டு வச்சிட்டுச் சாப்பிடச் சொல்ல, அவருக்கு ஆளுங்க இருக்கு, ஒனக்கு அப்டியில்ல. கை, கால் ஒழச்சாதான் வயித்துக்குக் கஞ்சி. ஒங்கால்ல நண்டும் சிண்டுமா நால கட்டிட்டுப் போயிட்டாரு ஒங்கப்பா."

"..."

மூக்கைச் சிந்திக் கொண்டே அம்மா தொடர்ந்தது.

"ஊர் வேலைக்குப் போகச் சொத்து பத்து இருக்கணும். மக்க மனுஷாள் இருக்கணும். எவனாவது சபையில பல்லுமேல நாக்கப்போட்டுப் பேசுனா, ஙோத்தா, ஒம்மான்னு கூச்சப்போட பங்காளிங்க வேணும். நமக்கு இதுல என்னா இருக்கு, சொல்லு பாப்போம்?"

காலையில் டீ குடிப்பதைவிட காலைப் பத்து மணிக்கு டீ குடிப்பதுதான் நடராஜனுக்குப் பிடிக்கும். தூக்கக் கலக்கத்தில் தூக்கத்தை விரட்ட வேண்டும் என்ற ஞாபகத்திலேயே டீ குடிப் பதால், அந்த டீயில் தூக்கத்தின் வாசனையே இருக்கும். பத்து மணிக்குக் குடிக்கும்போதே, டீயின் ருசியை அனுபவித்துக் குடிக்க முடியும்.

கொதிக்க கொதிக்க டீயை முகர்ந்தபடி சூடாகத் தொண்டைக் குள் அனுப்பிவிட்டு, நாக்கில் ஒட்டிக்கொள்ளும் ஆவியை, புகைப் பிடித்து வெளியில் ஊதுவதுபோல் மேல்நோக்கி ஊதி, டீத்தூளின் பச்சை வாசனை மூக்கில் படர டீ குடிக்க வேண்டும். தேவியிடம் ஒரு டீ கேட்டுவிட்டு, அப்பா படுக்கும் கூடத்துப் பலகையில்

உட்கார்ந்ததில் அம்மாவிடம் வசமாக மாட்டிக்கொண்டோமோ என்று நடராஜன் நெளிந்தான்.

“ஊருக்கே வைத்தியம் பார்க்கிறேன்னு ஒன் தாத்தா இப்படித் தான் குடும்பத்த கெடுத்துட்டுப் போனார். வைத்தியத்துக்குத் தழை பறிச்சார்றேன்னு காட்டுக்குப் போவாரு, மலைக்குப் போவாரு. மாசத்துல பாதி நாளு வூட்ல தங்குனது கெடையாது. வைத்தியம் பார்த்தாவது நாலு காசு கையில பார்த்தாரா? அதுவும் கெடையாது.

உயிரக் காப்பாத்துனதுக்குக் காசு வாங்கினா, வைத்தியம் கேட்காதுன்னு காச தொட மாட்டாரு. சனங்களா வியாதி கொணமாயி, கையில கெடச்ச தானியத்தக் கொடுத்துட்டுப் போவுங்க. டாக்டர் வூடுன்னு பேர் வாங்கிக் கொடுத்தாரு. பேர் என்ன பெத்த பேரு? ஒரு வேலை சோறு போட்டுச்சா? இல்ல, அவர் காப்பாத்தி வுட்டவங்கதான் இந்தக் குடும்பத்துக்கு எதுனா ஒதவி பண்ணாங்களா?

ஊர்ல பெரிய பணக்காரர், டெண்ட் கொட்டா வச்சிருக்கிற ரெட்டியாரு, செங்கல்பட்டு பெரிய ஆஸ்பத்திரில அவங்க அப்பா சாகக் கிடக்கும்போது, டாக்டருங்கல்லாம்கூட கைவிரிச்ச பிறகு, உங்க தாத்தா கொடுத்த வைத்தியத்தால தான் அவரு பொழைச்சார்னு ஊரே சொல்லும்.

அவ்ளோ பெரிய பணக்காரன். உயிர் பொழைச்சது பெருசுன்னு வைத்தியம் பார்த்த உங்க தாத்தாவுக்கு என்ன கொடுத்தாரு? ரெண்டு தூக்கு காஞ்சுப் போன கமலா பழத்த வாங்கிக் குடுத்துவிட்டாரு. அவரு உயிருக்கு அவ்ளோதான் மரியாத வச்சிருந்தாரு. உங்க தாத்தா ஊருக்கே வைத்தியம் பண்ணாரு. ஒங்கப்பாவுக்கு வைத்தியம் பண்ண ஆளில்லாம தானே செத்தாரு?”

அம்மா அபாயக் கோட்டைத் தொடுவது புரிந்தது. தலைமுறையே சம்பாதிக்கத் தெரியாமல் குடும்பத்தை நட்டாற்றில் விட்டுவிட்டதைப்போல் எல்லோரையும் குற்றவாளி கூண்டில் இனி ஏற்றும். தாத்தா, பாட்டி, அப்பா மூவரில் தாத்தாவே முதன்மைக் குற்றவாளி.

பிழைக்கத் தெரியாதவர். நாலு காசு சேர்த்து வைக்கத் தெரி யாதவர். குடும்பத்தைக் கவனிக்காதவர் எனக் குற்றக் கணைகள்

அவர்மீது வீசப்படும். பேசிக் கொண்டிருக்கும் அம்மா கொஞ்ச நேரத்தில் சுய இரக்கத்தில் அழ ஆரம்பித்துவிடும். அம்மாவின் பேச்சைத் திசை திருப்ப வேண்டும். நடராஜனுக்குள் சிவப்பு விளக்கு எரிந்தது.

"அப்டியா பொறுப்பில்லாம இருப்பேன். கொஞ்ச நேரம் பேசாம இருக்கியா நீ?"

தேவி கொண்டுவந்து கொடுத்த டீயை வாங்கி, பெஞ்சில் சத்தமாக வைத்தான். வாய்க்குள் இருந்து டீ வேகமாகத் தொண்டைக்குள் இறங்கியதுபோல் பதற்றமாக இருந்தது.

கன்னியம்மாள் கீழே குனிந்து பார்த்துக் கொண்டிருந்தாள். அவள் கண்களில் இருந்து உப்புக்கல் உதிர்வதுபோல் சத்தம் இல்லாமல் கண்ணீர் உதிர்ந்தது.

அரிவாள்மனையைக் காலுக்கருகில் இழுத்து வைத்தாள். வெங்காயத்தை எடுத்துத் தோல் உரிக்க ஆரம்பித்தாள்.

16

“என்ன ஓய், நடராஜன் வரல?” கேட்டுக்கொண்டே தோள் மேலிருந்த துண்டை எடுத்து, திண்ணை சாய்மனையில் தட்டியபடி உட்கார்ந்தார் பச்சையப்பன்.

“சாப்பிட்றானோ என்னவோ, வருவான். இப்பத்தான் கடை கூட இல்லையே.” கணேசன்.

“நாலு நாள் ஆயிப்போச்சுப்பா. தெருவுல ஒக்காந்து பேசி. பேசாம போய்ப் படுத்தா தூக்கமே வரமாட்டேங்குது.” கோடி வீட்டுப் பழனிவேலு வரும்போதே நான்கு நாள் ராத்திரி ஜமா கூடாததின் ஏக்கத்துடன் வந்து உட்கார்ந்தார்.

“யாரு ஒனக்கா ஓய்? லாகிரி வஸ்துதான் வூட்லயே கைவசம் வச்சிருக்கியே? அப்புறம் என்னா?” கணேசன் பழனிவேலுவைக் கிண்டல் செய்தான்.

“வாயக் கழுவுடா ஒக்கால, ஒன் அக்காளப் பத்திப் பேசுற பேச்சாடா இது?” வேட்டியப் பின்னால் தூக்கி, கோவணத்தைச் சரி செய்தபடியே வந்து உட்கார்ந்த குமாரசாமி கணேசனை முறைத்தார்.

“மாமாவப் பத்திதான் பேசுறேன். சீக்கிரம் தூங்கப் போனா கண்ணசந்துட்டு மறுபடியும் முழிக்கணும். அதுக்கு இப்படிப் பெறாக்கா பேச்சுக் கொடுத்துட்டு, டாண்ணு பசங்க தூங்கன பெறகு போறது. போனமா வேலையப் பாத்தமான்னு ரெண்டு காலயும் கெளப்பிக்கிட்டு தூங்கறது. இவரு ஏதோ பெருசா ரங்கூன்ல இருந்து வந்த மாதிரி பேசறாரு, வேலயப் பாருய்யா.”

“மாமன் மச்சான்ல்லாம் மட்டு மரியாத இல்லாம போச்சுடா. காலம் கலிகாலமில்ல, அதான்.”

குமாரசாமி மெத்தை வீடு கட்டும்போதே, இரண்டு பக்கமும் பெரிய திண்ணை வைத்துக் கட்டினார். பாவு கொடுத்து வாங்கும் பெரிய முதலாளி. பாவு நூலும் தறி நூலும் வாங்க இருபது, முப்பது நெசவாளர்கள் எப்பவும் போக்குவரத்தாய் இருக்கும் வீடு. நூல் எடுக்கிறவர்கள் திண்ணையில் உட்கார்ந்து நூல் கட்டைச் சரி பார்க்க, கூலி வாங்க காத்திருக்க, பெரிய திண்ணை வசதி. ஒவ்வொரு திண்ணையிலும் இரண்டு வரிசை பந்திப் போட்டு, முப்பது நாப்பது பேர் சாப்பிடும் அளவுக்கு விஸ்தாரம்.

காலையிலும் மாலையிலும் நெசவாளர்கள் வந்து செல்லும் நேரம் போக, வெயில் நேரத்தில் வீட்டிலுள்ள பெண்களும், அக்கம் பக்கத்து வீட்டுப் பெண்களும் உலர்த்துவதற்கென்றே நாளுக்கொரு பொருள் வைத்திருப்பார்கள். காலையில் சாப்பிட்டு மிச்சமிருக்கும் பழைய சோற்றை, காய்ந்த மிளகாயும் உப்பும் போட்டு உரலில் நன்றாக அரைத்து, சோற்று வத்தல் போட்டு, குமாரசாமி வீட்டுத் திண்ணையில்தான் காய வைப்பார்கள். வண்டு வைத்த அரிசி, புழு வைத்துவிட்ட கொட்டைப் புளி, பூரணம் பிடித்த ஊறுகாய்ச் சட்டி, முதல் நாள் மீன் குழம்பு வைத்த கவுச்சி வாடை வரும் கல்சட்டி, எல்லாம் குமாரசாமி வீட்டுத் திண்ணைக்கு வந்துவிடும்.

வாய்க்கு முன்னால் ஓர் அங்குலத்திற்குப் பல் துருத்திக் கொண்டிருக்கும் குமாரசாமி பெண்டாட்டி சரோஜா, “இன்னும் தீட்டுத் துணியத்தான் திண்ணையில காயப்போடலை. ஒரே போர்க்களம். எவ முதுகு வலுவா இருக்கு, பெருக்கி வார?” என அர்ச்சனையைத் தொடங்குவாள். சரோஜா திட்டுவதும் மழைக்காலத்தில் நடக்கும். ஈர வாடையுடன் இருக்கும் துணிகளைச் சுள்ளென்று வெயில் அடிக்கும் நேரத்தில் திண்ணையில் அள்ளிக்கொண்டு வந்து போடுவார்கள். பால் கவுச்சியடிக்கும் குழந்தைத் துணியோ, ரத்தக் கவுச்சியுடன் இருக்கும் தீட்டுத் துணியோ அடியில் காயும், யார் கண்ணுக்கும் படாமல்.

மத்தியானம் வெயில் தாழ, பிள்ளைகள் திண்ணையை ஆக்கிர மிப்பார்கள். பிள்ளைகள் வந்தவுடனே சரோஜா, “பாடாளப்பன்,

வீட்ட கட்டுடான்னா, திண்ணையக் கட்டி வச்சுட்டான். இந்த ராட்சசங்ககிட்ட கத்த சாப்பிட்டுட்டு யார் வலுவா இருக்கா?" என்று கூச்சல் போட்டபடி, திண்ணையில் தண்ணீரை விசிறியடிப்பாள். முடிந்தவரை எல்லாத் தந்திரங்களையும் உபயோகித்துப் பார்ப்பாள்.

பொழுது சாய வீட்டு வேலை முடித்த பெண்கள் காத்தாட உட்கார்வார்கள். தறியில் இருக்கும் பெண்கள் ஜமாவில் வந்து சேர ராத்திரி எட்டு மணியாகும். திண்ணை இரவில் ஆண்களுக்குச் சொந்தம். தினம் இரவு பதினொன்று, பன்னிரண்டு ஆகும், ராத்திரி சபை கூடிக் களைய.

●

"இன்னைக்கி கொஞ்சம் நேரமாயிடுச்சி" துண்டால் வாயைத் துடைத்துக்கொண்டே நடராஜன் வேகமாக வந்தான்.

"சாப்ட்டியா, இல்லையா ஓய்? தேவி எங்களப் பிச்சி பேன் பாத்துடும்" பச்சையப்பன் கேட்டார்.

"சாப்ட்டேன் மாமா, ரசஞ்சோறு, கிச்சிலி ஊறுகாய்தான். கெக்கலனுக்குன்னு எவன் கண்டுபிடிச்சானோ ரசத்தையும் ஊறுகாயையும். பழஞ்சோத்துல கூட ரசத்தை ஊத்திச் சாப்பிட்டுப் பழகிட்டான். திமுக ஆரம்பிச்சப்ப பெரியார் கூட, 'புளித்தண்ணீய ஊத்தி சாப்ட்ற பசங்கதானே அங்க கூட்டம் சேர்ந்துக்கிறானுங்க, பார்ப்போம்'ன்னு சொன்னாராம். மோலியாருங்கள தான் பேசினாருன்னு அண்ணா சொல்லுவாரு."

"என்னதான் இருந்தாலும் அண்ணா பெரியாரவிட்டு வந்திருக்க கூடாது." கணேசன் குரலில் விரக்தியின் தொனி.

"வரலைன்னா இப்ப எலெக்ஷன்ல்ல நிக்க முடியுமா? இன்னும் ரெண்டு எலெக்ஷந்தான். அண்ணாதான் முதலமைச்சரு!" நடராஜன்.

"அதென்ன ஜோஸியமா, சொன்னா நடக்கிறதுக்கு? என்னா கொள்கை வச்சிக்கிட்டுத் தனியா வந்து எலெக்ஷன் வேற ஒங்களுக்கு." தள்ளி உட்கார்ந்திருந்த பலராமன் சீண்டினான்.

அவனுக்கு யாரும் பதில் சொல்லவில்லை.

“அரசியல் கட்சியா திமுக ஆனது தப்புதான்.” மீண்டும் எளக்காரமாகச் சொன்னான்.

“இவன் ஒருத்தன்டா. யாருக்குன்னு பேசறான்னே தெரியாமப் பேசுவான். அரசியல்ல நுழையாம, கறுப்புச் சட்டைப் போட்டுக்கிட்டு, பத்துப் பேர கூட்டி, காட்டுக் கூச்சலா பேசிக்கிட்டு இருக்கச் சொல்றீயா? கறுப்புச் சட்டையைப் பார்த்தாலே ஊர்ல தல தெறிக்க ஓடுறான். எவன்கிட்ட போய் நீ உன்னோட புரட்சி யெல்லாம் பேசுவ?” பச்சையப்பன் ஆதரவாய்ப் பேசினார்.

“நாமல்லாம் கொள்கைக்காகத்தானே பெரியார் கட்சியில சேர்ந்தோம். இப்ப வூடுவூடா போய் பல்ல இளிச்சிக்கினு வோட்டுக்கு நிக்கறோம். தேவையா நமக்கு?” பழனி எதிர்நிலை எடுத்துக் கேள்வி எழுப்பினான்.

“கொள்கைப் பேசுனவங்கள பெரியார் புடுச்சி வச்சாரா? அவருக்கு எதுக்கு அந்த வயசுல கல்யாணம்? அவர் பேசுனதுக்கும் நடந்ததுக்கும் எவ்ளோ அசிங்கம். அதுலதானே நம்ம மாதிரி பசங்கல்லாம் மனசொடஞ்சாங்க.” நடராஜனின் குரலில் கசப்பு வழிந்தது.

“என்னய்யா பெருசா பண்ணிட்டாரு. அவரு ஒரு பொண்ண கல்யாணம் பண்ணிக்கிட்டதா பெரிய பாவம்? அதுக்கா இவ்ளோ பேச்சு? திமுக தலைவருங்கள்ல கட்டின பொண்டாட்டி மட்டும்தான்னு சொல்றவன் யாரு? சரி, அதக்கூட வுடுங்கய்யா. ஒங்கள ஒன்னு கேட்கிறேன். திமுகவில சேர்ந்துட்டீங்க, ஆனா பேசுறதெல்லாம் பெரியார் கொள்கதானே? திமுகவுக்குன்னு தனியா எதுனா கொள்கை இருக்கா? அண்ணா கட்சிக்குன்னு தனியா கொள்கை கொண்டாந்தாரா? நாற்காலி புடிக்கிறதுக்கு மட்டுந்தான் புதுசா திட்டம் போட்டாரு.”

குமாரசாமி இடையில் புகுந்து பதில் சொன்னார். இருட்டில் அவர் தலை பளபளத்தது. அவரைக் குமாரசாமி என்று சொல்பவர்கள் சொற்பம்தான். மொட்டை என்றுதான் சொல்வார்கள். தலை முழுக்க துடைத்து எடுத்ததுபோல் ஒரு மயிர் இருக்காது.

“ஆமாம், அவருதான் நாற்காலி புடிச்சிக் கோட்டையைக் கட்டப் போறாரு. புள்ளையா குட்டியா அவருக்கு, சொத்து

சேர்க்க? இல்ல, மத்தவுங்க மாதிரி ஊருக்கு ஒரு பொண்டாட்டியா? நம்ம மாதிரி காகுழியில கெடந்த ஒரு குடும்பத்துல இருந்து மேல வர்றாரு. அவர நாமதான் ஆதரிக்கணும்." பச்சையப்பன் பேச்சு எப்பொழுதுமே சாய்வின்றி இருக்கும்.

"இதான்யா திமுககாரன். ரெண்டுங் கெட்டான் மாதிரியே மையமா இருப்பானுங்க." குமாரசாமி சுள்ளென்று பேச்சிலொரு பள்ளம் வெட்டினார்.

"பொட்டச்சிங்க தெனம் போவ வர ரெண்டு மைலு போய் தண்ணி தூக்கிட்டு வர்றாளுங்களே அதுக்கு என்னா வழின்னு பேசறத விட்டுட்டு, இவங்கதான் நாட்ட மாத்தப் போறோம், ஊர மாத்தப் போறோம்னு அளக்கிறாங்க. ஆவ வேண்டியத பேசுங்கப்பா." தனலட்சுமி பெரியம்மாவின் குரல் இருட்டுக்குள் இருந்து கேட்டது.

"நீதான் வழி சொல்லேன்."

பழனி பாய்ந்தான்.

"நீ சேலையைக் கட்டிக்கிறியா? நான் இப்பவே சொல்லு வேன்."

"ஒன்னுக்கும் ஒதவாதுன்னாலும் வாய்க்கொழுப்பு அடங்குதா பாரேன்."

எல்லார் முன்னாலேயும் நறுக்கென்று தனலட்சுமி கேட்டதில் பழனிக்கு முகம் சுண்டியது.

"பொட்டச்சிங்க லோல்பட்றாளுங்கன்னு சொன்னா? எகத் தாளமா எதிர் கேள்வி."

"கெணறு எடுக்கத்தான் ஏற்பாடு பண்ணியிருக்கே பெரிம்மா..." நடராஜன்.

"கெணறு என்னிக்கு எடுத்து, என்னிக்குத் தண்ணி எடுக்கிறது. அதுக்குள்ள ஊர்ல பாதிப் பொம்பளங்களுக்கு கூன் விழுந்துடும்."

"என்னா பண்றது, நடந்தது நடந்துபோச்சி."

"என்னா நடந்தது நடந்து போச்சின்னு பூசி மொழுகிற நடராஜி? இதுவே பள்ளித் தெருவுலயோ, பாயிங்க தெருவுலயோ நடந்திருக்கட்டும், அவனுங்கள உண்டு இல்லன்னு பண்ணி

யிருப்பாங்க. நீங்க எல்லாம் ரசஞ்சோற துன்னுப்புட்டு, ஒரு சொரணையும் இல்லாம பூட்டீங்க. கெக்கலன் எவனுக்குத் தெம்பு இருக்கு மொதல்ல? பூன்னு ஊதி உட்லாம். எப்டியோ மூச்சி வாங்கி, புள்ளப் பெத்துப் போட்றீங்க, அதுவே பெரிய சாதனை."

"எப்பா, பொம்பளைங்க வாயத் தொறந்துட்டாங்க. ஒன்னும் பேச முடியாது. போய்த் தூங்கலாம். ஒடம்பாவது நல்லா இருக்கும்." பச்சையப்பன் எழுந்து துண்டையெடுத்துத் தோளில் போட்டுக்கொண்டு நடந்தார்.

தூங்கும் பிள்ளைகளை உசுப்பினார்கள் பெண்கள். உடனே எழுந்துகொள்ளாத பிள்ளையின் முதுகில் ஒன்று வைத்தாள் சாமந்தி. தூக்கத்திலிருந்து அலறியடித்துக்கொண்டு எழுந்த பிள்ளை, திசை தெரியாமல் இங்குமங்கும் தடுமாறி ஓடியது. "டேய் எங்கடா ஓட்ற?" எனத் திமிர்ப் பிடித்திருந்த காலை லேசாகப் பதிய வைத்தபடி பிள்ளையைப் பிடிக்க ஓடினாள். ஓடும் பிள்ளையைப் பார்த்துச் சிரித்தார்கள்.

பெண்களும் பிள்ளைகளும் போன பிறகு, நழுவும் இடுப்பு வேட்டியைப் பிடித்துக்கொண்டு, தோள் துண்டை சரி செய்தபடி, சாக்கடை கால்வாயில் சிறுநீர் கழிக்க உட்கார்ந்தார்கள்.

கணேசன் மட்டும் நின்றுகொண்டு சிறுநீர் கழித்தான். குமாரசாமி முதலியாருக்குக் கடுமையான கோபம் வரும். "நாய் தான்டா கண்ட எடத்துல காலத் தூக்கும். மாடு எந்த எடத்தில நின்னாலும், நின்ன எடத்துல அப்படியே பேயும். நீ நாயா? மாடா?"

"ஒனக்கெல்லாம் ஒன்னுக்கு அடிக்கத் தெரியாது மாமா, சின்னப் பசங்க, தூக்கிப் பிடிக்காம கால்லயே வுடுவாங்களே அப்படி உட்டுப்ப நீ. ஒன்ன மாதிரியா நான்? பொம்பள மாதிரி என்னைக்கும் ஒக்காந்துக்கினுதான் போவணும்."

"இவர்தான் வந்து எனக்குக் கால் கழுவிவிட்டாரு. போடா பொறம்போக்கு. நட்டமா நின்னு ஒன்னுக்கு அடிக்கிற பையன். பேசுறான் பேச்சு."

ஒருவருக்கொருவர் கேலி செய்து கொண்டும், திட்டிக் கொண்டும் கலைந்தார்கள்.

17

"நம்முடைய இயக்கத்தின் வெற்றி, சாமானியர்களின் வெற்றி. நம் இயக்கம் சட்டசபைக்குச் சென்றால் எதிரொலிக்கப் போவது, நம்முடைய குரல். மேல் சாதியினர் மட்டுமே கோலோச்சிக் கொண்டிருக்கும் சபையில், நம்முடைய குரல் அரங்கேற வேண்டும். குனிந்த முதுகுகள் நிமிர வேண்டும். தாழ்ந்து நோக்கும் கண்கள்மேல் நோக்கிப் பார்க்க வேண்டும். மனிதர்களில் உயர்வு தாழ்வு நீங்க வேண்டுமென்றால், நாம் நம் இயக்கத்தின் வெற்றிக்குப் பாடுபட வேண்டும்."

நடராஜன் பேசப் பேசக் கேட்டுக் கொண்டிருந்த முப்பது பேரின் கண்முன்னால் இயக்கத்தின் இமாலய வெற்றி விரிந்தது. அண்ணா முதல்வராகப் போவதும், கட்சி ஆட்சிக் கட்டிலில் அமர்ந்தவுடன் கருநிழலாய்ப் பின்தொடர்ந்து வரும் தங்களின் துயரங்கள் பனியாய் விலகப் போவதையும் கற்பனையில் அனுபவித்துக்கொண்டு உட்கார்ந்திருந்தார்கள்.

முதல் தேர்தல் என்ற உற்சாகம் கடைக்கோடி கிராமம் வரை பற்றிக்கொண்டது. குடும்பம் சீர்குலைந்தாலும் இயக்கம் பார்த்துக்கொள்ளும் என்ற நம்பிக்கைத் தொண்டர்களுக்கு இருந்தது.

நடராஜனுக்குக் கால்கட்டாய் இருந்த ஓட்டல் கடை இல்லாதது நல்லதாய்ப் போனது. தேர்தல் நெருங்குகிறது. கழகத் தொண்டர்களிடம் வெற்றிக் கனியைப் பறித்துவிட வேண்டும் என்ற எழுச்சி மேலோங்கியிருந்தது.

தேர்தலில் வெற்றி பெற வேண்டுமானால், குறைந்தபட்ச தேர்தல் செலவுகளுக்காகவாவது நிதி வேண்டுமே? அண்ணா

'நம் நாடு' பத்திரிகையில் நீண்ட கடிதம் எழுதியுள்ளார். ஒவ்வொரு கழகக் கிளையும் முடிந்த அளவுக்குத் தேர்தல் நிதி தர வேண்டுமென்று. அதற்கான ஆயத்தக் கூட்டம்தான் இது.

"அண்ணா எந்த ஊர்ல நிப்பார்னு தெரியலையே?"

சுபானு கேட்க,

"இதென்ன ஓய், கஞ்சூரத்துலதான் நிப்பார். மொத மொத சொந்த ஊர்ல நின்னு ஜெயிச்சாத்தானே மரியாத?"

"சொந்த ஊர்னு நம்ப முடியாது, கவுத்துடுவானுங்க, அதுவும் கெக்கலப் பசங்க கூடவே இருந்து குழி பறிப்பானுங்க."

நடராஜனின் பதிலை மறுத்தான் குமரகுரு.

"அண்ணா எந்த ஊர்ல நின்னாலும் ஜெயிப்பார். அண்ணாவைத் தோக்கடிக்கிறானுங்கன்னா அந்த ஊரை கடவுளே அவதாரம் எடுத்து வந்தாலும் காப்பாத்த முடியாது."

"இல்லாத கடவுள் எங்கிருந்து வர்றது? இன்னும் நம்ம கட்சிக் காரங்களாலேயே இந்தக் கற்பனையைவிட முடியலை."

"ரத்தத்துல ஊறிப் போச்சு ஓய். சும்மா பேச்சுக்காவது வருது, என்ன பண்றது? கட்சிக்காரனா மனசாறவும் மாறணும்னா, அழகர் சாமி மாதிரி இருந்தாத்தான் முடியும்."

"பட்டுக்கோட்டை அழகிரியா? அவரை அவங்கக் கட்சிக் காரங்களே மறந்துட்டாங்க, நீ ஞாபகம் வச்சிருக்க?"

"அவர் பேச்ச படிக்கணுமே? படிக்கிறப்பவே ஒக்காந்திருக்கிற எடம் தீப்பத்தி எரியுற மாதிரி இருக்கும். மனுஷனுக்கு வார்த்தை எங்க இருந்துதான் வருமோ? ப்பா, அப்டியே பத்திவுட்ட மாதிரி மேடையில துள்ளுவாராம்."

"விடுங்க விடுங்கப்பா, எல்லாரும் அமைதி. தேர்தலுக்கு நம்ம கிளையில் இருந்து எத்தன ரூபாய் கொடுக்கலாம்? நம்ம கிளைச் செலவுக்கும் வேணும். தலைமைக் கழகத்துக்கும் அனுப்பணும். யார் யாரைப் பார்க்கலாம்?"

நடராஜன் திசை மாறிய பேச்சுகளை மடை மாற்றினான்.

"கொறைஞ்சுது ஐந்நூறு ரூபாயாவது அனுப்பினாத்தான் கௌரவமா இருக்கும்."

“நம்ம மாவட்டச் செயலாளர்கிட்ட நாளைக்குச் சொல்லணும். திருவத்தியூருக்கு நாளைக்குக் கட்சிக் கூட்டத்துக்கு வர்றார். முடிவு பண்ணிட்டா சொல்லிடலாம்.”

“எல்லாம் தறி நெய்றவனுங்க. எவன் அவ்ளோ ரூபா தரு வான்? வேலை செய்ய வாடான்னாலே, ஒரு எழட்டுப் போட்டுட்டு வந்துட்றேன்னு தறிக்கு போய்டுவானுங்க.”

“ஊர்ல இருக்கிற பெரிய மனுஷங்களைத்தான் பார்க்கணும். நம்ம ஊர்லதான் தறி மொதலாளிங்க இருக்காங்க, சினிமா கொட்டாய் இருக்கு. சாராய மொதலாளி எல்லாம் இருக்காங்க, ஆளுக்கு இருபத்தஞ்சு ரூபா குடுத்தாக்கூடப் போதுமே.”

“அவனுங்க நம்மள எதிரிங்களாத்தான் பாப்பானுங்க. எல்லாம் காங்கிரச ஆதரிக்கிற பெரிய பெருச்சாளிங்க. தின்னு கொட்டப் போட்டவங்க. கட்சி ஆட்சிக்கு வந்தா, அவங்க கொட்டம்லாம் அடங்கிடும்னு பயம்.”

“எஸ்ஆர் பஸ் ஓனர் ரெட்டியார்ல்லாம் நல்ல மாதிரிதான். அவருக்கு அண்ணாமேல ரொம்ப மரியாதை. நம்மூர்ல இருந்து போய் இவ்ளோ பெரிய ஆளா வந்திருக்காரேன்னு எப்பவும் சொல்லுவாரு. அவர் கட்டாயம் குடுப்பார். நாம ரெண்டுக்கு மூணு வாட்டி ஏறி எறங்குனம்னா எல்லாருமே குடுப்பாங்க. குடுத்துத்தானே ஆகணும்? வளர்ந்து வர்றதைப் பார்க்கிறாங்களே?”

“நம்மால முடியும். ஐந்நூறு வசூல் பண்ணுவோம். நூறு நம்ம கிளைக்கு வச்சிக்கிட்டு, மீதிய தலைமைக் கழகத்துக்குக் குடுப்போம், சரியா?”

“சரி, ஓய்.”

“ரைட் ரைட்டுன்னு சொல்லிட்டு எல்லாரும் போய்த் தறில பூந்துக்க கூடாது. இந்த ரெண்டு மாசத்துக்குக் காலையில பதினோரு மணிக்குக் கட்டாயம் படிப்பகத்துக்கு வந்துடணும். சாயந்திரம் வசூலுக்கு வரணும். போஸ்டர் ஒட்டணும், தெருத் தெருவா வசூலுக்குப் போகணும். மறக்காம எல்லாரும் வந்துடுங்க.”

“நடராஜி... நடராஜி...”

வெளியில் இருந்து கைலாசத்தின் குரல் கேட்டது.

"இந்த லைட்டு கம்பத்துக்கு எப்படித்தான் வேர்க்குமோ, கூட்டம் முடியப்போதுன்னா சரியா வந்து நின்னுடுது பார்."

"என்ன மாமா?" நடராஜன் எழுந்து வெளியில் வந்தபடியே குரல் கொடுத்தான்.

"ஆளுக்கொரு டீயும் வடையும் சொல்லுடா."

"இவர் ரொம்பத் தாராளம், இவருக்கு மட்டும் கேக்க மாட்டாராம்." தளபதி பல்லைக் கடித்தான்.

அவனுக்குக் கைலாசம் ஒவ்வொரு முறை கூட்டம் முடியும் போதும் வந்து டீ கேட்பதே எரிச்சலாக இருக்கும். அவரால் ஒரு பிரயோஜனமும் கிடையாது. வீட்டிலும் அவரை மதிப்பவர்கள் யாருமில்லை. அவர் டீக்கடையில் வந்து உட்கார்ந்தாலும் உட்கார்ந்திருப்பவன் எழுந்துபோய் விடுவான். அவர் கேட்கும் ஓசி டீயைக் கூட வாங்கிக் கொடுத்துடலாம். பேப்பர் படிச்சிட்டு அவர் சொல்லும் வியாக்கியானங்களைத் தாங்க முடியாது. அது தெரியுமா? இது தெரியுமா? என்று கேட்டு நச்சரிப்பதைப் பொறுக்க முடியாது.

நடராஜன் மட்டும், 'மாமா சொல்றதைக் கேளுங்கடா, இவ்ளோ விஷயம் தெரிஞ்சவங்க நம்மூர்ல யாரும் கெடையாது. போதாத காலம், மத்தவங்கக் கேக்கிற மாதிரி சொல்ற நெலைமையில அவர் இல்ல' என்பான்.

வறுமை அவருக்குப் பைத்தியக்கார வேஷம் கொடுத்திருந்தது. குடி பித்துக்குளி நடத்தையைக் கொடுத்திருக்கிறது.

"நீ போய் மரத்தாண்ட ஒக்காரு மாமா. நான் கொண்டாந்து கொடுக்கச் சொல்றேன்."

"நீ எங்கியோ இருக்க வேண்டிய ஆள்டா. இந்தக் கெக்கல கூட்டத்துல வந்து பொறந்துட்ட. முட்டாப் பசங்க, முட்டாப் பசங்க."

"ஒரு டீ வடைக்கு, அந்தாளு மொத்தப் பேரையும் முட்டாளாக்கிட்டு, ஒனக்கு ஒளிவட்டம் கட்டிட்டாரு."

"ஓய் தளபதி, மரியாதையா பேசு, அந்தாளு, இந்தாளுன்னு என்ன பேச்சு?"

சாலாம்புரி | 169

நடராஜனுக்குக் கோபம் வந்தது.

"வயசுக்காவது மரியாதை கொடுக்கணும்."

"வயசுக்கு மரியாதை கொடுக்கணும்னா, பண்டாரந்தோப்புல இருக்க கழுதைக்குத்தான் மரியாதை கொடுக்கணும். அதுக்குத் தான் நம்ம ஊர்லயே அதிக வயசு."

"வாய மூட்றா ஒக்கால. மட்டு மரியாதை இல்லாமப் பெருசா பேச வந்துட்டான்."

நடராஜனின் குரல் எழும்பியது. ஆலமரத்தடியில் உட்கார்ந்த படியே, அரைத்துண்டு பீடியை வாயில் வைத்து இங்கேயே வேடிக்கை பார்த்துக் கொண்டிருந்தார் கைலாசம். அரைப் பீடி எப்பவும் உதட்டில் இருக்கும். எப்போது பற்ற வைக்கிறார், அதெப் படிச் சரியாக எப்பவும் அரைப் பீடியே உதட்டில் இருக்கிறது என்பதெல்லாம் யாரும் அறியாத ரகசியங்கள். கைலாசத்திற்கு டீயும் வடையும் ஏற்பாடு செய்துவிட்டு, நடராஜன் பேச்சைத் தொடர்ந்தான்.

"பெரிய பெரிய பணக்காரங்ககிட்ட வசூலுக்குப் போறதுக்கு முன்னால, ஊர்ல பேச்சு உருவாக்கணும். கட்சி உறுப்பினர்கள், கட்சி அபிமானிகள் எல்லாரும் நாளைக்குச் சாயந்திரம் மேளதாளத் தோடு தெருத் தெருவாப் போய் மொதல்ல பிரச்சாரம் பண்ணனும். ஒரு துணியில கட்சிச் சின்னம் பெருசா வரைஞ்சி மாட்டு வண்டியில கட்டிடுவோம். என்னா நான் சொல்றது?"

"இதெல்லாம் நாளைக்குள்ள ஏற்பாடு பண்ணிட முடியுமா?" சுபானு.

"இதென்ன பெரிய வேலையா? நம்ம அம்பட்டன்கிட்ட சொன்னாலே மேளமடிக்க ஆளுங்கள கூட்டிக்கிட்டு வந்துடப் போறான்."

"சின்னச் சின்னத் துணியில வரைஞ்சும் கையில புடிச்சிக்கலாம். ஒவ்வொன்னும் ஒவ்வொரு மாதிரி எழுதினா, பார்க்கவும் நல்லா இருக்கும்."

குமரகுரு சொன்னவுடன், நடராஜனுக்கு ஆர்வமானது.

"இன்னைக்கு ராத்திரி நாமே துணியில எழுதலாம். குமரகுரு திண்ணைக்கு வந்துடுங்க எல்லாரும்."

அனைவருக்குள்ளும் உற்சாகம் தொற்றிக்கொண்டது.

"காலனிக்குப்போய் அவங்களையும் தேர்தல் வேலைக்குக் கூப்பிடணும். போன கூட்டத்துக்கே கூப்டலை. கொளத்துப் பிரச்சினைக்கப்புறம் அவங்களப் போய் பாக்கலை. என்ன சொல்றானுங்களோ?"

"அவனுங்க என்ன சொல்றது? பொம்பளைங்க தூங்கி யெழுந்தா தவலையைத் தூக்கிட்டு, தண்ணிக்கு நாயா அலை யுதுங்க. தேவடியாப் பசங்க, என்ன காரியம் பண்ணியிருக்கா னுங்க?"

தளபதி கோபத்தில் இரைந்தான்.

நடராஜன் இந்தச் சங்கடத்தைத்தான் சந்திக்கக் கூடாது என்று பயந்துகொண்டிருந்தான். கொஞ்சம் கொஞ்சமாக ஊரில் கடந்த பத்தாண்டுகளாக உருவாகிக்கொண்டிருக்கும் சகஜ நிலைக்கு, குளத்துப் பிரச்சினைப் பெரிய முட்டுக்கட்டையாக இருக்கப் போகிறது. தேர்தல் நேரம். தாழ்த்தப்பட்டவர்களை உள்ளடக்கித்தான் ஒவ்வொரு ஊரிலேயும் கிளைக் கட்ட வேண்டும், சேரிக்குள் அங்கீகரிக்கப்பட்டால்தான் நமக்கு உண்மையான அங்கீகாரம் கிடைத்ததாக அர்த்தம் என்று ஒவ்வொரு முறையும் பொதுக்குழு கூட்டத்தில் வலியுறுத்துகிறார்கள்.

சேரி சனங்களை விட்டு விட்டுத் தேர்தல் வேலை செய்தால் கெட்ட பேர்தான் வரும். எப்படி ஊர்ப் பிரச்சினை தீருமோ, பழைய சகஜ நிலை வருமோ என்று குழப்பமாக இருந்தது நடராஜனுக்கு.

★

கூடத்தில் சட்டையைக் கழற்றிப் போட்டான். வாசலில் அன்னக்கூடையில் இருந்து இரண்டு சொம்பு தண்ணீரை மொண்டு ஊற்றி, இரண்டு காலையும் ஒன்றின்மேல் ஒன்றை வைத்து, நன்றாகத் தேய்த்துக் கழுவினான் நடராஜன்.

முன்னங்கால்களில் தண்ணீர் ஊற்றும்போதே குதிகாலுக்கும் தண்ணீர் ஊற்றிக் கழுவ வேண்டும் என்ற எண்ணம் உள்ளுக்குள் ஓடியது. ஒவ்வொரு முறை கால் கழுவும்போதும் தவறாமல் ஆறேழு வயதில் குப்பு ஆயா சொன்னது நினைவுக்கு வரும்.

ஒருநாள் கால் கழுவும்போது, முன்னங்கால்களில் மட்டும் தண்ணீரை மொண்டு மொண்டு ஊற்றினேன். பின்னால் கால் நனையவே இல்லை. என்னையே பார்த்துக் கொண்டிருந்த குப்பு ஆயா, "வெளியில போய்ட்டு வந்தா காலைச் சுத்தமா கழுவணும். பின்னங்காலும் சேர்ந்து நனையற மாதிரி தண்ணீ ஊத்தணும். வெளியில போயிட்டு வரும்போது, சனியன் கால்ல ஒட்டிக்கிட்டு வந்துடும். நாம கால் கழுவிட்டோம்னா உள்ள வராம அப்டியே போயிடும்."

ஆயா சொன்னது மூடநம்பிக்கை, சனியும் கிடையாது, ஞாயிறும் கிடையாது என்று மனத்தில் தோன்றினாலும், இன்று வரை கால் கழுவும்போது, வீட்டுக்குள் வராமல் சனியை விரட்டி விடுவதாக நினைத்து மறக்காமல் குதிகாலையும் கழுவிக் கொள்ளும் வழக்கம் இருக்கிறது. உள்ளறையில் இருந்து குப்பு ஆயா வந்தது.

"இப்பத்தான் உன்ன நெனைச்சேன். எதிர்ல நிக்கற. சாவே இல்லே போ."

"ஒம் புள்ளைய பாக்காம செத்துப்போவ மாட்டேன். எதுக்கு இந்தக் கெழவிய நெனச்சே?"

"ஒன்பது கெரகத்துலயும் பவரான சனி கெரகத்தை, கால்ல தண்ணீ ஊத்திக் கழுவுனா, வீட்டுக்குள்ள வரவிடாம அடிச்சு வெரட்டலாம்னு சொன்ன உன் அறிவியல் அறிவை நெனைச்சு புளங்காகிதப்பட்டேன்."

"எங்கம்மா எனக்குச் சொல்லுச்சு. நான் ஒனக்குச் சொன்னேன். நீ ஒன் புள்ளைக்குச் சொன்னாலும் சொல்லலைனாலும் எப்படி யாவது தெரிஞ்சுக்குவான். நீ சாமி இல்லைன்னு சொன்னா, சாமி இல்லாம போயிடுமா?"

"போயிட்டு வந்த கதையைச் சொல்லு, கெழவி. ரொம்பப் பேசாதே. நீ இவ்ளோ பேசியும் எங்க அய்யாவுக்கு எப்டித்தான் முடி இன்னும் கொட்டாம இருக்கோ தெரியலையே?"

"ஒங்கய்யாவுக்கு முடி நரைக்காம இருக்கிறதே என்னாலதான்."

பக்கத்து வீட்டு கமலா மாமியும், பரிபூரணம் சித்தியும் வந்தார்கள்.

“எப்டி இருந்துச்சு மாமி போன எடம்? வசதியா?”

“எம்மாம் பெரிய வூடு. களம் நெல்லையும் வீட்டு மெத்தை யில கொட்டிக் காய வைக்கலாம். காய வச்ச நெல்லை ஆள வச்சு கீழ எறக்க வேணாம். மெத்தையில இருந்து, கீழ இருக்கிற மச்சுக்கு அப்படியே நெல்லைத் தள்ளி விட்டுடலாம். அம்பாரமா வந்து குவிஞ்சிபோது. பத்துத் தறி போட்டு நெய்யலாம். அவ்ளோ விஸ்தாரம். ஒரு பாவு போட்டுத் தோயலாம்னே பார்த்துக்கயேன். கோயிலுக்குப் பக்கத்திலயே இருக்கு. பத்து ஏக்கரா நெலம் இருக்காம். கெணறு எவ்ளோ வெயிலுக்கும் தண்ணி ஜக்காதாம்.”

குப்பு ஆயா முந்திக்கொண்டு பதில் சொன்னது.

“ஆனா, எம்மாந் தூரம்? நம்மூருக்குப் போறதவிட ஒரு மணி நேரம் கூட நடக்கிறதா கீது. இருட்டோட கெளம்பணும். போறோம், போறோம். ஊர் வந்த பாடில்ல. ஆத்திரம் அவசரத்துக் குன்னு கெளம்பினாலும், போய் வர ஒரு நாள் பூரா பூடும். வண்டி கிண்டி இருந்தாதான் நல்லது.”

“வயசாயிடுச்சா ஒனக்கு? நடக்கிறதுக்கு சொணங்குற?”

“என் நடைக்கு, நீயும் வர மாட்ட. எம் பேத்தியும் வர மாட்டா. ஒங்கள மாதிரி சைக்கிளும் வண்டியுமா நாங்கப் பழகி யிருக்கோம். எங்கப் போனாலும் நடைதான். சக்கரமா சுத்தி வந்துடுவோம், ரெண்டு காலும்.”

குப்பு ஆயாவின் காலைப் பார்த்தான் நடராஜன். மூங்கில் குச்சியாட்டம் நகநகவென்று இருந்தது.

“நல்ல மனுஷாளா இருக்காங்க. தலைமுறையா படிச்ச குடும்பம். அந்த ஊரே வாத்தியாருங்கதானாம். வூட்டுக்கு ஒரு வாத்தியார். தறி கொஞ்சம்தான்.”

கமலா மாமி மெல்லச் சொன்னாள்.

ஒரு விஷயத்தை ருசித்துச் சொல்லும்போது நாக்கைச் சுழற்றி எச்சில் ஊறச் சொல்லுவாள் மாமி. மென்மையான குரல் அந்தப் பேச்சின் ருசியைக் கூட்டும். சாதாரணச் செய்தியைக்கூட மாமியால் ருசியாகச் சொல்ல முடியும்.

பரிபூரணம் சித்தி ஒன்றும் சொல்லவில்லை.

ரொம்ப அவசியமானால் மட்டும்தான் சித்தி வாய் திறப்பாள். அதுவும் சுருக்கமாகத்தான். தான் சொல்ல வருவதைவிட மற்ற இருவரும் அதிகமாகவே பேசிவிட்டார்கள் என்று நினைத்தோ என்னமோ, சித்தி அமைதியாக இருந்தாள்.

நடராஜன் மரப்பலகையில் துண்டை விரித்து நீட்டிப் படுத்தான்.

அடுப்பில் உலை கொதித்து அடங்கிவிட்டதால் விறகை வெளியே இழுத்து, கொஞ்சம் தண்ணீர்விட்டு அணைத்துவிட்டு, கணன்ற கரித்துண்டுகளை மட்டும் நன்றாகக் கிளறி, வடிதட்டை எடுத்துச் சோற்றைக் கிளறிவிட்டு, மீண்டும் தட்டை மூடி வைத்தாள் கன்னியம்மாள். ரவிக்கைப் போடாத உடம்பில் வியர்வையுடன் நூல்ப்புடவை சேர்ந்து ஒட்டியது. முந்தானையை இழுத்து முகத்தைத் துடைத்தவாறு கூடத்துக்கு வந்தாள்.

“நீயெல்லாம் பெரிய மனுசியா? ஒரு பேத்திக்குச் சம்மந்தம் பார்த்துட்டு வான்னா, வீடு பெருசு, மாடு பெருசுன்னு வாயப் பொளக்கற? பெரிய மனுசியா லட்சணமா நடந்துக்கத் தெரிதா?” வந்ததும் வராததுமாய் அம்மாவின்மீது பாய்ந்தாள்.

“வாய்ப் பெருத்தவ.”

“என்னத் தள்ன மாதிரி என் பொண்ண தள்ளப் பாக்கிறியா?”

“ஒன்ன என்ன தள்ளிட்டோம்? இங்க என்ன கொற? தங்கமா இப்படி ஒரு மருமவன் கெடைப்பாரா?”

“தங்கமான மருமவன்தான் பாதியிலயே விட்டுட்டுப் போயிட்டாரே? மொத்தத்தையும் தூக்கிச் சொமன்னு.”

“ஆத்தாளும் மவளும் எங்கப்பாவைப் பத்தி வாய்க்கு வந்ததைப் பேசுறீங்க? ஏய் கெழவி, ஒன்ன அப்டியே மூட்டைக் கட்டி அனுப்பிடுவேன், எமங்கிட்ட.”

வீட்டுக்குள் வந்த அண்ணாமலை வாய்ச் சவடால் பேசினான்.

“அனுப்புடா என் ராசா. ஒன் கையால நெய் கொள்ளிப் போட்டு அனுப்பு. அதுக்குத்தான் காத்துக்கிட்டு இருக்கேன்.”

“அனுப்பறேன், அனுப்பறேன். ஆத்தாளும் மவளும் என்ன வேணா பேசலாம். எங்க வூட்டுக் கதையை எடுக்கக் கூடாது.”

“போய்ச் சாப்பிட்றா, வந்துட்டான் பெரிய மனுஷனாட்டம்.”

அண்ணாமலையைப் பேச்சில் இருந்து விலக்கிவிட்டு, கன்னியம்மாளைப் பார்த்து, “ஒன்ன மாதிரி என் பேத்தி கஷ்டப் படக் கூடாதுன்னு பாக்குறேன்” என்றாள்.

“மூணாவதா கட்டிக்கிட்டுப் போய் அவ என்ன நல்லா வாழ்ந்துடப் போறா?”

நடராஜன் அதிர்ந்துபோய் எழுந்தான்.

“என்ன, மூணாந்தாரமா?”

“ஆமாம் கண, ஆனா ரெண்டாந்தாரத்துக் கூட அவர் வாழவே இல்லை. மொதத் தாரத்துத் தங்கச்சிதானாம். கல்யாணம் கட்டின ஒடனே பிடிக்கலையாம். அந்தம்மா கிளம்பி அவங்க வீட்டுக்குப் போயிடுச்சாம்.”

“என்கிட்ட ரெண்டாந்தாரம்னு சொன்னாங்களே ஆயா?”

“ரெண்டாந்தாரம்தான் கண, கணக்குக்கு மூணு. ஒரு மாசத்துல போயிடுச்சின்னாலும் கணக்கு கணக்குதானே.”

“வீட்டுக்குத் தலைச்சன் பொம்பளைப் பொண்ண கண்ணாலம் கட்டிக் குடுக்கப் போறோம். ரெண்டாந்தாரமாவா குடுக்கிறது? அவ அப்பன் இருந்தா இப்படி நடக்க வுட்ருவாரா?”

“இவ ஒருத்தி, ஆனா ஊனா அப்பன் இருந்தா, அப்பன் இருந்தான்னு. எமன் தூக்கிக்கினு போனவனைத் திரும்பக் கூட்டியாருவியா? சின்னப் பையன் தலைமேல சொமையை ஏத்தி வச்சிருக்கு. ஒவ்வொரு சொமையா எறக்குற வழியப் பாப்பியா? பழைய கதையப் பேசிக்கிட்டு மூக்கச் சிந்திக்கிட்டு இருப்பியா? ஆம்பளைக்கு அம்பது வயசானாலும் பட்டுச் சொக்காயைப் போட்டுவிட்டா, மாப்ள மாதிரிதான் இருப்பான். இவரு போலீஸ் உத்தியோகம் பார்க்கிறாரு. ஆளு பனமரமாட்டம் வளத்தி. வாட்டசாட்டமா இருக்காரு. பத்து ஏக்கரா நெலம், சொந்தமா மெத்த வூடு, இதைவிட ஒரு பொண்ணுக்கு என்ன வேணும்?”

“அவர் மொதத் தாரத்துப் பொண்ணே வயசுக்கு வந்து கல்யாணம் பண்ற மாதிரி இருக்கு.”

கூடத்தில் ஓர் அமைதி வந்தது.

அம்மாவுக்கு இந்தச் சம்பந்தத்தில் விருப்பமில்லையென்று நடராஜனுக்குப் புரிந்தது. வசதி, சர்க்கார் உத்தியோகம், ஊரில் செல்வாக்கு எல்லாம் இருக்கிறது. அவருக்கு வயது முப்பதுக்கு மேல். ருக்குவுக்கு இப்பத்தான் பதினாறு நடக்கிறது. வயதுகூட என்றாலும் ஆள் நன்றாக இருப்பார் என்றுதான் இந்தச் சம்பந்தம் சொன்ன வல்லம் மாமா சொன்னார். கல்யாணச் சமையல் செய்ய ஊர் ஊராகச் செல்பவர். போகிற ஊர்களில் கல்யாணத்திற்கு இருக்கும் வரன் பற்றிய தகவல்களைச் சொல்லுவார். யாருக்கு ஏற்ற இடம் எது என்று ஓரளவுக்குத் தெரியும்.

'ஒரு வாரம் முன்பு அவர் வந்து சொன்னபோது, இரண்டாந் தாரம் என்பதோடு, வயது வித்தியாசம் அதிகமிருந்ததால் யோசனையாகவும் இருந்தது. பொண்ணுக்கு எதுவுமே செய்ய வேண்டாம், நாங்களே இரண்டு ஏக்கரா எழுதி வைக்கிறோம் என்றும் சொல்லியிருந்தார்கள். பெரிய வீடு. சர்க்கார் உத்தியோகம். இரண்டு குழந்தைப் பிறந்தால் பொம்பளைக்குச் சட்டென்று வயசு கூடிப்போகும். மூத்த தாரத்துக்கு இரண்டு பசங்க இருந்தாலும், இது தூக்கி வளர்க்க வேண்டியதில்லை. இருவருமே தோளுக்கு வளர்ந்து நிற்கிறார்கள். எல்லாம் யோசித்துதான், ஆயாவையும் கூட இரண்டு பேரையும் அனுப்பிப் பார்த்துவரச் சொன்னேன். இதில் ருக்குவின் விருப்பம்தான் முக்கியம். ருக்கு என்ன சொல்லுதோ, அதைச் செய்துடலாம்' என்று மனத்தைத் தேற்றிக் கொண்டேன்.

உள்ளே ஓடும் குற்றவுணர்ச்சியை அறிந்திருந்தாலும், அறியாததுபோல் கடக்க முயன்றான் நடராஜன்.

'ருக்குவின் விருப்பம் கேட்டுத்தான் நீ முடிவெடுக்கப் போகிறாயா? ருக்கு வேண்டாம் என்றால் வேறு இடம் பார்ப்பாயா? மூன்று மாதமாக ஓட்டல் கடையை எடுத்துவிட்டு வருமானம் இல்லாமல், இருப்பு இருந்த அரிசி பருப்பை வைத்து நாள் ஓட்டிக் கொண்டிருக்கிற இந்த நேரத்தில் வீட்டில் ஓராள் கல்யாணம் பண்ணி வெளியேறினால் போதும், கொஞ்சம் மூச்சுத் திணறல் குறையுமென்ற எண்ணம் இருக்கிறதா இல்லையா? ருக்குவிடமும் அம்மாவிடமும் மறைத்துவிடலாம். உன்னிடமே மறைத்துக்கொள்ள முடியுமா?' உள்மனசு முகத்திலறைந்தது.

"ருக்கு எங்கம்மா?"

கன்னியம்மாள் பதில் சொல்லவில்லை. கேள்விக்குப் பதில் வரவில்லையென்றாலே, அம்மாவிடம் இனி பேச்சைத் தொடர முடியாது என்று நடராஜனுக்குத் தெரியும்.

“நீ என்ன சொல்ற ஆயா?”

“ஊர்ல பாதிப் பேர் பொண்டாட்டிச் செத்தவனாத்தான் இருக்கான். எங்கப் போய் தேட்றது? ஆம்பளைக்கு வயசு என்ன கணக்கு? கல்யாணம் என்ன கணக்கு? நாளக் கடத்தாம கட்டிக் குடுக்கறதுதான் நல்லது. அடுத்து ஒன்னு தயாராகிது இல்ல?”

“அய்யா என்ன சொன்னாரு?”

“அவர் என்னா சொல்றது? அவருக்கு ரத்தவோட்டம் இருக்கா என்ன? ஓடியாடி நாலு காசு சம்பாதிச்சுக் குடுத்து ஒனக்கு முட்டுக் குடுக்கறதுக்கு. யாரும் இதுல ஒன்னும் சொல்றதுக்கில்ல. தலைச் சொமையா நீதான் சொமந்துக்கிட்டிருக்கிறவன். பாரத்தை எறக்கி வைக்க என்ன வழின்னு நீதான் யோசிக்கணும்.”

நடராஜன் மறுபடியும் பலகையில் காலை நீட்டி மல்லாக்கப் படுத்தான். மூளையில் யோசனை ஓட ஓட உடம்பு சூடானது. யோசனையைக் கட்டுப்படுத்திக் கொஞ்ச நேரம் கண்ணயர பார்த்தான். சில்லென்ற காற்று உடம்பில் பட்டது. கண் திறக்காமலேயே கண்ணுக்குள் குப்பு ஆயா பனை விசிறியால் அருகில் உட்கார்ந்து விசிறிக்கொண்டிருக்கும் சித்திரம் தெரிந்தது.

18

“தெரியும் எனக்கு, நீங்க எப்படியும் வருவீங்கன்னு. அவங்க வங்க வயித்துப் பசின்னாதானே வருவீங்க?”

துளசி இரைந்தான்.

“சும்மா எரையாதே. நீங்க பண்ண காரியத்துக்கு ஸ்டேஷன்ல கம்ப்ளெயிண்ட் பண்ணா என்னாகும்னு தெரியுமா? குடிக்கிற தண்ணியில எறங்கி, குளிச்சு, துணி தொவைச்சி, காலக் கழுவி வச்சிருக்கீங்க. நாங்களும் போனாப் போது, ஒன்னுக்குள்ள ஒன்னா இருக்கோம்னு பேசாமப் போனா ரொம்பத் துள்றீயே?”

“ஒன்னுக்குள்ள ஒன்னா? ஹெ ஹெ, நல்லா இருக்கே கேட்க? சும்மா கெடக்குற கொளத்துத் தண்ணிய ஒரு நாளைக்குக் கேட்டா குடுக்க மாட்டோம்னு சொன்னீங்க, இப்ப ஒன்னுக்குள்ள ஒன்னாம்? பூலோகப் புளுகு.”

“ஊர்ல என்ன ரெண்டு கொளமா இருக்கு? இருக்கிறது ஒன்னு. இதுலதான் ஊரே தண்ணி எடுக்குது. அதல நீங்கத் தண்ணி எடுக்கணும்னா, ஊர் சனங்க எங்கப் போய் எடுக்குங்க? நீ புரிஞ்சிப் பேசறியா? புரியாமப் பேசுறியா?”

“அப்போ, நாங்க தண்ணி எடுத்தம்னா, அந்தக் கொளத்துல நீங்கத் தண்ணி எடுக்க மாட்டீங்க? தீட்டு அப்டித்தானே?”

“தொளசி, நீ பிரச்சினையை முடிக்க விடாம இழுக்கப் பாக்கற? காலனியில நானும் பேசிட்டேன். நீ ஒருத்தன்தான் நாலஞ்சு பேர கையில வச்சிக்கிட்டு இப்படில்லாம் பண்றேன்னு சொல்றாங்க. பாவம், அந்தச் சனங்க. பயந்துக்கினு இருக்குங்க. நீ கௌறாத.”

178 | அ.வெண்ணிலா

“நான் கௌர்றது எல்லாம் உங்க குப்பை. அதான் உங்க ளாலயே நாத்தம் தாங்க முடியல.”

ராஜி முதலியார் துளசியின் கன்னத்தில் பளாரென்று அறைந் தார். கொஞ்சமும் எதிர்பார்க்காததால் துளசி தடுமாறினான். கூட்டம் விக்கித்தது.

“தேவடியாப் பையா, எங்க வந்து கைய ஆட்டி ஆட்டிப் பேசிக்கினு கீற? நீ சொல்றத கேக்கறோம்றதனால ரொம்ப ஆடுறியே? இவன் ஒருத்தன் வெளங்காம, கட்சி மயிரு, மட்டைன்னு. குடிக்கிற தண்ணியில எறங்கியிருக்கானுங்க, எறங்குன கால அன்னிக்கே வெட்டியிருந்தா அவெவன் கொட்ன வாயில ஒக்காந்திருப்பான். எங்க தண்ணியத் தானே நீ கேட்ட? எங்களுக்கு விருப்பமிருந்தா குடுப்போம். இல்லைனா இல்லைன்னுதான் சொல்லுவோம். போய்ப் பாருடா மத்த ஊர்ல. பறையன இன்னும் பறையனாத்தான் வச்சிருக்காங்க. காலம் மாறிப்போச்சு, இனிமே இந்த வேத்துமெல்லாம் காட்டக் கூடாதுன்னு பொறுத்துப்போனா ரொம்பத் துள்ளுற? ஒன்கிட்ட பாரபட்சம் இல்லைன்னு சொன்னா என்னா அர்த்தம்? ‘வரிச தட்டைத் தூக்கிக்கினு எங்கிட்ட சம்பந்தம் பேச வா’ன்னு அர்த்தமா? யார் யார் எங்க இருக்கணுமோ அங்கதான் இருக்கணும். எங்களப் பகைச்சிக்கிட்டுப் பக்கத்தூரு போய் பொழைக்கப் போறியா? இல்ல, கூரை மேல ஏறி ஆகாசத்த வில்லா வளைக்கப் போறியா? படவா, அன்னிக்கே உங்கப் பத்துப் பேரையும் பொலி போட்டிருக்கணும். ஓத்தா, ஓட்றா, பஞ்சாயத்துன்னுகூடப் பய மில்லாம, பெரிய மயிரு மாதிரி பேச வந்துட்டான். உள்ள தள்ளி முட்டிக்கி முட்டிப் பேத்துடுவேன்.”

கோபத்தில் வார்த்தைகள் தீயாய்க் கொட்ட, சாமி வந்தவரைப் போல் ஆடினார் ராஜி.

கன்னத்தில் கை வைத்திருந்த துளசி கலங்கிப்போய் நின்றான். தூரத்தில் ஆங்காங்கே நின்றிருந்த காலனி ஆள்கள் பயத்தில் உறைந்திருந்தார்கள்.

பஞ்சாயத்து மேடையைச் சுற்றியிருந்த ஊர் ஆள்கள், குஞ்சு குளுவான்களுமாக எல்லாரும் துளசியையும் ராஜி முதலியாரையும் பார்த்தார்கள். ஆலமரத்தில் இருந்த பறவை

களும் கப்சிப்பென்று இருந்தன. துளசி, கையில் இருந்த துண்டை உதறி தோளில் போட்டான். யாரையும் ஏறெடுத்துப் பார்க்காமல் கூட்டத்தைவிட்டு வெளியேறினான்.

அவன் போவதைப் பார்த்த ஏழெட்டு அவன் வயது ஆள்கள் உடன் போகலாம் என்பதுபோல் எழுந்தார்கள்.

திரும்பி, தங்கள் வீட்டு ஆள்கள் முகக்குறிப்பை அறிய அவரவருக்கு வேண்டிய முகத்தைத் தேடிப் பார்த்தார்கள்.

எல்லாரின் முகங்களிலும் குற்றஞ்சாட்டும் தோரணையும் கோபமும் இருந்தன. இனி அங்கு நிற்பதில் பிரயோசனமில்லை என்பதைப்போல் அவர்களும் துளசியின் பின்னால் நடந்தார்கள்.

அவர்கள் வெளியேறுவதைப் பார்த்த ராஜி முதலியாருக்கு இன்னும் கோபம் கொந்தளித்தது.

"தஞ்சாவூர்ப் பக்கம்ல்லாம் சாணியைக் கரைச்சு ஊத்த றாங்க, மாட்ட அடிக்கிற மாதிரி அடிக்கிறானுங்கன்னா, தெருவுல செருப்ப போட்டுக்கினு நடக்கக் கூடாதுன்னு சும்மாவா செஞ்சி ருப்பானுங்க. இவனுங்க வாய்க்கொழுப்பு அடங்கியிருக்காது. வூட்டுக்குள்ள வாடா, தரக்கடையில ஒக்காந்து சோத்த தின்னுடான்னு சொல்ற நம்மக்கிட்டயே இவ்ளோ ஆட்டம் காட்றானுங்கன்னா, அங்க இன்னும் என்னா ஆட்டம் காட்டு வானுங்க?"

காலனி ஆள்கள் முகம் வருத்தத்தில் ஆழ்ந்தது. இன்னும் என்னென்ன நடக்கப் போகிறதோ என்ற அச்சத்தில் ராஜி முதலியாரின் வாயைப் பார்த்தார்கள்.

ராஜியும் அச்சத்தோடு அங்கு நிற்கிற அப்பாவி சனங்களைப் பார்த்தார்.

"டேய் வேணு, இங்க வா."

எண்பது வயதாகும் வேணு அவர்கள் வீட்டு ஆள்காரனா யிருந்தவர்.

உடம்பில் இன்னும் தெம்பிருந்தாலும், அவர் மகனும் மருமகனும் கழனிகட்டைப் பார்த்துக்கொள்கிறார்கள்.

"என்ன மோலியாரே?"

வேணுவின் குரலில் நடுக்கம் தெரிந்தது.

“தலைமொறை தலைமொறையா நீங்கதான் எங்க வூட்டு ஆள்காரங்களா இருக்கீங்க. என்னைக்காவது ஒரு சுடுசொல் சொல்லியிருப்பமாடா?”

“என்ன மோலியாரே? இந்தப் பசங்கல்லாம் நீச்சலாங் குட்டியாட்டம் துள்ளுதுங்க. இதுங்களுக்காக நீங்க இவ்ளோ பேசிக்கினு? அவனுங்க சொல்றத ஊர்ல யாரும் கேக்க மாட்டாங்க. குடிக்கிற தண்ணி, சாமி மாதிரி. அதை நாசம் பண்ண அன்னிக்கே இவனுங்கள துண்டா துடிக்கா வெட்டிப் போட்டிருக்கணும். நாங்களும் கொஞ்சம் அசந்துட்டோம் மோலியாரே. நீங்க என்ன செய்யச் சொன்னாலும் செய்றோம்.”

கும்பிட்டபடி ராஜியின் காலைத் தொட்டுக் கும்பிடப் போனார் வேணு.

“எழுந்திர்றா. நீ கால்ல விழணும்னு நான் ஒன்ன இப்ப கூப்டலை. சபை மரியாதைகூட இல்லாம துள்றானுங்களே? நாங்களா ஒங்கள தேடி வந்து எதுனா தப்பா பேசுனமா? இது எங்க ஊரு கொளம். இதுல யார் தண்ணி எடுக்கணும்னு நாங்க தான் முடிவு பண்ணனும். பறப்பசங்கன்றதாலதான் விட மாட்றோம்னு நீங்களா வந்து இவ்ளோ அட்டூழியம் பண்ணா? பொறுக்கிற வரைக்கும்தான் பொறுப்போம். அப்புறம் வந்து வருத்தப்படக் கூடாது, என்னா மோலியாரே, எங்ககிட்ட ஒரு வார்த்தைச் சொல்லக்கூடாதான்னு. அதான் காலனி சனம் பூரா வுமே கூப்ட்டேன். போங்க எல்லாம். போய் எடுத்துச் சொல்ல முடியும்னா எடுத்துச் சொல்லுங்க. இல்ல, அவன் தலையெழுத்த அவன் பார்த்துக்கிறான்னு அவனுங்கள கைக்கழுவி விட்டுடுங்க.”

“ஆட்டும் மோலியார்.”

வேணு எல்லாரையும் பார்த்துக் கும்பிட்டுவிட்டு, உடம்பைச் சுற்றிப் போர்த்தியிருந்த கிழிந்த துப்பட்டியைக் கையில் எடுத்து மெதுவாக நடந்தார். காலனி ஆள்கள் ஒவ்வொருவராக அவரைப் பின்தொடர்ந்தார்கள். லேசாகப் புழுதி எழுந்து அடங்கியது.

“தெனம் அரை மைலு போய்ப் பத்துத் தவலை தண்ணி தூக்கிட்டு வர்றோம். சிண்டும் சிலுவானமுமா போய், தண்ணி

எடுக்கிறதே திருவிழா மாதிரி தெனம் ஓடிக்கிட்டு இருக்கோம். பஞ்சாயத்துப் பேசுற ஆம்பள யாரும் தண்ணி தூக்க வர்றதில்ல."

மேட்டுத்தெரு வரலட்சுமி இதுதான் வாய்ப்பு என்று பாய்ந்தாள்.

"இவ ஒருத்தி. கெழக்குன்னா, இல்ல மேற்குத்தான்னு சொல்றவ. ஆம்பள மயிரு என்ன சொம்மாவா இருக்கோம்? பாத்தல்ல? பறப்பசங்கத் துள்ளுனத? அவன் வாயக் கட்ட வேணாமா?"

தளபதி வரலட்சுமியைத் தாக்கினான். அவள் பங்காளிதான் அவன்.

"இந்த மயிரு கியிருல்லாம் எங்கிட்ட சொல்லாதே. பல்லக் கழட்டிடுவேன். நீங்க எல்லாம் வாயக் கட்டுவிங்களோ, காலக் கட்டுவிங்களோ, ஒருத்தரும் வயித்தக் கட்ட முடியாது. ரெண் டானா போதும், தட்டெடுத்துக்கிட்டு ஒக்காந்துடுவீங்க. எங்களால அவ்ளோ தூரம் பம்புசெட்டுக்குப் போவ முடியல. தண்ணிக்கு வழி பண்றீங்களா இல்லையான்னு இப்ப தீத்துச் சொல்லுங்க. நான் எங்கம்மா வீட்டுக்குப் போறேன், எம் பசங் களக் கூப்பிட்டுக்கிட்டு. எப்போ ஊருக்குள்ள தண்ணி வருதோ, அப்போ ஆள்மேல சொல்லிவிடுங்க, வர்றோம். அதுவரைக்கும் ஆம்பளைங்க என்ன செய்றீங்களோ செய்ங்க."

வரலட்சுமி சொன்னவுடன் கூட்டத்தில் பெண்கள் பக்கத்தில் பெரும் சலசலப்பு.

"அவளுக்கு வாய் அதிகம்ன்னாலும் சொல்றது நியாயந் தானே? இடுப்பு உட்டுப் போது, அவ்ளோ தூரம் தூக்கிக்கினு வர்றது?"

"எப்போ கொளத்துல தண்ணி எடுக்கிறது போச்சோ, அப்பவே ஒரு எழட்டு கொறைஞ்சுப் போச்சு. இந்த மாசம் ஒரு பாவுலயே இன்னும் ரெண்டு சேலை இருக்கு நெய்யறதுக்கு. தண்ணிக் கதையையே பார்த்துக்கிட்டு இருந்தா, பொழப்ப யார் பாக்குறது?"

"பொம்பளப் பசங்கள தனியா அவ்ளோ தூரம் அனுப்ப முடியுதா? வெயில் நேரத்துல காத்துக் கறுப்பு ஒலாத்துற எடம் அது."

“ஒரு சொம்புத் தண்ணியிலயே தோட்டத்துக்குப் போய் கழுவிக்கிட்டு வர்றதா இருக்கு. தண்ணிய பொன்னு மாதிரியா பாத்துப் பாத்துச் செலவு செய்வாங்க? கை தாராளம் ஒரே நாள்ல மறந்து பூடுமா?”

“எல்லாம் லபலபன்னு வாயைத் தொறந்துடுவாளுங்க. ராத்திரியில அவெவ ஆம்படையான்கிட்ட சொல்ல வேண்டியது தானே. அப்போ அமுக்கிக்கினு அடியில கெடக்கிறது. இப்போ வாள் வாள்னு” என்று ஒன்றரை இட்லி கூச்சல் போட்டாள்.

“கீழ படுக்காம நீயென்ன எங்க மாமா மேல படுத்துக் கிடந்தியா மாமி? அதான் போய்ச் சேர்ந்துட்டாரா?”

“மூடுங்கடி. வந்தேன் தொடசதையை வச்சுத் திருவிடுவேன்.”

“திருவு, திருவு. தொறந்துதான் வச்சிருக்கேன்.”

“தொறந்து வை. என் மருமவன்கிட்ட சொல்லி ஆப்பு வைக்கச் சொல்றேன்.”

“ஒனக்கு ஏன் ஒன்ற இட்லின்னு பேர் வந்துச்சு, அதைச் சொல்லு மொதல்ல.”

“என் சாண்டையைக் குடிச்சவ, எவ சொல்றா அப்டி?”

“ஏய் வரலட்சுமி, அது வாயக் கௌர்ன, நாறிடும். பேசாம இரு.”

மல்லிகா அடக்கினாள்.

“பொம்பளைங்க எதுக்கு இங்க குசுகுசுன்னு பேசிக்கினு, கௌம்புங்க. நாங்கப் பேசிட்டு முடிவு பண்றோம்.”

போண்டா முதலியார் பெண்கள் பக்கம் பார்த்துச் சொன்னார்.

“இது எங்கப் பிரச்சினை, நாங்க இருப்போம். நீங்கப் பேசுங்க, என்னாதான் முடிவெடுக்கிறீங்கன்னு பாக்குறோம்.”

“இதுகளையும் ஒன்னும் கொற சொல்ல முடியாது. ஒரு தவலை தண்ணிக்கு நாய் படாதபாடு படுதுங்க. நாம துண்ட எடுத்துத் தோள்ல போட்டுக்கினு ரோட்டுக்கு வந்துட்றோம். பாவம், அதுங்கதானே தெனம் அல்லாடுதுங்க.”

ஊர் பெரிய மனுஷன் பச்சையப்பன் பொதுவாய்ச் சொல்லி விட்டு, பெண்கள் பக்கம் பார்த்து அமைதியாக இருக்கச் சொன்னார்.

ஒரு நிமிடத்தில் அந்த இடம் கப்சிப்பென்று அடங்கியது.

"கட்சிக்காரங்ககிட்ட சொல்றேன், நல்லாக் கேட்டுக்கங்க. இந்தப் பறப்பசங்களச் சேர்த்து வச்சிக்கிட்டு, இனிமே ஊருக்குள்ள எதுனா கூட்டம் போட வந்தீங்க, அவ்ளோதான்."

"பிரச்சினை என்னாவோ அத மட்டும் பேசு மாமா. சும்மா அவங்க வரக்கூடாது, இவங்க வரக்கூடாதுன்னு."

"என்ன நடராஜி, மொகத்தைச் சுளிக்கிற? நான் சொல்றது உனக்கு அப்டித்தான் இருக்கும். நீ அவனுங்களத் தூக்கி நிறுத்த நெனச்சாக்கூட, அவனுங்க எழுந்து நிக்கறானுங்களா பாத்தியா? புத்தி அதுதான். ரத்தத்துல இருக்கிறத யாரால மாத்த முடியும்?"

"ரத்தத்தையே மாத்திடுறாங்க, இந்தக் காலத்துல."

"நீ எனக்குப் பதில் சொல்லாதே. உன் மனசுக்கே தெரியும். நாம் எல்லாரும் எப்பவும் ஒன்னா இருக்கிறதுதான் வழக்கம். நம்ம ஊர்ல எப்பவுமே பெருசா வேத்தும பாக்குறதில்லைன்னாலும், இந்தப் பத்து வருசத்துல, நாம எவ்ளோ மாறிட்டு வர்றோம். பத்து வூட்டுக்காரங்களை ஓரங்கட்டிட்டு, ஊரே ஒரு கட்சியில இருக்கோம். கட்சி சொல்றத கேட்குறோம். மனுஷ ஜன்மம்னு ஒன்னு பொறந்த பிறகு பேள்றதும் மூள்றதும் எல்லாருக்கும் ஒன்னுதானே? பொம்பள எல்லாரையும் ஒரே மாதிரி பெத்துப் போடுறான்னு யோசிக்கிறோம். நம்ம அப்பா, அய்யா காலத்துல ஊருக்குள்ள உடுவாங்களா? நாம அதெல்லாமா பண்றோம்? நம்ம தரக்கடையிலதான் சாப்பாடு போடுறோம்.

அவனுங்கள என்னா நாம சரியா நடத்துல? இவன் கொளத்துல எறங்குறேன்னு சொன்னா, நாம சரின்னு சொல்ல ணுமா? யார் கேட்டாலும்தான் தர மாட்டோம். பக்கத்துல கவுண்டர் தெரு இருக்கே, அங்கப் போய் கேட்கச் சொல்லு பாப்போம்? கெழக்கால சாயபுங்க இருக்காங்களே, அவங்கக் கிட்ட கேட்கச் சொல்லு, பாப்போம்? மோலியார்னா தான் இவனுங்களுக்கு எளப்பம். அவெவனுக்கு இருக்கிறத வச்சு இருக்க வேண்டியதுதான்.

ஒனக்கு அவனுங்க பண்ண அக்குறும்பு தெரியாது. பொம்பளைங்க இருக்காளுங்களென்னு பார்க்கிறேன்" என்றவர், குரலை குறைத்துக்கொண்டு.

"தண்ணியில ரெண்டுக்குப் போய் வச்சிருக்கானுங்க, இதெல்லாம் வேற எவனாவது செய்வானா? எதிரியா இருந்தாக் கூடக் குடிக்கிற தண்ணியில வெஷம் வைக்கிற மாதிரி வைப்பானா? எனக்குத் தெரியும், ஒம் மனசு எப்படித் திண்டாடுதுன்னு.

கட்சித் தலைமைக்கு இந்த விஷயம் போனா, என்னா சொல்றது, தேர்தல் நேரம், கெட்டப் பேரா போயிடுமேன்னு நீ நெனைக்கிற. நான் ஒன்னைத் தப்புன்னே சொல்லலை. வரட்டும் நம்ம மாவட்டச் செயலாளரு. அண்ணாதுரையே கூடக் கேட்கட்டும்.

நான், இந்தப் பஞ்சமா பாதகம் பண்ணவங்கள நீங்க என்னாப் பண்ணுவீங்கன்னு அவர்கிட்டயே கேக்கிறேன்."

ராஜி முதலியார் நடராஜனின் மனம் புரிந்து பேசினார்.

"கட்சிக் கதை, தேர்தல் கதையெல்லாம் அப்புறம் பேசலாம்ப்பா. மொதல்ல குடிக்கிற தண்ணிக்கு வழி பண்ணுங்க."

கோயில் தெரு வெங்காயம் சொன்னார்.

அரை மணி நேரம் பேசுவார்.

என்ன பேசினார் என்று அவர் பேசி முடித்த பிறகு யோசித்தால் ஒன்றும் இருக்காது.

ஊரில் பாதிப் பேருக்குமேல் பட்டப் பெயர் இருக்கிறது.

"ஊரே தண்ணி மொண்டாலும் கெணத்துல தண்ணி வத்தல. அது ஒன்னுதான் இப்ப நமக்கு அதிர்ஷ்டம்."

ராஜி முதலியாரே பேச்சு தொடரட்டும் என்பதுபோல் அனைவருமே அமைதியாக இருந்தார்கள்.

"கொளம் இனி குடிக்கப் பிரயோஜப்படாது. கொஞ்சம் சுத்தம் பண்ணிட்டு, துணி துவைக்கலாம். இப்போ குடிக்கிற தண்ணிக்கு என்ன பண்றதுன்னு யோசனை சொல்லுங்க."

"இவர்தான் பெரிய மனுஷன், ஊர்த் தலைவரு. இவர் என்ன பண்றதுன்னு கேட்கிறாரு?"

தனலட்சுமி மெதுவாய்ச் சொல்லுவதைப்போல் சொன்னாள். எல்லாருக்கும் கேட்டது.

"திருவத்திபுரம் பாலாத்துல கெணறு எடுத்து, ஆத்துத் தண்ணிய ஊருக்கு ஊரு கொழாய்ல விடப் போறாங்க. அதுக்கு வேலை நடக்குது. அது வந்தா, நாம பேசி நம்ம ஊருக்கு உடனடியா ஒரு பொதுக்கொழாய்ப் போடச் சொல்லலாம். ஆனா அதுக்குக் கொறஞ்சது ஒரு வருஷமாவும்."

"அதுக்குள்ள நம்ம கட்சி ஆட்சிக்கு வந்துடும் மாமா."

"ஆமாம், கட்சி ஆட்சிக்கு வரும் வரும்னு ஆசையா சொல்லு. இப்டித்தான் சொதந்திரம் வந்ததும் ஊரெல்லாம் வெளக்கு எரியும். தெரு பூரா பாலாறும் தேனாறும் ஓடும்னு சொன்னாங்க. இப்ப என்னடான்னா குடிக்கிற தண்ணிக்குச் சிங்கியடிக்கிறதா இருக்கு." அறுபது வயது தனபால் அங்கலாய்த்தார்.

"அதுக்காக வெள்ளைக்காரனே இருந்திருக்கலாம்னு சொல்றீயா?" குமரகுரு கேட்டான்.

"வெள்ளைக்காரனே இருக்கணும்னு சொல்லலை. ஆனா அவன்கிட்ட இருந்த பயம் இப்போ இல்ல. எல்லாம் குளிர் விட்டுப் போய் அலையறானுங்க. யாருக்கும் பொறுப்பில்லன்னு சொல்றேன். மத்தியில காங்கிரசு ஆட்சிக்கு வந்து பத்து வருசமாச்சு. சனங்களுக்கு என்ன நன்மை செஞ்சிருக்காங்க?"

"சனங்களுக்கு எப்பவும் ஆட்சியில இருக்கிறவங்க நேரடியா நல்லது பண்ண முடியாது. நல்லது நடக்கிற சூழலைத்தான் உருவாக்குவாங்க. மக்கள்தான் நல்லதைப் பண்ணிக்கணும்."

"அப்போ நீயே சொல்லு நடராஜி, தண்ணிக்கு என்ன வழி?"

"ஓய் தளபதி, யோசிக்காம ஒன்னும் சொல்லலை. பாலாத்துத் தண்ணி ஊருக்கு வர்ற வரைக்கும் ஒரு வழி இருக்கு."

"சொல்லுப்பா."

ராஜி ஆர்வமானார்.

"கொளத்தை ஒட்டியே, ஊருக்கு வடமேற்குல பெரிய எடமிருக்கே? இதே மாதிரி பெரிய ஆலமரத்துக்கிட்ட. அங்கப் பெரிய கெணறு எடுப்போம். சர்க்கார் இப்ப ஊருக்குக் கெணறு

எடுக்கப் பணம் கொடுக்குது. குடிதண்ணி இல்லாத ஊருக்கு முன்னுரிமை இருக்கு. நான் பிடிவோகிட்ட கேட்டேன். உடனே கெணறு வெட்ட ஏற்பாடு செய்வோம்."

இது நல்ல யோசனையா? சாத்தியப்படுமா? எவ்வளவு நாள் ஆகும்? ஊரே தண்ணி எடுக்க முடியுமா ஒரு கெணத்துல? இப்படிப் பல கேள்விகள் அங்கிருக்கிற ஒவ்வொருவரிடமும் முளைத்தன.

"பெரிய பெரிய கெணறுதான் எடுக்கிறாங்க. சர்க்காராங் கெணறு பார்த்திருப்பீங்க. திருவத்தியூர் போறவங்க. அங்கயும் ஒன்னு பெருசா இருக்கு. நாம ஊர்ப் பஞ்சாயத்துல இருந்து கொஞ்சம் பணம் குடுத்து இன்னும் பெருசா எடுக்கச் சொல்லுவோம். பஞ்சாயத்துல நாமே காண்ட்ராக்ட் எடுத்தா, சீக்கிரமா வேலையையும் செஞ்சுடலாம்."

ராஜி முதலியாருக்கு நல்ல யோசனையாகத்தான் இருந்தது. தயக்கமும் இருந்தது.

"சரியா வருமா நடராஜி? ஊர் சனத்துக்குத் தண்ணி சப்ளை பண்ணுமா ஒரே கெணறு?"

"பெரிப்பா, கெணறு இத்தன நாளா சப்ள பண்ணலையா?"

"அது அந்தக் காலத்துக் கெணறு."

"எந்தக் காலத்துக் கெணறா இருந்தா என்ன மாமா? அமை யறதுதான். இத்தனை குழந்தையும் குட்டியுமா தண்ணிக்கு இல்லாம அலையும்போது, இருக்கிற ஒரே வழி அதுதான். இல்ல, கொளத்தைச் சுத்தப்படுத்த சொல்றீங்களா? சொல்லுங்க, நாளைக்கே ஆரம்பிச்சுடலாம். தாமரை வெதையும் அல்லி வெதையும் கொண்டாந்து போடணும்."

"இனிமே கொளத்துத் தண்ணிய குடிக்க எடுக்க முடியாதுப்பா."

"அப்போ துணிஞ்சு எறங்குங்க. நாம முன்னெடுத்து எது நடக்காம இருந்திருக்கு? நீங்க முன்னால நில்லுங்க மாமா. நாங்க எல்லாரும் வேலை செய்றோம்."

நடராஜனின் குரலில் உத்வேகம் அதிகமானது.

சாலாம்புரி

ராஜி முதலியார் சுற்றி நின்ற ஆண்கள் பெண்கள் எல்லாரையும் பார்த்தார்.

"சர்க்கார் கெணறு எடுப்போம். நல்லாப் பெரிய கெணறா இருக்கட்டும்."

பச்சையப்பன் சொன்னார். ஊருக்கு நல்லது நடக்கப் போவதில் நடராஜனுக்குள் மகிழ்ச்சிப் பொங்கியது.

19

"எதையாவது ஒன்ன அடகு வச்சுத்தானே ஆவணும்?"

இடது காலின்மேல் வலக்காலை மடக்கிப் போட்டு உட்கார்ந்திருந்த நடராஜன் தேவியிடம் கேட்டான்.

கொரட்டுக் கல்லில் உட்கார்ந்து தூணில் சாய்ந்திருந்த தேவி பதில் சொல்லாமல், கீழே இருந்த ஊமுள்ளை எடுத்துத் தரையில் முன்னும் பின்னும் தேய்த்துக் கொண்டிருந்தாள்.

"கையில ரூபா இல்லன்னு சொன்னா, கேக்கிறவன் நம்ப மாட்டான். ஓகோன்னு கடை வெயாபாரமாச்சு. கையில் காசில்லன்னு சும்மா சொல்றானுங்கன்னுதான் சொல்லுவாங்க."

"இந்த ஊர்ல கடன்னு யார்கிட்ட போய் நாம நிக்க முடியும்? மானம் பூடும்."

கொரட்டுக் கல்லில் வெயில் கொஞ்சம் கொஞ்சமாகக் கீழிறங்கிக் கொண்டிருந்தது. வெயில் இறங்கி வந்தால், மணி பன்னிரண்டானது, அடுப்புப் பற்ற வைக்க வேண்டும் என்று மனத்திற்குள் ஒரு மணியடிக்கும், வீட்டில் இருக்கும் பெண்களுக்கு.

"பணம் வர்றதுதான் தெரிஞ்சது, போன வழி தெரியலை. சாப்பாட்டுக்கு இன்னும் ஆறு மாசத்துக்கு நெல்லு இருக்கு. அப்பப்போ குத்திக்கலாம். இந்த நாலு மாசமா அதிலயும் தான் பாதி நெல்ல கமிட்டிக்குப் போட்டு காசாக்கியாச்சு. ஓட்டல் கடையைக் காலி பண்ணி, பின்னாடி கொட்டாய்ல போட்ட, பித்தள சாமானும், பனங்கழிங்களும்தான் மிச்சம். தெனம்

வருமானம் வந்த மாதிரிதான் இருந்தது. முன்னபின்ன வேணுமேன்னு கையில புடிச்சி வச்சிக்கல. அவ்ளோ அனுபவ மும் இல்ல. அம்மாக்கிட்ட கேட்டியா, சால்ல எதுனா போட்டு வச்சிருக்கான்னு?"

"ம்க்கும், அது சால்ல போட்டு வச்ச கதைதான் ஊருக்கே தெரியுமே? இப்பவும் மிஷினுக்காரங்கச் சொல்லிச் சொல்லிச் சிரிச்சிக்கிட்டுத்தான் இருக்காங்க."

நடராஜனுக்கும் சிரிப்பு வந்தது.

கல்யாணமான புதிது. தேவி போட்டு வந்த நகைகளைப் பத்திரமாக வைக்கிறேன் என்ற பேரில் நகைகளை வீட்டில் ஒவ்வொரு இடத்தில் ஒளித்து வைத்திருந்தது அம்மா. பெரிய மரப்பெட்டி ஒன்று இருக்கிறது. உள்ளுக்குள் ஐந்தாள் உட்காரலாம். அவ்வளவு கணம், உயரம். பெட்டியிருக்கிற இடத்தில் தாராளமாக இரண்டாள் பாய் விரித்துப் படுக்கலாம். துணியில் முடிந்து முக்கியமானதை எல்லாம் பெட்டியில் போட்டு வைப்பது வழக்கம். அதற்குப் பூட்டு கிடையாது. பூட்டு போட்டுப் பத்திரப்படுத்தும் அளவிற்கு உள்ளே ஒன்றுமில்லை என்ற எண்ணமா, திறந்து போட்டிருக்கும் வீட்டில் யார் வந்து திருடப் போகிறார்கள் என்ற நம்பிக்கையா ஏதோ ஒன்று, ஒரு நாளும் அந்தப் பெட்டியைப் பூட்டி வைத்ததில்லை. பெட்டியில் ஒன்றிரண்டு நகைகள், அரிசி சால், கேழ்வரகு மண் சால்களில் ஒன்றிரண்டு நகைகளைப் போட்டு வைத்திருக்கும்.

கூழ் காய்ச்ச கேழ்வரகு மாவு இல்லையென்று ருக்கு சொன்னவுடன், சாலில் இருந்து இரண்டு படி கேழ்வரகு எடுத்துப் போட்டுக் கொண்டு மாவு அரைக்கும் மிஷினுக்குப் போனது. ஏற்கெனவே கழுவி சுத்தம் செய்து காய வைத்து விடுவதால், அப்படியே எடுத்துப்போட்டு அரைக்கக் கொண்டுபோய் விட்டது.

எண்ணெய் செக்கு வைத்திருக்கிற செட்டியார் ஆறுமாதம் முன்புதான் அரவை மிஷின் போட்டிருந்தார். 'பெரிய பெரிய ஊரில் இருக்கிறவங்கதான் எல்லாம் அனுபவிக்கணுமா, நம்ம ஊர் சனங்களுக்கும் எல்லா வசதியும் இருக்க வேணும்' என்று அவர் புதுசு புதுசா செலவை இழுத்து விட்டுக்கொள்வார்.

மாவு மிஷினுக்குப்போன அம்மா, அன்னக்கூடையில் இருந்த கேழ்வரகை அப்படியே அரைக்கும் புனலில் கொட்டியிருக்கிறது. மாவு அரைக்கும் பாலன் குச்சி வைத்து, தானியத்தைக் கொஞ்சம் கொஞ்சமாகக் குத்தித் தள்ளியபோது, கல் மாதிரி சட்டென்று நெகிழ்ந்து கொடுக்காமல் இருக்கவே, இடது கையால் ஓடும் மிஷனைக் கொஞ்சம் மெதுவாக்கிவிட்டு, கையை உள்ளே விட்டுப் பார்த்திருக்கிறான். பார்த்தால் தலை பில்லை. திரும்பி அம்மாவைப் பார்த்திருக்கிறான். மிஷின் வாயில் இருக்கும் துணியைத் தூக்கிப் பிடித்துக்கொண்டு குனிந்தபடி நின்றிருந்திருக்கிறது. சத்தமில்லாமல் பில்லையைச் சட்டைப் பாக்கெட்டில் போட்டுக் கொண்டான். அம்மா மாவு அரைத்து, சூடு போக ஆற வைத்து வீட்டுக்கு எடுத்து வந்துவிட்டது.

சாயந்திரம், கூழாக்க மாவு மாவு எடுக்கப்போன தேவி, ஏதோ நினைவு வந்த மாதிரி, வேகமாக அம்மாவிடம் ஓடி வந்து, ‘எப்ப கெவுறு அரைச்சிக்கிட்டு வந்த அத்த?’ என்று கேட்டிருக்கிறாள். ‘வெயில் ஏர்றதுக்கு முன்னாடி மிஷினுக்குப் போய் வந்தேன். என்ன விட்டா யார் போவீங்க இந்த வூட்ல?’ என்று அங்கலாய்ப்பும் கூட.

“கம்பு சால் தீர்ந்து போச்சுன்னு அதுல இருந்த என் சாமந்தி பில்லையைப் போன வாரந்தானே எடுத்து கெவுறு சாலுக்குள்ள வச்சே? எடுத்துப் பார்த்தியா, கெவுறு எடுக்கும்போது?”

தேவி கேட்டவுடன் அம்மாவுக்குத் தலைச் சுற்றியது.

“என்னாடீ சொல்ற? என் நாவகத்த அடுப்புல வச்சுத்தான் சுடணும். ஒத்து, சால்ல இருக்கான்னு பாப்போம்.”

பரபரவென்று கேழ்வரகு சாலைத் திறந்து, அடிவரைக்கும் கையைவிட்டுத் துழாவினாள். கையில் அகப்படவில்லை என்றதும் அம்மாவுக்கு உடம்பெல்லாம் வியர்த்தது.

“என்னாடி, கெவுறுகூடச் சேர்த்து அரைச்சிட்டனா? அய்யய்யோ ரெண்டு சவரன் பில்லையாச்சே? பெரியவனுக்குத் தெரிஞ்சா என்ன உண்டு இல்லன்னு ஆக்கிடுவானே?”

அம்மாவை நகரச் சொல்லிவிட்டு தேவியும், சாலுக்குள் கையைவிட்டு, துழாவிப் பார்த்திருக்கிறாள்.

இல்லை என்பதை இருவரும் உறுதிப்படுத்திக் கொண்டார்கள்.

"நான் ஒரே ஓட்டமாய் மிஷினுக்கு ஓடிப்போய் வர்றேன். வெளக்கு வச்சா, பூட்டிடுவான்."

அரை ஓட்டமும் நடையுமாக அம்மா மிஷினுக்கு ஓடினாள். அப்போதுதான், பாலன் கற்பூரத்தை வெற்றிலையில் வைத்து, வத்துக்குச்சியைக் கிழிக்கப் போயிருக்கிறான்.

அம்மா ஓடிப்போய் அவன் கையைப் பிடித்துக்கொண்டது.

"டேய் கண, கொஞ்சம் இரு."

"என்னா பெரியம்மா? மூச்சு வாங்க ஓடியார்ற?"

"கண, காலையில கெவுறு அரைக்கும்போது அதுல ஒரு பொருள போட்டுட்டேன். நீ பார்த்தியா?"

"பொருளா? என்னாப் பொருளு?"

அம்மா சுத்திப் பார்த்தது. பக்கத்தில் யாருமில்லை யென்றவுடன் அருகில் போய்,

"கண, தேவியோட தலை பில்லை, சால்ல போட்டு வச்சிருந்தேன். நா ஒருத்தி. குருட்டுக் கண்ணி. என்ன ஏதுன்னு நிதானமா பாக்காம, அள்ளிப் போட்டுக்கிட்டு ஓடியாந்துட்டேன். என்னாச்சுன்னு தெரியலையே?"

"கெவுறு கூட அரைஞ்சிப் போய் இருக்குமே?"

"என்னாது, அரைஞ்சிப் போயிருக்குமா? கண, பொன்னு கூடமா அரைஞ்சிப்பூடும்? ரெண்டு சவரன். எங்கப்பா பேத்திக்கு ஆசையா வாங்கிக் குடுத்ததுப்பா."

அம்மா அழ ஆரம்பித்தது.

"இங்க வந்து கொட்றதுக்கு முன்னாலேயாவது, கையை வுட்டுத் தொழாவிப் பாக்க வேணாமா? அப்டியே கொட்ற?"

"எனக்குப் புத்திக் கெட்டுப் போய்த்தானே சால்ல இருந்து அப்டியே அள்ளிக் கொட்டிக்கிட்டு வந்துட்டேன். என் பையனுக்கு நான் என்னா பதில் சொல்வேனு தெரியலையே?

எங்கப்பா வந்தா, அஞ்சு பசங்கள பெத்து என்ன பிரயோஜனம்? துப்புக்கெட்டுப் போயிட்டியேன்னு மானாவாரியாப் பேசுவாரு."

அம்மாவுக்குப் படபடவென்று வந்தது. கையில் இருந்த வெற்றிலையும் கற்பூரத்தையும் அம்மாவிடம் கொடுத்துவிட்டு, எதிர்க் கடையில் இருந்து ஒரு சொம்பு தண்ணீர் வாங்கி வந்து பாலன் கொடுத்தான்.

மொடக் மொடக்கென்று வாயில் பாதி, உடம்பில் மீதியாக ஊற்றி, பதற்றம் தணியாமல் குடித்து முடித்தது.

"கண, பொன்னு கூடவா அரைஞ்சிடும்?"

"எல்லாம் அரையும். ஒன்னையும் என்னையும் உள்ளத் தூக்கிப் போட்டாக்கூட வெளிய மாவா வந்துடுவோம்."

அம்மாவின் சிவந்த முகம் அழுதழுது வீங்கியிருந்ததைப் பார்த்து இரங்கிய பாலன்,

"எழுந்திரு பெரியம்மா, கற்பூரம் ஏத்திட்டு கடையைப் பூட்ட ணும். மொதலாளி வந்தா, வெளக்கு வச்சிடுச்சி, இன்னுமாடா பூட்டலைன்னு வானத்துக்குக் குதிப்பார்."

"ஒரு வாட்டி உள்ள எங்கனா கீழ வுழுந்துகீதான்னு பாரேன், கண."

"கடுகான்னா அது? அவ்ளோ பெரிய நகை, கீழ இருந்தா மினுமினுன்னு கண்ணுக்குத் தெரியாதா? நீ எங்கனா போட்டிருக் கணும். மிஷின்ல போட்டிருந்தா அரைஞ்சிருக்கணும். நவுரு வா, நேரமாச்சு."

அம்மா மனசில்லாமல் எழுந்து மெதுவாக நடந்திருக்கிறது.

பாலன், மிஷின் முன்னால் வெற்றிலையில் கற்பூரத்தை வைத்து ஏற்றினான். பெரிய சாவியை எடுத்துக்கொண்டு வீட்டுக்குப் போகத் திரும்பினான். பக்கத்து ஊர் என்றாலும், இரண்டு தெரு தள்ளிதான் இருந்தது.

முதலாளி அவரின் மளிகைக் கடையில்தான் இருப்பார். வழக்கமாக மளிகைக் கடைக்குப்போய், சாவி கொடுத்து விட்டுத்தான் வீட்டுக்குப் போவான். சாவியை எடுத்துக்கொண்டு, தூரத்தில் பருத்த உடலுடன் தள்ளாடி நடந்துபோகும் அம்மாவைப் பார்த்தவன் வேகமாக நடந்து அருகில் வந்தவன்,

“பெரிம்மா, நானா இருக்கவே திருப்பிக் குடுக்கிறேன், இந்தா வச்சிக்க. இன்னிக்குச் சவரன் விக்கற வெலையில ரெண்டு சவரன் நகையை யாரும் திருப்பிக் குடுக்க மாட்டாங்க, பார்த்துக்கோ. அண்ணன் நல்லதாச்சே, ஊர் வேலையை இழுத்துப்போட்டுச் செய்யுதேன்னு தர்றேன், பத்திரம் பத்திரம்” என்று சாமந்திப் பில்லையை உள்ளங்கையில் வைத்து அழுத்திவிட்டு, வேகமாக நடந்தான்.

சிரிக்கும் சத்தம் கேட்கவே தேவி நிமிர்ந்து பார்த்தாள்.

“என்னாமே நீயா சிரிக்கிற?”

“ஒன் சாமந்திப் பூ தல பில்லைய அம்மா கெவுறுல போட்டு மிஷினுக்கு எடுத்துக்கிட்டுப் போச்சே, அது ஞாபகத்துக்கு வந்துச்சு.”

“ஏதோ நல்ல காலம். கைய வுட்டுப்போன நகை, திரும்ப கைக்கு வந்துடுச்சி.”

“நம்மமேல பாசமா இருப்பான். அவங்கப்பா நம்ம கடையிலதான் எப்பவும் நாஷ்தா சாப்பிடுவாரு. அம்மா கணக்கே பாக்காது.”

“ஏதோ, அதுங்கல்லாம் வயித்துப் பசிய ஆத்தி சேத்து வச்சப் புண்ணியம்தான் இந்தக் குடும்பத்தைக் காப்பாத்தணும்.”

“புண்ணியமாவது, பாவமாது, ஒன்னும் கெடையாது. அவங்கவங்க மனசாட்சிக்கு நடந்தா சரி. பாவ புண்ணியக் கணக்குக்குத்தான் ஒவ்வொருத்தருக்கும் நல்லது நடக்குணும்னா, அப்பா ஏன் நடந்துக்கினு இருந்த மனுஷன் திடுதிப்புனு செத்துப் போனாரு? ஊருக்கே சோறு போட்டிருக்கார். மத்தியானத்துல, இந்த ஊர்ல எந்தக் கெக்கலன் வீட்ல அடுப்புப் பத்த வைப் பாங்க? மூணு ஆவும் சோறாக்க. பழஞ்சோறு இருந்தா ராத்திரி ஆக்கிக்கலாம்னு விட்ருவாங்க. சின்னக் கொழந்தை வச்சிருக்கிறவங்க, சோத்துக்குக் கிண்ணம் வச்சுட்டுப் போயிடுவாங்க. அம்மாதான் சுடச்சுடச் சோறு வடிச்சுக் குடுத்து அனுப்பும். இன்னுந்தானே குடுக்குது. இப்ப சனங்க முன்ன மாதிரி இல்ல. நான் சின்னப் பையனா இருந்தப்ப வூட்ல வரிசையா கிண்ணம் இருக்கும். பொத்தப் பூசணிக்கா மாதிரி அம்மா அவ்ளோ பெரிய ஒடம்பை வச்சுக்கிட்டு, விரும்பி சுடச் சோறு வடிச்சுக் குடுக்கும். அம்மா செஞ்ச புண்ணியம்லாம் எங்க போச்சு?”

“இதென்னா அப்பப்ப கணக்க நேர் பண்ணிக்குமா? அவங்கப் பண்ணா, அவங்கப் பசங்களுக்கோ பேரப் பசங்களுக்கோதான் போகும்னு சொல்லுவாங்க.”

“ஒன் கணக்குப்படி, அவங்கப் புண்ணியம் ருக்கு கல்யாணத்தை முடிச்சி வைக்கட்டும் ஜோரா. யார் வேணாம்றது?”

“இந்தக் குதர்க்கம்தான் வேணாம்றது. சட்டுபுட்டுனு முடிக்கணும்னு இந்த மாசத்துலயே கல்யாணம் வச்சுக்கலாம்னு ஒத்துக்கிட்டீங்க. ரூபாய்க்கு எங்க போறது?”

“வரும், எனக்குத் தேவைன்னா வரும்.”

“கூரையைப் பிச்சிக்கிட்டு வரப்போது பாரு. அதுவும் பிச்சிக் கிட்டுத்தான் போப்போது. கொரங்கு குதிச்சி குதிச்சி ஒரு பக்கம் ஓடு நொறுங்கிப் போச்சு. மாமா அதுக்குத்தான் சூள போட்டாங்க. அதுவே ஆளக் கவுத்துடுச்சு.”

“நமக்கு என்னாச் செலவு? அவங்களே நகை போட்டுக் கட்டிக்கிறேன்னுட்டாங்க. மூத்த தாரத்து நகைங்க அப்படியே இருக்குன்னாங்க. ருக்குவுக்கு ஜவுளி எடுக்கணும். சீருக்குப் பாத்திரம் பண்டம் வாங்கணும். ஐந்நூறு ரூபா இருந்தா ஜாம் ஜாம்னு முடிச்சிட்லாம்.”

“ரெண்டாந்தாரம்னு ருக்குவும் அத்தையும் மூக்கால அழுதுங்கீறாங்க. கல்யாணமாவது நல்லாப் பண்ணணும்.”

“எனக்கு மட்டும் என்ன, ரெண்டாந்தாரமா குடுக்கணும்னு ஆசையா? அமைஞ்சது அதான். மச்சான் ரொம்ப நல்ல மாதிரியா தெரியுறாரு.”

“நல்ல மனுஷாள்தானாம். இங்கதான் பாவம், ருக்கு வேலை வேலைன்னு ஓடுச்சி. ஓட்டல் கடைக்குத் தண்ணீ தூக்கியே உச்சி மயிரு இல்லாமப் போச்சு. அங்கப் போயாவது ஒக்காந்து சாப்பிடட்டும்.”

“ஐந்நூறுபாவுக்கு என்னா வழின்னு சொல்லு.”

“நான்தான் ஊர்ல போய் லேவாதேவி பண்றேன். என்கிட்ட கேளு. என்னா பண்ணனும்னு சொல்லு, பண்றேன்.”

“ஒன் நகை என்னா இருக்கு?”

"ஐந்நூறுபாவுக்கு வச்சி வாங்குற அளவுக்கா நக இருக்கு என்கிட்ட? எல்லாம்தான் அப்பப்போ வித்தாச்சு. இப்போ மிஞ்சிப் போனா பத்துச் சவரன் இருக்கும்."

நடராஜன் யோசனையில் ஆழ்ந்தான்.

தேவி திரும்பி கொரட்டுக் கல்லைப் பார்த்தாள்.

"அடிக் குத்திட்டுச்சி, நான் போய் அடுப்ப பத்த வைக்கிறேன். வெறவு கொஞ்சம் வெட்டிப் போடணும். முள்ள வச்சே எரிச்சா பூராம் பொகை. மூச்சுத் தெணறுது. இருமி இருமி நெஞ்செரியுது. கண்ணும் பொகைச்சல்."

"ம்ம்ம்."

"எல்லா நடக்கும், எழுந்து தறி போ. ரெண்டு நாளா வர்றதே இல்லன்னு மல்லிகா மாமி சொல்லுச்சி. ஒரு மாசம் விடாம கத்துக்கினின்னா, பின்னாடி இருக்க கொட்டாயில தறி போட்டுடலாம். டீ வைக்கட்டுமா?"

"வைமே, என்னா கேள்வி டீ வைக்கட்டுமான்னு?"

"அதானே, டீ வேணான்னு சொல்லிட கில்லிட போற."

"தறி கத்துக்க போவச் சொன்னனே?"

"என்னவோ மாதிரி இருக்கு. ஒரு வீட்ல போய் கத்துக் கிறதுக்கு. வேற வழி? போறேன். இனிமே கடை போட முடியாது. நம்மால தறில படிஞ்சு ஒக்காந்து வேலை செய்ய முடியுமான்னு தெரியல. அவெவன் தறில பூந்தா ஒரு எழட்டுப் போட்டுத்தான் எறங்குறான்."

"எல்லாம் நெய்யலாம்" சொல்லிக்கொண்டே தேவி எழுந்து, அடுப்பங்கரைக்குப் போனாள்.

நடராஜன் பின்னால் தொடர்ந்தான்.

"தேவி, நகையை வெச்சாலும் எப்ப மூக்கப் போறோம்னு தெரியாது. வட்டிக்கு மேல வட்டின்னு குட்டிப் போடும். வித்துட்டா என்ன? ரூபா வந்தா புதுசா வாங்கிக்கினா போது?"

அமைதியாய் நின்றாள் தேவி.

"கடைச் சாமானே இருக்கும் ஆயிர ரூபாவுக்கு. கடைச் சாமான விக்கற நெலமைக்கு வந்துட்டமோன்னு ஒரு மாதிரி

பாப்பானுங்க. நகையை வித்தா யாருக்கும் தெரியப் போறதில்ல. எங்கனா கல்யாணத்துக்குப் போவணும்னா தான் கழுத்துச் செயினு வேணும். கில்ட் செயின் ஒன்னு வாங்கிக் குடுக்கிறேன்."

முகம் சோர்ந்து நிற்கும் தேவியைப் பார்க்க நடராஜனுக்கும் வருத்தமாக இருந்தது. அவளை ரொம்பக் கஷ்டப்படுத்துகிறோம் என்று தெரிந்தாலும் வேறு வழி இல்லையே என்று அங்கேயே நின்றான்.

"இன்னிக்குச் செவ்வாக்கெழமை. நாளைக்கும் வேணாம். விசாயக் கெழமை எடுத்துக்கினு போ. அந்தச் சாமந்திப் பில்ல மட்டும் இருக்கட்டும். எங்கம்மா நகை."

நடராஜனுக்கு உள்ளே ஒன்று வெடித்தது போன்று துக்கம் பொங்கியது. கொடியில் கிடந்த துண்டை எடுத்து தோளில் போட்டு வெளியில் கிளம்பினான்.

"இரு, டீ போட்டேன். குடிச்சிட்டுப் போ."

தெருத் திண்ணையில் உட்கார்ந்தான் நடராஜன்.

வாசல் முருங்கை மரத்தில் இருந்த சின்ன அணிலொன்று இவனைப் பார்த்தது. முன்னங்கால்கள் இரண்டையும் ஒன்று சேர்த்துத் தேய்த்தது. பின்பக்க வாலை வேகவேகமாக ஆட்டியது. அதன் சின்னஞ்சிறிய கண்கள் மட்டும் தனியே ஒளிர்ந்தன.

சாலாம்புரி

20

“இந்த மேடு ஏர்றதுக்குள்ள மூச்செறைக்குது. டபுள்ஸ் மிதிக்க முடியல.” மூச்சிறைத்தான் தளபதி.

“இப்பவே முட்டிச் செத்துப் போச்சின்னா கொற காலத்த எப்படி ஓட்டப் போற? வண்டி அப்புறம் எப்பவும் சிங்கிளாத்தான் போவணும்.”

சொல்லிவிட்டுச் சிரித்தான் குமரகுரு.

வானத்தைத் தொடப் போவதைப்போல் மேடான பாதை மேல் நோக்கி எழும்பி நின்றது. தனியாகச் சைக்கிள் மிதித்தாலே மூச்சிறைக்கும். பின்னால் ஒருவரை உட்கார வைத்துக்கொண்டு... லேசில் ஆகவில்லை.

பொழுது இறங்கியிருந்தது. மேற்கில் செவ்வானத்தில் திட்டுத் திட்டாகக் கருமைப் படர்ந்தது. சவுக்கு மரங்கள் உயர்ந்தோங்கி அடர்ந்திருந்தன. சாலையோரத்துப் புளிய மரங்களில் கூடு திரும்பிய பறவைகளின் ‘கீச் கீச்’சுக்கு இடையில், ‘கிய் கிய் கிய்...’ என்று குஞ்சுப் பறவைகளின் தனித்த குரலோசையும் கேட்டது.

வரிசையாக நின்றிருந்த புளிய மரங்களில் நல்ல காய்ப்பு இருந்தது. அரை இருளில் காற்றில் உதிர்ந்திருந்த புளியம் பிஞ்சு களையும் பழங்களையும் பொறுக்கிக் கொண்டிருந்தார்கள், டவுசர் போட்ட பையன்கள்.

காட்டுக் கோழிகள் வெடுக் வெடுக்கென்ற நடையோடு, மேற்கில் இருந்து கிழக்குக்கும் கிழக்கில் இருந்து மேற்குக்கும் ஓடிக்கொண்டிருந்தன.

உடும்பு ஒன்று வாலை அசைக்காமல் சாலையோரம் நின்று, போகிற வருகிறவர்களைப் பார்த்துக் கொண்டிருந்தது.

"இந்த உடும்ப நம்ம தங்கச்செல பார்த்தான்னா போதும், பொன்னாத் தூக்கிட்டுப்போய் உரிச்சி சுட்டுச் சாப்பிட்ருவான்."

"வ்வேவ், உடும்பையா சாப்பிடுவானுங்க நடராஜி?"

"பூனைக்கறியே தின்னுவானுங்க, உடும்புன்னா பொன்னு அவனுங்களுக்கு."

"அவனுங்களுக்கு மட்டும் எப்டித்தான் கல்லத் தின்னாலும் செரிக்குதோ. நமக்குக் காராமணி சாப்பிட்டாலே நாலு வாட்டி காத்துப் போய்க்குனு நெஞ்சிலேயே இருக்குது."

"அவன் செய்ற வேலைய நீ செய்றீயா, காடு மலையெல்லாம் நடக்கிறான்."

"பாத்தியா ஓய் அந்த முனுசாமி பண்ண வேலைய? ஊர்ப் பிரச்சினைய ஊரோட விட்றத விட்டுட்டு, புலவருகிட்ட சொல்றான். அவென் ஒரு தினுசுதான் நடராஜி. அவென்கிட்ட நாம ஜாக்ரதையாதான் இருக்கணும்" பழனி.

"சொன்னாச் சொல்லிக்கிட்டுப் போறான். நம்மள யார் என்னா பண்ண முடியும்?"

"நீ அசால்ட்டா இருக்காதே ஓய். இந்தத் துளசியும் முந்தா நாள் போய்ப் புலவர பாத்திருக்கான்."

"அவென் செஞ்ச வேலைக்குக் காறி முழிஞ்சிதான் அனுப்பி யிருப்பாரு."

"அங்கதான் தப்பு பண்ற. அவெங்களுக்கு நாமளும் வேணும். அவெங்களும் வேணும். அப்படில்லாம் வெட்டு ஒன்னு, துண்டு ரெண்டுன்னு பேசி அனுப்பிட மாட்டாங்க. கட்சி நடத்தணும் ஓய். எலெக்ஷன் வருது."

"அதெல்லாம் நாம யோசிச்சிட்டு இருக்க முடியுமா?"

"ஓய்..." கத்தினான் தளபதி.

"என்னா ஓய்?"

குமரகுரு பதறினான்.

சாலாம்புரி | 199

"நிறுத்து, நிறுத்து."

நடராஜன் அதற்குள் தளபதியின் சைக்கிளில் இருந்து குதித்திருந்தான்.

என்ன ஏதென்று முன்னால் பார்த்தவனுக்கு விதிர்விதிர்த்துப் போனது. சாலை நீளத்திற்கு உடம்பை முழுக்க நீட்டிப் படுத் திருந்தது மலைப்பாம்பு. எதையோ விழுங்கியிருந்தது. வயிறு மட்டும் மேடாக இருந்தது.

"சத்தம் போடாதே ஓய்."

நடராஜன் சைகைக் காட்டினான்.

சைக்கிள் வந்த சத்தத்தையோ, இவர்கள் நான்கு பேர் அருகில் நிற்பதையோ கண்டுகொள்ளவில்லை. தலையை உடம்பின் மேல் வளைத்து வைத்தபடி படுத்திருந்தது.

"எதுனா வண்டி வந்தா, அப்டியே ஏத்திட்டுப் போப்போறான். என்னா தெனாவட்டா படுத்திருக்குப் பாரு."

"லைட்டு வெளிச்சத்துல தெரிஞ்சிடும். ஏத்த மாட்டானுங்க. எப்படி ரோட்டுக்கு வந்துச்சின்னு தெரியலை. ரோட்டு சூடு எதமா இருக்குப்போல. ஆசுவாசமா படுத்திருக்கே?"

"நீயும் பாம்பு பல்லியகூட வுட மாட்டே. ஒன் வெள்ளையைக் கொஞ்சி குளிப்பாட்ற மாதிரி இதையும் குளிப்பாட்றயா? பக்கத்துல மலையாண்ட தான் ஊத்துத் தண்ணி ஓடுது."

மலைப்பாம்பு குரல் சத்தத்திற்கு லேசாகத் தலையைத் தூக்கிப் பார்த்தது.

"திரும்புச்சுன்னா அவ்ளோதான், கம்முனு இரு."

"ஒரே போடுதான், நம்மகிட்ட வாலாட்ட முடியுமா?"

"சும்மா படுத்திருக்கே, அதுக்கு அவ்ளோதான் பலம்னு நெனச்சிடக்கூடாது ஓய்."

"இருட்டிப் போச்சு ஓய், போற வழியப் பாருங்க. இந்தப் பக்கம் ராத்திரியான சைக்கிள் மடக்குறதுக்குன்னே வருவானுங் களாம். கமிட்டிக்குப் போட்டுட்டு கையில ரூபா வச்சிருப் பாங்கன்னு மடக்குவாங்களாம். வாரத்துல நாலஞ்சு பேராவது மாட்டிக்கிறாங்க."

“நம்மள மடக்கட்டுமே, என்ன கெடைக்கப் போவுது அவங்களுக்கு? தேர்தல் நிதி நோட்டீஸ் கைல வச்சிருக்கோம். அவங்கக் கைல குடுத்து, அப்டியே கொஞ்சம் நமக்கும் நிதி குடுங்கன்னு கேட்டாப் போது...” நடராஜன்.

“கிளைச் செயலாளர் ரொம்பப் பொறுப்பாத்தான் இருக்க, ஓய்.”

“பேருக்கு இருக்க முடியுமா கட்சியில? இன்னைக்குப் பாத்த இல்ல? நம்ம மாவட்டச் செயலாளர் பேசறத? வரப்போற தேர்தல்ல ஜெயிச்சாத்தான் கட்சிக்கு மரியாத. நம்ம கொள்கை களுக்கும் அங்கீகாரம் கிடைக்கும்னு சொன்னார் பார்.”

குமரகுரு சொல்லிக் கொண்டிருக்கும் போதே பாம்பு லேசாக அசைந்தது. முன்னால் போகப் போவதைப்போல் நகர்ந்து, மீண்டும் பின்னால் வந்துவிட்டது.

“ஓய், ஒரு முடிவோடுதான் இருக்கு. இதப் பாத்துக்கிட்டு இருந்தா வேலைக்காவாது. சைக்கிள மெதுவா உருட்டிக்கிட்டுப் போயிடுவோம். சத்தம் வராம நடங்க.”

சொல்லிக் கொண்டே நடராஜன் சோமனை மடித்துக் கட்டிக் கொண்டு முன்னால் நடந்தான். சத்தம் வராமல் இருக்க அடி பாதத்தை இறுக்கிக்கொண்டு மெதுவாக முன்னேறினான். கீழ்க் கண்ணால் பாம்பின் அசைவைக் கவனித்தபடி, சாலையைவிட்டுக் கீழிறங்கி மண்சாலையில் பாதையோர புதர்களையொட்டி நடந்தான்.

முதலில் நடராஜன் கடந்தான். அடுத்து தளபதி சைக்கிளை இரண்டு கைகளாலும் உயரத் தூக்கிக்கொண்டு, சத்தம் வராமல் பாம்பைத் திரும்பிப் பார்த்துக் கொண்டே கடந்தான். அவனுக்குப் பின்னால் குமரகுரு.

கொஞ்சம் பின்தங்கி வந்து கொண்டிருந்த சுபானும் ஏ.என்.பழனியும் அந்த இடம் வந்ததும், பயத்தில் வெளிறி மண்சாலைக்கு இறங்கினார்கள். பழனி சைக்கிளைத் தூக்கியபடி நடக்க, சுபானு பாம்பைப் பார்த்துக் கொண்டே, ‘வேகமாகப் போ...’ என்பதுபோல் பழனியைத் தள்ளினான். பழனி சைக்கிளைத் தரையில் உருட்டிக்கொண்டு போகும் ஞாபகத்தில் சுபானு அவனைத் தள்ளிவிட்டான். சரியாகப் பாம்பின்

வாலிருக்கும் இடம் வந்துகொண்டிருக்கும்போது தடுமாறிய பழனி, சைக்கிளோடு சாலையில் பாம்புக்கருகில் விழுந்தான்.

சைக்கிள் விழுந்ததும் முன்னால் போய் நின்றிருந்த நான்கு பேரும் திரும்பிப் பார்த்தார்கள். கண்ணிமைக்கும் நேரத்தில் நடராஜனும் தளபதியும் ஓடி வந்தார்கள்.

தன்னருகில் சத்தத்துடன் சைக்கிள் விழுந்தவுடன் பாம்பு சரேலெனத் திரும்பியது. சைக்கிளின் மேலே விழுந்து கிடந்த பழனி அப்போதுதான் தலையைத் தூக்கிப் பார்த்தான். பாம்பு தன்னை நோக்கித் திரும்புவதை உணர்ந்தவன், "ஓய்ய்ய், ஓடியாங்கடா..." என்று பெருங்குரலில் கத்தினான். பழனி விழுந்ததைப் பார்த்த சுபானு, பாம்புக்கருகில் போய் அவனைத் தூக்கப் பயந்துகொண்டு, அருகில் இருந்த கல்லை எடுத்தான். நடராஜனும் தளபதியும் தடதடவென்று அருகில் ஓடி வரவும், சுபானு தூக்கிப்போட்ட கல் பாம்பின் தலைக்கருகில் விழவும், பின்னால் உடம்பைத் திருப்பிய பாம்பு காட்டுக்குள் திரும்பியது.

பழனி, சைக்கிளின் மேலிருந்து புரண்டு கீழே விழுந்தான். முகம் வியர்த்திருந்தது. திரும்பி சுபானுவை எட்டி ஓர் உதை உதைத்தான். சுபானு நிலைகுலைந்து புதருக்குள் விழப்போனான். இருவரும் தங்களின் நிலைக்குத் திரும்பி ஒருவருக்கொருவர் தாக்கிக்கொள்ளத் தொடங்கும்முன் மற்ற நண்பர்களும் அருகில் வந்தார்கள்.

"ஒக்கால, இன்னிக்கு நம்மள காவு கொடுத்துட்டு இருப்பா ஓய், இந்த மூக்குப்பொடி."

"மரியாதையா பேசுடா, நான் என்னா வேணும்னா தள்ளி வுட்டன், பொதருகிட்ட போவும்போது காஞ்ச சுள்ளி காலை கீறி யிருக்கு. பாம்ப பாத்துக்கிட்டே நடந்ததுல, பாம்புதான் காலக் கவ்வுதோன்னு ஒதறினேன். அவன்மேல பட்டுச்சு."

"ஆமாம், இப்ப ஒக்காந்து வெளக்கெண்ண மயிரு சொல்லிக் கிட்டு இரு. போய்ச் சேர்ந்திருந்தா தெரிஞ்சிருக்கும்."

"ஆமாம், இவரு சின்ன எலி பாரு. கப்புனு முழுங்கிடும்."

கட்டு இளகியிருந்த சோமனை அவிழ்த்துக் கட்டி, அதன் மடிப்பில் இருந்த பொடி டப்பாவை எடுத்தான் சுபானு.

பழனியைத் தூக்கிவிட்டு, சைக்கிளை நிமிர்த்தி, ஹாண்டில் பாரை நடுவில் பிடித்து, முன்பின்னாகத் திருப்பினான் தளபதி.

"நல்லவேளைப்பா, யாருக்கும் ஒன்னுமில்ல. எதுவும் மனசுல வச்சுக்காம, சோமன அவுத்துக் கட்ற மாதிரி இங்க நடந்தத, இங்கேயே அவுத்து ஒதறிட்டு நடங்க. தலைக்கு மேல வேல கெடக்கு."

தார்ச்சாலையில் புரண்டு விழுந்ததில் பழனிக்கு வலது கை முட்டியில் லேசாகச் சிராய்த்திருந்தது. கோபாலிடம் கையைக் காட்டினான்.

"கெழக்கப் பாத்து நில்லு ஓய். பொழுது சாயுற நேரம். காட்டுல வுழுந்து எழுந்திருக்க. ராத்திரியில தூக்கித் தூக்கிப் போடும்" என்று சொல்லிவிட்டு கோபால், தரையிலிருந்து கொஞ்சம் மண்ணெடுத்து, அவனுக்கு மூன்று சுற்றுச் சுற்றினான்.

கையில் இருந்த மண்ணைத் தொட்டு, அவன் நெற்றியில் இட்டு, பழனியைக் கையில் இருந்த மண்ணில் துப்பச் சொன்னான். பழனி மூன்று முறை 'தூ... தூ...' என்று துப்பியவுடன், ஓரமாக மண்ணைப் போட்டுவிட்டு, "ஓய் திரும்பிப் பாக்காம போ" என்றான்.

"ஒக்கால, நீயெல்லாம் கட்சியில இருக்கன்னு வெளியில சொல்லிடாத. சிரிச்சிடுவானுங்க."

"என்ன ஓய் பண்றது? கஷ்டம்னு வராத வரைக்கும் நாம விரும்புற பகுத்தறிவு, கொள்கை கோட்பாடெல்லாம் நல்லா ஞாவத்துல இருக்கு. கஷ்டம்னு வந்துட்டா, பொறந்ததுல இருந்து பழகுனதுதானே வெடுக்குனு ஞாவகத்துக்கு வருது."

கோபாலுக்குப் பதிலொன்றும் சொல்ல தோன்றாமல் நடராஜன் நடக்கத் தொடங்கினான்.

"ஏய், மிதிப்பா மிதிப்பா, இருட்டறதுக்கு முன்னாடிப் போலாம்."

பழனியும் தளபதியும் சைக்கிள் பெடலைத் தட்டித் தட்டி, கொஞ்சம் வேகமெடுத்தவுடன் காலைத் தூக்கிப் போட்டு ஏறினார்கள். பின்னிருக்கையில் தொற்றிக் கொண்டார்கள் நடராஜனும் சுபானுவும்.

"சாமி இல்ல, சடங்கு இல்லன்னு மேடையில கேக்கறதுக்கும் பேசறதுக்கும் நல்லாத்தான் இருக்கு. ஆனா கொழந்தைங்க ஒளிப்பா காமிச்சு வெளையாட்ற மாதிரி, எந்த நிமிஷம் வேணா மறுபடியும் நம்ம முன்னாடி வந்து நின்னுடுதே. இதையெல்லாம் மாத்த, நம்ம ரத்தமே சுத்தமாகணும். அப்பா ரத்தம், அய்யா ரத்தம், பாட்டி, முப்பாட்டி ரத்தம்னு ஒன்னும் இல்லாம, புதுசா சுயமரியாதை ரத்தம் ஓடுற ஒரு தலைமொற வரணும், வரும்."

"வரும் ஓய், நாம கண்ணெதிர்ல பாக்கறோமே? நமக்குத் தெரிஞ்சே ஊர் எவ்ளோ மாறியிருக்கே?"

நடராஜனின் பேச்சை சுபானு ஆமோதித்தான்.

"மாறுது, ஆனா ரப்பர் மாதிரிதான். விட்டா பழைய எடத்துக்குப் போயிடுதே!"

"ஆமாம், நாய் வால்தான். நீ சொன்ன மாதிரி இன்னும் அஞ்சாறு தலைமொறைக்கு, நம்ம சிந்தனை இப்படியே போச்சுன்னா, ஒருவேளை ஊர் மாறலாம். அத நீயும் நானும் பாக்க முடியாது."

"மரம் வச்சவனா நெழல அனுபவிக்கிறான்? அது ஒன்னும் கெடையாது. யாரோ வச்ச மரத்து நெழல்தானே நம்மள இப்ப காப்பாத்துது" கோபால்.

நடராஜன் தொடர்ந்தான்.

"மொத மொதல்ல நாம கறுப்புச் சட்டைப் போடும்போது நமக்கு என்னாப் புரிஞ்சுது? ஆனா, மாரியாத்தா கோயிலாண்ட நடந்த கூட்டத்துல அண்ணா வந்து பேசும்போது, மகுடிக்கு மயங்குற பாம்பு மாதிரி கேட்டுக்கிட்டு இருந்தோமே? அவர் என்ன சொன்னாலும் சரியாத்தான் இருக்கும்னு நம்பிக்கை வந்துச்சு. அதுவரை காலையிலும் சாயங்காலமும் தவறாம கோயில சுத்திக்கிட்டு இருந்த நாம, கோயிலுக்குப் போறத நிறுத்தினோம். அமாவாசை கிருத்திகைக்குப் படைச்சத சாப்பிடுறதில்ல. சேரிக்குள்ள மொத மொத நாமதான் போய்க் கட்சிக் கிளை கட்டினோம். தாய்க் கழகத்தில் இருந்து கட்சி பிரிஞ்சப்ப, நெசத்துக்கு நமக்கெல்லாம் துக்கமாத் தான் இருந்துச்சு. அண்ணாவைப் புடிக்கும்னாலும், அந்த வெடிக்குற துப்பாக்கிக்கு மருந்து போடுறவரா பெரியார்தானே இருந்தாரு? இந்த ரெண்டு பேராலதான் தமிழ்நாடே தீப்பிடிச்சு எரியுற மாதிரி, கும்பல்

கும்பலா சனங்க இவங்கப் பேச்ச கேக்க வந்தாங்க. ரெட்டைக் குழல் துப்பாக்கி மாதிரி. ரெண்டும் ஒரே திசையிலதான் வெடிக் கும்னு நம்புனோம். இப்ப ஆளுக்கொரு திசையா போயிட் டாங்களேன்னுதான் ரொம்பக் கஷ்டமா இருக்கு."

"அண்ணா போறதுதான் பாதைன்னு தீர்மானம் பண்ணிட் டோம். இன்னொன்னு நாம என்னதான் மேடை போட்டுப் பேசிக்கிட்டே இருந்தாலும் செவிடன் காதுல சங்கூதற மாதிரிதான். கட்சி ஆட்சிக்கு வந்து இவனுங்களுக்கெல்லாம் ஆப்பு வைக்கிற மாதிரி சட்டம் போட்டாத்தான் வழிக்கு வருவானுங்க. சர்க்கார் கச்சேரியில நம்மாளுங்க ஒக்காரணும்."

தளபதி படபடத்தான். சைக்கிள் மிதிப்பதாலும் அவன் குரலில் பதற்றம் அதிகமாகத் தெரிந்தது.

"நம்மாளுங்கன்னா யாரு? மோலியாரா, கவுண்டரா? பள்ளனா? பறையனா? யாரு?"

"எல்லாந்தான். ஒரு தாலுக்காபீசு போனா என்னா ஆட்டம் போடுவானுங்களாம் தெரியுமா? எங்கப்பா சொல்லுவார். உள்ளே நுழைஞ்சாலே, 'டே அம்பி, என்ன அத்திம்பேர், என்ன மாமா, ஆத்துல அவா நல்லா இருக்காளா?' இப்படித்தான் கேக்குமாம். வேற ஒருத்தன் இருக்க மாட்டானாம். எவனாவது நம்ம குப்பனும் சுப்பனும் இருந்தாக்கூட சிவனேன்னு வாய்ப் பேச முடியாத பங்கா இழுக்கிற வேலையாத்தான் இருக்குமாம். அதுலயும் வயசாளி யார்னா லேசா கண்ணசந்தா போதுமாம், 'டே சுப்பா, டே முனுசாமி'ன்னு டே போட்டுத்தான் கூப்புடுவானுங்களாம். 'பங்கா இழுக்கவே லாயக்கில்ல? நீங்கள்லாம் ஆட்சியப் புடிச்சி அதிகாரத்தப் புடிக்கணும்னு ஆசை வேற. கூரையேறி கோழி புடிக்க முடியாதவன்லாம், வானமேறி வைகுண்டம் போனானாம்'னு கேலி பேசுவானுங்களாம்."

கோபால் சொன்னதுக்கு எல்லாரும் ஆமோதித்தார்கள்.

"ஆனா ஒரு விஷயம் யோசிச்சுப் பாருங்க ஓய், இந்தப் பாப்பானுங்கதான் பூசை புனஸ்காரம்ன்றான், எட்டுக் காலப் பூஜை, ஆறு காலப் பூஜைன்றான். நின்னா மந்திரம், ஒக்காந்தா மந்திரம். சாவுக்கு ஒரு சம்பிரதாயம், கலியாணத்துக்கு ஒரு சம்பிரதாயம்னு. ஆனா எங்கயாவது பாப்பான் நேந்துக்கிட்டேன்னு

கோயிலுக்குப் போறானா? கோயில் உண்டியல்ல பணத்தைப் போடுறானா? சாமி வந்து ஆடியிருக்கானா? நம்ம பொம்பளைங்க உச்சி வெயில்ல போனா காத்துக் கறுப்பு அடிச்சிடுச்சின்னு சொல்லுதுங்க, பேய் புடிச்சிடுச்சினு சொல்லுதுங்க, முனி வந்து தூக்கத்துல அமுக்குச்சி, சூன்யம் வச்சான், மந்திரிச்சி விட்டான்னு என்னென்ன சொல்லுதுங்க. ஆனா ஒரு அய்யர் பொம்பள சாமி வந்து ஆடுதா? அவங்க யார்னா முனி அமுக்குச்சின்னு சொல்றாங்களா? கெட்டிக்காரங்கதான் அவனுங்க. அவனுங்கள மாதிரி சாமிய நேக்கா கையாளத் தெரியல நம்மாளுங்களுக்கு. கடவுள் நம்பிக்கையைவிட, மூட நம்பிக்கைதான் அதிகமா இருக்கு. சடங்கு சம்பிரதாயம் சொல்லவே வேணாம் அதைவிட ஜாஸ்தி. இதெல்லாம் எப்ப நம்மவிட்டுப் போவுமோ. வெள்ளைக்காரன் இவ்ளோ வருஷம் ஆண்டும் நம்மள மாத்த முடியாம போச்சுப் பாரு."

நடராஜன் பேசியபடியே தோளில் இருந்து நழுவிய துண்டை இழுத்துப் பிடித்தான்.

"பெரிய மனுசன் மாதிரி துண்டை எடுக்க மாட்ட ஓய் நீ. இன்னேரம் மட்கார்ட்ல மாட்டியிருக்கும்."

"துண்டுதான் நம்மள பெரிய மனுசன் மாதிரி காட்டுது ஓய். நாம என்ன பெரிய மனுசனாவா ஆயிட்டோம்."

"க்கும்... நீ இன்னும் பெரிய மனுசனா ஆவலையா? கல்யாணமாயி மூணு வருசமாச்சு. இந்நேரம் ரெண்டு கொழந்த பொறந்திருக்கணும். கைல கால்ல ரெண்டும் சுத்தி சுத்தி வந்தா, ஒனக்கே பெரிய மனுஷன்னு நெனப்பு வந்திருக்கும்." பழனி.

"நம்ம கட்சி ஆட்சிக்கு வந்து, சுயமரியாதை கல்யாணம்லாம் சட்டப்படிச் செல்லும்னு சொல்லட்டும். அப்போதான் கொழந்தை. பொறக்கப்போற என் கொழந்தை சட்டப்பூர்வமான அங்கீகாரத்தோட பொறக்கணும்" என்று நடராஜன் சொல்ல,

"அதுக்குள்ள உனக்கு முட்டிச் செத்துப்போதோ என்னவோ, யாரு கண்டா? இந்தா, இப்ப சைக்கிள் மிதி. பாம்பு சைக்கிள் பின்னாடியே தொரத்திக்கிட்டு வர்ற மாதிரி எனக்கு வெட வெடன்னு வருது. மூச்சி எறைக்குது."

தளபதி, சைக்கிளை நடராஜனிடம் கொடுத்தான்.

நடராஜன் ஓட்ட, தளபதி 'அப்பாடா' என்று பின்சீட்டில் உட்கார்ந்தான்.

"புலவர் நமக்கு ரொம்ப ஆதரவுதான். மத்தவன்லாம் ஆனா ஊனா, சின்னப் பசங்க என்னாப் பண்ணுவாங்கன்னு கேட்டுத் தொலைப்பாங்க. இவர் நல்ல மாதிரி. நம்மள நம்புறாரு."

"எல்லாருமே நமக்கு ஆதரவுதான் சொல்லுவாங்க. நம்ம ஊர் வோட்டு, கவுண்டரு வோட்டு, காலனி வோட்டு கணிசமா வாங்கிடணும். வாங்கினாத்தான் நமக்கே கொஞ்சம் கௌரவமா இருக்கும்."

"புலவரு சொன்னதைக் கேட்டியா ஓய்? அதா எனக்கு 'விதுக் விதுக்'குனு இருக்கு."

கோபால் இழுத்தான்.

"என்ன ஓய் சொன்னார்?"

"நம்ம தொகுதி இரட்டை வாக்குரிமை தொகுதியா ஆனாலும் ஆகும்னு சொன்னாரே? அதான் பிரச்சினை. அரிஜன அபேட்ச கருக்கு காலனி சனங்கக் கிட்ட ஓட்டு கேக்கப் போணுமே?"

"போனாப் போது. நமக்கு என்னா பிரச்சினை? பிரச்சினை பண்ணது அவெங்க. அவெங்க ஆளுக்குத்தானே நாம ஓட்டு கேக்கப் போறோம்?"

'இதெல்லாம் எங்கப் புரியப் போகுதோ' என்ற அச்சம் நடராஜனின் மனத்தில் எழுந்தது.

"இனிமே கூட்டம் போட்டா, காலையிலயே போடச் சொல்லணும் ஓய், உள்ளூர் ஆளெல்லாம் போயிடலாம். நம்ம மாதிரி வெளியூர் ஆளுங்க எப்டி வந்து சேர்றது? அதுவும் வழியில காடு வேற். பூச்சிப் பொட்டு நடமாட்டம் ரொம்ப அதிகம். பேஜாரா போதுப்பா போய் வர்றதுக்குள்ள" கோபால்.

"சொல்லலாம் ஓய், வர்றவங்கல்லாம் முழு நாள் தொழில் கெட்டுப் போயிடும்னு சொல்லுவாங்களே?"

"அதுக்குப் பாத்தா? மத்தியானம் வச்சா மட்டும் என்ன, எல்லாரும் வேலை செஞ்சுட்டாப் போறம்? போவணும் போவணும்னுதான் இருக்கே தவிர, தறியில கால் ஓடாதே."

“நான் கோயிலாண்ட எறங்கிக்கிறேன் ஓய், நீ நேராப் போ. நேரமாச்சு.”

நடராஜன் சைக்கிளை நிறுத்தினான். தளபதி இறங்கி, சைக்கிளைப் பிடித்தவன்,

“ஏ ஓய், வீட்டாண்ட விட்றேன். ஒக்காரு” என்றான்.

“சும்மா இப்டியே நடந்து போய்ட்றேன், நீ போ ஓய்.”

அதற்குள் சுபானும் கோபாலும் அருகில் வந்தார்கள். சொல்லிக்கொண்டு அவரவர் வீடு நோக்கிப் போனார்கள்.

நடராஜனின் சிந்தனை, தேர்தல் வேலைகளில் ஓடியது. கட்சியின் மாவட்டப் பொதுக்குழுக் கூட்டம் இன்று திருவத்திபுரத்தில் நடந்தது. கிளைகள் ஒவ்வொன்றும் எவ்வாறு தேர்தல் வேலைகளைச் செய்ய வேண்டும், காங்கிரசு கட்சி ஓட்டர்களுக்குப் பணம் கொடுக்கிறது, அவர்கள் பணம் கொடுத்து ஓட்டு வாங்க முயற்சி செய்தாலும், சத்தமில்லாமல் அதை எவ்வாறு முறியடிப்பது, பெரும்பாலும் காங்கிரசுகாரர்கள் ஊரிலுள்ள ஒவ்வொருவரையும் பார்த்து ஓட்டு கேட்க மாட்டார்கள், ஊரிலுள்ள பழைய பணக்காரர்களையும், புதுப் பணக்காரர்களையும், ஊர்த் தலைவர்களையும், முக்கியஸ்தர்களையும் பார்த்துச் சொல்லிவிட்டுப் போய்விடுவார்கள்.

‘நம் கட்சித் தொண்டர்கள், ஊரிலுள்ள எல்லா வீட்டையும் கணக்கெடுத்து ஒவ்வொரு வீடாகப் போக வேண்டும். வீட்டிலுள்ள ஓட்டர்கள் எல்லாரையும் தனித்தனியாகப் பார்த்துப் பேச வேண்டும். இன்னும் பல பேருக்குத் தனக்கு ஓட்டு இருக்கிறது என்ற விஷயமே தெரியாமல் இருக்கிறார்கள்.

ஆம்பளைங்களும், ‘நாமதான் வரி கட்டலையே, நமக்கு எங்க ஓட்டு இருக்கப் போகுது’ன்னு நினைப்பாங்க. ‘நம்ம வூட்ல ஆடு மாடு இல்ல, சைக்கிள் இல்ல, ரேடியோ இல்ல, நமக்கு ஓட்டும் இல்ல’ன்னு வூட்ல ஒக்காந்துக்கினு இருப்பாங்க, பொம்பளைகளைச் சொல்லவே வேணாம். ஓட்டுப் போடப் போகணும்னே தெரியாது. நீங்கப் போய், ஒவ்வொருத்தராப் பார்த்துப் பேசுங்க. நம்முடைய சின்னம் அவர்கள் மனத்தில் பதியணும். தினம் அவர்களிடம் சொல்லிக்கிட்டே இருக்கணும். அவங்க கண்ணுல படுறபடி, தெருவுல இருக்கிற பெரிய

பெரிய சுவருங்கள்ல உதயசூரியன் சின்னத்தை வரைஞ்சு வைங்க. தினம் புதுசு புதுசா அவங்க கண்முன் உதயசூரியன் சின்னம் தட்டுப்படணும். இப்படித் திட்டமிட்டுப் புதிய கோணத்தில் நம் முதல் தேர்தலை அணுகினால்தான் நம்மால் நம் அபேட்சகர்களைச் சட்டமன்றத்துக்கு அனுப்ப முடியும்' என்று புலவர் பேசியது வரிக்கு வரி மனத்திற்குள் ஓடியது. வந்திருந்த ஒவ்வொருவருக்குள்ளும் உத்வேகம்.

“நீதிக் கட்சி சமூகத்தில் வசதியானவர்களுக்குச் சிம்மாசனம் போடத்தான் ஆட்சியைப் பிடித்தது. பிற்படுத்தப்பட்டவர்களுக்கும் தாழ்த்தப்பட்டவர்களுக்கும் சமூகத்தில் உயர்வைக் கொண்டு வரும்னு நம்பிய கட்சியது. இருபது வருஷம் ஆட்சியில இருந்தும் பெருசா ஒன்னும் செய்யல. அவங்க நோக்கம் வெள்ளக்காரனுக்கு விசிறி விடுறதும், கூஜா தூக்கறதும்தான்னு மக்களுக்கு நல்லாத் தெரிஞ்சுப்போச்சு. அவங்களத் தூக்கிப் போட்டுட்டாங்க.

காங்கிரசு கையில் இப்ப ஆட்சி இருக்கு. ஆனா காங்கிரசு மெட்ராஸ் மாகாணத்தை ஆட்சிப் பண்றதவிட, டெல்லிக்குக் காவடி தூக்கறதத்தான் முக்கிய வேலையா வச்சிருக்கு. முக்கிய மந்திரியோட வேலையே ஒவ்வொரு விஷயத்திலும் மத்திய சர்க்காரோடு அபிப்பிராயம் என்னன்னு தெரிஞ்சிக்கிட்டு நடக்கறதுதான். இந்தியைக் கட்டாயப் பாடமாக்கணும்னு அவங்களோட ஊதுகுழலா இருக்கு நம்ம மாகாண காங்கிரசு.

மொழிவாரி மாநிலங்கள் வந்த பிறகு, திராவிடஸ்தான்னு சொன்னா, எந்தெந்த மாநிலம் சரின்னு சொல்லப் போதுன்னு தெரியலை. ஆனாலும், திராவிடஸ்தான் கொள்கையை நாம இளைஞர்கள் மத்தியில் பேசணும். திராவிடர்களுக்குன்னு தனி நாடு இருந்தாத்தான், மத்திய சர்க்காரோட ஆதிக்கத்துல இருந்து விடுபட முடியும். இல்லைனா இத்தனாள் வெள்ளைக்காரன் சொன்னதக் கேட்டுக்கிட்டு இருந்தோம். இப்ப வடநாட்டுக்காரன் சொல்றதக் கேட்டுக்கிட்டு இருப்போம். எப்படியும் ஒருத்தனோட ஆதிக்கத்துல இருக்கிறதுதான் தலையெழுத்துன்றத மாத்தணும்.

தேர்தல்ல கட்சிப் பலத்தைக் காமிச்சாத்தான், நாம விரும்புற கொள்கைகளை அமுலாக்க முடியும். இனிமே பழைய பஞ்சாங்கங்களைத் தூக்கியடிக்கணும். நமக்கு இளைஞர்கள்

ஆதரவு தேவை. கழகத்துக்குப் பெருவாரியான இளைஞர்களை உறுப்பினராகச் சேருங்க. அவங்களாலத்தான் கட்சிய வீட்டுக்கு வீடு கொண்டுபோய்ச் சேர்க்க முடியும். சாதாரண மக்கள் அதிகாரத்துக்கு வரணும்னா நம்ம கட்சி ஆட்சிக்கு வரணும். நம்ம கட்சி ஆட்சிக்கு வரணும்னா, இளைஞர்களும் படிச்சவங்களும் நம்ம கட்சிக்கு வரணும். இந்த நோக்கத்தோடு செயல்படுங்க."

பஉச ரொம்ப விரிவா, வந்திருந்த நிர்வாகிகள் எல்லாருக்கும் புரிகிற மாதிரி நிதானமாகப் பேசினார். தலைமைக் கழகத்தில் இருந்து வந்திருந்த புதிய உறுப்பினர் சேர்ப்பு அட்டைகளையும், பிரச்சார நோட்டீஸ்கள், நம் நாடு, முரசொலி, திராவிட நாடு சந்தா புத்தகம் எல்லாம் கொடுத்தார். 'குறைந்தது, ஒவ்வொரு கிளையும் தங்களோட எண்ணிக்கையைக் கூட்டணும். முடிந்த வரை 25 பேர் கொண்ட தனித் தனிக் கிளைகளாக இருந்தால் நல்லது. இன்னும் அதிகமானவர்களுக்குக் கட்சியின் நிர்வாகிப் பதவி கிடைப்பதோடு, மக்களை அணுகுவதற்கான ஆர்வமும் உண்டாகும்' என்றார்.

நம்முடைய ஊரிலேயே இன்னும் இரண்டு கிளைகளைக் கட்ட வேண்டும் என்று மனத்தில் தோன்றிய பல்வேறு சிந்தனைகளோடு கோயில் தெருவில் இருந்து வீட்டுக்குத் திரும்பினான் நடராஜன். வீட்டு வாசலில் ஐந்தாறு பேர் நிற்பது தெரிந்தது. சாயந்திரமானால் பெண்கள் வாசலில் இருப்பது வழக்கம்தான். திண்ணையில் சாவகாசமாக, காத்தாட உட்கார்ந்திருப்பார்கள். இப்போது நிற்பவர்கள் முகத்தில் ஓர் அசாதாரணம் இருந்தது. எல்லாரும் வீட்டுக்குள்ளே எதையோ பார்த்தபடி நின்றிருந்தார்கள்.

எப்போதும் இதுபோன்ற நேரங்களில் உருளத் தொடங்கும் பய பந்து, நடராஜன் வயிற்றுக்குள் இப்போதும் உருளத் தொடங்கியது.

21

'அம்மா கீழ விழுந்திருக்குமோ? அதன் பெருத்த ஒடம்புக்கு நிதானம் குறைச்சல்...' எனச் சிந்தனை ஓட, கால்கள் வீடிருந்த திசை நோக்கி வேகமாக ஓடின. தேர்தல் நேரம், வேறெந்தக் கஷ்டமும் வந்துவிடக் கூடாது என்று யோசித்தான்.

'கஷ்டம் வந்துவிடக் கூடாது, முருகப்பா' என்று சின்ன வயசு நடராஜனாக இருந்தால் வாய்விட்டுச் சொல்லியிருப்பான். இப்போது வேண்டிக்கொள்ள வேண்டும் என்று நினைத்தால், அந்த இடம் வெற்றிடமாக, உருவமற்ற உருவங்கள் மனத்திற்குள் வந்து போகின்றன.

அப்பா இறந்த பிறகு, வெற்றிடத்தில் அப்பாவின் உருவத்தை வைத்துக்கொண்டான். மனம் ஒருமுகப்பட்டு நிற்கின்ற நேரத்தில், அப்பாவின் முகம் தானாக வந்து பொருந்திக் கொள்கிறது.

நடராஜன் வருவதைப் பார்த்தவுடன், திண்ணையில் நின்றிருந்த சுப்ரமணி வேகமாக நடராஜனைப் பார்த்து ஓடிவந்தான்.

வந்த வேகத்தில் கையைப் பிடித்துக் கீழே இழுத்தான், குனி என்று சொல்வதுபோல்.

நடராஜனுக்கு சுப்ரமணி இருந்த நிலையைப் பார்த்தவுடன் கொஞ்சம் ஆசுவாசமானது, நிலைமையில் அவ்வளவு பெரிய விபரீதமில்லையென்று.

"என்னப்பா விஷயம்?"

"ஒன்னோட வெள்ளச்சி செத்துப் போச்சு."

அதிர்ந்தான்.

சின்னப் பிள்ளையிடம் தோண்டித் துலங்க வேண்டாம் என்று விடுவிடுவென்று வாசலில் நின்றிருந்தவர்களை விலக்கிவிட்டு, உள்ளே நுழைந்தான்.

அம்மா வாசல் கொரட்டுக் கல்லில் உட்கார்ந்திருந்தது. ருக்குவும் தேவியும் அம்மாவுக்கு வலப்புறம் தண்ணீர்த் தொட்டியருகில் நின்றிருந்தார்கள். சுசீலா உள்ளேயிருந்து சொம்பில் தண்ணீர் எடுத்துக்கொண்டு வந்து அம்மாவிடம் கொடுத்தது.

கையில் தண்ணீர் வாங்கிக் குடிக்கப்போன கன்னியம்மாள் நடராஜனைப் பார்த்தவுடன் ஓவென்று அழுதாள்.

"எப்பா, பார்த்தியா? நம்ம வூட்டு லட்சுமிய விட்டுட்டோமே? ஊர்க் கண்ணுப் படும்னே அத வெளிய அனுப்ப மாட்டேனே? இப்போ மொத்தமா வுட்டுட்டேனே."

"என்னம்மா ஆச்சு?"

"பின்னாடி சந்தக்காரமூட்டு வக்கப்பொட்டிப் பக்கத்துல செத்த நேரம் புல்லு மேயட்டும்னு வுட்டுட்டு வந்தேன். மொத்தமா வுட்டுட்டேனே. அய்யோ, இப்படி ஒரு மாட்ட பாக்க முடியுமா? ஒவ்வொரு காம்பும் கையில புடிக்க முடியாதே?"

கன்னியம்மாள் அழுதாள்.

நடராஜனுக்கு என்ன நடந்தது என்பதைத் தெரிந்து கொள்வதைவிட, வெள்ளச்சி தன்னைவிட்டுப் போய்விட்டாள் என்ற அதிர்ச்சியே அதிகமாக இருந்தது.

தூங்கியெழுந்தவுடன், "ம்மா..." என்று அவள் குரல் கேட்டுத்தான் எழுந்திருப்பான். நேராக மாட்டுக் கொட்டகைக்குப் போய், அவள் முதுகைத் தடவிக்கொடுத்து, உண்ணி எதுவும் இருந்தால் அதை எடுத்துவிட்டு, தண்ணீர் குடிக்கிற தொட்டியில் தவிடும் புண்ணாக்கும் கலந்து வைப்பான். உடனே வாயை வைத்து உறிஞ்ச மாட்டாள். அவன் கையை லேசாக ஒரு முட்டு முட்டுவாள். நாக்கால் தடவுவாள். அருகில் ஓடிவரும் கன்றுக்குட்டியை நாக்கால் தடவுவதைப் போலவேதான் அவனையும் தடவுவாள். பிறகுதான் குடிப்பாள்.

வெள்ளச்சிக்கு மூன்று காம்புதான் இருக்கும். பிறந்ததில் இருந்து அவள் ரொம்ப அதிர்ஷ்டம் என்று அப்பா சொல்லுவார். வெள்ளச்சி இனிமேல் தன்னை நாக்கால் தடவிவிட மாட்டாள் என்பதை அவனால் நம்ப முடியவில்லை.

'அப்பா, இப்போ வெள்ளச்சி... ஏன் அடுத்தடுத்து நமக்கு மட்டும் இவ்வளவு கஷ்டம்?'

கன்னியம்மாள் தன்னிடம் இருந்த சொம்பை நடராஜனிடம் நீட்டினாள்.

சொம்பைக் கையில் வாங்கிக்கொண்டு, கன்னியம்மாள் பக்கத்தில் உட்கார்ந்தான்.

தண்ணீர் குடித்துவிட்டுக் கொடுத்த சொம்பை வாங்கி, மீதியிருந்த தண்ணீரை மடக் மடக்கென்று குடித்தாள்.

சொம்பைச் சுசீலாவிடம் கொடுத்துவிட்டு, சேலை முந்தானையை இழுத்து வாயைத் துடைத்தாள். நெஞ்சில் சிந்தியிருந்த தண்ணீரையும் துடைத்துவிட்டாள்.

"வெளக்கு வைக்கப் பொழுது போனவுடனே தோட்டத்துக் கதவைச் சாத்துறதுக்கு எட்டிப் பாத்தா, எப்பவும் கொட்டாய்ல தான் இருக்கும் வெள்ளச்சி, எங்கப் போனாலும் டாண்ணு வந்துடுமே, இன்னிக்கு கதவைச் சாத்தும்போது எட்டிப் பாத்தா வெள்ளச்சியைக் காணோம்.

சரி வரும்னு, நெனச்சிக்கிட்டு கதவைச் சாத்திட்டுப்போய், நடுவூட்ல வெளக்க ஏத்திட்டு, சிம்னியைத் தொடைச்சி எண்ணெய ஊத்தி, திரியெல்லாம் இருக்கான்னு பாத்துட்டு, வெள்ளச்சி வந்துட்டாளான்னுப் பாக்கப் போனா அப்பவும் வரல. எனக்கு உள்ள இருந்தாலும் மனசுக்குள்ள ஓடிக்கிட்டுத்தான் இருந்துச்சி. மத்த ரெண்டும் நிக்குது. வெள்ளச்சி கன்னுக்குட்டியும் ஆத்தாவ காணோமேன்னு வாலத் தூக்கிட்டு இங்கயும் அங்கயும் அலைஞ்சுது.

எனக்குப் பக்குனு ஆச்சு. உள்ளங்கை தெரியாத அளவுக்கு இருட்டு வந்துடுச்சி. சந்தக்காரமூட்டு வெக்கப்பட்டிக் கிட்டத் தானே வுட்டுட்டு வந்தோம். இங்க இருந்து கூப்ட்டாலே கேக்கும்னு வெள்ளச்சி, வெள்ளச்சின்னு கூப்ட்டுப் பாத்தேன்... நடுவுளவனைப் பாத்தாலும் ஆளக் காணோம்.

யாரை அனுப்பறதுன்னு தெருவுக்கு வந்தா, சேரியில இருந்து நம்ம கண்ணன் ஓடி வந்தான். ‘பெரிம்மா, வக்கப்பெட்டிக்கிட்ட எரும வுழுந்து கெடக்குது, நம்மளதுன்னு சொல்றாங்க’ன்னு சொன்னான். என் கொலயே நடுங்கிப்போச்சு. போய்ப் பாத்தா, அய்யோ... அந்தக் கோராமைய எப்டிச் சொல்லுவேன்? எம் புள்ள மாதிரி கைக்குள்ளயே வச்சுக் காப்பாத்துனனே... அய்யோ, என் சாமி, என்னூட்டு லட்சுமி... வாயில நொற தள்ளி, கண்ணுக் குத்திட்டு கெடந்துச்சே...

கடைசி நேரத்துல ஒன்னப் பாக்கணும்னுதான் பாத்திருக்கும். நீன்னாதான் அதுக்கு உசுராச்சே. ராத்திரி எந்நேரம் ஆனாலும் நீ போய் ஒரு பிடி புல்ல எடுத்து அதுக்குக் குடுக்கற வரைக்கும், ‘ம்மா, ம்மா’ன்னு கூப்பிட்டுக்கிட்டு இருக்குமே... எப்டியோ என் கண்ண மறைச்சிடுச்சே விதி. வுட்டுட்டு வந்த அரை மணி நேரத்துல போயிடுச்சே...” கன்னியம்மாள் குரலெடுத்து அழுதாள்.

ஏகாம்பரி உள்ளே வந்தாள்.

“வெளக்கு வச்சிட்டு இப்டியா அய்யோ குய்யோன்னு? கன்னிம்மா, பெரிய பொம்பளையாச்சே தவிர ஒனக்கு ஒன்னும் இல்ல.”

“அய்யோ மாமி, என் வெள்ளச்சிப் போச்சே.”

“நம்ம கையில என்ன இருக்கு? அதுக்குத்தான் மேயப் போற எடத்துல மானாவாரியா வுட்டுட்டு வரக்கூடாது. ஊறாக் காளிகூட அனுப்புனா அவனுங்கச் சுத்திச் சுத்தி வருவானுங்க. பூச்சிப் பொட்டு மாடுங்கக் கிட்ட வரும்போது அதுங்க ஒரு மாதிரி சிதும்பும். சிதும்பற சத்தம் கேட்டவுடனே உஷாரா ஓடிப்போய் பாப்பாங்க. பாம்பு, தேளு, நண்டுத்தலக்கா எதுனா ஒன்னு இருக்கும். அடிச்சுத் தூரப் போடுவானுங்க.

இது தனியா மேஞ்சிக்கிட்டு இருந்திருக்கும். எது தீண்டுச்சோ? மாடு மேஞ்சிக்கிட்டே போம்போது தெரியாம பின்னங்கால்ல வெஷக்காலிய மிதிச்சிருக்கும். அது பட்டுனு போட்டு இருக்கும். கண்ணுல பட்டா அவ்ளோ லேசா மாடு மாட்டியிருக்காது. கட்டுவிரியன் கடிச்சுதோ என்னமோ, சட்டுனு முடிஞ்சிப் போச்சு.”

214 | அ.வெண்ணிலா

நடராஜன் கலங்கினான். நடராஜனுடன் தேவியும் ருக்குவும் அழுதார்கள். சுசீலா உதடு வெம்பிக்கொண்டு நின்றாள். சுசீலா வுக்குச் சட்டென்று அழுகை வந்துவிடாது. அழுத்த மாகத்தான் நிற்பாள்.

கன்னியம்மாளுக்கு மூச்சிறைத்தது.

"என்னடா இது கோலக்கூத்தா இருக்கு? கன்னிம்மா, நீ எழுந்திரு மொதல்ல. இந்தா மூஞ்சியக் கழுவு."

ஏகாம்பரி விரட்டினாள். வீடு துக்க வீடுபோல் அலங்கோலப் பட்டது.

"இவ செவ்வாக்கெழமை அதுவுமா சோத்துப் பல்லாவை ஒடைக்கும்போதே தெரியும் எனக்கு, என்னவோ நடக்கப் போதுன்னு. இன்னைக்கே காமிச்சிடும்னு தெரியலையே."

கன்னியம்மாள் தேவியைக் காரணமாக்கினாள்.

"ம்க்கும், ஆட்டக் கடிச்சி மாட்டக் கடிச்சி இப்ப மனுஷாளைக் கடிக்க வந்தாச்சா? கைத் தவறி ஒடைஞ்ச பல்லாதான் இப்ப வெள்ளச்சியைக் காவு வாங்கிடுச்சா?"

தேவி பதிலுக்குப் பாய்ந்தாள்.

"பொம்பளைக்குக் கையில இருக்க வேணாமா கவனம்? செவ்வாக்கெழமை கண்ணாடி ஒடைஞ்சாலும், சாமான் ஒடைஞ் சாலும் குடும்பத்துக்கு ஆவாதுன்னு சொல்லுவாங்க."

"இதுவே நீ ஒடைச்சிருந்தா?"

"கூடக் கூடப் பேசு."

"வாய மூடுங்க. வெள்ளச்சி எங்க?"

"அங்கேயே தான் இருக்கு கண." ஏகாம்பரி முந்திக் கொண்டாள், சண்டையை வளரவிடாமல்.

"என்னா பண்றது? நான் போய்ப் பாத்துட்டு வரட்டா?"

"அட, நீயெல்லாம் போவாத. பாத்தின்னா ஒனக்கு மனசு தாங்காது. தூங்க மாட்ட. வூட்டுக்கும் எடுத்தாற கூடாது. பெரிய சேரிக்குச் சொல்லிவுடு. வந்து அலெக்கா வண்டியிலத் தூக்கிப் போட்டுக்கினு போய்டுவாங்க."

"கடைசியா மூஞ்சியப் பாத்துட்டு வந்துட்றேனே?"

"சொன்னாக் கேளு கண."

நடராஜன் முகத்தில் துயரம் படர்ந்தது.

அருகில் நின்று கொண்டிருந்த கார்த்தியை அழைத்து, பெரிய சேரியில் யார்கிட்ட சொல்ல வேண்டுமோ, அவர்களுக்குத் தகவல் சொல்லச் சொல்லி அனுப்பினான்.

எழுந்து மாட்டுக் கொட்டகைக்குப் போனான் நடராஜன்.

வெள்ளச்சியின் கன்றுக்குட்டி குதித்துக்கொண்டு நடராஜனின் காலருகில் ஓடிவந்து, காலை முட்டியது.

நடராஜன் கன்றுக்குட்டியை அப்படியே நெஞ்சோடு சேர்த்துக் கட்டிக்கொண்டான்.

22

“வெயில் ஏறுது சரசரன்னு. கஞ்சிப் பைய எடுத்தாங்க. தேவி, டேய் நடராஜி, எங்கடா போனீங்க எல்லாரும்.”

நந்தகோபாலின் குரல் எட்டுக்கட்டையில் கேட்டது.

வெயில் காலத்தில் பாவு தோய்ந்து எடுப்பது கடினம். பக்குவமாக வானத்தைப் பார்த்துக் கொண்டே கையும் காலும் வேலை பார்க்கணும். கொஞ்சம் வெயில் கூடிப்போனாலும் நூலில் கஞ்சி அதிகம் ஏறிவிடும். நூல் ஒன்றுடன் ஒன்று ஒட்டிச் சிக்காகும். அறுந்து விழும். பாவு தோயும்போது நூல் அறுந்து விழுந்திருந்தால் அதை நெய்து எடுப்பது பெரும்பாடு

தேவி வீட்டுக்குள்ளிருந்து கஞ்சிப் பானையைத் தூக்கிக் கொண்டு அரை ஓட்டமாய் வந்தாள். கரி ஒட்டிக்கொள்ளப் போகிறது என்று பிடிதுணியை இடுப்பில் போட்டு, அதன்மேல் கஞ்சிப் பானையைத் தூக்கி வைத்திருந்தாள்.

நந்தகோபால் அவள் தூக்கி வரும் தினுசைப் பார்த்தவுடனே சொல்லிவிட்டார்; “இதெல்லாம் செல்லுபடியாகுமா? கரி படக் கூடாது, சேலையில கஞ்சி ஒட்டக்கூடாதுன்னு. காச்ச காலத்துல பாவ நல்லபடியா ஒப்புடி பண்ணி எடுத்துக்கிட்டுப் போவணும். எட்டு மணிக்குள்ள டாண்ணு பாவு வீட்டுக்கு வந்து ஜம்முனு ஒக்காந்துடணும். நீ இப்டி நாசூக்குப் பாத்துக்கிட்டு இருந்தா வேலைக்காகுமா?”

நந்தகுமார் தேவியின் இடுப்பிலிருந்த கஞ்சிப் பானையை இறக்கினார். பின்னாலேயே நடராஜன் இரண்டு கஞ்சிப் பைகளைத் தண்ணீரில் நனைத்து எடுத்தபடி வந்தான்.

“ஓய், காத்தாப் பறக்கணும், ஆற அமர பாத்துக்கிட்டு இருந்தா, பாவு கத கந்தல்தான்.”

“இவெ ஒருத்தன், பேயா பறப்பான். பொறுடா, அதுங்க முன்னபின்ன செஞ்சிருந்தா தெரியும், சும்மா தொறத்தாதே.”

வீராசாமி நந்தகோபாலைக் கடிந்தான். யார் வீட்டுப் பாவு என்றாலும் இருவரும்தான் கஞ்சிப் பை போடுவார்கள்.

பாவின் இரண்டு பக்கமும் நீட்டிப் பிடித்த பைக்குள் கரைத்து வைத்திருந்த கஞ்சியை ஊற்றினாள் தேவி. தலையணை உறைபோல் ஓரத்தில் மட்டும் வாய்த் திறந்திருந்த கஞ்சிப் பையைத் திறந்து கஞ்சியை வாங்கினார். சரியாக வாய்ப்புறத்தைப் பார்த்து ஊற்றுவதற்குத் தடுமாறினாள். நந்தகோபால் கையில் வாங்கி, அவருக்குத் தோதாக வைத்து, பையின் வாயில் சாய்த்தார்.

“அடுத்த பாவு தோயறதுக்குள்ள எல்லாம் கத்துக்கணும்.”

தேவிக்குக் கட்டளைப் பிறந்தது.

“கத்துக்கிறேண்ணா...”

“காகுழியில இருந்து யார்னா தப்பிச்சுப் போனாலும், திரும்பி வந்து சேர்ந்துடுறீங்களே? தெனம் ஓட்டல் கடையில அம்பது நூறுன்னு பார்த்துக்கிட்டு இருந்த. இந்தத் தொழில்ல அம்பது நூறெல்லாம் என்னைக்கு மொத்தமா பாக்குறது? ஓம் போதாத நேரம்.”

வாய்ப்பேசிக் கொண்டிருந்தாலும் அதற்குள் ஒரு சேலை பாவை அவர்களின் கால்கள் கடந்திருந்தன.

“வாயைப் பாத்துக்கிட்டு இருக்கக் கூடாது, ஓடு, கஞ்சிய தூக்கியா.” வீராசாமி விரட்டினார்.

தேவி போவதற்குள் நடராஜன் கஞ்சிப் பானையைத் தூக்கிக் கொண்டு எதிரில் வந்தான்.

கொஞ்சங் கொஞ்சமாகக் கஞ்சியை வாங்கி, வீராசாமி கைவரை தள்ளிவிட்டார். கொஞ்சம் அசந்தாலும் நழுவிக் கீழே ஊற்றிவிடும்.

கஞ்சி தாராளமாக இரண்டு புறமும் போய் வரும் அளவுக்கு, முக்கால் பையளவுக்கு வாங்கிக் கொண்டார். இரண்டு பக்கமும்

பிடித்துக்கொண்டு, இருவரின் இழுவையும் சீராக வைத்தபடி, பாவு முழுக்கக் கஞ்சிப் போட்டுக்கொண்டு செல்ல வேண்டும். இருவரும் அரை ஓட்டத்தில் நடந்தார்கள். நுனியைப் பிடித்திருந்த நந்தகோபால் அதிகக் கவனத்துடன் நடந்தார். பையை இரண்டு பக்கமும் புரட்டியபடியே, நூல் முழுக்கக் கஞ்சிப் படும்படி தேய்த்துவிட்டார். இருவரும் சீரான இடைவெளிகளில் ஒரே புணையில் பிணைத்த இரட்டை மாடுகளைப்போல் காலடி எடுத்து வைத்தார்கள்.

கைகளிரண்டும் பையை முன்பின்னாகப் புரட்ட, கால்கள் இரண்டும் கைகளின் வேகத்திற்கு நகர்ந்தன. ஒரு கோடியில் இருந்து இன்னொரு கோடிக்குப் போனவுடனே, தெருவே எடுத்துக்கொண்டு போவதுபோல் நந்தகோபால் குரல் எழுந்தது... "பாவைத் திருப்பு."

அவரவர் பங்கு பாவருகில் எல்லாரும் கஞ்சிப் போடும் நேரத்தில் நின்றிருந்தார்கள். நிற்கவில்லையென்றால் ஒம்மா, ஓத்தா, லவடிக்கபால், ஒக்காளவோழி எனத் தடித்த வார்த்தைகள் எல்லாம் தெருவெங்கும் பறக்கத் தொடங்கிவிடும். 'பாவைத் திருப்பு' என்ற குரல் கேட்டவுடன், ஒரே நேரத்தில் எல்லாரும் பாவைத் திருப்பிப் போட்டார்கள். அசந்தர்ப்பமாய் யாருடைய பங்குக்காவது ஆள் இல்லை, அல்லது வேலையாய் உள்ளே போயிருக்கிறார்கள் என்றால், யாரோ ஓராள் அங்கு ஓடிப் போய் நிற்க வேண்டும். திருப்பிக்கொண்டே வரும் பாவு, ஆளில்லாவிட்டால் அந்த இடத்தில் முறுக்கி நிற்கும். தனியாளாக அதைத் திருப்பும்போது இழை அறுந்துவிழும். அலுவு உறுவிக் கொள்ளும். பாவு திருப்பும் போது எல்லாரும் ஓட்டப் பந்தயத்தில் தயாராக நிற்பவர்கள்போல் நின்றிருக்க வேண்டும்.

எந்த வேகத்தில் கஞ்சிப் போட்டுக்கொண்டு ஓடினார்களோ அதே வேகத்தில் பாவின் மேல்பக்கத்தில் கஞ்சிப் போட்டுக் கொண்டு ஓடி வந்தார்கள். அதற்காகத்தான் பாவைத் திருப்பிப் போடச் சொன்னது. கஞ்சி ஏறிய பாவு எடை கூடியிருக்கும். பாவைத் தாங்கும் குதிரைகளின் கால்கள் சரியாக இல்லை யென்றால் பளு தாங்காமல் உட்கார்ந்து கொள்ளும். கஞ்சியுடன் தரையில் பாவு பட்டால், மண் சேர்ந்து பெரும் தொல்லைதான்.

கஞ்சி நிறையவும் நூலில் சேர்ந்துவிடக் கூடாது. நூல் ஒன்றுடன் ஒன்று ஒட்டிக்கொண்டு சிக்காகிவிடும். கஞ்சிக்

கட்டியாக இருப்பது தெரிந்தால், தண்ணீர் தொட்டுத் தடவி விட்டுக் கொண்டும், கஞ்சிப் பை பாவில் அதிகம் படாதபடிப் பட்டும் படாமலும் மேலோட்டமாக இழுப்பார்கள்.

கஞ்சி சரியாகக் காய்ச்சாமலோ, தண்ணியாகப் போய் விட்டாலோ, நூலில் போதுமான அளவு கஞ்சி சேராது. தறி நெய்யும்போதும் தொந்தரவு தரும். வளவளவென்று இருக்கும் நூல், எழட்டுக் கட்டும்போது அறுந்து விழும். நெய்யும்போது நாடா தெத்தினால்கூட அறுந்து போகும். நிறைய நூல் பிணைத்து வைத்திருந்தால், நாடா அடிக்கடி தெத்தி எகிறும். அறுந்துபோன நூலை நிமிண்டி நெய்தாலும், சேலை தரத்திற்குப் போகும் போது மாட்டிக்கொள்ளும். சும்மாவே தரம் போடுறோம், தரம் போடுறோம் என்று நூல் முதலாளிகள் நெய்த கூலியில் பிடித்துக் கொள்வார்கள். காய்ச்சலில் மாட்டிய பாவு என்றால் பாதிக்குப் பாதி தரத்தில் மாட்டிக்கொள்ளும்.

நூல் கொடுத்து வாங்கும் முதலாளியிடம் ஒரு பாவைக் கடன் வைத்துவிட்டு, தரம் போட்ட சேலைகளை வெளியில் விற்று விட்டுத்தான் கடனை அடைக்க வேண்டும்.

ஒரு பாவுக்கு நெய்கூலி ஐம்பது ரூபாயென்றாலும் முன்பு வாங்கிய கடன், தரம் போடுவது என்று கண்ணுக்குத் தெரியாமல் கணக்கில் கழியும். ஒரு பாவுக்கான கூலியை மொத்தமாக வாங்கும் நெசவாளியைக் கண்ணில் பார்ப்பது அபூர்வம்.

ஒவ்வொரு நெசவாளிக்கும் தெருவில் போடும் பாவை நல்லதனமாகத் தோய்ந்து வீட்டுக்குக் கொண்டுவருவது முக்கியம். அதற்காக நந்தகோபாலும் வீராசாமியும் ரொம்ப அவசியம். அதிகக் கூச்சல். அதிகாரம் தூள் பறக்கும். பாவு தோய்கிற அன்றைக்கே கூலியைக் கையில் கொடுத்துவிட வேண்டும், பங்கு நிற்பவர்கள், பில்லுப் போடுகிறவர்கள் எல்லாம், எனக்கு நீ செய், உனக்கு நான் செய்கிறேன் என்று வேலைக்கு வேலையை மாற்றாக வைத்துக் கொள்வார்கள். இவர்கள் இருவரும் மட்டும் ரூபாய்க்குத்தான் பாவு தோய வருவார்கள்.

சுசீலா பெரிய குண்டானில் நீசுத்தண்ணிக் கரைத்து, கையில் இரண்டு மூன்று டம்ளர்களுடன் வந்தாள்.

“இந்தா மாமா, நீசுத்தண்ணிக் குடிச்சிடு.”

“நீசுத்தண்ணீல்லாம் பாவு போடும் போதே குடுக்கணும். கஞ்சிப்பைப் போடுற நேரத்துல இடுப்பு சோமன் அவுந்தாலே அப்புறம் கட்டிக்கலாம்னு ஓடுவோம். தூரப் போ.” நந்தகோபால் குரல் உயர்ந்தது.

சுசீலா பேசாமல் நின்றாள்.

“என்னா பாக்குற? இதுக்குப்போய் எதுக்கு இவ்ளோ கூச்சல் போட்றானேன்னா? கத்திக் கத்திப் பழக்கமாப் போச்சு. கெக்கலன் மெதுவா எங்கப் பேச முடியும்? வூட்ல வாட்டுச் சத்தம். தெருவுல இந்தக் கோடியில இருந்து அந்தக் கோடி வரைக்கும் சொல்றது கேக்கணும். ஒரு பாவா தோயுது? மெதுவா சொன்னாலும் கேக் கறதுக்கு? திரும்பிப் பாரு. நாலு பாவு. ஒரு பாவுக்குக் கொறஞ் சது இருவத்தஞ்சு பேர். நாலு பாவுக்கு, நாலு இருவத்தஞ்சு நூறு. நடுத்தெருவுல நூறு பேர் நின்னு ஆளாளுக்குப் பேசினா, திர்னா தான். ஒரு நாள் திர்னாவுக்குப் போனாலே காது போயிடும். தெனம் திர்னா பாத்தா? பக்கத்துல இருக்கவன் எல்லாம் செவுடன்னு நெனச்சே கத்துறது. ஓம் மாமி கிட்ட ராத்திரியில ரகசியம் பேச முடிதா? ஊருக்கே கேக்குது வாய மூடுன்னு சொல்றா. ச்சேய், போ...” பேசிக் கொண்டிருக்கும்போதே காலில் சிக்கிய நாயொன்றை எத்தினார்.

சுசீலா அரண்டு போனாள். நாய் தூரத்தில் போய் விழுந்து, புரண்டு எழுந்து நின்றது. மண் ஒட்டியிருக்குமோ என்று உடம்பை உதறியது. மீண்டும் நந்தகோபாலின் காலடியில் போகத் தயங்கியது. கண்களால் கஞ்சிப் பையைப் பார்த்துக்கொண்டே நாக்கைத் துழாவியது. கஞ்சிப் போட்டு முடித்தவுடன் அடியில் தேங்கும் கஞ்சியின் திப்பியை, தெருக்கோடி கல்லில் வழித்து விடுவார் நந்தகோபால். தெரு நாய்கள் அத்தனையும் போட்டிப் போட்டுக்கொண்டு பாய்ந்து தின்னும். நாய்களுக்குப் பிரதான உணவே கஞ்சித் திப்பிதான். நந்தகோபால் நாய்களை எத்தினாலும், அலுவு உருவி அடி போட்டாலும் கஞ்சித் தின்று முடிகிறவரை ஒன்றும் அவரைவிட்டுப் போகாது.

“எதுக்கு இந்த ஒதை ஒதைக்கிறீங்க மாமா. எனக்குத் தூக்கி வாரிப் போட்டுடுச்சு.”

"நடக்க வுடாம கால்ல சிக்கிக்கினு... நான் மிதிச்சு என்னைக் கடிச்சு வச்சிடுச்சின்னா? ஒதைச்சாத்தான் அடங்கும்."

"ஒங்களைக் கடிக்காது. நீங்கதானே கஞ்சிப் பை வச்சிருக்கிங்க?"

"கடிக்காதுன்னு எப்பவும் பல்லு இருக்கிற பிராணிங்கள மட்டும் நம்பக் கூடாது. கடிக்க வேணாம்னு அது நெனச்சாலும், பல்லுக்குத் தெரியாதே? கடிச்சு வச்சிடும்."

"இவர் வாயத் தொறக்கிறாரா? நீங்க மட்டுந்தான் வாய் ஓயாம பேசுறீங்க."

"அவென் வாயில பொயலைய அடைச்சி வச்சிருக்கான். தொறந்தா காலணா பொயலை போயிடுமேன்னு கம்முனு கீறான்."

கஞ்சி உருவிக்கொண்டிருந்த எல்லாரும் கொல்லென சிரித்தார்கள்.

"நீ ஒங்கக்கா கூடவே போறதுதானே? பெரியவள கட்டினா சின்னவளும் இலவசம்னு."

"அய்யே போ, ஒனக்கு வேற இல்ல."

நீசுத்தண்ணி டம்ளரைப் பிடுங்கினாள்.

"ஒனக்கு ஒரு மாப்பிள பாக்கணும், கலியாணம் பண்ணனும், ஒங்கண்ணனே கஷ்டத்துல கீறான். நீ ஒங்கக்கா கூடவே போ."

நடராஜன் கஞ்சி தேக்சாவைத் தூக்கிக்கொண்டு அருகில் வந்தான்.

"சின்னப் பொண்ணுக்கிட்ட என்ன பேசுறதுன்னு ஒனக்கு வெவஸ்த கெடையாதாய்யா? ஒழுங்கு மரியாதையா வேலையைப் பாரு."

நடராஜன் சுள்ளென்று பேசினான். சுசீலா நீசுத்தண்ணிக் குண்டானை எடுத்துக்கொண்டு வீட்டுக்குப் போனாள்.

"இந்தாளு வாயாலதானே அழியறாரு? இல்லைனா இந்தக் கைக்காரியத்துக்கு எவ்ளோ சம்பாதிக்கலாம்." புகையிலையைத் தாடையில் அடக்கிக்கொண்டு வீராசாமி பேசினார்.

“க்கும், கை வேலைக்காரனுக்கு கெக்கலனுங்க அள்ளிக் குடுத்துடுவானுங்க. ஓட்டு நீ, வேகமா. நடராஜி, நான் எப்டிப் பேசுவேன்னு ஒனக்கே நல்லாத் தெரியும்.”

“சின்னப் பொண்ணுக்கிட்ட என்னப் பேச்சு மாமா இது?”

“சரிப்பா, ஆக வேண்டியதைப் பாரு.”

கன்னியம்மாள் குரல் கேட்டது.

எங்கிருந்து கேட்டுக் கொண்டிருந்தாளென்று தெரியவில்லை. சரியான நேரத்தில் தலையிட்டது. தெருவில் வாய்ப் பேச்சு எப்போது சண்டையாக மாறும் என்று கணிக்க முடியாது. ஒருத்தரை ஒருத்தர் பகைத்துக்கொண்டு, தறி வேலை செய்ய முடியாது. சின்ன உதவிக்கும் போய் நிற்க வேண்டும்.

“என்னாக்கா? பொண்ணு கண்ணாலம் நல்லா நடந்துச்சா?”

நந்தகோபால் கன்னியம்மாளைப் பிடித்துக்கொண்டார்.

“கண்ணாலத்துக்கென்ன கொறை?”

கன்னியம்மாளுக்கு ருக்குவை மூன்றாந்தாரம் கொடுத்த மனத்தாங்கல் இன்னும் குறையவில்லை.

கல்யாணத்திற்கு முதல் நாள்தான் மகளைக் கட்டிக் கொடுக்கிற வீட்டையே பார்த்தார். பெரிய வீடு. நல்ல விவசாயம். வீடு நிறையத் தானியமாக நிறைந்திருந்தது. போலீஸ் உத்தியோகம். முதல் தாரத்துப் பிள்ளைகளும் நல்ல மாதிரியாகத் தெரிந்தார்கள். வாழப்போகிற இடத்தில் ஒரு கஷ்டமும் படவேண்டியதில்லை. இதெல்லாம் சமாதானத்துக்காய் எடுத்துக் கொண்டாலும், சின்னப் பெண்ணை வயசான ஆளுக்குக் கொடுக்கிறோமே என்ற துயரம் கன்னியம்மாளைப் பிடுங்கித் தின்றது. கஷ்டப்பட்டாலும் கையும் காலும் ஓடியாடுகிற வயசுப் பையன் வழி வருமா?

கல்யாணத்தன்று கன்னியம்மாள் ருக்குவின் முகத்தையே பார்த்துக் கொண்டிருந்தாள், போகும்போதும், வரும்போதும். அவளுடைய முகத்தில் வித்தியாசமாக ஒன்றும் தெரியவில்லை. வீட்டில் கட்டிக்கொள்ளச் சொன்னார்கள், அவ்வளவுதான். அண்ணனும் சரியென்று சொன்னதால் அவளுக்கு அதைத் தாண்டி யோசிக்கத் தெரியவில்லை.

"நல்ல வசதின்னாங்களே பையன் வூடு?"

வீராசாமியின் குரல் கன்னியம்மாளின் சிந்தனையைக் கலைத்தது.

"ஆமா, மதிய சோத்துக்குத் தட்டுல கா கிலோ பொன்ன அள்ளிப்போட்டுச் சாப்டலாம்."

"இந்த நெக்குலு பேச்சுத்தான் வேணாம்கிறது" நந்தகோபால்.

"பின்ன என்னா கேள்வி? வேலயப் பாரு."

கன்னியம்மாளின் வாய்ப் பிரசித்தம். போகிற வரைக்கும் போகும். திருப்பிக் கொண்டாள் என்றால் வார்த்தைகளால் அடிக்கா மல் விடமாட்டாள்.

"தேவி, கஞ்சியத் தூக்கியா? பக்கத்துலயே வச்சிக்கிட்டு நிக்கணும், ஓடியா."

பாதுகாப்பான இடத்திற்குள் தப்பிப் போனார்கள் இருவரும்.

கன்னியம்மாள் அங்கங்கு கஞ்சி அதிகமாக இருக்கும் நூலைப் பிழிந்து விட்டுக்கொண்டு நடந்தாள்.

தேவி தேக்சாவைத் தூக்கிக்கொண்டு ஓடினாள். பில்லுப் போட ஆள்கள் தயாராக இருக்கிறார்களா என்று பார்க்கப் போனான் நடராஜன்.

ஆறரை மணிக்குள் அடிவானத்திற்கு மேலே வந்துவிட்ட சூரியனின் கதிர்கள், சாட்டையை வைத்து விரட்டுவதைப்போல் பாவு தோய்ந்துகொண்டிருக்கும் ஒவ்வொருவரும் ஓடினார்கள். வாள் வாளென்று கத்தியபடி தெருவில் சனங்கள் ஈ போல் மொய்த்தார்கள். பெண்கள் பில்லுப் போட்டுக்கொண்டு வேக நடை நடந்தார்கள். ஒரு கையில் பில்லுக் கட்டையைப் பிடித்தபடி, இன்னொரு கையால் விளையாடிக்கொண்டிருந்த மகனின் முதுகில் சுளீரென்று அடித்தாள் பொன்னூர் அலமேலு. வீலென்றுக் கத்தினான்.

"எதுக்குடி வெறும் ஒடம்புல இருக்கிற பையன இந்த அடி அடிக்கிற?"

கன்னியம்மாள் திட்டினாள்.

“நம்ம அலுவு பக்கத்துப் பாவுல கெடக்குது பாரு. வேடிக்கை பார்த்துக்கினு கீறான்?”

“அதுக்காகப் பச்சைப் புள்ளைய வெத்துடம்புல அடிப்பியா?”

“ஒரு அலுவு அம்பது பைசா.”

“வாய மூடுடி... பெருசா கணக்குப் பாக்குறா.”

கஞ்சியேறி ஒரே மாதிரி இருக்கும் சின்ன அலுவு பக்கத்துப் பாவுக்காரர்களுக்குப் போவதை எப்படித்தான் கண்டுபிடிக்கிறார்களோ இந்தப் பெண்கள்.

கன்னியம்மாளும் அப்படித்தான். வீட்டில் புழங்கும் சாமான்களைப் பத்திரமாய்ப் பார்ப்பாள். பக்கத்து வீட்டுப் பங்காளியும் கன்னியம்மாளும் உறை ஊற்றி வைக்கச் சின்னக் கிண்ணம் ஒன்றைத் தெருவில் வரும் பாத்திரக்காரனிடம் வாங்கியிருந்தார்கள். அச்சு அசல் ஒரே மாதிரி இருந்தது, அகலம், உயரம் எல்லாம். உறைமோர் கொடுக்கல் வாங்கலில் என்றாவது மாறி விட்டால், இருவருமே எந்தக் கிண்ணம் தன்னுடையது என்பதைக் கண்டுபிடிப்பார்கள். அடியில் சின்னக் கீறல், மூலையில் கறை, வாய் மடிப்பில் லேசான கோணலென்று ஏதோ ஓர் அடையாளம் வைத்திருப்பார்கள். வீட்டில் இருக்கும் தொடப்பத்தில் இருந்து, சாணி வாரிக் கொட்டும் முறம் வரைக்கும் என்னுடையது இது என்று யாரும் மாற்றி எடுத்துக்கொள்ள முடியாது.

கஞ்சிப்பை பாதிப் பாவுக்கு ஓடிவிட்டது. வெயில் பார்த்துப் பார்த்து அவர்கள் வேகமாக காலை எட்டிப் போட்டார்கள்.

கஞ்சிப் போட்டுவிட்ட பங்கில் இருந்தவர்கள் கஞ்சியைப் பிழிந்துவிட்டார்கள். தேவியும் சுசீலாவும் தங்கள் பங்குக்கு வந்தார்கள்.

நடராஜன் பாவை சின்னச் சின்னதாகப் பிரித்துக் கஞ்சியைப் பிழிந்தான். பாவுக்குக் கீழே குனிந்து, தேவி எதிர்ப்பக்கம் போனாள். சரியாகக் குனியாததால் பாவில் இருந்த கஞ்சி முதுகில் ஒட்டியது. நூலும் திரட்டி நின்றது.

“பாத்துப் போமே.”

“சேலைல்லாம் கஞ்சி. கொழகொழன்னு.”

“நீதானே தறி, தறின்ன? இப்ப இடுப்புல கரி குண்டானை வைக்கவே யோசிக்கிற? தறின்னா சும்மா இல்ல.”

“வேற என்ன பண்றது? கத்தி எடுத்துக்கினு போறதா கொளத்தங்கரைக்கு?”

“நான் ஏன் செறைக்கிறன், எனக்கு என்ன தலையெழுத்தா?”

“இதான் ஒன் தலையெழுத்து, என் தலையெழுத்து. அதுக்காக ரோட்டுக் கரையில போய் நின்னுக்கினு போறவன் வர்றவன் கிட்டல்லாம் பேச்சு வாங்கிக்கினு இருப்பியா? மாமா இருந்தாங்க. அவங்கக் காலத்து மனுஷாளுங்களும் அப்ப மரியாதையா வருவாங்க, போவாங்க. இப்ப எல்லாம் வாய்த் துடுக்கு. சாராயம் காச்சறவன், சீட்டாடுறவன் தர்ன் கடைக்கு வர்றான், அவனுங்க கிட்ட யார் மல்லு கட்டறது?”

“வுடு, அதான் முடிஞ்சுப்போச்சே. தறி போட்டாச்சு. மொத பாவும் தோயுறோம். ஒக்காந்து வேலை செய்யணும், அது ஒன்னு தான். ஓட்டல் கடை மாதிரி இதுல ரூபா வராது. எழைக்கு ஒரு வெட்டு வெட்டணும். ஓடி ஓடி நெச்சாலும் ஒழக்குக்கு மிஞ் சாதுன் னுவாங்க.”

“ஒழக்குக்கு மிஞ்சாமயா ஊர்ல எல்லாம் தறி நெய்றாங்க? நாம ஓராள்தான் தறி போடுறமா என்ன?”

“அவனுங்கள்லாம் அஞ்சு பைசாவ வச்சிக்கிட்டே காலத்தை ஓட்டுவானுங்க, நீ ஓட்டுவியா? கைல ரூபா இல்லைனா மூஞ்சி சின்னதா பூடுமே?” குரலைத் தாழ்த்திக் கேட்டான் நடராஜன்.

“அஞ்சு மூணு அடுக்கா இருந்தாத்தான் குடும்பம் நடத்த முடியுமா? இருக்கிறத வச்சு ஓட்டவும் கத்துக்கணும்.”

“ஓட்டு, ஓட்டு. இப்போ குடும்பச்சக்கரம் ஒன் கையிலதானே, வீட்டுக்குப் பெரிய மருமவ.”

“சும்மாவா பின்ன? ரெண்டு சீட்டுலயும் ஒரே பேர் எழுதி, கஷ்டப்பட்டுக் கட்டிக்கிட்டு வந்த மருமவளாச்சே?”

இருவரும் சிரித்தார்கள். தங்கள் பங்கு பாவில் கஞ்சியைப் பிழிந்தபடி பாதி தூரம் வந்திருந்தார்கள்.

சுசீலாவும் அம்மாவும் எதிர்ப்பக்கத்தில் இருந்து பிழிந்து விட்டு அருகில் வந்தார்கள்.

நடராஜன் மீதியை அவர்களிடம் விட்டு, கையில் அலுவு எடுத்து, கஞ்சி பிழிந்திருந்த பாவில் லேசாகத் தட்டிக்கொண்டு சென்றான். அரை ஈரத்தில் இருந்த பாவு, தட்டியதில் ஈரத்தை உதறியது. நூல்கள் பிரிந்தன. நடராஜன் தட்டிச் செல்லும் பாவில், தொடப்ப சுப்புலுவை வைத்துக் கீறினாள் கன்னியம்மாள். ஆற்றங்கரையோர புல், மென்காற்றுக்கு இரண்டாகப் பிரிந்து மீண்டும் சேர்வதைப்போல், இழைகள் இரண்டாகப் பிரிந்து மீண்டும் சேர்ந்தன. முனை மடிந்து, அடியில் கூறாக இருக்கும், தொடப்ப சுப்புலுவைக் கவனமாகக் கையாள வேண்டும். இல்லையென்றால் கூர் கொஞ்சம் மேலெழுந்து நூலை அறுத்துவிடும்.

சூரியனின் சூட்டை உள்வாங்கியபடியே எல்லாரும் அலுவு பிடித்தார்கள். அலுவு பிடித்துவிட, பாவு காயத் தொடங்கியது. மந்திரத்திற்குக் கட்டுப்பட்டு இயங்குபவர்கள்போல் ஒவ்வொருவரும் தாளலயம் தப்பாமல் வேலை செய்தார்கள். பேச்சுக்குப் பேச்சு. வேலைக்கு வேலை. அடுத்த அரை மணிநேரத்துக்குள் பக்குவமாய்ப் பாவு தோய்ந்து சுருட்டினார்கள்.

அலுவு சுமையையும், குதிரை கட்டுகளையும் ஆளுக்கொரு கட்டாய் வீட்டுக்குள் கொண்டுவந்து போட்டார்கள். சிந்திய கஞ்சி, நூறு ஈக்களுக்கு மேல் மொய்த்தபடியிருந்த கஞ்சிப் பானை, அலசுவதற்காகப் போட்டிருந்த கஞ்சிப் பை எல்லாம் திண்ணையின்கீழ் இருந்தன. பார்க்கவே கச்சடாவாக இருந்தது.

●

நடராஜன் பனியனைக் கழற்றி, அந்தப் பனியனாலேயே உடம்பைத் துடைத்தான். தோளில் கிடந்த துண்டை எடுத்து விசிறிக் கொண்டான். கன்னியம்மாளும் சுசீலாவும் கச்சடாவைச் சுத்தம் செய்ய வந்தார்கள். தேவி டீ போட்டுக் கொண்டிருந்தாள். இந்த வெயிலிலும் இரண்டாவது டீக்காக காத்திருந்தான் நடராஜன்.

சாப்பிட்டு வெளியில் வந்து நின்ற சுபானு, நடராஜன் திண்ணையில் உட்கார்ந்திருப்பதைப் பார்த்து அருகில் வந்தான்.

"என்ன ஓய், மொதப் பாவ தோஞ்சி எடுத்திட்டயா?"

"ஆமாம் ஓய், நல்லபடியா தோய்ஞ்சாச்சு. ராத்திரில்லாம் தூக்கம் வரல. பொரண்டுப் பொரண்டுப் படுத்துக்கிட்டு இருந் தேன். வெயிலுக்கு முன்னால நல்லபடியா தோய்ஞ்சி எடுத்துடணு மேன்னு."

"தறில்லாம் முடியாது ஓய், ஓட்டல் கடை எடுத்தா என்ன? நீ பாட்டுக்குனு நாலு பீடி சிகரெட், வெத்தலை பாக்குனு பெட்டிக் கடை வச்சிருக்கலாம். பொம்பளைங்க வராம. இப்பக் கூட ஒன்னும் கெட்டுப்போவலை. ஒரு தறிதானே போட்டிருக்க? வீட்ல மூணு பொம்பளைங்க இருக்காங்க, அவங்கப் பாத்துக் கட்டும். சினிமா கொட்டாய்ப் பக்கத்துல சின்னதா ஒரு பெட்டிக் கடை வை. கொட்டாய்க்குப் பின்னாடி கிளப்பு இருக்கு. நாள் பூரா வியாபாரம் ஆவும். இந்தப் பக்கம் ஏரிக்கரை. படா சாயபு தோட்டம். எப்பவும் சாராயம் காச்சுவாங்க. வெறும் பீடி, சிகரெட், வெத்தலை பாக்கு வச்சின்னாலே போதும். நல்ல வியாபாரமாவும்."

"சாயபுங்க இருக்கிற எடத்துல வியாபாரம் பண்ணக் கூடாதுன்னுதான் கடையே எடுத்தேன். மறுபடியும் அவனுங்க எடத்துக்கா?"

"சினிமாக் கொட்டாய் நம்மாளுங்க எடந்தானே?"

"சுத்தி சாயபுங்கதானே? கடைத்தெருவுல அவென் இல்லாத இடம் எங்க இருக்கு?"

"எல்லாம் வாட்டுப் போட வூட்டுக்குள்ள பூந்துக்குங்க, அவென் ஊர்ல மொத்த வியாபாரத்தையும் பிடிச்சிக்கிட்டுப் போட்டும். நம்மாளுங்கத் துணிஞ்சு நாலு எடத்துல கடை போட்டா, அவனுங்க அடங்குவானுங்க. வாய்த் துடுக்குக் கொறையும்."

"அவென் கடை வச்சா, அவென் ஆளுங்க எல்லாம் அவென் கடையிலதான் சாமான் வாங்குவாங்க. நீ பக்கத்துலயே கடை வச்சிருந்தாலும் அவென் கடைக்குப்போய் வாங்குனாதான் நம்மாளுங்களுக்குத் திருப்தி. அவெங்க ஒத்துமை நமக்கு வராது. இன்னொன்னு, நம்ம மரியாதைக்கு கடைலாம் ஒத்து வராது. போற வர்றவல்லாம் வாய்க்கு வந்ததைப் பேசுவான். கட்சியில

இருக்கோம். கட்சியை ஒட்டியும் பகை வரும். நாமதான் பக்குவா இருந்துக்கணும்."

"எல்லாஞ் சரிதான் ஓய். தறி போட்டுட்டம்னா ஒரு நிமிசம் ஒக்கார வுடாது. சக்கரமா சொழலணும். அதுக்குத்தான் சொல்லுறேன்." சொல்லி முடிக்கும்போது, 'சுர்ர்ர்ர்' என்று மூக்கில் பொடியை வைத்து இழுத்தான்.

"ஒன்கூட எப்டித்தான் தனக்கோட்டி குடும்பம் நடத்துதோ? பொண நாத்தம். பொடி போடுற வயசா ஓய்? இதுக்கு நீ சிகரெட்டே புடிச்சிடலாம்."

"ஆசதான், சிகரெட் வாங்குற அளவுக்கு வசதி வேணுமே?"

"வெத்தல பாக்காவது போட்டுத் தொல. கூட்டத்துல ஒக் காந்துக்கினு சுர்ர்ர்னு இழுக்கிறது, அப்புறம் ஆளயே தூக்கற மாதிரி தும்புறது. துண்டுல எப்பவும் கற. பக்கத்துல வந்தாலே நாத்தம் மூக்கைப் புடுங்குது."

சுபானு 'ஹோ ஹோ'வென்று சிரித்தான்.

"என்ன ஓய் சிரிக்கிற?"

"நம்ம தலைவரையும் நாத்தம்னு சொல்லுவியா?"

"யாரை?"

"அண்ணாதான் சோமன்ல முடிஞ்சு வச்சிருப்பாரே, சின்ன டப்பாவுல. எடுக்கிறதும் தெரியாது. போடுறதும் தெரியாது. ரெண்டு வெரலுக்கு நடுவுல சின்னதாக் கிள்ளி வச்சிக்கிட்டு, அவர் மூக்குல வைக்கிற வரைக்கும் கண்டுபிடிக்க முடியாதே! ஆனா என்னன்னா, இந்தச் சனியன் காட்டிக் குடுத்துடும். அதான் பிரச்சினை. பொடி போட்டா தும்மியே ஆகணும். தும்மும்போது நாத்தம் வெளிய வந்துடும். அவர்கிட்ட போய்ச் சொல்லுவியா?"

"அவர்கூட பக்கத்துல ஒக்காந்து பேசுற மாதிரி இருந்துச் சுன்னா கட்டாயம் சொல்லுவேன். நம்ம தலைவருங்க எல்லாம் தொண்டர்களின் கருத்தைக் கேக்கிறவங்கதானே?"

"பெரியார் பக்கத்துல ஒக்கார முடியாதாம், நாத்தம். வாரத்துக்கு ஒரு வாட்டி குளிக்கறதுக்கே யோசிப்பாராம்."

“அண்ணாவுக்குந்தான் குளிக்கறது, சவரம் பண்றதுன்னா சோம்பேறித்தனம்தான். சிந்தனை அவங்களுக்கு அடுத்தடுத் துன்னு ஓடுறதுல இருக்கும். அவங்கள கொற சொல்ல முடியுமா? நம்ம மாதிரி இருபத்தி நாலு மணி நேரமும் அவங்க கையிலயா இருக்கு?”

“அதென்னவோ சரிதான். ஊர் ஊரா அலையணுமே, சும்மாவா?”

“அலைஞ்சாலும் குளிச்சு கிளிச்சி சுத்தபத்தமா இருந்தாத்தான் ஒடம்பு ஆரோக்கியமா இருக்கும்.”

“என்னா ஓய். ரெண்டு பக்கமும் பேசுற? அப்டித்தான் பேசுவ? நீ ஒரு மணி நேரம் குளிக்கற ஆளாச்சே, பொம்பளைங் களாட்டம்.”

“எந்தப் பொம்பள என்ன மாதிரி குளிக்கிறா? எல்லாம் காக்கா குளியல்தான்.”

“ஆமாம், இவரு குளிக்க ஒரு மணி நேரம், பேப்பர் படிக்க ரெண்டு மணி நேரம், பண்ணையார் மாதிரி பொறந்திருந்தா காலாட்டிக்கிட்டு இதெல்லாம் செய்ய நல்லாத்தான் இருந் திருக்கும்.”

முன்வீட்டு அண்ணன் குதிரை கட்டைத் தூக்கிக்கொண்டு உள்ளே போகும்போது சொல்லிவிட்டுச் சென்றார்.

“பண்ணையார் என்ன, ராஜா வீட்ல பொறந்தாலும் ராஜா மாதிரி வாழ ஒரு அம்சம் வேணும். குடிசையில பொறந்தாலும் ராஜா மாதிரி வாழற ஆளுங்களும் இருக்காங்கதான். நாங்கள்லாம் தனி ரகம். ஜாதி மாடுங்க. நம்ம கைலாசம் மாமாவைப் பாரு.”

நடராஜன் சொல்லி முடிப்பதற்குள் தெருவில் அங்கங்கு வேலை செய்து கொண்டிருந்தவர்கள் எல்லாம் சிரித்தார்கள். “எச்ச பீடிய வாயில வச்சிக்கிட்டு சுத்தி வர்றாரு. அவரு ராஜா மாதிரி இருக்காராம். என்ன ஓய், ஒனக்கு மூள கீள கொழம்பிப் போச்சா?” கேட்டுக் கொண்டே ரோட்டுக்குப் போக சைக்கிளைத் தள்ளினான் தளபதி.

“ஒங்களுக்கு எங்க அவர் அரும தெரியப்போது? ராஜான்னா, எம்ஜியாரு மாதிரி பளபள சொக்காப் போட்டுக்கிட்டு, குதிர

மேல வரணுமா? ராஜான்னா நெனப்புய்யா. மனசுல இந்த மண்ணே தனக்குக் கீழன்ற நெனப்பு. எதைப் பத்தியும் கவல கெடையாது. யாரைப் பத்தியும் பயம் கெடையாது. யாரும் எதையும் தங்கிட்ட இருந்து திருடிட முடியாதுன்னு ஒரு திமிரு. இந்த ஊர்ல எவன்கிட்ட இருக்கு அந்தத் திமிரு. ஏன் எந்த ராஜாகிட்ட இருக்குன்னு சொல்லுங்களேன்."

"நீ ஒருத்தன்தான் அந்தப் பனமரத்தை மெச்சிக்கினும். கொடுங்காலூரா பசங்கள வச்சிக்கிட்டு நாயா ஓடுறா. இவர் பாட்டுப் பாடிக்கிட்டு தெருத் தெருவா சுத்தி வந்துக்கிட்டு இருப்பாரு, பெரிய மகாராஜா. இந்தா டீயக் குடி. வேத்து ஊத்துது பாரு. எதுக்குத் திண்ணையில ஒக்காந்துக்கிட்டு, உள்ள வா. சுபானு கொஞ்சம் டீ குடிக்கிறீயாப்பா?"

"இப்போதான் நம்ம லாகிரிய போட்டுட்டேன் பெரிம்மா. டீ வேணா."

"நீ ஒருத்தன். சின்னப் பையனா லச்சணமா இருக்கியா? நூத்துக் கெழவன் மாதிரி பழக்கவழக்கம்."

திண்ணையோரத்தில் இருந்த தேய்ந்துபோன தென்னந் தொடப்பத்தை எடுத்து ஈக்களை விரட்டிவிட்டுப் பெருக்க ஆரம்பித்தாள் கன்னியம்மாள்.

விலகிப்போவதுபோல் போக்குக் காட்டிவிட்டு, மீண்டும் கஞ்சிப்பானையிலும் கஞ்சிப்பையிலுமே வந்து உட்கார்ந்தன. கஞ்சியை ஒற்றி எடுத்துக்கொள்வதைப்போல், முன்னங்கால்களைத் தேய்த்துவிட்டன. நடராஜன் மொய்க்கும் ஈக்களையே கண்கொட்டாமல் பார்த்துக் கொண்டிருந்தான்.

சாலாம்புரி | 231

23

“என்னப்பா, பாவு நல்லபடியா தோஞ்சாச்சா?”

கந்தன் நடராஜன் பக்கத்தில் உட்கார்ந்தார்.

“வாண்ணா, டீ சாப்டுறீயா?”

“ஒன்ன மாதிரியாப்பா நானு? ஆபீசர் மாதிரி எட்டு மணிக்கு டீ குடிப்ப. பதினோரு மணிக்கு டீ குடிப்ப. ஒங்கண்ணிகிட்ட பொழுதாட ஒரு டீ கேட்டாலே, கறவ மாடு தோட்டத்துல கட்டி வச்சிருக்கியான்னு கேட்பா.”

“டீ குடிக்கவா கறவ மாடு வேணும்? அண்ணனுக்கு டீ எடுத்தாம்மா.”

கன்னியம்மாள் கந்தனை நிமிர்ந்து பார்த்தாள்.

“வாப்பா, இதோ எடுத்தார்றேன். ஒரே ஈயா மொய்க்குது.”

“வேணாம் சித்தி. இப்பத்தான் கூழ் குடிச்சிட்டு வர்றேன்.”

சொல்லிவிட்டு நடராஜனைப் பார்த்தான்.

“தறி கத்துக்கினியாப்பா? தனபால் வூட்டுக்குப் போறேன்னு சொன்னா அண்ணி. எங்க இந்தத் தெருப்பக்கம் வரலாம்னு பாத்தாக்கூட முடிய மாட்டேன்து. காகுழியில எறங்கிட்டா என்னிக்கு மேல ஏர்றது. நீயும் வந்து விழறேன்னு சொல்ற, ஒன் தலையெழுத்து. சரி, ருக்கு வந்துப் போச்சா? விருந்துக்குப் போய் வந்தாச்சா?”

“மச்சான் ஒரு வாட்டி முறைக்கு வந்தாப் போதும்னு சொல்லிட்டாரு. அடுத்த வாரம்தான் போய்க் கூட்டியாரணும்.”

"சின்னப் பொண்ணு. பாவம். ரெண்டாந்தாரமா போச்சு. அதது தலையெழுத்து. நடுவுளவன் எங்க? வூட்டாண்ட பாக்கவே முடியல. பள்ளிக்கூடமும் போவலையாம். என்னாதான் பண்றாரு தொரை?"

"நாலு ஊருக்கு நாட்டாமை பண்றாரு..." சொல்லிக் கொண்டே கன்னியம்மாள் துடைப்பத்தைத் தெரு திண்ணையில் ஈரம் போகத் தட்டிவிட்டு, உள்ளே போனாள்.

"அவென் வூடு தங்கறதில்லண்ணா."

கன்னியம்மாள் போய்விட்டாளா என்பதை உறுதிபடுத்திக் கொண்ட கந்தன், குரலைத் தாழ்த்தி,

"நான் கேள்விப்பட்றது அவ்ளோ நல்லா இல்ல, நடராஜி. அப்பன் இல்லாத பிள்ளைங்க தறுதலையா போச்சுன்னு சொல்லக் கூடாது. சட்டுபுட்டுன்னு அததுக்கு வழி பண்ணிட்டு, நீ தனியா போற வழிய பாரு. பெத்ததுக்குச் சித்திய வச்சி சோறு போடு, போதும்."

"வழி பண்றதுன்னா, எங்கியாவது கொண்டுபோய் விட்றதா என்ன?"

"நம்ம வூட்ல இதுவரைக்கும் யாரும் அப்டி இப்டின்னு பேர் வாங்கலை, இந்தப் பய அண்ணாமல, சந்தக்காரமூட்டு கழனிக்கட்டுக்கா நின்னு பீடி ஊதுறானாம். என்னைக்கோ ஒரு நாள் ராத்திரி அண்ணி தோப்புக்குப் போயிருக்கா. தனியாப் போனாளாம். பொம்பளைங்க ராத்திரில வரும்னு பொதுவா நாம ஆம்பளைங்க யாரும் தோப்புப் பக்கமே போமாட்டமே? இவ ஒக்காந்திருக்கா. தூரத்துல புள்ளியா மினுக் மினுக்குன்னு வெளிச்சமாம். பயந்து எழுந்துட்டாளாம். என்ன ஏதுன்னு தெரியாம நின்னிருக்கா. பாத்தா, பொகையா வருதாம். பயந்துபோய் யாரதுன்னு குரலு குடுத்திருக்கா. குரலு கேட்டவுடனே, மெதுவா நகர்ந்திருக்கான். நடந்துபோற வரைக்கும் பேசாம நின்னவ, தெருக்கிட்ட போம்போது அடையாளம் கண்டுபிடிச்சிருக்கா, அண்ணாமலன்னு. பிஞ்சிலயே முத்திப்போது. நீ ஒன்னும் பண்ண முடியாது."

நடராஜன் அமைதியாக இருந்தான், கையில் இருக்கிற துண்டால் விசிறி விட்டுக்கொண்டு.

“நம்ம பேச்ச கேக்கணும் பசங்கன்னா...”

“அடுத்த முறை அண்ணாமலை பீடி பிடிக்கிறதைப் பார்த்தீங்கன்னா, பில்டர் வச்ச சிகரெட்டா பிடிக்கச் சொல்லுண்ணா. கண்டத புடிச்சு ஒடம்பக் கெடுத்துக்கப் போறான்.”

“கண்டிச்சு வைப்பன்னு ஓங்கிட்ட சொன்னா, நீ நல்லா வழி சொல்ற பாரு.”

“அவெவன் செய்யறது அவெவனுக்கு...”

கந்தன் முகத்தில் அவமரியாதை தெரிந்தது. ஒன்றும் சொல் லாமல் எழுந்து போனார். பனியனைக் கையில் எடுத்துக் கொண்டு உள்ளே போக எழுந்த நடராஜனை, சம்பத் பெரியப்பா வின் குரல் நிறுத்தியது.

வடிவேல் பெரியப்பாவுக்கு ஒத்த வயது. ‘அவென் நிக்கிற எடத்துல ஒரு அடி மண்ணு வேகும்’ன்னு இவர் பேச்சு வரும் போதெல்லாம் அம்மா சொல்லும். பொதுவாக எந்த நல்ல காரியம் நடக்கப்போகிறது என்றாலும், முதல் ஆளாக அங்கு நிற்பார், நடக்கவிடாமல் கலைத்துவிட.

அவ்வளவு நல்ல மனிதர். அவர் மகன் பலராமனும் அப்படித்தான். அப்பன், மகன் இருவரும் செத்த எலியைத் தேடி வரும் காகம் மாதிரி, கெட்டதுக்கு மோப்பம் பிடித்துக்கொண்டு வந்துவிடுவார்கள்.

வயசுக்காகப் பொறுத்துக்கொண்டாலும் இவரை முன்னால் விட்டுப் பின்னால் பேசுவார்கள். இவரோடு வம்பு தும்பு வந்து விடாமல் கவனமாக இருப்பார்கள், ஏற்கெனவே அடுத்து கெடுப்பவர், வெற்றிலை பாக்கு வைத்து அழைத்ததுபோல் வந்து விடுவார் என்று.

பங்காளிகளில் பெரியவர் என்பதால் நடராஜன் அவரிடம் கொஞ்சம் அனுசரித்துதான் போவான். எட்டாவதுவரை படித்திருக்கிறார். வேலைக்குப் போகுமளவுக்கு இவர் படித்த காலத்தில் விவரம் இல்லாததால், பஜாரில் இருக்கும் கே.எம். பாட்சா கடையில் வேலை பார்த்தார். வேலை முடித்துத் திரும்பி வரும்போது பார்வை தடுமாறுகிறது என்பதால்

இரண்டு வருஷமாக வீட்டோடு இருக்கிறார். அவரின் இரண்டு மருமகள்களும் அவரின் கூப்பிட்ட குரலுக்கு ஒருநாளும் என்ன வென்று கேட்டது கிடையாது.

தாலி கட்டிக்கொண்ட கடமைக்குப் பெரியம்மா மட்டும் வேளாவேளைக்குத் தோட்டத்தில் கயிற்றுக் கட்டிலில் படுத்திருக் கும் அவருக்குச் சாப்பாடு கொண்டுபோய் கொடுத்துவிட்டு வருவார். பகலில் உடம்பு கொஞ்சம் நன்றாக இருப்பதைப் போலுள்ள நாளில் எழுந்து தெருவுக்கு வருவார்.

யார் திண்ணையிலாவது ஆள் இருந்தால் அங்கு உட்கார்ந்து விடுவார். அவர்களே எழுந்து போனால்தான் வேறு வழியில் லாமல் கிளம்புவார். பெண்கள் வெயிலுக்குத் தலையில் துண்டுபோட்டுக் கொண்டுபோனால், “என்னாடீ, முக்காடு போட்டுக்கிட்டுப் போறீங்க?” என்பார். “சும்மாதான், நெலா காயுது இல்ல. அதுக்குத் தான்” என எடக்காகப் பதில் சொல்லி விட்டுப் போவார்கள்.

இன்று நடராஜன் உட்கார்ந்திருப்பதைப் பார்த்து அருகில் வந்து உட்கார்ந்துவிட்டார்.

“கன்னிம்மா எங்க? ஒரு சொம்பு தண்ணி எடுத்தார சொல்லு.”

நடராஜன் உள்ளே திரும்பி, தேவியிடம் சொன்னான்.

“பொண்டாட்டி வந்தவுடனே அம்மாவை உட்றதா?”

“அம்மா இப்பத்தான் தெருவ பெருக்கிட்டுப் பின்னால போயிருக்கு. கை கால கழுவிக்கிட்டு வந்துச்சோ என்னமோ..!”

“இன்னிக்குக் காலம்போற போக்கச் சொன்னன்ப்பா. நீ எதுலயும் ஒரு போக்கான ஆளுதான? ஒன்ன சொல்ல முடியுமா?”

நிஜார்கூடப் போடாமல் தெருவில் விளையாடிக் கொண் டிருந்த சுப்ரமணி, ஓடிவந்து நடராஜனின் மடியில் உட்கார்ந்தான். உடம்பு முழுக்க மண்.

“என்னப்பா இப்டி மண்ணா இருக்கு? நிஜார் போடாம தெருவுல விளையாடக் கூடாதுன்னு சொல்லியிருக்கேனா இல்லையா? ஓடு. அண்ணிகிட்ட ஒரு ஜோடுதலைத் தண்ணிய வாங்கி ஒடம்புல ஊத்திக்கிட்டு, டவுசர் போட்டுக்கிட்டு ஓடியா!”

சுப்ரமணி நடராஜனின் மடியில் இருந்து எழுந்து நின்று சம்பத்தைப் பார்த்தான். அவர் அருகில் போனான். கைத்தடியை முன்னால் ஊன்றி, அதில் முகத்தை முட்டுக் கொடுத்து வைத் திருந்தார். சுப்ரமணி, சட்டென்று அவரின் கைத்தடியை முன்னால் தட்டிவிட்டான். கைத்தடி நகரவும், அவர் தடுமாறி முன்னால் விழப்போவதைப்போல் சாய்ந்தார். நடராஜன் சட்டென்று அவரின் கையைப் பிடித்தான்.

"ஏன்ப்பா, என்னாத்துக்கு தட்டிவிட்ட?" என்று குரலில் கொஞ்சமும் கோபம் தெரியாமல் கேட்டான்.

"கண்டவனுக்குப் பொறந்தது. மொளச்சி மூணு எலை விடலை. என்னா பண்ணுது பாத்தியா?"

வழக்கமான நேரமாக இருந்தால் தம்பியைப் பற்றிப் பேசியதற்கு நடராஜன் கோபப்படுவான். தம்பி செய்தது தவறு என்பதால் அமைதியாக இருந்தான்.

"இதையெல்லாம் எப்டித்தான் நீ கரையேத்தப் போறியோ? சிண்டும் சிலுவானுமா ஒங்கப்பா விட்டுட்டுப் போயிட்டான். பெரிய குடும்பம். கடையும் எடுத்துட்டேனு சொன்னாங்க. முன்னல்லாம் ரோட்டு கடைக்கு டீ குடிக்க வருவேன். இப்போ எங்கியும் போறதுல்ல."

நடராஜன் அமைதியாக இருந்தான்.

"நடுவுளவன் பள்ளிக்கூடம் போறானா?"

"இஷ்டப்பட்டாப் போவான்."

"சின்னப் பொண்ணு வயசுக்கு வந்துடுச்சா?"

"ஆமாம்."

"நீ ஒன்னும் ஒழைச்சு செலவு பண்ணாதே இதுங்களுக்கு. ஒங்கப்பன் விட்டுட்டுப் போயிருக்கிறத, ஒன்னு வித்து இதுங்கள படிக்க வைக்கிறதோ, கண்ணாலம் கட்டிக் குடுக்கிறதோ குடு. இல்ல, அவங்கங்கப் பாகத்தைப் பிரிச்சு கூர் சீட்டு எழுதிடு, பஞ்சாயத்தைக் கூட்டி. அவங்கவங்கப் பங்க வித்துச் சாப் பிடுறானோ, படிக்கிறானோ. அவெவன் பொறுப்பாயிடுச்சி."

"அப்பன் செத்து ஒரு வருஷமாவலை. அண்ணன்காரன் நடுத் தெருவுல வுட்டுட்டான் கூடப் பொறந்ததுங்களன்னு சொல்

றதுக்கா? ஒனக்கு மட்டும் எப்டிப் பெரியப்பா நல்ல யோசனையா வருது?"

"டேய் நடராஜி, நா அனுபவஸ்தன். தோளுக்கு வளர்ற வரைக்கும்தான் அண்ணன், தம்பி எல்லாமே. என்னதான் இருந்தாலும் அப்புறம் அவென் பங்காளிடா. ஒனக்கு மொத எதிரியா இருப்பான். பாரதக் காலத்துல இருந்து பங்காளிச் சண்டையப் பாத்துக்கிட்டுத்தானே இருக்கோம்."

"பங்காளியோ பகையாளியோ அவங்கல்லாம் வளந்து தலையெடுக்கிற வரைக்கும் அவங்களுக்குச் சேர வேண்டியத நான் கை வைக்க மாட்டேன்."

"இப்பச் சொல்றது ஒனக்கு அப்டித்தான் இருக்கும். நான் இருப்பேனான்னு தெரியாது. செத்துப்போனாலும் இந்தப் பெரிப்பன் சொன்னத நெனச்சுப் பாப்ப."

"நான் என்ன அவெங்க வூட்ல போய் சோத்துக்கு ஒக்காரப் போறனா? அப்டி போறதா இருந்தாத்தான் நீங்க சொல்றதெல்லாம். தகப்பன் ஸ்தானத்துல எங்கப்பா என்ன ஒசத்திட்டுப் போயிருக்காரு. அதைச் செஞ்சிட்டாப் போதும். அவெங்க யாரும் எனக்கு இதச் செய்யணும், அதச் செய்யணும்னு நான் போய் எந்தக் காலத்திலும் நிக்கப் போறதில்ல."

"நீ நிக்க வேணாம். அவென்ல்லாம் ஒன் கையில இருக்கிறத புடுங்கிட்டு ஓடப் போறான் பாரு."

"நானேதான் குடுத்துடுவேனே."

"என்னமோப்பா..?"

"நீ ஒன்னும் பெருமூச்சு விடாதே. எங்க யாரு நல்லா இருந்துடுறாங்களோன்னு கொள்ளிக் கண்ண உருட்டிக்கினு வந்துடுவியே. இந்தா... தண்ணியக் குடிச்சிட்டு கௌம்பு. மிச்சத்த காலுக்கடியில ஊத்து, எப்படியும் அரையடி மண்ணு வெந்திருக்கும். குளுரட்டும்."

கன்னியம்மாள் தண்ணீர் சொம்பை 'ணங்'கென்று சத்தமாக வைத்தாள். தண்ணீர் வெளியில் தெறித்தது. கன்னியம்மாளை எதிர்பார்க்காத சம்பத், தண்ணீர் சொம்பு வைத்த வேகத்தில் அதிர்ந்தார்.

தான் பேசியதைக் கேட்டுவிட்டாளோ என்று அச்சம் ஒருபுறம். கேட்டாலும் என்னப் பண்ணப் போறா என்ற அசட்டை மறுபுறம். நடராஜனுக்கு உள்ளுக்குள் உடைந்தது மனசு.

உடம்பைக் கழுவி நிஜார் போட்டுக்கொண்டு வெளியில் ஓடி வந்த சுப்ரமணியை இழுத்துக் கன்னத்தோடு கன்னம் வைத்து உரசி, முத்தம் கொடுத்து அணைத்துக்கொண்டான்.

சம்பத் பெரியப்பா எழுந்துபோகும் காலடிச் சத்தத்தைக்கூட கேட்க விரும்பாமல் அவன் காதுகள் மூடிக்கொண்டன.

24

நினைத்ததைப் போலவே சிங்காரம் வீட்டுக்கருகில் வந்தவுடன் பிரச்சினை வந்துவிட்டது.

தொண்டர்கள் ஓட்டு கேட்டுக்கொண்டு வீடு வீடாகச் சென்று கொண்டிருந்தார்கள். முதலிலேயே அவர்களுக்குச் சொல்லப்பட்டு இருந்தது; ஊரிலுள்ள காங்கிரசு அபிமானிகள் வீடுகளில் யாராவது வெளியில் இருந்தால் மட்டும் நோட்டீஸ் கொடுத்து ஓட்டுக் கேட்பது, இல்லை நேராக அடுத்தடுத்த வீடுகளுக்குப் போவது என்று.

வீட்டைப் பெரிதாகக் கட்டியவுடன் தெருக் கதவைச் சாத்தி வைப்பதுதான் ஊர்ப் புதுப் பணக்காரர்களின் முதல் வேலை. சிறியதாக ஓர் இரும்புக் கதவோ, கிராதியோ வைத்து அதைப் பகலிலும் சாத்தி வைத்துவிடுவார்கள். சட்டென்று அவர்கள் வீட்டில் யாரும் நுழைந்துவிட முடியாது. சனங்களிடமிருந்து தங்களைக் கொஞ்சம் விலக்கி வைத்துக் கொள்ளும்போதுதான், தங்களுக்குப் பணக்கார அந்தஸ்து வருவதாக நம்பிக்கை.

ரகசியம் எதுவுமே இல்லை என்று நல்லூரின் எல்லாக் கதவுகளும் திறந்திருக்கும். அடுப்பங்கரை வரை யாரும் வரலாம், போகலாம். வீட்டில் ஆள் இருந்தால் சொல்லிவிட்டு எடுத்துப் போவார்கள். ஆள் இல்லையென்றால் இரண்டு வெங்காயமோ, ஒரு தக்காளியோ, தாளிக்க கடுகோ தேவையானதை எடுத்துக் கொள்வார்கள். அடுப்பில் இருந்து நெருப்பு எடுத்துக்கொண்டு போக, எல்லா வீடுகளிலும் நுழைந்து வருபவர்களும் உண்டு.

பெரிய சாவு, கல்யாணம் என்றாலும் வயசானவர், கண் பார்வை குறைந்தவர், கை, கால் ஓய்ந்தவர்கள் யாரையாவது

வீட்டுக் காவலுக்கு வைத்துவிட்டுத்தான் கிளம்புவார்கள். பெரும்பாலும் விளக்கு வைப்பதற்குள் ஓராளாவது வீட்டுக்குத் திரும்பிவிடுவார்கள்.

பல வீடுகளில் கதவைச் சாத்தவே முடியாது. இரண்டு அறைகள் கொண்ட வீடாக இருந்தாலும் இரண்டு அறையிலும் தறி போட்டிருப்பார்கள். வீட்டுத் தாழ்வாரத்தில், தார் சுத்துவது, நூல் இழைக்கும் வேலை. குழந்தைகள் அதிகமிருக்கும் வீட்டில் இரண்டிரண்டு தார் சுத்தும் ராட்டினமும், நூல் இழைக்கும் ராட்டினமும் இருக்கும். வாசலில் பாவு நூல், உண்டை நூல் காயும். வீட்டுக் கதவுக்குப் பின்னால் குதிரை கட்டுகள் நின்றிருக்கும். அலுவு கட்டு வைக்கவே பல வீடுகளில் இடமிருக்காது.

தாழ்வாரத்து மூலையில் அடுப்பங்கரை. மற்றொரு மூலையில் உரலும் அம்மியும் கிடக்கும். கூடத்தை ஒட்டிய வாசலிலோ, தோட்டத்து வாசலிலோதான் பாத்திரம் கழுவுவது, குளிப்பது, துணி துவைப்பது, சாப்பிடுவது, தூங்குவதும். நல்லூரின் வீடுகளுக்குக் கதவு என்பது ஆடம்பரம்.

நடராஜன் கூட்டத்தில் தெளிவாகவே சொல்லியிருந்தான். காங்கிரசு கட்சிக்காரர்களைவிட காங்கிரசு அனுதாபிகள் ஊரில் அதிகமிருக்கிறார்கள். பத்து வீடுதான் இருக்கும் என்றாலும், அவர்கள் பத்துப் பேரும் தினம் இருபது முப்பது பேரைப் பார்ப்பவர்கள். கழனி வைத்திருப்பவர்கள், தங்களிடம் கழனி வேலைக்கு வருகிறவர்களிடம் வரப்பில் நின்றபடியே ஊர்க் கதையெல்லாம் கேட்பதோடு, அரசியல் நிலவரமும் பேசுவார்கள்.

“என்னாங்கடா ஏழை, பாழை, சாதி வித்தியாசமெல்லாம் இல்லைன்னு பேசிக்கிட்டுத் திரிஞ்சா போச்சா? அவெவனுக்கு ஏத்த தொழிலத்தான் அவெவன் செய்வான். சாதி இல்லைன்னு சொல்றானுங்களே, இவனுங்கப்போய் தோட்டி, தலையாரி வேலை செய்யச் சொல்லேன். முள்ளுத்தோப்புல இருக்கப் பீய அள்ளிக் கொட்டச் சொல்லேன்” என்று எகத்தாளமாய்ச் சொல்வார்கள்.

“சாமி இல்ல, சாமி இல்லன்னு சொல்லிட்டு? மனுஷன் எதையாவது பாத்து, ரெண்டு கையை எடுத்துக் கும்பிட்டு

நின்னான்னாதான், அவெனுக்கே அவென் கட்டுப்படுவான். அவென சாமிகிட்ட இருந்து கழட்டி விட்டுட்டோம்னா மோசமான மிருகமாயிடுவான். இதெல்லாம் புரியாமயா ஊருக்கு நாலு சாமிய வச்சிட்டுப் போயிருக்காங்க நம்மாளுங்க? ஒவ்வொரு சாமியா பாருங்க? ஒவ்வொன்னும் ஒவ்வொரு கொணம். மனுஷ கொணம் எத்தன இருக்கோ அத்தன சாமி இருக்குப் பாருங்க. சாமி இல்ல, பூதம் இல்லன்னு... தூத்தேறி. சாதி மட்டும் என்னா சும்மா வந்துடுச்சா? அவெவன் லட்சணம் என்னவோ அதான் அவென் சாதி புத்தி. என்னடா கர்ணா? நான் சொல்றது சரிதானே? காலனியில கீற நீயும் நானும் என்னிக்காவது ஒன்னாவ முடியுமா? ஒன் வயசுக்கு எங்க தாத்தாவையே பாத்திருப்பியே?" என்பார்கள்.

தறிக்கு நூல் கொடுத்து வாங்கிற முதலாளிகள் ஐந்தாறு பேர் இருக்கிறார்கள். அவர்களும் தங்கள் பங்குக்குத் தினம் சங்கு ஊதுகிறவர்கள். நூல் எடுக்க அவர்கள் வீட்டுக்குப்போய் நின்றால், கணக்கைப் பார்த்தவுடன் நூலெடுத்துப் போடமாட்டார்கள். "மயிராண்டில்லாம் ஊரை மாத்திப்புடுவீங்களாடோய்? கோமணம் கட்டியிருந்தா நீங்கள்லாம் காந்தியாயிட முடியுமா? கையில அஞ்சு காசு கெடையாது. நல்லாப் பேசத் தெரியும்னு அவெவன் கூட்டம் கூட்டிப் பேசுனா, ஆன்னு வாயப் பொளந்து கேட்டுக்கிட்டு வந்து, அந்தச் சரக்கையெல்லாம் இங்க எறக்குறதா? இடுப்புச் சோமன் கட்டக் கூட ஒங்களுக்கு வக்கில்ல. இதுல தனிநாடு வேணுமாம், இந்தி வேணாமாம். காமராஜரும், ராஜாஜியும் ஒழியணுமாம். அண்ணாதுரையும் நெடுஞ்செழியனும் வாழணுமாம். யார்டா மயிராண்டிங்க இவெனுங்கல்லாம். காமராஜரை வுடு. ராஜாஜி நெழலக் கூடத் தொட முடியுமாடா ஒங்களால? அண்ணாதுரைக்கு வாயில வேணா வசம்பு வச்சு தேச்ச மாதிரி பேச்சு சுத்தமா இருக்கலாம். பேச்சு ஒட்டாயிடுமா?" என நூல் எடுக்கப் போகிற எல்லாரிடமும் நிற்க வைத்து அரைமணி நேரம் பேசிவிட்டுத்தான் பாவு நூல் கொடுப்பார்கள்.

பாவு நூலும் உண்டை நூலும் சேர்த்துக் கொடுக்க மாட்டார்கள். "போய் மொதல்ல பாவு தோய். நீ பாவு தோயறிய்யா? இல்ல பாவு நூலை வித்துத் துன்னுடுறியான்னு தெரியாம உண்ட நூல ஒங்கிட்ட தூக்கிக் குடுத்துடுவமா?" என்று விரட்டுவார்கள்.

பாவு தோய்ந்த பிறகு போய் நின்றால், தறியில் இன்னும் எத்தனை சேலை இருக்கு நெய்யறதுக்கு என்று விரட்டுவார்கள். அழுதழுது அவர்கள் கொடுக்கும் நூலை வாங்கிக் கொண்டு வந்து நெய்தாலும், ஒரு குடும்பமும் ஓகோவென்று இருந்த தில்லை. ஒவ்வொரு முறை கூலி கொடுக்கும்போதும், "என் பொண்டாட்டித் தாலியறுத்துத் தான் கொடுக்கிறேன்" என்று சொல்லித்தான் கூலியே கொடுப்பார்கள். காங்கிரசு அனுதாபமும் திமுகவின் வெறுப்பும் சேர்ந்து அவர்கள் தங்கள் நெசவாளிகளிடம் காழ்ப்புணர்ச்சி காட்டுவார்கள்.

தங்களிடம் கூலிக்கு வேலை செய்கிறவர்கள் என்ற அதிகாரமும், உருப்படாத கட்சியைத் தலையில் தூக்கி வைத்துக் கொண்டு ஆடுபவர்கள் என்ற ஆத்திரமும் இருப்பதால் நடராஜன் அவர்கள் வீட்டின் முன்நின்று பிரச்சாரம் செய்ய வேண்டாம் என்று சொல்லியிருந்தான். ஆண்கள் இல்லாமல் பெண்கள் மட்டும் நின்றுகொண்டிருந்தால் அவர்களிடம் உதயசூரியன் சின்னத்தைக் காட்டி, விளக்கிச் சொல்லுமாறு சொல்லியிருந்தான்.

தங்களிடம் நூல் எடுக்க வருகிறவர்களிடமும், கழனிக்கட்டில் வேலை செய்பவர்களிடமும், யாருக்கு ஓட்டுப் போடுறது? யார் ஜெயிப்பாங்க? என ஊர் நிலவரம் கேட்கிறார்கள் எனத் தெரிய வந்தது. அதனால் அவர்களை எப்படியும் தங்கள் கட்சிக்கு ஓட்டுப் போட வைத்துவிட முடியும் என்பது நடராஜனின் நம்பிக்கை. முதலாளி வீட்டுப் பெண்கள் தங்கள் வீட்டு ஆண்கள் சொல்வதை மீறிச் செய்ய சந்தர்ப்பம் பார்ப்பார்கள் என்றும் பல சந்தர்ப்பங்களில் பார்த்திருந்தான்.

அட்டையில் சின்னப் பிள்ளைகள் உதயசூரியனை வரைந்து கையில் பிடித்து வந்தார்கள். உதயசூரியன் சின்னம் வந்தவாசி அபேட்சகருக்குக் கிடைத்ததில் கிளைக்கழகத்தில் இருந்த எல்லாருக்கும் மகிழ்ச்சி. நாவலர் போன்ற முக்கியமான தலைவர் களுக்கே உதயசூரியன் சின்னம் கிடைக்கவில்லை. சேலத்தில் சேவல் சின்னத்தில்தான் அவர் நிற்கிறார்.

பூட்டின இரட்டை மாட்டுவண்டி சின்னத்திற்கு ஏற்கெனவே ஓட்டர்கள் பழகியிருந்தார்கள். அந்த அபேட்சர்கள் யாரும் வீடு வீடாய் வந்து ஓட்டுக் கேட்பதில்லை. இரண்டு மூன்று கார்களில் வருவார்கள். தெருவுக்கு ஒரு முதலாளி வீட்டுக்குப் போவார்கள்.

உள்ளே உட்கார்ந்து முதலாளிகள் கொடுக்கிற டீயோ, காப்பியோ குடித்துவிட்டு, வெற்றிலை பாக்குப் போடுவார்கள். "அதெல்லாம் நாங்கப் பாத்துக்கிறோம். இவனுங்கல்லாம் என்ன கை நாட்டு. இவனுங்களுக்கு என்னாத் தெரியப்போது. ரெட்டை மாட்டுல குத்துடான்னா குத்திட்டு வரப்போறான். இன்னொன்னு அவெவனுக்கு ஓட்டு இருக்குன்னே பாதிப் பேருக்கு தெரியாது. எவென் வரிகட்டுற சொத்து வச்சிருந்தான்? ஆடு வச்சிருந்தானா? சைக்கிள் வச்சிருந்தானா? இல்ல ரேடியோ பெட்டி வச்சிருந்தானா? யார் வேணா ஓட்டுப் போடலாம்னு சொன்னவுடனே ஓட்டுக்கு மரியாதைப் போச்சு. இனிமே நீட்ற எடத்துல குத்த வேண்டியதுதான். அதெல்லாம், நாம சொல்லிட்டா மீற மாட்டானுங்க" என்று முதலாளிகள் சொல்வதை நம்பி கிளம்பிவிடுவார்கள். ஊருக்கு ஒன்றிருவர் தேர்ந்தெடுத்துதான் காங்கிரசுகாரர்கள் பார்ப்பது.

நடராஜன் அவர்களின் திமிரை உடைக்க நினைத்தான். "ஒவ்வொரு வீடாப் போறோம், வீட்ல இருக்கிற ஒவ்வொரு ஆளாப் பாக்குறோம். அவெவங்களுக்கும் தனித்தனி அபிப்ராயம் இருக்கும். அவெங்கவங்க அபிப்பிராயத்துக்கு ஓட்டுப் போடணும். யார் நிக்கிறாங்க, எந்தக் கட்சி, சின்னம் என்ன, கட்சி ஆட்சிக்கு வந்தா என்னென்ன செய்யும், இதை எடுத்துச் சொல்றதுதான் நம்ம வேலை" என்று சொல்லி, அதைப் பணிவோடு செய்ய வேண்டும் என்றும் சொல்லியிருந்தான்.

காலை ஆறுமணிக்கே மும்முனி குளக்கரையில் ஐம்பது பேருக்குமேல் கட்சித் தொண்டர்கள் கூடிவிட்டார்கள். சொந்த சைக்கிள் வைத்திருந்தவர்கள், அவர்கள் சைக்கிளில் ஏற்கெனவே கறுப்பு-சிவப்புக் கொடி கட்டியிருந்தார்கள். முன்னால் உதயசூரியன் சின்னம் வரைந்த பதாகையும். மற்றவர்கள் ஒவ்வொருவராக வாடகை சைக்கிள் எடுத்துக்கொண்டும், கடன் வாங்கிக்கொண்டும் வந்து சேர்ந்திருந்தார்கள். இருபது, இருபத்தைந்து பேர் சைக்கிளோடு வந்து சேர்ந்தவுடன் அந்த இடம் களைகட்டியது. சின்னப் பிள்ளைகள் தெருத் திண்ணைகளிலும் சுவரிலும் உதயசூரியன் சின்னத்தை எழுதுவதற்காகக் கையில் கரித்துண்டும், கோவை இலைகளையும் வைத்திருந்தார்கள்.

நகரச் செயலாளரை வரச் சொல்லியிருந்தான் நடராஜன்.

திமுக அபேட்சகர் குப்பனும், ஆதிகேசவ ரெட்டியும் நகரத்தைச் சார்ந்தவர்கள் என்பதால் அங்கும் பிரச்சாரம் தீவிரமாகிக் கொண்டிருந்தது. தினம் உள்ளூர் மக்களை நடந்துபோய் சந்திப்பதும், ஓட்டுக் கேட்பதுமாக, திமுக அபேட்சகர்கள் கூடவே நிர்வாகிகள் இருக்க வேண்டிய கட்டாயம். நகரச் செயலாளரால் வர முடியவில்லை.

இரவு எட்டு மணிக்கு அவர் வர முடியாத செய்தி தெரிந்தவுடன் நடராஜன், வடிவேல் பெரியப்பாவைப் பார்த்தான். காலையில் ஏழு மணிக்கே அவர் கடைக்குக் கிளம்பிவிடுவார் என்று தெரியும். போய்த் தகவல் சொன்னான். 'நீங்கள் காலையில் ஆறு ஆறரை மணிக்கெல்லாம் மும்முனி குளத்தருகில் வந்து, ஓட்டுச் சேகரிப்பு பிரச்சாரத்தைத் துவக்கி வைக்க வேண்டும்' என்று சொன்னான்.

வடிவேல் பெரியப்பாதான் அம்மையப்ப நல்லூரில் முதன் முதலில் கறுப்புச் சட்டை போட்டவர். குடியரசு பத்திரிகைக்குச் சந்தாகட்டி வரவழைத்து, சாயந்திரமானால் அதிலுள்ள ஒவ்வொரு கட்டுரையையும், பெரியார் பேச்சையும் வயசுப் பையன்களைக் கூட்டி வைத்துப் படித்துக் காட்டுவார். திமுக பிரிந்து வந்தவுடன் அவரும் திமுகவுக்கு வந்தார். 'நீதிக்கட்சியில் இருக்கிறவர்கள் எல்லாம் மிட்டா மிராசுதாரர்கள், பண்ணையார்கள், பரம்பரைப் பணக்காரர்கள்தான். பணம் இருந்தால்தான் அந்தக் கட்சியில் மரியாதை. திராவிடர் கழகத்தில் பெரியாரைத் தவிர வேறு யாரும் பேச முடியாது. அவரே தான் சொல்றாரே, இங்க நான் சொல்றதைத்தான் கேட்டு நடக்கணும், ஆமாம் நான் சர்வாதிகாரிதான் என்று. அவர் சொல்ற கருத்துகள் எல்லாம் சரிதான். ஆனால் அவர் முசுடு. ஆலமரம் மாதிரி அவர் பக்கத்துல யாரும் அண்ட முடியாது. அவர் சொல்ற நியாயங்களைத்தான் அண்ணாதுரையும் சொல்றார். அண்ணாதுரை தான் வரட்டுமே மேல? நம்ம மாதிரி சுப்பனும் குப்பனும் எப்பத்தான் அதிகாரத்தில் உக்கார்றது? நம்ம பகுதியில் இருந்து ஒருத்தர் மேலே வந்ததா இருக்கட்டுமே' என்று அண்ணாதுரையை ஆதரிக்க நிறைய நியாயங்களை வைத்திருந்தார்.

"மாற்றமெல்லாம் தானா வந்துடாது. சனங்க மாறினாத்தான் வரும். இந்த சனங்கப் பன்னிக் கூட்டம் மாதிரி. போனா கும்பல்

கும்பலாத்தான் போவுங்க. அதுங்களுக்கு நல்லது எது, கெட்டது எதுன்னு தெரியாது. யார்னா கை காட்டினா அந்தப் பக்கம் போய்க்கிட்டே இருப்பாங்க. ஏன் எதுக்குன்னு கேக்கத் தெரியாது. கொஞ்சம் நாம கவனிக்காம விட்டம்னா, போன வழியே திரும்பி வந்துடுவாங்க. சனங்கள யாராவது ஒருத்தர் ஊராகாளி மாதிரி மேய்க்க கூட்டிக்கிட்டுப் போய் கூட்டிக்கிட்டு வந்து கொட்டாய்ல கட்டணும். எவெவனோ ஊராகாளியா இருக்கான். ஏன் நம்ம ஆளுங்க இருக்கக் கூடாது?" என்று கேட்பார்.

வடிவேல் பெரியப்பா ஒரு கருத்தைச் சொல்கிறார் என்றால் அதில் நியாயம் இருக்கிறதா இல்லையா என்பதைவிட மறுக்க முடியாது. அவர் குரலும் சொல்லும் தோரணையும், அதில் கலந்திருக்கும் வளைக்க முடியாத கம்பி போன்ற அதிகாரமும் எல்லாரையும் வசீகரித்துவிடும்.

தினம் ஒவ்வொரு கட்டுரையாக எடுத்து வைத்து விவாதிக்கச் சொல்லுவார். புரியுதோ புரியலையோ, முதலில் நடப்பது என்ன என்று படித்துப் பார் என்பார். திமுக கிளையைக் கட்டினதோடு, ஆடிக்கொரு கூட்டம் அமாவாசைக்கொரு கூட்டம் நடத்தினால் போதும் என்றிருக்க மாட்டார். தினம் சந்திக்க வேண்டும், கட்சி நடவடிக்கைகள், உலக நடப்புகள் எல்லாம் பேச வேண்டும். தலைவர்களின் நடவடிக்கைகள், கட்சி இன்னும் எப்படி வியூகம் அமைக்க வேண்டும் எல்லாம் பேசச் சொல்லுவார். ஏதோ இந்த ஊரில் இருக்கிறவர்கள் எல்லாருமே தேர்தலில் நின்று சட்டசபைக்குப் போகப் போகிறவர்கள் என்பதுபோல்.

அதற்கும் வடிவேல் பெரியப்பாவிடம் பதில் இருக்கும். "மக்கள் புத்திசாலியா இருந்தாத்தானே சட்டசபைக்குப் போறவன் புத்திசாலியாவோ தெறமசாலியாவோ இருப்பான்? மக்கள் புத்திசாலியா இல்லைனா அதிகாரத்துக்குப் போறவனுக்கு எதுக்குப் புத்தி? ஆட்டு மந்தைக்கு, ஒரு வயசான ஆடு பாதுகாப்பா இருந்தா போதாதா?" என்பார்.

கட்சி செலவுக்கு கணக்கு வழக்குப் பார்க்க மாட்டார். யாரும் கேட்கும்முன் அவரே செலவு செய்துவிடுவார். வரமுடியாத நேரத்திலும், தேவையறிந்து பணம் கொடுத்துவிடுவார். நடராஜன் பத்து வயதில் இருந்தே அவர் கூடவே அலைந்ததில், அவர் பற்றி நன்றாகப் புரிந்து வைத்திருந்தான். கொள்கைகளிலும்

ஈடுபாடு வந்திருந்தது. இளைஞர்கள் இருந்தால்தான் ஓடியாடி வேலை செய்ய முடியும், சனங்கக்கிட்ட போய்ப் பேச வேண்டும் என்றால் இளைஞர்கள் முன்நின்றால் தான் நல்லது, நின்று கேட்பார்கள் என்பார். அதைவிட, இளைஞர்களுக்கு இந்த வயதில் உண்டாகும் நற்சிந்தனையும் கட்சி ஈடுபாடும் அவர்கள் வாழ்க்கையில் அடுத்து வரப்போகிற முப்பது நாற்பது வருஷங்களுக்கு நீடிக்கும் என்று பலதையும் யோசிப்பார்.

"நீங்கதான் பெரிப்பா நாளைக்குத் தேர்தல் பிரச்சாரத்தைத் துவக்கி வைக்கணும். நகரச் செயலாளரைக் கூப்பிடலைன்னு சொல்லிடக் கூடாது இல்ல, அதான் கமால் பாஷாவைக் கேட்டேன். நேத்து மத்தியானம் நானும் சுபானுவும் போனோம். கோட்டைத் தெரு முழுக்க, ஒவ்வொரு தெருவா அபேட்சகர்கள் கூடப் போகணுமாம். அவர் ஏரியாக்காரர்ங்கன்றதால அபேட்சகர் குப்பனும், ஒவ்வொரு வீடாப் போய்ப் பாத்து ஓட்டுக் கேட்கிறார். நான் கூட இல்லைன்னா நல்லா இருக்காது. நீங்க ஆரம்பிச்சுக் கேளுங்க. நல்லூர்ல கொறஞ்சது ஆயிரம் ஓட்டு வந்துடணும். ரெண்டாவது பூத்து. ஓட்டு எண்ணும்போது மொதல்லயே ஏத்தமா போகணும். பாத்துக்கங்க. ஒரு ஓட்டு விடாதீங்க. காலனி முழுக்கப் போய்ப் பாருங்க. காங்கிரசுகாரன் காலனிக்குள்ளவே போமாட்டான். களத்துமேட்ல ஒக்காந்துக்கினு கூப்பிட்டனுப்பி அதிகாரமா சொல்லிட்டுப் போவான். 'டேய், எல்லாரையும் இழுத்துக்கிட்டு வந்து ரெட்டை மாட்டுவண்டியில குத்தச் சொல்லு, என்னா?' என எகத்தாளமாச் சொல்லுவான். ஒங்க ஊருக்குத்தான் ரெண்டு காலனி இருக்கு. உங்க ஊர் காலனி, கவுண்டருங்க காலனி ஒன்னு. ஊர் அளவுக்கு ஓட்டு இருக்கு. பக்கத்துலயே சாயபுங்க இருக்காங்க. அவெங்க எப்படியும் நமக்குத்தான் போடுவாங்கன்னாலும், நாமப் போய்க் கேக்கணும். எல்லா எடமும் போய்க் கேக்கறாங்க, நம்மள கேக்கலையேன்னு அவெங்க, டபாய்ச்சிடப் போறாங்க. தர்கா உள்ளயும் வுட்றாத நடராஜி" என்று சொல்லியனுப்பினார்.

'நீங்க வந்து தொடங்கி வைங்க, பெரியப்பா."

வடிவேல் தான் உட்கார்ந்திருந்த பெரிய சாய்வு நாற்காலியை விட்டு எழுந்திருந்து பக்கத்தில் இருக்கும் மர அலமாரியைத் திறந்தார்.

மூன்று அறைகள் கொண்ட அரையாள் உயர அலமாரி. அந்தக் காலத்தில் அவர்கள் அப்பா கட்டுக்கட்டாகப் பணம் வைத்திருப்பாராம். தாத்தா அளவுக்கு இல்லையென்றாலும், பெரியப்பாவிடமும் எப்பொழுதும் பணமிருக்கும். ஸ்பிரிட் வியாபாரம். காலை பத்து மணியில் இருந்து ஆறு மணிவரை வியாபாரம் 'ஜே ஜே'ன்னு இருக்கும்.

அலமாரியின் இரண்டாவது அறையின் வலப்புறம், உள்ளே ஓர் அறை வைத்துத் தைத்திருப்பார்கள். சின்னப் பெட்டிப் போன்ற அறையில் கட்டுக் கட்டாக எப்பொழுதும் பணமிருக்கும்.

பெரியப்பா அம்பது ரூபாய் எடுத்துக் கையில் கொடுத்தார்.

"எல்லாருக்கும் டீ, வடை வாங்கிக்குடு. வெயில் காலம். சோடா கிரஷ்னு சின்னப் பசங்க குடிக்கும். அதுங்களுக்கு வேணும்றத கொடு. காலையில நான் வந்துடுறேன்."

பெரியம்மா பணம் கொடுப்பதற்கு ஒன்றும் சொல்லாது. ஆனால் விளக்கு வைத்த பிறகு பணம் கொடுப்பதை விரும்பவில்லை.

"கண, காத்தால வாங்கிக்க வேண்டியதுதானே? அங்கத்தான் வரச் சொல்றியே? இப்ப ராவுல வாங்கிக்கினு போய் என்னாப் பண்ணப் போற?"

தெரு வாசலில் உட்கார்ந்திருந்த பெரியம்மாவுக்கு எப்படித் தான் தெரிகிறதோ? பெரியம்மா ஓரிடத்தில் இருந்தாலும் கண் வீடு முழுக்க இருக்கும். தோட்டத்தில் மாட்டுக்கொட்டகைக்கு ஆள்காரன் வந்து நிற்பதைக்கூட, நடுக்கூடத்தில் இருந்தபடியே சொல்லும். "ஒன் பெரியம்மாளுக்குக் கண்ணு உடம்பில் இல்ல. அந்த வூடே அதுக்குக் கண்ணுதான்" என்று அம்மா சொல்லும்.

நடராஜன் சங்கடப்பட்டுக்கொண்டு நின்றான். பெரியப்பா நீட்டும் ரூபாயை வாங்குவதா, வேண்டாமா என்று குழப்பம்.

"ரூபாய்க்குத் தெரியும் வெளக்கு வச்சாச்சு, பொழுது விடிஞ்சாச்சுன்னு. புடிப்பா. ஊரத் திருத்திடலாம். வூட்ல இருக்கிறவங்கள திருத்த முடியாது. போய் வேலையைப் பாரு. அங்க வந்து நான் ரூபா குடுக்கிறனா இல்லையான்னு பார்த்துக்கிட்டு இருக்கணும். கையில காசிருந்தா நீ தெம்பா வேலை செய்யலாம்."

“இருக்கட்டுமே பெரியப்பா, காலையில்தான் வாங்கிக்கிறேனே.”

“அவ சொன்னான்னு... நீ ஒரு ஆளு. நாம அவளுங்களுக்குக் கொஞ்சம் எடம் குடுக்கலாம்னு பாத்தாக்கூட அவளுங்களே கெடுத்துடுறாளுங்களே. வாங்கு. இல்லை, அவளுக்குத்தான் விழும் இப்ப.”

பெரியப்பாவின் கோபத்தை அதிகப்படுத்திவிடக் கூடாது என்பதற்காக நடராஜன் ரூபாயைக் கையில் வாங்கிக்கொண்டு, விறுவிறுவென்று வெளியில் நடந்தான்.

உள்ளே பார்த்து உட்கார்ந்திருந்த பெரியம்மா, அவன் வெளியில் வருவதைப் பார்த்து, தெருவைப் பார்த்துத் திரும்பி உட்கார்ந்தது. முகம் கடுகு போட்டால் பொறிவதுபோல் கடுகடுவென்று இருப்பது இருட்டிலும் தெரிந்தது.

காலை ஆறரை மணிக்கே களைகட்டியிருந்த கூட்டத்தைப் பார்த்து நடராஜனுக்கு உற்சாகமாக இருந்தது. பெரியப்பா, வெள்ளைச் சட்டையும் கறுப்புச் சிவப்புக் கரை சோமனும் துண்டும்போட்டபடி சைக்கிளில் வந்து இறங்கினார். அவர் ஓட்டும் போது பெரிய சைக்கிள்கூட சிறுத்துத் தெரிகிறது.

பெரியப்பா வந்து இறங்கியவுடன் சின்னப் பையன்கள் கைத் தட்டினார்கள். சுபானு பெரியப்பாவின் சைக்கிளை அவரிடமிருந்து வாங்கி, ஓரமாக நிறுத்தினான். கூட்டம் அமைதியானது. சிறு ஒழுங்கில் எல்லாரும் முன்பின்னாக அணிவகுத்தார்கள். நடராஜன் முன்னுக்கு வந்து நின்று, பெரியப்பாவைப் பேசுமாறு சொன்னான்.

வெயில் ஏறிக் கொண்டிருக்கவே பெரியப்பா ஒரு நிமிடம்தான் பேசினார். நேற்று சாயந்திரமே விளக்கமாகப் பேசிவிட்டதால், நம் உழைப்பு வெற்றியை ருசிக்கணும் என்று மட்டும் வாழ்த்தித் தொடங்கி வைத்தார்.

பள்ளிக்கூடம் படிக்கும் பிள்ளைகள் ஓவென்று இரைந்தபடி கையில் கறித்துண்டும் கோவையிலையுமாக முன்னால் ஓடினார்கள். கண்ணில் சிக்கிய காலி இடங்களிலெல்லாம் உதய சூரியனை வரைந்தார்கள். மலை மேலே இருந்து முகிழ்த்தெழுந்து வரும் இளஞ்சூரியன்கள்.

உரத்த குரலில், 'கடமை, கண்ணியம், கட்டுப்பாடு, தமிழும் இங்கிலீசும் நமக்கிருக்க, இந்தி நமக்கெதற்கு? போராடுவோம் போராடுவோம் திராவிடஸ்தானுக்காகப் போராடுவோம், கடவுளை வழிபடுபவர்களே, மனிதர்களை நிந்திக்காதீர்கள்' போன்ற கோஷங்களும் முழக்கங்களும் ஓங்கி ஒலித்தன.

ஊர்வலம் குளக்கரையைக் கடந்து, கடைவீதிக்குள் வந்தது. அப்போதுதான் ஒன்றிரண்டு கடைகளைத் திறந்தார்கள். டீக்கடைகளில் மட்டும் கூட்டம்.

சனங்கள் பாவு தோய்ந்து கொண்டிருப்பதால் எட்டு ஒன்பது மணிக்குத்தான், கடை வீதிக்குள் கூட்டம் சேரும்.

ஊர்வலம் முதலில் சன்னதி தெருவில் நுழைந்தது. மூன்று பாவுதான் தெருவில் தோய்ந்து கொண்டிருந்தார்கள். கஞ்சிப் போடத் தயாராக இருந்தது பாவு. சைக்கிள்களைத் தெரு ஆரம்பத்திலேயே விட்டுவிட்டு, தெருவுக்குள் நுழைந்தார்கள்.

வடிவேல் முதலியார், நடராஜன், சுபானு, கோபால், ஏ.என். பழனி உள்ளிட்ட முன்னணி கட்சிக்காரர்கள் ஒவ்வொருவரையும் கும்பிட்டபடி வந்தார்கள்.

நந்தகோபால் கஞ்சிப் பையுடன் தயாராக நின்றிருந்தார்.

"என்ன சித்தப்பா, காலையிலேயேவா?" என்று வடிவேலைப் பார்த்துக் கேட்டார்.

"டேய், மறக்காம உதயசூரியனுக்குப் போடணும். வூட்ல பரிபூரணத்துக்கிட்ட சொல்லு. பரிபூரணம் எங்க? நானே சொல்லிடுறேன்."

"அதோ கீறாளே. நீதான் ஊர்ல இருக்கிற ஆம்பளங்க மொத்தப் பேரையும் கூட்டிக்கிட்டுப் போயிட்டயே. பாவு தோய ஆளில்ல. சொல்லிடுறேன் சித்தப்பா. ஒன் பேச்சைக் கேட்டுக்காமயா ஓட்டுப் போட்டுடப் போறோம்?"

"போட மாட்டீங்கப்பா. ஆனா அப்படி நெனச்சு வீட்லயே இருந்துடக் கூடாது இல்ல?"

நடராஜன் அதற்குள் பாவு தோய்ந்து கொண்டிருக்கும் பெண்களிடம் துண்டறிக்கைக் கொடுத்தான்.

சாலாம்புரி | 249

“படிச்சிருந்தா எதுக்குக் காகுழியில கெடக்கிற ஒங்கண்ணனைக் கட்டிக்கிட்டு லோல் படணும்” என்று முகவாயைத் திருப்பினாள் சுசீலா. வெடாலில் இருந்து கட்டிக்கொண்டு வந்தவள்.

“ஆமாம், நீ படிச்சிருந்தா ஒங்கப்பா கலெக்டருக்குக் கட்டிக் குடுத்திருப்பார். பேரன் பேத்தி சம்பாதிக்கப் போற, இன்னும் எங்கண்ணனைக் கொற சொல்லு. நோட்டீஸப் படிக்க வேணாம், இதுல படம் இருக்குப் பாரு. உதயசூரியன். அதைப் பார்த்துக்க. அந்தச் சின்னத்துக்குத்தான் ஓட்டுப் போடணும். ரெண்டு ஓட்டு.”

“உதயசூரியனா? உதிக்காத சூரியன் இருக்கா என்ன நடராஜி?”

“அண்ணியாச்சேன்னு பாக்குறேன். எடக்குப் பேசாத. எங்க கட்சி ஆட்சிக்கு வந்துடும். வந்த பிறகு சொல்றேன். உதிக்காத சூரியன் எதுன்னு. பேச்சைக் கொறைச்சிட்டு, இந்தா இந்தச் சீட்ட வச்சிக்கப் பத்திரமா” என்று நகர்ந்தான் நடராஜன்.

“ஒவ்வொருத்திக்கிட்டயும் சொல்லி ஓட்டு வாங்குறதுக்குள்ள தாவு தீந்துடும்போல கீதே.”

சுபானு அலுத்துக்கொண்டான்.

“புதுசா சனங்கள பாக்குறோம். அப்டித்தான் இருப்பாங்க. இன்னொன்னு எல்லாம் நமக்கு வேண்டியதுங்க. ஒன்னுக்குள்ள ஒன்னு. வாயக் கௌறணும்னு ஏதாவது பேசுங்க. ஆனா நம்ம சொல்றத தட்டாம செய்யுங்க.”

பழனி, வயதான கிழவிகள் இரண்டு பேரிடம் சொல்லிக் கொண்டிருந்தான்.

“இன்னும் ஒரு மாசம் இருக்கு. ஓட்டுப் போடுறதுக்குள்ள மேல போயிடப் போறீங்க. ஒழுங்கு மரியாதையா ஓட்டுப் போட்டுட்டு, நிம்மதியாப் போய்ச் சேருங்க, என்ன?”

“நீதான் சோறு போடுறீயா, மேல அனுப்பறதுக்கு? போய் வாயக் கழுவுடா பாடாளப்பா” என்றது ஒரு கிழவி.

“எங்க குத்தணும், எப்படிக் குத்தணும்ல்லாம் எனக்குத் தெரியாது கண. நீ போடுறியா என் சீட்ட?” இன்னொரு கிழவி கேட்டது.

“எலெக்ஷன் அன்னிக்கு ஆளு வா. நான் குத்திக்கிறேன். சரி, காதல் வாங்கிக்கிட்டு வந்து குடுத்தாரா தாத்தா?”

“ம்க்கும், எங்க வாங்கியாந்து குடுத்தாரு. நீ சாப்ட்டுப் பாத்து நல்லா இருக்குன்னு சொன்னன்னும் சொல்லிப் பாத்துட்டேன். அந்தக் கெழவன் போடி போக்கத்தவளே, காதல் வேணுமாம், காதல்னு மூஞ்சில குத்திட்டுப் போறான்” முகவாயை இடித்துக் கொண்டு குரலைத் தாழ்த்திச் சொன்னாள் கிழவி.

“நீ பஜாருக்குப் போனா வாங்கியாயேன். துக்காணி எம்மாத் திரம்னு சொல்லு. நான் குடுத்துடுறேன். வயசான காலத்துல அதையுந்தான் துன்னுப் பாத்துடுவோமே. பட்டுனு போயிட்டா ஆவி வேவாது அப்புறம்” சொல்லியபடியே சுருக்குப் பையை அவிழ்க்கப் போனது.

பக்கத்தில் நின்றிருந்த எல்லாரும் சிரித்தார்கள்.

“பாட்டி, அது வெல அதிகம்” என்றான் கோபால்.

“என்ன மசுறு துக்காணி. நீ வாங்கியா கண. நான் கெழவன் கிட்ட இருந்து எடுத்துக் குடுக்கிறேன். புதுசா ஒரு பலகாரம் வந்துச்சுன்னா அதைச் சாப்பிட்டுப் பாத்துடணும்.”

எல்லாரும் சத்தம் போட்டுச் சிரித்தார்கள்.

“கெழவி, இந்தா இதைக் கையில வச்சிக்க. சூரியனைப் பாத்துக்க. இதுக்குத்தான் ஓட்டுப் போடணும் சரியா? நீ ஓட்டுப் போட்டா நான் வாங்கிக்கினு வந்து தர்றேன்” என்று சொல்லி, நோட்டீஸைக் கையில் கொடுத்தபடி நகர்ந்தான் பழனி.

ஒரு நாள் பொன்னம்மாள் பாட்டியிடம் கஞ்சிப்பை இழுத்து விட்டு வந்து தெருத் திண்ணையில், ‘அக்கடா’ என்று உட்கார்ந்தார் நந்தகோபால். அவரிடம் பொன்னம்மாள் பாட்டி, ‘கோவாலு, ரேடியோ பொட்டியில அடிக்கடி காதலு காதலுன்னு என்னமோ சொல்றான்’ என்று கேட்டிருக்கிறது.

அவரும் சும்மா இல்லாமல், ‘அதுவா மாமி, நீ சாப்ட்டுப் பாத்ததே இல்லையா? மாமா ஒருவாட்டிக் கூடவா வாங்கிக் குடுத்ததில்ல? என்னா ருசியா இருக்கும் தெரியுமா? இப்ப இந்தப் பலகாரம்தான் ஊர் முழுக்கப் பேமசு. வாங்கிச் சாப்பிடு மாமி’ என்று சொல்லிவிட்டார்.

அன்றுமுதல் தெரு திண்ணையில் உட்கார்ந்திருக்கும் பொன்னம்மாள் பாட்டியை யார் கடந்து சென்றாலும், "டேய் கண, பஜாருக்காப் போற? என்னமோ காதலுன்னு புதுப் பலகாரம் வந்திருக்காமே? வாங்கியார்றீயா? துக்காணி கையில வச்சிருக்கேன். இப்பவே வேணும்னா கூட வாங்கிக்கிறீயா?" என்று கேட்டு, சுருக்குப் பையை அவிழ்க்கும். பலர் சிரித்துக்கொண்டு போய்விடுவார்கள்.

சிலர், "மாமாதான் அந்தப் பலகாரத்தை வாங்கித் தரணும் மாமியோவ்" என்று சொல்லிவிட்டு விரைவார்கள்.

"அந்தப் பாடாளப்பன் என்னைக்கு அதப் பாத்தேன் நல்லாயிருந்துச்சு, இதப் பாத்தேன் நல்லாயிருந்துச்சுன்னு வாங்கிக்கினு வந்து குடுத்திருக்கான். அவென் சரியில்லன்னுதானே ஒங்கிட்ட காதலு வாங்கியாரச் சொல்றேன்" என்று கழுத்தை நொடிக்கும்.

இன்றும் மறக்காமல் கேட்டுவிட்டது பொன்னம்மாள் பாட்டி.

பாவின் இரண்டு பக்கமும் நின்று கொண்டிருக்கும் எல்லாரிடமும் ஒவ்வோராள் போய்ப் பார்த்துப் பேசினார்கள். பாவு தோய்பவர்களும் ஓட்டுக் கேட்பவர்களுமாக 'ஜே ஜே' என்று திருவிழாபோல் ஆரவாரமாக இருந்தது தெரு.

தெரு ஓரத்திலிருந்த முருங்கை மரத்திலும் தென்னை மரத்திலும் கரியால் உதயசூரியன் வரைந்துகொண்டு சென்றார்கள் சிறுவர்கள். சன்னதி தெருவில் ஏறக்குறைய ஒவ்வொரு வீட்டின் முன்னும் தெரு சாக்கடையை ஒட்டி, கட்டாயம் ஒரு முருங்கை மரமோ, தென்னை மரமோ இருக்கும். பாவு நூல் கம்பெனி வைத்திருக்கும் பெருச்சாளி குமாரசாமி வீட்டில் மட்டும் வரிசையாகத் தென்னை மரங்கள் இருக்கும். அந்தக் காலத்து வீடு. அண்ணன் தம்பிகள், பங்காளிகள் பாகம் பிரிக்கவில்லை என்பதால் வீட்டு நீளத்திற்கு அவர்களுக்குத் தெருவும் பெரிதாக இருந்தது.

நல்லூரில் காங்கிரசுக்காரர்களைப் பழம் பெருச்சாளி என்று சொல்வார்கள். குமாரசாமிக்குப் பெருச்சாளி என்பது காரணப் பெயர்தான். தெருப்பக்கமும், தோட்டப் பக்கமும்,

கொஞ்சங் கொஞ்சமாகப் பக்கத்து வீட்டு இடத்தைப் பிடித்து வைத்திருக்கிறார். ஐந்து தென்னை மரத்தில் ஒன்றரை மரம் இரண்டு பக்கமும் உள்ள வீட்டுக்காரர் இடத்தில்தான் இருக்கின்றது. தோட்டத்தில் அவரின் குப்பையில் பாதி, பக்கத்து வீட்டு இடத்தில் கொட்டிக் கிடக்கிறது.

குமாரசாமியின் தென்னை மரத்தில் இரண்டு மூன்று சிறுவர்கள், கரித்துண்டினால் உதயசூரியன் சின்னத்தை வரையத் தொடங்கினார்கள் போலிருக்கிறது. கூட்டம் ஏற்கெனவே திருவிழா போல் பாவு தோய்ந்து கொண்டிருந்தவர்களிடம் ஓட்டுக் கேட்டுக்கொண்டிருந்ததில் சிறுவர்களைக் கவனிக்கவில்லை.

வீலென்று கத்தின குரல் கேட்டு, பக்கத்தில் இருந்தவர்கள் என்னவோ ஏதோவென்று திரும்பிப் பார்த்தார்கள். “எப்பா, இந்தக் கெழவன் அடிச்சிட்டான்” என்று பையன் கத்தியழுதான். கோயில் தெரு குமாரும் அவன் மனைவியும் கூச்சலிட்டபடி ஓடிவந்தார்கள். ஏதோ பெரிய அடிதடி என்று நடராஜனும் வடிவேலும் ஓடினார்கள். அருகில் போனவுடன்தான் தெரிந்தது, குமாரசாமியின் தென்னை மரத்தில் உதயசூரியன் வரைந்திருக்கிறான் சின்ன பையன்.

குமாரசாமி காங்கிரசுகாரர். கறுப்புச் சட்டைக்காரங்களைப் பார்த்தாலே பாம்பைப்போல் விஷத்தைக் கக்குவார். ஊரில் கட்சிக் கூட்டம் போட்டாலும் அழைப்பே இல்லாமல் வந்து உட்கார்ந்துகொண்டு, கேள்விமேல் கேள்வி கேட்டு வாய்க்கு வந்ததைத் தூற்றிவிட்டுச் செல்பவர். குமாரசாமி வீடுபோல் ஊரில் பத்து வீடுகள் இருக்கின்றன, அங்கெல்லாம் பட்டும் படாமலும் சூழ்நிலைக்கு ஏற்றவாறு நடந்துகொள்ள வேண்டுமென்று இரவே நடராஜன் எச்சரித்திருந்தான்.

சின்ன பையனுக்குத் தெரியாதென்பதால் எல்லா இடங் களிலும் வரைவதுபோல், அவரின் தென்னை மரத்திலும் வரைந் திருக்கிறான். பின்னால் இருந்து வந்த குமாரசாமி, பிள்ளையை விரட்டாமல் முதுகில் சுளீரென்று ஓர் அறை வைத்திருக்கிறார்.

குமாரின் மனைவிதான் முதலில் ஓடி வந்தாள். “அய்யோ, அஞ்சு வெரலும் முதுகுல பதிஞ்சிருக்கே? பாடாளப்பா, ஒன் கையை முறிச்சு அடுப்புல வைக்க. பச்சப் பிள்ளையை

அடிக்க ஒனக்கு எப்டி மனசு வந்தது? ஒன் எடத்துலயா மரம் வச்சிருக்க? பேர் வச்சிருக்காங்கப் பாரு பெருச்சாளின்னு. எங்கப் போனாலும், தலைமேல தூக்கிக்கினு போறா மாதிரி காணியப் புடிச்சி வச்சிருக்க. என் புள்ள மேல கைய வச்சிட்ட இல்ல, அந்த ரெண்டு கையும் புத்து வந்துதான் போப்போது. ஏற்கெனவே ஊரை அடிச்சி ஒலையில போட்டுக்கிட்டு கீற. இப்ப இந்தப் பாவம் வேற" என்று வாய்க்கு வந்ததை அர்ச்சித்தாள்.

தெருக்கோடியில் இருந்து ஓடிவந்த குமார், பெருச்சாளியை அடிக்க ஓடினான்.

"ஒம்மாள, நீ நூல் குடுத்து வாங்குனா, எல்லாம் ஒன்ன ஊம்பணுமா? தேவடியாப் பையா. ஒன்கிட்ட கூலி வாங்கி எந்தக் கெக்கலனாவது வயிறு நெறஞ்சி சாப்பிட்டிருக்கானாடா? ஒம்மாள" என்று துள்ளித் துள்ளி அடிக்க ஓடினான்.

சுபானும் கோபாலும் குமாரை அழுத்திப் பிடித்தார்கள். "வுடு ஓய், அந்தாளுதான் ஏதோ தெரியாம செஞ்சுட்டாரு."

"தெரியாமயா? சோத்துக்கு உப்புப் போட்டுத் தின்றானா? இல்ல, சோத்துக்குப் பதிலு பீயத் தின்றானா?"

'ஏன் சின்ன பையங்களை ஊர்வலத்துக்குக் கூப்புட்டுக் கிட்டுப் போனீங்க..?' என்று குமார் எங்கே தங்கள் பக்கம் திரும்பிவிடுவானோ என்று சுபானுக்கும் கோபாலுக்கும் உள்ளுக்குள் உதறல்.

வடிவேல் முதலியார் முன்னால் வந்தார்.

அடிவாங்கிய பையனை அருகில் கூப்பிட்டார். பனியனைத் தாண்டி, முதுகில் ஐந்து விரல்களும் பதிந்திருந்தன. குழந்தையின் முதுகைத் தடவிக் கொடுத்தார்.

"ஓய் பழனி, இங்க வாய்யா. பையனக் கூட்டிக்கிட்டுப் போய் நாஷ்தா வாங்கிக்குடு, போ."

சட்டென்று அந்த இடம் அமைதியானது.

இத்தனை பேர் முன்னால் பிரச்சினை விஸ்வரூபமெடுக்கும் என்று எதிர்பார்க்காததால் குமாரசாமி முழித்தார். அடிக்க வரும் குமாரைப் பார்த்தார். பெரும் முரடன். யாராக இருந்தாலும் தாட்சண்யம் வைத்துப் பேச மாட்டான். 'நல்ல நேரம் வடிவேல்

இருக்கிறான். அவன் இல்லையென்றால், இந்நேரம் இந்தப் பிச்சைக்கார நாய்ங்க, அசிங்க அசிங்கமாய்ப் பேசியிருக்குங்க' என்று மனசுக்குள் எண்ணியபடி அங்கிருந்து நகர்வதா வேண்டாமா என யோசித்தார்.

வடிவேல், இன்னொரு சின்ன பையனைக் கூப்பிட்டார். அவனோடு இருக்கிற நான்கைந்து பையன்களையும் கூப்பிடச் சொன்னார். கையில் கரித்துண்டு இருக்கிறதா என்று கேட்டார்.

"டேய் குசுமான்களே, ஓடுங்க. போய் மிச்சம் இருக்கிற அந்த நாலு மரத்திலும் உதயசூரியனைப் போடுங்க. அந்தப் பையன் பாதியில விட்டிருக்கானே, அதையும் போட்டு முடிங்க."

சுற்றி நின்றவர்கள் முகத்தில் சிரிப்பு. குமாரசாமியின் மனைவி சரோஜா அப்போதுதான் உள்ளே இருந்து வந்தாள். அவர் பெருச்சாளி என்றால் இது தேங்காய் சுரண்டி. நந்தகோபால் இவருக்குப் பக்கத்து வீடுதான். நந்தகோபால் மனைவி பரிபூரணம் அடிக்கடி, 'ரெண்டு தேங்காயச் சொரண்டலாம், அவ பல்லுல' என்று சொல்லுவாள்.

புலிப்பல் போல் முன்பக்கம் திசைக்கொன்றாய் நீண்டிருக்கும். சரோஜா சுற்றிக் கனன்றுகொண்டிருப்பது தெரியாமல் எண்ணெய் ஊற்றுவதுபோல், "எவன்டா அது வரைய வர்றது, ஒங்கப்ப ஆத்தா ஒத்து வச்ச மரமா?" என்று பையன்கள்மேல் பாய்ந்தாள்.

வடிவேலின் அதிரடி தெரியும் என்பதால் குமாரசாமி வேறு வழியே இல்லாமல் சரோஜாவை ஓங்கி ஓர் அறைவிட்டார்.

"போடி உள்ள, வந்துட்டா" என்று கர்ஜித்தபடி, அவளை நெட்டித் தள்ளி உள்ளே விட்டுக் கதவைத் தாழ்ப்பாள் போட்டார்.

"மவனே, இன்னிக்கு ஒன்ன பொலி போட்டிருப்பன். அண்ணன் இருக்காங்களேன்னு பாக்கிறேன்" குமார் தரையில் எச்சிலைத் துப்பிக்கொண்டே, லுங்கியை அவிழ்த்துக் கட்டினான்.

"எப்பா, காச்சக் காலம். எல்லாம் வாயப் பாத்துக்கிட்டு, பாவ உட்றப் போறீங்க. பாவுக்காரன் தலைமேல துண்டப் போட்டுக்கிட்டுப் போவ வேண்டியதுதான். நந்தகோவாலு, கஞ்சிப் பை போட்டியா, ஓடு, ஓடு. ஓட்டு எங்கப் போவப்

போது. எல்லாம் நம்ம சொன்னாக் கேக்கப் போவுதுங்க" என்று பாவு தோய்பவர்களை விரட்டியபடி, வடிவேல் அந்த இடத்தை இயல்பாக்கப் பார்த்தார்.

நடராஜன் வடிவேலுவை ஆச்சர்யமாகப் பார்த்தான்.

"என்னடா இது, எடுத்தவுடனே இப்படிப் போதேன்னு பாக்குறீயா? சாவு வூட்ல வச்சு கல்யாண சமாச்சாரம் பேசுற மாதிரி தான். ஒன்னும் நினைக்காதே. எல்லாம் நல்லபடியா நடக்கும். நம்மாளுங்கள நோட்டீஸ் குடுத்துக்கிட்டே வரச்சொல்லு. அப்டியே கோயில் தெருவுக்குப் போலாம்" என்று சொல்லியபடி முன்னால் நடந்தார்.

முதுகில் நீண்டு தொங்கிய கறுப்பு சிவப்பு துண்டு, அவரின் வெள்ளைச் சட்டையில் ஒளிர்ந்தது. அதிலும் அந்தச் சிவப்பு, தனி அழகுடன் மிளிர்ந்தது.

25

“கூப்ட்டுட்டு ஆளாளுக்கு அமைதியா இருந்தா என்ன அர்த்தம் மோலியாரே?”

துளசி பொதுப்படையாகக் கேட்டான். ராஜி முதலியார் நேருக்கு நேராக உட்கார்ந்திருந்ததால் அவரைத் தவிர்க்க விரும் பினான். அன்று அவர் வாய்க்கு வந்ததைப் பேசியதால் உண்டான கசப்பு இன்னும் இருக்கிறது.

வடிவேல் நிமிர்ந்து பார்த்தார். எல்லாம் துளிர்த்துத்தான் போயிருக்கிறார்கள் என்ற எண்ணம் அவருக்குள் ஓடிக்கொண் டிருந்தது. பெரியப்பா கோபமானால் விஷயம் திசை திரும்பி விடுமென்று எண்ணி, நடராஜன் தானே முந்திக்கொண்டான்.

“எதுக்குக் கூப்டுக்கிறோம்னு ஒனக்குத் தெரியாதா துளசி? புடி குடுக்காமயே பேசிக்கிட்டு இருக்கலாம்னு பாக்குறியா?”

நடராஜன் கேட்டான்.

உச்சி வெயில் நேரடியாகத் தலைக்குள் இறங்கவில்லையென் றாலும், முகத்தில் வியர்வையாக வடிந்திருந்தது.

தன்னிச்சையாக எல்லாரும் மேல் துண்டை எடுத்து விசிறிக் கொண்டிருந்தார்கள். பனியன் போட்டு மேல் துண்டு போட்டிருந் தவர்கள், வெற்றுடம்பைத் துண்டால் போர்த்தியிருந்தவர்கள் எல்லாம் நனைந்திருந்தார்கள். ஐந்தாறு பேர்தான் சட்டை போட்டிருந்தார்கள். பறவைகளும் வெயில் பொறுக்க முடியாமல் ‘காச் மூச்’ என்று ஆலமரத்தில் உட்கார்ந்து கத்திக்கொண்டிருந்தன.

பூக்கட்டுகிற மெல்லிய நார்போல், ஆலமரத்தின் விழுதுகள் சரஞ்சரமாகக் கீழிறங்கின. சுண்டுவிரலில் சுற்றி இழுத்தால்

ஒரு சரத்தையே இழுத்துப் போடலாம். ஆனால் இந்தச் சின்ன விழுது, இன்னும் கொஞ்சம் வளர்ந்துவிட்டால் எவ்வளவு உறுதி வந்துவிடுகிறது? வளர்ச்சியென்பது உறுதிதான் என்பதை ஆலவிழுதுகள் சொல்கின்றன.

"இதுங்க வேற, வாள் வாள்னு கத்திக்கிட்டு. யார் தலமேல அசிங்கம் பண்ணப் போதுங்களோ? அடிச்சுத் துரத்துங்கய்யா. ஏற்கெனவே அவெவன் கொழறிக் கொழறிப் பேசிக்கிட்டு இருக் கானுங்க." தளபதி கூச்சல் போட்டான்.

கையிலிருந்த துண்டால் கொஞ்சம் பேர் மேலே பார்த்து, 'ச்சூ... ச்சூ' என்று விரட்டினார்கள். 'காய்கிற வெயிலில் நாங்கள் எங்கு போவது, ச்சூவாவது, சுச்சூவாது' என்று அசைந்து கொடுக்காமல் பறவைகள் உட்கார்ந்திருந்தன.

"எனக்கு ஆயிரத்தெட்டு தெரியும். மனசிலயும் இருக்கும். கூப்ட்து நீங்க. என்னாத்துக்குக் கூப்டீங்கன்னு சொல்லணுமில்ல?"

துளசி இறங்கி வராமலேயே பேசினான்.

"என்னாப் பண்றது, நீ அந்த எடத்துல இருக்க. பேசுற, பேசு." கோபால் குத்தலாகச் சொன்னான்.

துளசி வாய்த் திறப்பதற்குள், நடராஜன் பேசினான்.

"ஒனக்கே தெரியும். இருந்தாலும் சொல்றேன். எலெக்ஷன் வந்துடுச்சி. அபேட்சகர் அறிவிச்சிட்டாங்க. நாம இரட்டை உறுப்பினர் தொகுதி. பொது உறுப்பினர் ஒன்னு. தாழ்த்தப்பட்ட உறுப்பினர் பிரதிநிதி ஒன்னு. நமக்கு மொத எலெக்ஷன். மொத எலெக்ஷன்லயே நம்ம பலத்தைக் காட்டுனாதான் மத்தக் கட்சியெல்லாம் கொட்ன வாயில இருப்பானுங்க. காங்கிரசைக் காலி பண்ணனும். எல்லாம் துரோகிங்க. மேல் சாதிக்காரனும், பணக்காரனும் போய்ச் சீட்டப் புடிச்சிக்கிட்டு, காசு பணம் சம் பாதிக்கிறதுக்கு வழி பாத்துக்கிட்டு இருக்கானுங்க. நாம் ஜெயிக் கிறதுங்கிறது, சாதாரண சனங்க ஜெயிக்கிறது. தமிழனோடு வெற்றி. வடநாட்டுக்காரனைக் கழுத்தை நெறிக்கிறது. திராவிடஸ்தான் வந்துட்டா, காங்கிரசுக்காரனுங்க மொத்தமா தொலைஞ்சானுங்க."

"இந்த திராவிடஸ்தான், இந்தி எதிர்ப்பு, சமதர்மம் இதெல் லாம் சொல்லி எங்கூர்ல ஓட்டு வாங்க முடியாது நடராஜா.

சனங்களுக்குப் புரியற மாதிரி சொல்லணும். நம்ம கட்சி ஜெயிச்சா சனங்களுக்கு என்னா நல்லது நடக்கும். அதைச் சொல்லு."

"நிக்கிறதே ஒங்காளும் தானேப்பா? ஒரு உறுப்பினர் பிரதிநிதி இருக்காரே? என்னா வேணும்னு கேக்குறியோ, அத எல்லாம் செஞ்சுடப் போறாரு? அவருக்குத் தெரியத்தானே போது?"

பழனி சொன்னான்.

"அதென்னா எங்காளு?"

"ஒங்காளுன்னா ஒங்காளுதான்ப்பா. பின்ன எங்காளுன்னா சொல்ல முடியும்?"

சுபானு சீறினான்.

"ஏன் சொன்னா கொறஞ்சிப் போயிடுவீங்களா?"

"நடராஜி, இவன் வழிக்கு வரமாட்டான். கட்சிக்காரன்னு பெருசா இவன இழுத்துக்கிட்டு வந்து, என் தாலியறுக்கறீங்க. பேச வந்ததைப் பேசிட்டு அவன அனுப்பு. இல்லன்னா எக்குத் தப்பாயிடும்."

ராஜி முகம் சிவந்தார்.

"துளசி, ஒனக்கு ஆனாலும் இந்தப் பொல்லாப்பு இருக்கக் கூடாது. சின்னவங்கப் பெரியவங்க மரியாதை தெரியுதா? ஏட்டிக்குப் போட்டிதான் பேசுவேன்னா நீ கௌம்பு. நான் புலவர் கிட்ட பேசிக்கிறேன். நானும் பொறுத்துப் போறேன். உள்ளூர்ல ஒன்னும் பிரச்சினை வந்துட கூடாது. ஒருத்தருக்கொருத்தர் நாம அடிச்சிக்கிட்டு நின்னம்னா, கட்சிய கேலிக் கூத்தாக்கிட்டுப் போயிடுவானுங்கன்னு. ஒவ்வொரு ஆளா நாங்கச் சேத்துக்கிட்டு இருக்கோம். நீயென்னன்னா வந்து கலைச்சு வுட்டுட்டு இருக்க. நான் வேற ஆள போட்டுக்கிறன், மாவட்டத்துக்கிட்ட சொல்லி. கௌம்பு நீ."

நடராஜனுக்கும் கோபம் வந்தது.

எப்பொழுதுமே தன்னை ஆதரிக்கும் நடராஜன் கிளம்பச் சொன்னதைக் கேட்டவுடன், துளசிக்கு உள்ளுக்குள் உதறியது. அதிகமாகப் போயிட்டோமே என்று யோசித்தான். ஏற்கெனவே

ஊரில் திட்டிக் கொண்டுதான் இருக்கிறார்கள்; நியாயத்தைக் கேட்பது வேறு, வெட்டிக் கறம்புப் பேசிக்கொண்டு இருப்பது வேறு என்று.

"நம்ம சேரியில ஒரு கிளை இருக்கட்டுமேன்னு நான்தான் ஆரம்பிச்சேன். நாள பின்ன நம்ம கட்சி ஆட்சிக்கு வந்தா, ஒரு நல்லது செய்யணும்னா அங்கேயும் தகுதியான ஆளுங்க மேல வரணுமேன்னு யோசிச்சு பண்ணேன். இப்ப இவன் என்னான்னா, நம்மகிட்டயே வந்து நம்மாளு, ஒங்காளுன்னு நீச்சலாங்குட்டி மாதிரி துள்ளுறான். சரிப்படாது. அவெனுங்கத் தலையெழுத்து அவெங்களுக்கு. அவெங்க யாருக்குன்னா ஓட்டுப் போடட்டும். வாப்பா வந்து ஒக்காருன்னு சொன்னா அவெனுங்களுக்குப் புடிக்காது. ஓத்தா வாடான்னா தான் வருவானுங்க. நடராஜி, மொத்தப் பேரையும் அனுப்பு. கவுண்டருங்க இருக்கீங்களாப்பா? சாயபுல யார் வந்துக்கிறது? நீங்களும் விருப்பப்பட்டா இருங்க. இந்த ஊர் இல்லைனா என்ன? சுத்துப்பட்டுப் பூரா போறோம், வூடு வூடாப் போய் ஓட்டு கேட்டு, கட்சியை ஜெயிக்க வைப்போம். ஒங்கள நம்பித்தானா அண்ணாதுரை கட்சி ஆரம்பிச்சாரு? போங்கடா. அவருக்கு சனங்க ஆதரவு ஊர் ஒலகமெல்லாம் இருக்குடா. கர்ணா, ரேணு, எங்கடா இருக்கீங்க, ரெண்டு கெழட்டு நாய்ங்களும்? கைலாத்து மூதிங்க. எதுக்குடா வர்றீங்க. நேத்து மொளச்சதுங்க பேசுறதல்லாம் நாங்க கேட்டுக்கிட்டு இருக்கணும். நீங்க மூடிக்கினு ஒக்காந்துக்கினு இருக்கீங்களா?" வடிவேல் கோபத்தில் இரைந்தார்.

"என்ன மோலியாரே இது?"

கூட்டத்தின் பின்னால் இருந்த ரேணு முதலில் எழுந்து வர, கர்ணனும் பின்னால் வந்தார்.

துளசிக்கு முகம் செத்துப்போனது. லுங்கியைத் தொடை யிடுக்கில் செருகிக்கொண்டு அப்படியே உட்கார்ந்தான். புலவரிடம் சொல்லிவிடுகிறேன் என்றவுடன் பயம் வந்துவிட்டது. இடையில் ஒருநாள் அவரைப் பார்த்துப் பேசும்போது, அவரும் அவ்வளவு பிடிகொடுத்துப் பேசவில்லை. 'என்னதான் இருந்தாலும் குடிக்கிற தண்ணிய நாசம் பண்ணியிருக்கக் கூடாது' என்றார். தன்னை அவர் ஆதரிப்பாரென்று அவ்வளவு உறுதியாகச் சொல்ல முடியாது. கிளைச் செயலாளராக

இருப்பதால்தான் ஊரில் நாலு பேர் மதிக்கிறார்கள். தெருவில் போய் ஏதேனும் சொன்னாலும் காது கொடுத்துக் கேட்கிறார்கள். கட்சியில்லையென்றால் ஊரில் தனக்கு எந்த மரியாதையும் கிடைக்காது என்பதால் அடக்கி வாசிக்கலாம் என்று உட்கார்ந்து கொண்டான்.

கர்ணனும் ரேணுவும் முன்னால் வந்தார்கள்.

“மோலியாரே, என்னிக்காவது நீங்க சொல்ற பேச்ச மீறி யிருக்கமா? காலம் போற போக்குல ஊர் மார்ற மாதிரி சின்னஞ் சிறுசுங்க மாறிப் போச்சுங்க. யார் என்னான்னு வெவஸ்த இல்லாம பேசிடுதுங்க. அதெல்லாம் மனசுல வச்சுக்காம என்னா பண்ணனும்னு சொல்லுங்க” என்றார் ரேணு.

“நெனச்சிப் பாருங்க, நம்ம கட்சி இல்லைன்னா குப்பனுக் கெல்லாம் என்னிக்காவது சீட்டு கெடைக்குமா? எலெக்ஷன்லதான் நிக்க முடியுமா?” ராஜி.

“ம்ம், அதெல்லாம் கட்சி ஒன்னும் கொண்டாரல. ஒதுக்கீட்ல வந்தது.” கூட்டத்தில் யாரோ ஒருத்தன் முனகினான்.

“பல்லு மேல போடுறா. ஒதுக்கீடு எப்டி வந்துச்சின்னு போய்ப் பத்திரிகைப் படிடா. காங்கிரசுகாரன்தான் பறப்பசங்களத் தூக்கி வுட்டுட்டான்னா? காந்தி என்ன பண்ணாருன்னு தெரியுமில்ல? அப்புறம் வாயில வந்ததப் பேசப் போறேன்” ராஜி எகிறினார்.

வடிவேல் அவரை அமைதிப்படுத்தினார்.

“இப்டியே வளத்துக்கினே போவ வேணாம். டேய் துளசி, எழுந்திரு. ஒங்க சனங்க ஓட்டுப் பூராம் உதயசூரியனுக்கு விழணும். என்னாப் பண்ணனும்? நீயே பாத்துக்கிறயா? இல்ல, வூடு வூடா ஊர்ல ஓட்டுக் கேட்ட மாதிரி காலனியிலயும் வந்து நாங்க கேக்கணுமா?”

பந்து சட்டென்று தன் கைக்கு வந்ததை நினைத்து ஆச்சர்யப் பட்ட துளசி, இந்த வாய்ப்பை விட்டுவிடக்கூடாது என்று எழுந்து நின்றான். இம்முறை அவன் உடம்பில் மரியாதைக் கொஞ்சம் கூடியிருந்தது. அப்பொழுது பார்த்து அவன் தலையில் காக்காய் ஒன்று எச்சம் போட்டது.

"ச்சேய்."

"என்னது? யாரடா சொல்ற?" ராஜி கோபப்பட்டார்.

"அட, இதென்ன வம்பாப் போச்சு. என்னா மோலியாரே? விசுவாமித்திரர் மாதிரி தொட்டதுக்கெல்லாம் புசுபுசுன்னு கோவப் படுற. தலமேல காக்கா அசிங்கம் பண்ணுச்சின்னு சொன்னா?"

"சரி சொல்லு, பெரியப்பா கேட்டதுக்கு?"

"மொதல்லயே நான் சொன்னதுதான். நம்ம கட்சி கொள்கை யெல்லாம் சொல்லி ஓட்டுக் கேக்க முடியாது. இந்தி வேணாம்னு சொன்னாலும் எங்க சனங்களுக்குப் புரிய போறதில்ல. தனிநாடு வேணும்னாலும் பக்கத்து ஊர் பிரிஞ்சிப் பூடுமான்னுதான் கேப்பாங்க. அதனால சனங்கக்கிட்ட ஓட்டு கேக்கணும்னா அவெங்களுக்கு என்னாச் செய்யப் போறோம்னு சொல்லணும். அதெ சொன்னீங்கன்னா ஒரு ஓட்டு வுடாம நம்ம கட்சிக்கே போடச் சொல்றேன்."

துளசி யதார்த்தமாகப் பேசுவதாக நடராஜனுக்குத் தோன்றியது. வடிவேல் முதலியாரும் அதை ஆமோதிப்பதுபோல் துளசியின் முகத்தையே பார்த்துக்கொண்டிருந்தார்.

"என்னென்ன செய்யணும்னு நீ நெனைக்கிறீயோ அதைச் சொல்லு."

"நீங்க ஊருக்கு மேற்கால எடுக்கிற சர்க்காராங் கெணறு மாதிரி காலனிக்கும் ஒரு கெணறு வேணும்."

மீண்டும் பழைய புண்ணைக் கிளறினான் துளசி.

கூட்டத்தில் இருந்த ஒவ்வொருவர் முகமும் கடுகடுவென்று ஆனது.

"நீங்க பண்ண லட்சணத்துக்குத்தானே புதுசா கெணறு எடுக்க வேண்டியதாப் போச்சு. ஒங்களுக்கு எதுக்குக் கெணறு?"

"எங்களுக்குத் தண்ணியில்லன்னு ஒங்களுக்கு முன்னா லேயே நாங்க கேட்டோம். மறந்திருக்காதுன்னு நெனைக் கிறேன்."

குளத்தில் காலனி ஆள்கள் இறங்கி அசிங்கம் பண்ணிய பிறகு, வடிவேல் முதலியார் கழனிகட்டு கிணற்றில் குடிக்கவும் சோறாக்கவும் தண்ணீர் எடுத்துக்கொண்டு வந்தார்கள் பெண்கள். ஒரு மைல் தினம் போய் வர முடியவில்லையென்பதால். ஊர்க் கூட்டம் போட்டுப் பேசி, பிடிஓ-விடம் சொல்லி, ஜனங்கள் மொத்தப் பேரும் தண்ணீர் எடுப்பதுபோல், ஊரின் முகப்பில் இருக்கிற குளத்தையொட்டியுள்ள காலி இடத்தில் கிணறு எடுத்துக் கொண்டிருக்கிறார்கள். ஆறடி தோண்டியவுடனே ஊற்று நன்றாக வந்தது. இருந்தாலும் நாற்பது ஐம்பதடியாவது இருந்தால்தான் ஊர் சனங்களுக்குத் தண்ணீர் கட்டுப்படியாகும் என்று ஆழமும் அகலமுமாக எடுத்துக் கொண்டிருக்கிறார்கள். அப்படியும் அந்தத் தண்ணீர்க் குடிக்கவும் சோறாக்கவும்தான் போதுமானது என்பதால் துணி துவைக்கவும், ஆடு, மாடுகளுக்குத் தண்ணீர்க் காட்டவும் பழைய குளத்தைத் தாமரை, அல்லி விதைகளைப் போட்டுச் சுத்தப்படுத்தியிருக்கிறார்கள். யாரும் குளத்தில் இறங்காதபடி இரவு காவலும் போட்டிருக்கிறார்கள். சர்க்கார் கிணறு எடுத்து முடித்தால்தான் குடிதண்ணீர்ப் பிரச்சினை தீரும்.

"ஒனக்குத் தண்ணி வேணும்னா பிடிஓ ஆபீஸ்க்கு நாலு நடை நடந்து சர்க்கார் கெணறு வேணும்னு கேளு. போனவுடனே அங்க கோமணத்த அவுத்து, இந்தா கெணறு எடுத்துக்கோன்னு எவனாவது குடுக்கிறானா என்ன? நடையா நடந்துதான் வாங்குனோம். நீ போய் நட..." என்றான் தளபதி.

"நானும்தான் நடந்தேன். கேட்டா, நீங்க காலனிதானே? காலனிக்குத் தனியா எங்கப் போறது கெணத்துக்கு? ஊருக்கு ஒரு கெணறுதான். அதுலயே நீங்களும் தண்ணி எடுத்துக்க வேண்டியது தான்னு சொல்லிட்டாங்க."

"அப்போ ஊர்ல இருக்கிற கொளம், குட்டையில போய் எடுங்க" தளபதி.

"நடராஜி, நீ கேட்ட நான் சொன்னேன். இந்தக் கேலி கிண்டலுதான் பண்ணப் போறீங்கன்னா நான் போறேன்."

"தளபதி, சும்மாயிரு ஓய். நீ சொல்லுப்பா."

"எங்களுக்கும் சர்க்காராங் கெணறு ஒன்னு வேணும். காலனிக்குன்னு ஒரு கிளை கட்டுனா நெறைய உறுப்பினர்களைச்

சேக்கலாம். கட்சியும் ஊர் ஊரா கிளை கட்டச் சொல்லி யிருக்குன்னு நீங்கச் சொன்னதால நான் காலனியில தனியா கிளை கட்டினேன். ஆனா ஊர்ல இருக்கிற கிளைதான் முக்கியமானது மாதிரி நீங்க நடத்துறீங்க. எங்களுக்கு எந்தத் தகவலும் வர்றதில்ல. பொதுக்கூட்டம்னா கூட நாங்களாத்தான் தெரிஞ்சிக்கிட்டு வர்றதா இருக்கு."

துளசி பேசிக்கொண்டிருக்கும்போது தளபதி குறுக்கிட்டான்.

"மயிரான், நீயா தான வந்து கேக்கணும். ஒனக்குச் சொல்லி யனுப்புவாங்களா வெத்தல பாக்கு வச்சி?"

"ஓய், அவென் சொல்லி முடிக்கட்டும். நீ பேசாம இரு."

"என்னையோ, இல்ல எங்கக் கிளையில இருக்கிற ஒருத் தரையோ ஊர்க் கிளையில நிர்வாகியா சேத்துக்கங்க. அப்பத்தான் கட்சி நடவடிக்கைப் பத்தி எங்களுக்கு அப்பப்போ தெரியும்."

"மொத சொன்னத செஞ்சிடலாம். ஒரு பிரச்சினை இல்ல. காலனிக்குன்னு தனியாக் கிளை கட்டுன பிறகு, அதில இருக்கிற ஒருத்தர எப்படி இங்கச் சேத்துக்கிறது? எங்களுக்கு மட்டுமென்ன ஒக்காந்த எடத்துக்கா தகவலு வருது? நாங்கதான் அப்பப்போ நகர செயலாளரப் பாத்துப் பேசிக் கேட்டுக்கிறோம். அப்புறம் நீயொரு கிளைச் செயலாளராயிட்ட. அந்தக் கிளையைச் செயல்பட வைக்கிறது ஒன்னோட வேலை. அதையும் இதையும் போட்டுக் கொழப்பாத. நான் சொல்றத எல்லாருமே கேளுங்க. பெரியப்பா நான் பேசட்டா?" என்று வடிவேலுவிடம் கேட்டான் நடராஜன்.

'சரி' என்பது போல் தலையசைத்தார்.

"ஏன் எல்லா ஊர்லயும் படிச்சவங்களும் இளைஞர்களும், அரசாங்க உத்தியோகம் பாக்கிறவங்களும் திமுகவுக்கு வர்றாங்கன்னா அதுக்கு ஒரு காரணமில்ல, ஓராயிரம் காரண மிருக்கு. தாழ்த்தப்பட்ட சனங்களைப் பத்தி காந்தி எல்லாக் கூட்டத்திலயும்தான் பேசினார். அவங்கள கடவுளின் குழந்தை கள்னு சொன்னார். கடவுளே இல்ல. இல்லாத கடவுளுக்கு எப்படி கொழந்தைங்க இருக்க முடியும்? அப்படியே கடவுள் இருந்தாலும், கடவுளோட குழந்தைங்க எப்படி ஒவ்வொரு ஊர்லயும் சேரியில இருப்பாங்க.

கால் வயித்துக் கஞ்சிக்கு வழியில்லாம பசியும் பட்டினியுமா அழுக்கேறிப் போய், அடிமையா இருப்பாங்களா கடவுளோட குழந்தைங்க?

இதுல இருந்தே தெரியலையா கடவுள்னு ஒருத்தர் இல்லவே இல்லன்னு?

இதெல்லாமே பாப்பானுங்க உண்டாக்கி வச்ச சூழ்ச்சி.

காந்தி அத்தன வருசம் தாழ்த்தப்பட்டவங்க முன்னேத்தம் பத்திப் பேசினாரே, எத்தினி பேர் காங்கிரசுல இருந்தாங்க? இல்ல, காங்கிரசு தலைவருங்க எத்தினி பேர் காலனிக்குப்போய் அந்தச் சனங்ககூடச் சரிசமமா பழகியிருக்காங்க.

சொல்லப்போனா நீதிக்கட்சியில இருந்த பெரிய மனுஷங்க வீட்லயும் கழனிக் கட்லயும் வேலை செய்றவங்க கணக்க எடுத்தாலே தெரியும், இவங்கதான் பாதிக்கு மேலான தாழ்த்தப் பட்டவங்கள அடிமை மாதிரி வச்சிருக்காங்கன்னு.

அதனால நம்ம கட்சி பேசுறது ஒன்னு, செய்யறது ஒன்னுன்னு இருக்கிறது இல்ல. அந்த முன்னோடி நடவடிக்கையைப் பெரியார்தான் எடுத்தார்.

இன்னைக்கு அவர் நம்மள கண்ணீர்த் துளின்னு வெறுப்பாப் பேசலாம். காமராஜருக்காகக் காங்கிரசை ஆதரிக்கலாம். ஆனா அந்தத் தைரியத்த நமக்கு கொடுத்தவரு பெரியார்தான்.

தி.க.வுல இருந்து நம்ம கட்சிப் பிரிஞ்சு வந்த பிறகு, நாம சந்திக்கிற மொத எலெக்ஷன் இது.

துளசி கேட்கிறானே, ஒங்க கொள்கையெல்லாம் சொல்லி ஓட்டு கேக்க முடியாதுன்னு?

நம்ம கட்சி கொள்கையெல்லாம் நிறைய இருக்குத்தான். இந்தி எதிர்ப்பு, திராவிட நாடு, சமதர்மம்... இப்படி வரிசையா சொல்லலாம்.

ஆனா, இது எதையுமே விவரிச்சுச் சொல்ல வேண்டியதில்ல. ஏழை சனங்களோட உயர்வு. பசி பட்டினி இல்லாம எல்லாச் சனங்களும் சமதர்மமா வாழணும்.

இத்தனை நாளா எடுபிடியாவே இருந்துட்டோம்.

காலனி ஆளுங்க மட்டுமில்ல, நம்மளும்தான். அவென் நம்மகிட்ட தலைய குனிஞ்சா, நாம போய் வேறொருத்தன்கிட்ட தலைய குனியறோம். ரெண்டு பேருக்கும் ஒரே அவமானம்தான். அந்த அவமானத்தைப் போக்கணும்.

இப்போ சர்க்கார் ஆபீஸ்ல நூத்துக்குத் தொண்ணுத்தொன் பது பேர் பாப்பானுங்கதான் ஒக்காந்துக்கினு இருக்கான். நீ போய் நின்னாலே அல்ப புழுவ பாக்கற மாதிரி பாப்பான். வேணும்னே இங்கிலீஷ் பேசுவான். நமக்கு ஒன்னும் தெரியாதுன்னு கட்டுக் கட்டா பைல எடுத்து வச்சிக்கிட்டு, எதுனா சம்மந்தா சம்மந்தம் இல்லாத பதிலாச் சொல்லுவான்.

நமக்குச் சின்னக் குண்டூசி குடுக்கணும்னு சர்க்கார் தீர்மானம் பண்ணாக்கூட, கீழ இருக்கிறவன் தீர்மானம் பண்ணாத்தான் அத நாம வாங்க முடியும்.

நம்ம பசங்க எல்லாம் பள்ளிக்கூடத்துக்கு வரணும். இங்கிலீஷ் படிச்சு பெரிய வேலைக்குப் போகணும். கூர வூட்ல ஒக்காந்துக்கினு இருட்டறதுக்குள்ள கெடைக்கிறத வாயில அள்ளிப் போட்டுக்கிட்டு சுருண்டுக்கிறது இல்ல வாழ்க்கை.

சேரிக்கு கரெண்ட் வரணும். பள்ளிக்கூடம் வரணும். பசங்க எல்லாம் படிச்சு வேலைக்குப் போகணும். நாலு பேர் படிச்சு மேல வந்துட்டா, அதுங்க காலப் புடிச்சி படிப்படியா மேல வந்துடலாம். அதுக்கு நம்ம கட்சி ஜெயிக்கணும்.

குறிப்பா, நம்ம தொகுதி ஜெயிக்கணும். இரட்டை உறுப்பினர் தொகுதி. நீங்க எல்லாம் ஒன்னு சேர்ந்து நிக்கணும். ஒரு ஓட்டு கூட வீணாப் போவாம வேலை செய்யணும்.

அதான் நான் சொல்ல விரும்பறது. கவுண்டருங்களும் சாயபுங்களும் முழுசா நம்ம கூட இருக்காங்க.

அவெங்கப் பகுதியில அவெங்கப் பாத்துக்கிறோம்னு சொல்லிட்டாங்க. இந்தத் தொகுதியிலயே ரெண்டாவது பூத்து நம்மோடது. பொதுக்குழுவுல நாங்க எல்லாருமே சொல்லி யிருக்கோம். எங்க ஊர்ல ஓட்டுச் சிதறாம வாங்கித் தர்றோம்னு. நீங்க எல்லாரும் ஒத்துழைக்கணும்னு கேட்டுக்கிறேன்."

நடராஜன் பேசி முடித்தவுடன் கைத்தட்டல் எழுந்தது.

ராஜியும் வடிவேலுவும்தான் ஆரம்பித்தார்கள். மற்றவர்கள் சேர்ந்து கொண்டார்கள்.

வடிவேல் முதலியாருக்குப் பெருமை. தன்னுடைய வளர்ப்பு, இன்னும் நன்றாக வருவான் என்று.

துளசிக்கும் நடராஜன் பேசியவுடன் உற்சாகமானது.

"நடராஜி, ஊர்னா அதுல இனிமே கவுண்டரு, சாயபு தெரு, காலனி எல்லாமும் சேர்த்திக்க. எது ஊர்க்குச் செஞ்சாலும் எங்களுக்கும் செய்யணும்ப்பா. அது ஒன்னுதான் நாங்கச் சொல்றது." சாயபு தெரு அஸ்கர் சொன்னார்.

"இதெல்லாம் சொல்லணுமா பாய்?"

வடிவேல் மூன்று துண்டுகளை எடுத்து நடராஜனிடம் கொடுத்தார்.

நடராஜன் ராஜி முதலியாரிடம் கொடுத்தான். "நீங்களே போடுங்க மாமா."

ராஜி முதலியார் அதை வாங்கி துளசிக்கும், அஸ்கர் சாயபுக்கும், முனுசாமிக்கும் போட்டார்.

"துண்டு போடுறது ஏன்னா, நமக்குள்ள பாரபட்சம் இல்லன்னு சொல்றதுக்குத்தான். தாழ்த்தப்பட்டவங்களுக்கு அங்கீகாரம் கொடுக்கத்தான் மொத மொத துண்டு போட ஆரம்பிச்சாங்க.

தலைவருங்க எல்லாம் பேசும்போது, அக்கிராசனர் அவர்களே என்று கூட்டத்தின் தலைவருக்கு மட்டும் வணக்கம் சொல்லிட்டுப் பேச ஆரம்பிச்சுடுவாங்க.

அண்ணா மட்டுந்தான் கூட்டத்தில பேசுனா, அவர்களே இவர்களேன்னு வந்திருக்கிற முக்கியப் பிரமுகர்கள் எல்லாரையும் குறிப்பிட்டுச் சொல்லுவாரு. காரணம் என்னான்னு நினைக்கிறீங்க?

நம்ம கட்சியில எல்லாருமே சாதாரணமான ஆளுங்க. ஊர்ல அவெங்கப் பேரும் தெரியாது. மூஞ்சியும் தெரியாது. மேடையில அண்ணா சொன்னாத்தான், யாரைச் சொல்றாருன்னு திரும்பிப் பார்ப்பாங்க.

சாலாம்புரி | 267

மூஞ்சியப் பாத்து ஓ இவந்தானான்னு மனசுல வச்சுப்பாங்க. நம்ம நாமத்தான் பிரபலப்படுத்திக்கணும். அங்கீகாரம் குடுத்துக் கணும். இதுக்கு நம்ம கட்சி நமக்குப் பின்புலமா இருக்கும்."

வடிவேல் முதலியார் எழுச்சியாகப் பேசி முடித்தார்.

நடராஜன் எழுந்து நின்றான்.

"அண்ணா வாழ்க."

"திமுக வெல்க."

"வெல்வோம் வெல்வோம், திராவிட நாடு வெல்வோம்."

"ஒழிப்போம் ஒழிப்போம், இந்தித் திணிப்பை ஒழிப்போம்..."

நடராஜன் சொல்லச் சொல்ல அந்த இடமே முழக்கங்களால் நிரம்பியது.

26

"என்னாமே பண்றது? மொத மொத வூட்டுக்கு வந்து கீதுங்க."

தேவி கவலையோடு கேட்டாள்.

"அதான் ஒன்னும் புரியலை. கைல காசில்லன்னாத்தான் வீட்டுக்கு விருந்தாளி வருவாங்க. இது என் ராசிதானே!"

நடராஜன் சோர்வாய்ப் பேசினான். ரேடியோ சத்தம் காதைப் பிளந்தது.

"சவுண்ட கொற. காது ஜவ்வு கிழியுது. வாட்டுப் போதோ இல்லையோ, பாட்டுக் கேட்டுக்கிட்டு கீற, நிறுத்து நிறுத்து."

"தலைவர் பாட்டுனா சும்மாவா?" சொல்லியபடியே சத்தத்தைக் குறைத்தான்.

ஊரில் ரேடியோ வைத்திருப்பவர்களே நான்கு பேர்தான். அப்பா கடை வைத்திருக்கும்போதே கடனுக்கு வாங்கியது. மர்பி ரேடியோ.

"காலையிலயே காக்கா கத்துச்சி. அத்த கூட வெரட்டினாங்க. கையில நயா பைசா இல்ல. நீ கத்திக் கத்தி விருந்தாளிய கூட்டிக் கிட்டு வந்து வுட்டுடாதேன்னு."

"காக்காதான் கத்தி, கடுதாசிப் போட்டு விருந்தாளியக் கூப்டுதா? எவந்தான் இப்டிச் சொல்லி வச்சிருக்கிறானோ?"

"சரி வுடு. எலெக்ஷன் துட்டு எதுவும் கைல வச்சிருக்கியா? இருந்தா குடு. நாளைக்கு ஒரு பொந்து நூல குடுத்துக்கூட அதுல திருப்பி வச்சிடலாம்."

“அந்தப் பேச்சே வேணாம். இன்னைக்கு ஆத்திர அவசரத் துக்குன்னு அரையணா ஒரணான்னு எடுப்போம். அப்புறம் கைக்குக் கூச்சம் போயிடும். எவ்ளோன்னாலும் துணிச்சலா எடுக்கும்.”

“கோழி வாங்கணும். எப்படியும் நாலஞ்சி நாள் இருப் பாங்கன்னு நெனைக்கிறேன். சம்பா நாலஞ்சி கிலோ வாங்கிக் கலாம். வீட்ல மோட்டா அரிசிதான் கீது. அதுல என்னான்னு சோறு வடிக்கிறது? மதியம் சோறாக்கணுமே, இப்ப எங்கப் போய் நிக்கிறது. நீ வச்சிருந்தா குடு. பொழுதாடா நான் நூல் வித்துத் தரேன்.”

“போடீ அந்தாண்ட. என்னிக்கு கட்சி காச எடுத்து நா செலவு பண்ணியிருக்கேன்? சாயங்காலம் செய்ற வேலையை இப்பவே செய், போ.”

நடராஜன் கோபமானான்.

“நீ எங்கயும் போவாத. கட்சின்னு சொல்லிப் பாரு, இந்நேரம் றெக்கைக் கட்டிப் பறப்ப. வூட்டு வேலன்னா இந்த தேவி பொண்ணு தலையில கட்டுவ. இப்பவே அடி எறங்கிடுச்சி. எப்பப் போய் வந்து நான் சோறாக்கறது, வந்துகீறவங்களுக்கு?”

“போய் ஒரு டீயப் போட்டுக் குடு. குடிச்சிட்டு ஒக்காந் திருக்கட்டும். ஒரு மணி நேரத்துல சோறாக்கிடப் போற. மொத மொத மச்சானைக் கூட்டிக்கிட்டு வருது. காலங்காத்தால கெளம்பி வருதாப் பாரு. அடிக் குத்திடுதான்னு பாத்துக்கிட்டு வருது.” ருக்குவைக் குறை சொன்னான்.

“ஆமாம், அண்ணன் ஆழாக்கு அரிசிக்கும், ஒரு கோழிக்கும் வழி இல்லாம ஒக்காந்திருப்பார்னு அதுக்கென்ன தெரியும், பாவம்!”

“அவ வானத்துல இருந்தா குதிச்சா? வூட்டு நெலமை என்னன்னு தெரியாதா? தொணதொணன்னு பேசாம போய் ஆக வேண்டிய காரியத்தைப் பார்.”

ருக்கு, கல்யாணமாகி மூன்று முறை மறுவீடு முடித்து, மாமியார் வீட்டுக்குப் போனவள் இப்போதுதான் வீட்டுக்கு வந்திருக்கிறாள். வீட்டுக்காரர், முதல் தாரத்துப் பிள்ளைகள் இரண்டு பேருடன் கிளம்பி வந்திருக்கிறாள்.

சடாட்சரத்துக்கு இரவுவரை ஊருக்கு வரும் எண்ணம் இல்லை. விடிந்து டீ குடித்துவிட்டு, கழனிக்குப் போய்விட்டு வந்தவர், "ருக்கு, கௌம்பு, ஒங்க வீட்டுக்குப் போயிட்டு வரலாம். மச்சானைப் பாக்கணும். எல்லாம் கௌம்புங்க..." எனச் சட்டுபுட்டென்று கிளம்பச் சொன்னார். எத்தனை நாள், ஏன் போகிறோம் ஒன்றும் சொல்லவில்லை. அவரிடம் கேட்கவும் பயம். ஆள் இருக்கிற வாட்டசாட்டத்துக்கு அடித்துவிடுவாரோ என்று எப்பவுமே ருக்குவுக்கு உள்ளுக்குள்ளொரு அச்சமிருந்தது.

ருக்குவுக்கும் ஊருக்கு வர வேண்டும் என்றுதான் விருப்பம். சொன்னவுடன் கிளம்பிவிட்டாள். மூத்த தாரத்துப் பெண், இவள் வயதுக்கு இரண்டு மூன்றுதான் குறைச்சல். பையன் மட்டும் சின்னவன். இரண்டு பேருமே ரொம்ப நல்லதுங்க. சொல்வதற்கு முன் எல்லா வேலையும் செய்து விடுவார்கள். 'பொம்பளை இல்லாத வீடாச்சே, எப்படி இருக்குமோ?' என்று பயந்து வந்தவளுக்கு, மூத்தப் பெண் உறுதுணையாக இருந்தது. கழனிக்கட்டு வேலையெல்லாம் பம்பரமாகச் சுழன்று செய்துவிடும்.

மாட்டுவண்டி கட்டச் சொன்னார். விடியற்காலை பழைய சாதம் மோர் ஊற்றிக் கரைத்து, நேற்று வைத்திருந்த காரக் குழம்பைத் தொட்டுச் சாப்பிட்டுக் கிளம்பி, உச்சி வெயிலுக்கு ஊருக்கு வந்தார்கள்.

வீடு ஒரு மாதத்தில் மாறிப்போய், புதிதாக ஒரு வீட்டுக்கு வந்ததுபோல் உணர்வு. வீட்டில் இருக்கும்போது ஒரு நாளும் கையும் காலும் போட்டது போட்ட மாதிரி ருக்கு உட்கார்ந்தது கிடையாது. இன்று தெருவாசலில் வந்து உட்கார்ந்தவுடனே தேவி சொம்பில் தண்ணீர் கொண்டுவந்து கொடுத்தாள். வாங்கிக் குடித்துவிட்டு, ஏகாம்பரி பாட்டியிடம் பேச்சுக் கொடுத்தபடி அப்படியே உட்கார்ந்துவிட்டாள். போகிற வருகிறவர்கள், "நெழலோட இருக்கவே ருக்கு நல்லா வெளுப்பா இருக்கு" என்றும், "மொகம் இப்பத்தான் தெளிச்சியா இருக்கு" என்றும், "இப்பத்தான் பொம்பள மாதிரி இருக்கே" என்றும் ஆளுக்கொன்று சொல்லிப் பேச்சுக் கொடுத்துக்கொண்டிருந்தார்கள்.

குளத்துக்குத் தண்ணீர் எடுக்கவும், மாடு கன்றுகளுக்குப் புல் அறுத்துக்கொண்டு போடவும், கடைக்கு ஓடவும் என்று

ருக்குவுக்கு இங்கு நிற்க நேரமிருக்காது. ஏற்கெனவே சுமாரான கறுப்பு, இதில் வெயிலில் அலைந்து தீய்ந்து வதங்கி இருக்கும் முகம். இந்த ஒரு மாதத்தில் பொலிவு கூடியிருந்தது.

தோட்டத்து வீட்டில் தறியில் இருந்த நடராஜனிடம் ருக்கு வந்திருப்பதைச் சொன்னாள் தேவி. அத்துடன் சேர்த்து வீட்டு நிலைமையையும் சொன்னபோது நடராஜனுக்கு அதிர்ச்சியாகத்தான் இருந்தது. வீட்டில் அரிசி, பருப்பு இல்லை. கை செலவுக்கு ரூபா இல்லை என்றெல்லாம் இருந்ததே இல்லை.

குந்தி தின்றால் குன்றும் மாளும் என்று அப்பா அடிக்கடிச் சொல்லுவார். அப்படித்தான் கையிருப்பில் இருந்ததெல்லாம் கரைந்திருந்தது.

அன்றன்று வியாபாரம் வருவதை அப்படியே கடையில் போடுவது, கைச் செலவுக்கு எடுப்பது, வீட்டில் ஏதாவது பெரிய செலவு வந்தால் மொத்தமாக எடுப்பது, இப்படிக் கண்ணுக்குத் தெரியாமல் செலவாகிவிடும். அமாவாசை சீட்டு ஒன்று கட்டியிருந்தது. அதையும் ருக்குக் கல்யாணத்துக்குத் தள்ளி எடுத்தாகி விட்டது. இடையில் மூன்று மாதம் எந்த வருமானமும் கிடையாது. இப்போதுதான் ஒரு மாதமாகத் தறி நெய்யக் கற்றுக்கொண்டு, முதல் பாவு நெய்கிறான். பாவு எடுத்து தோய்ந்து நெய்யும் முன்பே, வாங்கின கூலி காலி.

கையில் தேவைப்படும் போதெல்லாம் எடுத்துச் செலவு செய்த கை, இப்போது அரையணா, ஓரணாவுக்குக் கூடப் பிடித்துப் பார்த்துச் செய்ய வேண்டும் என்றால் முடியவில்லை. பழக்கமும் ஆகவில்லை. கையில் ரூபாய் இல்லையென்றாலே ஏதோ ஒன்று குறைகிறார்போல் இருக்கும் நடராஜனுக்கு. இன்று விருந்தாளி வந்திருக்கும் நேரத்தில் கையில் ரூபாய் இல்லாமல் இருப்பது மனத்தில் இயலாமையைக் கூட்டியது.

வாட்டுப் போடுவதை நிறுத்தி, எதிரில் நிற்கும் தேவியைப் பார்த்தான்.

"என்னாமே, போவாம நின்னுக்கிட்டே இருக்க?"

"உண்ட நூல எடுத்துக்கிட்டுப் போய் விக்கறதுக்கு அசிங்கமா இருக்குமே. போய் யார்கிட்ட நிக்கிறது?"

272 | அ.வெண்ணிலா

“சரோஜா அக்கா வாங்குமே? வூட்டுக்காரன் பாவு குடுத்து வாங்குனா, இது பின்னாடி வாசல்ல உண்ட நூல வாங்கிச் சேர்த்து ஒரு பாவு நூலாக்கிடுமே?”

“தோட்டத்துக் கதவு மத்தியானத்துல சாத்தியிருக்கும். முன்னாடி ஒக்காந்திருக்கும் அது. தெருப்பக்கம் போவ என்னமோ மாதிரி இருக்கு. பின்னாடிப் போய் கதவத் தட்டிக்கினு நின்னாலும் கேக்காது. போய் நிக்கணும்னு நினைச்சாலே அசிங்கமா கீது...” சங்கடத்தோடு சொன்னாள் தேவி.

“என்னா அசிங்கம்? நாம என்ன திருடுறமா? பொய் சொல்றமா?”

“அப்ப இந்தா, நீ போய் வித்துக்கினு வா. ரோட்டுக்குப் போனா யாராவது வாங்கிக்குவாங்க.”

“நான் போற மாதிரி இருந்தா சொல்றீயா?”

“நீ போவ மாட்டே. பெரிய மனுஷன். நான் போய் எவ வூட்லயாவது தோட்டத்துக் கதவத் தட்டிக்கினு நிக்கணும்.”

“என்னாடி நீ கழுத்தறுத்துக்கினு கீற? முன்னயும் போமாட்ற? பின்னயும் வர மாட்ற? வுடு அப்ப. முருங்கக் கீரையைப் பறிச்சு ரசம் வச்சிட்டு சுண்டக்கா காரக் கொழம்பு வை. போ. நம்ம வூட்டுப் பொண்ணுதானே? நம்ம மச்சான் தானே? எல்லாம் சாப்பிடுவாங்க.”

“கொஞ்சமாவது அறிவு கீதா பாரு. மொத மொத வந்தவங் களுக்கு, முருங்கக்கீர ரசமாம். ஏன் பழஞ்சோறு போட்டாப் போச்சு.”

“உத்தமம். அதப் போடுப் போ. வேலைய கெடுக்காத. எடத்த காலி பண்ணு. நான் போய் வந்தவங்கள வான்னு கூப்ட்டுட்டு வர்றேன்.”

நடராஜன் கால் கட்டைகளை அழுத்தி, கையால் வாட்டுப் போட்டான். இடதும் வலதுமாய் நாடாவை இழுக்க, உடம்பும் அதன் தாளத்திற்கு இடமும் வலமுமாய் ஆடியது.

சர்ரென்று இறக்கைகள் படபடக்க, வீட்டுச் சேவல் நடராஜன் நெய்து கொண்டிருந்த தறியில் வந்து உட்கார்ந்தது.

“டேய் செவப்பி, வாடா வாடா. கொஞ்சம் அரிசி எடுத் தாம்மே, வெயில் நேரம். கொட்டாங்குச்சியிலயோ அந்த பெரிய தட்டுலயோ செவப்பிக்குக் கொஞ்சம் தண்ணி வை.”

நடராஜன் சேவலைக் கையில் தூக்கப் போனான்.

“பாத்துப் பாத்து. நகம் நூல்ல மாட்டிக்கீது. இழுத்து அறுந்து போச்சுன்னா, திரும்பப் பொனைக்கிறதுக்கு ஆள கூப்டணும். இப்பத்தான் சூத்து படிஞ்சு ஒரு சேல நெய்ய ஒக்காந்திருக்க. ஒரு நாள் மட்டம் போட்றாதே.”

“ஒன்னும் ஆவாது.”

நடராஜன் சேவலை அலெக்காகத் தூக்கப் பார்த்தான். நீண்டு மடங்கி கூர்மையாக இருந்த அதன் கால் நகங்களில் நூலிழைகள் மாட்டியிருந்தன. நடராஜன் பொறுமையாக எடுக்கப் பார்த்தாலும், பட் பட்டென்று நான்கைந்து இழைகள் அறுந்தன.

“நான் சொன்னனா இல்லையா? போச்சு, பாவு போச்சு.”

தேவி கத்தினாள். அவள் கூச்சலைப் பொருட்படுத்தாமல் நடராஜன் சேவலின் கால் நகங்களில் மாட்டியிருந்த இழைகளை எடுத்தான்.

பாவு நூல் தறிக்கு நேராக வருகிறது. அதுவும் கட்டின எழட்டில் இறுக்கமாகத்தான் இருக்கிறது. ஆனாலும் நொடியில் கொத்தாகப் பாவு நூலில் சிக்கல் விழுந்திருந்தது. சிக்கல் விழுவதற்குச் சாக்குதான் தேவை. பெரிய காரணம் தேவையில்லை என்பதுபோல் நடராஜனைத் திணறடித்தது பாவு நூலின் சிக்கல்.

ஒவ்வொரு இழையாகப் பிடித்துப் பிரித்துவிட்டான்.

“ஒன்ன பொலி போட்றேன். எப்பப் பாரு ஆளு மேல ஏறிக்க வேண்டியது. யார் வூட்லனா இப்டி வந்து ஒக்காருமா? எல்லாம் நீ குடுத்து வச்சிருக்கிற எடம். காலையில எழுந்தவுடன் கால் காபடி அரிசி. சேவலுக்குத் தனியா, கோழிங்களுக்குத் தனியா, குஞ்சுங்களுக்குத் தனியான்னு எத்தன சவரட்சணை? இத்தோட போச்சா? கன்னுக்குட்டிக்கு என்னா சவரட்சணை? தெருவுக்குப் போனா நாய்ங்களுக்குத் தனியா. இதுங்கள கவனிக்கவே நீ இன்னொரு பொண்டாட்டி கட்டிக்கலாம்.”

“ஒன்னு என்ன? எத்தன வேணா கட்டிக்கலாம். எல்லா வரிசையில நிக்கறாளுங்களே!”

“நிப்பா நிப்பா. இந்த மூஞ்சிக்கு.”

“இந்த மூஞ்சிக்கு என்னாடீ கொற? என்ன மாதிரி அழகா, அம்சமா, எடுப்பா இருக்கிற ஆள் ஒருத்தர சொல்லு பாப்போம். முன்ன நடந்தா எத்தினி பேர் பின்னாடிப் பாக்கிறாங்கன்னு தெரியுமா ஒனக்கு? எங்கம்மா திரும்பி நிக்க வச்சு கண்ணாறு சுத்திப் போடுதே, எதுக்குன்னு நெனைக்கிற? பின்னாடி வெறிச்சுப் பாக்குறவங்களே அவ்ளோ பேர் இருக்காளுங்க.”

“பாத்து எடு. எழ அறுந்துப்போச்சு அவ்ளோதான் ரெண்டு பேரையும்.”

நடராஜன் பாதிச் சிக்கெடுத்திருந்தான்.

“ஏம்மே, எங்கனா போய் எதுக்குக் காசு கொடுத்து கோழி வாங்கணும்? இதான் செவப்பி இருக்கே?”

அவ்வளவுதான், நடராஜன் தறியில் இருந்த நாடாவை எடுத்து வீசினான். அது அவளின் நெற்றியை உரசிக்கொண்டு சுருட்டை முடியைத் தொட்டுப்போனது. எதிர் சுவரில் மோதி கீழே விழுந்தது.

“கழுத்த முறிச்சிடுவேன் பண்ணா . எங்க இருந்துடீ வந்த நீ? ஒவ்வொன்னையும் பெத்தப் புள்ளையாட்டம் வச்சிருக்கன். என்னா நெஞ்சழுத்தம் ஒனக்கு? ஒனக்குத் தெரியாதா? நீ இந்த வீட்டுக்கு வந்து எத்தன வருசமாச்சு? நம்ம வூட்ல வளர்த்தத சாப்பிட மாட்டோம்னு தெரியாது? வந்துட்டா பெரிய மயிறு. ஒன்ன உறிச்சிக் கொழம்புல போடு. மரியாதையா ஓடிடு. எறங்கி வந்தேன், அடி எப்டி விழும்னு தெரியாது.”

நடராஜன் கோபத்தில் கொந்தளித்தான்.

தேவிக்கு முகம் சிவந்தது. தான் கேட்டதில் உள்ள பிசகு அவளுக்கு உறைத்தது.

‘வீடு முழுக்க கோழி இருந்தாலும் ஒருநாளும் வளர்த்த கோழியைச் சாப்பிட மாட்டார்கள். ஒருமுறை ஆடி மாதத்தில் நோய் வந்து ஊரெல்லாம் எல்லா வீட்டிலேயும் கோழிகள் செத்து

விழுந்தன. கோழி சீக்காய் இருக்கிறதென்று தெரியும்போதே அடித்துக் குழம்பு வைத்துவிட்டார்கள். நிறையப் பேர் வீட்டில், ஒரு வாரம் முழுக்கத் தினம் கோழிக் குழம்புதான். அத்தையும் இவரும் ஒவ்வொரு கோழி செத்து விழுந்தபோதும் கண்ணீர் விட்டு அழுதார்கள். வசம்பை அரைத்துக் கோழி கவிழ்த்து வைக்கின்ற இடத்தில் தெளித்து விட்டார்கள். கோழிகளை அன்னக்கூடையில போட்டுக் குளிப்பாட்டி விட்டார். நோய் போனபிறகு எத்தனையோ வீட்டில் கோழியே இல்லாமல் அற்றுப்போனது. அத்தையும் இவரும் எப்படியோ பத்துக் கோழியைக் காப்பாற்றிவிட்டார்கள்.

ஒரு நாள் தரக்கடையில் கூடை போட்டுக் கவிழ்த்து வைத்திருந்த சின்னக் குஞ்சியை மோப்பம் பிடித்துக்கொண்டு வந்த மண்ணுளிப் பாம்பு, கூடையைத் தலையால் நெம்பித் திறந்துவிட்டது. 'கீச் கீச்'சென்று அம்மா கோழி கத்துவதைப் பார்த்து ஓடிப்போன அத்தை, பாம்பு வாயில இருந்த கோழிக்குஞ் சைப் பிடிச்சு இழுத்து எப்படியோ பொழைக்க வச்சிட்டாங்க. பருந்தாளிகிட்ட இருந்து ரெண்டு வாட்டி சின்னச் சின்னக் குஞ்சுங்க, பறவைக் குஞ்சுங்க தோட்டத்துல விழுந்து கெடந்தது. அதுங்களையே தூக்கிக்கிட்டு வந்து, தொடப்பக்குச்சியில தண்ணி தொட்டு வாயில வச்சிக் காப்பாத்தியிருக்கிறார். வாயில்லா ஜீவனுங்கன்னா உயிர்தான். எல்லாத் தெரிந்திருந்தும் வாய்த்தவறிக் கேட்டது தன் தப்புத்தான்' என்று நினைத்தாள் தேவி.

'நல்லவேளை நெத்திய ஒரசிக்கிட்டுப் போச்சு நாடா. இல்லன்னா இன்னைக்கு மண்ட பொளந்திருக்கும்' என்று நினைத்தபடியே இரண்டு பொந்து உண்டை நூலை எடுத்து, சேலை முந்தானைக்குள் வைத்து முடிந்தாள். முன்னால் வயிறு முட்டிக்கொண்டு நின்றது. மறுபடியும் எடுத்து, தனித்தனியாக ஒவ்வொன்றை வைத்து முந்தானையைச் சரிசெய்து கட்டிக்கொண்டு சரோஜா வீட்டுக்குத் தோட்டத்து வழியாகவே போனாள்.

வெயில் நேரம். முள்ளு மரத்திற்குக் கீழ் குட்டிப் போட்ட பன்றிகள் மடி தொங்கப்படுத்திருந்தன. ஏழெட்டுக் குட்டிகள் தாய் மடியை முட்டி மோதின. உச்சி வெயிலில் முள்ளுக் காய்கள்

உருகுகிற நாற்றமும், பன்றிகள் புரண்டு எழுந்து கிளப்பிவிடும் சாக்கடை நாற்றமும், தோட்டத்துக் குப்பைகளில் காய்ந்து மருகும் சாண வாசமும் சேர்ந்து ஆளைத் திணற வைக்கும் ஒரு நெடி அடித்தது. தேவிக்கு அந்த நெடி பட்டாலே வாந்தி வருவதுபோல் குமட்டும்.

முந்தானையை எடுத்து மூக்கில் பொத்திக்கொண்டு வேகமாக நடந்தாள். 'குர்ர்ர் குர்ர்ர்' என்று இவளை விரட்டுவதுபோல், பால் குடித்துக் கொண்டிருந்த ஒன்றிரண்டு பன்றிக் குட்டிகள் பின்னால் ஓடி வந்தன. 'ச்சூ, ச்சூ' என்று விரட்டியபடியே கீழே கிடந்த கல்லொன்றை எடுத்துப் பன்றிக் குட்டிகள்மேல் வீசினாள். 'குர்ர்ர்' என்று கத்தியபடியே பன்றிக்குட்டிகள் திரும்பி ஓட, தாய்ப் பன்றிகள் தலையைத் தூக்கிப் பார்த்தன. தேவியைப் பார்த்தவுடன், மீண்டும் தலையைத் தொங்கப்போட்டுக் கொண்டு படுத்து, கால்களைக் குட்டிகளுக்கு வசதியாக விரித்துக் கொடுத்தன.

காலில் நெருஞ்சி முள்ளொன்று குத்தியது. குனிந்து எடுக்கக் கூடத் தோணாமல் சரோஜா வீட்டுக்குப் போனாள். அவள் நினைத்தது போலவே தோட்டக் கதவு சாத்தியிருந்தது. தகரக் கதவு. சந்து வழியாகப் பார்த்தாள், யாரும் நடமாடுகிறார்களா என்று? ஒருத்தரையும் தெரியவில்லை. கதவைத் தட்டினாள். “அக்கா, சரோஜா அக்கா” என்று குரலை உயர்த்தியபடியே கதவையும் தட்டினாள். வெயிலுக்கு உருகி நின்ற தகரம், கையைச் சுட்டது. “என்னா இப்படி அண்டிக்கீதே?” என்று கையை எடுத்தாள்.

உள்ளே பேச்சு சத்தம் கேட்டதுபோல் இருந்ததால் தட்டுவதை நிறுத்தினாள். 'பர்ரெக்' என்று தாழ்ப்பாள் விலகும் சத்தம். சரோஜா தான் எதிரில் நின்றாள்.

“என்னாடி இந்த வெயில்ல? துணி காயப்போடலாம்னு பின்னாடி வந்தா, கதவைத் தட்ற சத்தம். தெருப்பக்கம் வராம இதென்ன தோட்டத்துப் பக்கம்?”

“இந்த ரெண்டு பொந்து நூல வச்சிக்கிட்டு அஞ்சு ரூபா குடுக்கா. வூட்ல விருந்தாளி வந்திருக்காங்க. மருமவன் மொத தடவையா வந்திருக்காரு. கோழியடிக்கணும்.”

“ருக்கு திண்ணையில ஒக்காந்து பேசிக்கினு இருக்குதே, பாத்தேன். கால குறுக்கப் போட்டுக்கிட்டுச் சுருட்டுப் புடிச்சிக்கிட்டு ஒக்காந்திருக்காரே அவருதான் மருமவனா? ஆளு ஒங்குதாங்கா தான் இருக்காரு. கிட்ட பாத்தாத்தான் வயசு தெரியுது.”

தேவி இதற்கென்ன பதில் சொல்வது என்று புரியாமல் நின்றாள்.

“நேத்து ஒங்கூட்டுக்காரனும் பங்காளியும் சேந்து ஊரக் கலக்கிட்டாங்க. கடைசியில எங்கூட்டுக்குத்தான் வம்பு வச்சாங்க.”

“என்னாக்கா ஆச்சு?”

“ஏன் ஒனக்கு ஒன்னும் தெரியாதா? தெரு தென்ன மரம் பூரா சூரியனை வரைஞ்சு வச்சிருக்காங்க. எங்க மாமனாருக்கு முன்னாடியில இருந்து எங்க வூடு காங்கிரசுகாரங்கன்னு தெரியும். கூட்டம் நடந்தாக்கூட எங்கூட்ல இருந்துதான் சாப்பாடு போவும். எங்க மரத்துல வந்து எழுதினா என்னா அர்த்தம்?”

“தெருவுல கீற மரம்தானேக்கா?”

“எங்கூட்டுக்கு நேரா இருக்கிற மரந்தானே? இப்ப ஒங்கூட்டுக்கு நேரா இருக்கிற முருங்க மரத்துல நான் நாளைக்கு வந்து முருங்கக்காய் பறிக்கட்டா? ஒரு இனுக்கு கீர ஒடைக்கட்டா? எங்கூட்டு மரத்துல யார் கை வைக்கிறதுன்னு ஒங்க மாமியாரு தொரட்ட புடுங்கி ரெண்டா ஒடைச்சிப்புடும். எங்கூட்டுக்கு நேரா இருக்கிறது எங்க மரந்தானே? இருக்கிற எடம்ல்லாம் வுட்டுட்டு அதுல எதுக்கு எழுத சொல்றது? ஒங்கப் பங்காளி முன்னாடி எங்காளு பேச மாட்டார்ங்கிறதால, நேத்து அப்டியே வுட்டுட்டாரு. ஒன் வூட்டுக்காரன் நல்லப் பையன். அவெங்கப்பாவை மாதிரியே வம்பு தும்புக்குப் போவாதவன்றதால இவரு சும்மா வுட்டுட்டாரு.” சரோஜா அக்கா பேசிக்கொண்டே போனாள்.

முன்னால் நீண்டிருந்த ஒழுங்கற்ற அவளின் பற்கள் கோபமாகப் பேசும்போது, ஆலைச் சுற்றுவதுபோல் மேலும் கீழும் போய் வந்தன. அருகில் பார்க்க விகாரமாக இருந்தது. தலையெழுத்தே என்று நின்றிருந்தாள்.

“எப்பவும் காசு ஒட்டமா இருக்கும். சூத்துக் கொழுப்பு. எவனோ துலுக்கப் பையன் என்னவோ சொன்னான்னு கடையை எடுத்துப்போட்டு வந்து காகுழியில் ஒக்காந்திருக்கான். ரூபாய கட்டி வச்சி எடுத்து செலவு பண்ண கை, இப்ப எண்ணிச் செலவு பண்ணுன்னா கேக்குமா? அஞ்சாறு பேர் இருக்கிற குடும்பம். எங்கிருந்து கட்டுப்படியாகும். ஒங்க அத்தக்காரி அதுக்கு மேல. பெரிய மனுஷியா எடுத்துச் சொல்றதவிட்டு, பையன் பேச்சக் கேட்டுக்கிட்டு இருக்கிறா.”

“அக்கா, நான் போய்தான் ஒல வைக்கணும்.”

தேவி நினைவுபடுத்தினாள்.

“கால் அண்டிக்கிது, நிக்க முடியல.”

“எத்தினி பொந்து? யார்கிட்ட எடுத்த நூலு? நம்மளுதுதானே? கஞ்சூர்த்தாமூட்டு நூலா இருந்தா நான் வாங்க மாட்டேன். பாவு குடுத்தா ஒருத்தன் வாங்க மாட்டான். எழையா விழுதுன்னு திருப்பிக் கொண்டாந்து குடுப்பாங்க” என்று வரிசையாகக் கேள்வி கேட்டாள்.

“நம்மகிட்ட எடுத்த பாவுதாங்க்கா. மொத பாவு எடுத்தது தானே?”

“கொண்டா.”

தேவி இரண்டு பொந்தையும் எடுத்துக் கொடுத்தாள்.

“இப்பல்லாம் முன்ன மாதிரி இல்ல. உண்ட நூல் ரொம்ப வெல கொறஞ்சு போச்சு. ரெண்டு ரூபாதான் ஒரு பொந்து. நால் ரூபா தர்றேன், சரியா?”

“நேத்து தானேக்கா, குமரகுரு பொண்டாட்டி, கடைசி சேலைக்கு உண்ட நூல் இல்லன்னு உங்கிட்ட ரெண்டு பொந்து அஞ்சு ரூபா குடுத்துதான் வாங்கியாந்தேன்னு சொல்லுச்சி.”

“அந்த நெறம் வேற. இது வேற. ஊதா நெற சேலையும் வெல போவாது. நூலும் வெல போவாது.”

“நெறத்துக்கு ஏத்த மாதிரியான்னாக்கா வெலை?”

“ஒனக்குத் தறியப் பத்தி என்னாத் தெரியும்? நால் ரூபா குடுக்கவா? வேணாவா?”

அவளுக்கும் கால் சுட்டிருக்கும் போலிருக்கிறது. குரலில் எரிச்சல் கூடியது.

"குடுக்கா. அவசரத்துக்கு என்னா பண்றது?"

"அவசரத்துக்கு என்னா பண்றதுன்னா, ஏதோ ஒங்கிட்ட கொறச்சி வாங்குற மாதிரி சொல்ற? ஒனக்குன்னு ஒரு வெலையா சொல்லப் போறன்? இஷ்டமிருந்தா குடு. இல்லன்னா வுடு."

கதவைச் சாத்தலாம் என்பதுபோல் கதவில் கை வைத்தாள்.

தேவிக்கு அவமானமாக இருந்தது. நாலு ரூபாய்க்கு கை நீட்டிப் பிச்சை கேட்பதுபோல் உடம்பு கூசியது.

"குடுங்கக்கா."

கம்மிய குரலை மறைத்தபடி, மெதுவாகச் சொன்னாள்.

ஒற்றைப் பனங்காயைத் துடைப்பக்குச்சியில் செருகி சின்னப் பசங்கள் இழுத்துப் போவதுபோல், பின்புறம் அசைந்தபடி சென்றாள் சரோஜா.

★

"ருக்கு, சாப்பாடாயிடுச்சி, மச்சானையும் பசங்களையும் சாப்பிடக் கூப்பிடு."

உள்ளே உட்கார்ந்து அத்தையுடன் பேசிக்கொண்டிருந்த ருக்குவைக் கூப்பிட்டாள் தேவி.

நடராஜன் குளித்துமுடித்து துண்டை முதுகுக்கு குறுக்காகவிட்டு, ஈரம் போக இரண்டு பக்கமும் இழுத்துத் துடைத்தான். நடுவாசலில் இரண்டு அன்னக்கூடைத் தண்ணீரை வைத்துக்கொண்டு, மனைப்பலகைப் போட்டு, குளிக்க உட்கார்ந்தால் குளித்து முடிக்க அரை மணி நேரம் ஆகும். 'நீ குளிக்கிற நேரத்துல மூணு பொம்பளைங்க குளிப்பாங்கப்பா' என்று பக்கத்து வீட்டுப் பெரியம்மா சொல்லும். இன்று முன்னதாகவே இறங்கி குளிக்கச் சொல்லியிருந்தாள் தேவி. எல்லாரும் சாப்பிடப் போகும்போது, இவர் குளிக்க உட்கார்ந்தால் நன்றாக இருக்காது என்று.

ருக்குவும் மருமகனும் பிள்ளைகளும் வாசல் தொட்டியில் இருந்து தண்ணீர் மொண்டு கை கழுவினார்கள். ருக்குவையும்

அவர்கள் கூடவே சாப்பிட உட்காரச் சொன்னாள் தேவி. கன்னியம்மாள் அம்மிக்கல்லில் வடித்துவிட்டிருந்த சோற்றுக் குண்டானைத் தூக்கி வரப் போனாள். வாழை இலை கிடைக்க வில்லை. கையிலைதான் இருந்தது. மந்தார இலை. அதை நன்றாகக் கழுவி எடுத்து வைத்திருந்தாள்.

முதலில் நடராஜன். அடுத்து சடாட்சரம், அடுத்து அவர் மகன் குமார், மகள் அல்லி, அடுத்து ருக்கு, அதற்கடுத்து சுசீலாவும் சுப்ரமணியும் உட்கார்ந்தார்கள். தேவி இலை போட்டாள். தண்ணீர் வைத்தாள். இலையில் உப்புக் கல் வைத்துவிட்டு நிமிர்ந்தாள். அத்தை வருகிறார்களா என்று பார்த்தாள். கன்னியம்மாள் வந்தவுடனே சோறு எடுக்கும் அடுக்குச் சட்டியில் அள்ளிப்போட்டுக்கொண்டு ஒவ்வொருவருக்கும் வைத்தாள். சுடச்சுடச் சீரகச் சம்பா அரிசிச் சோறு மணத்துடன் இலையில் விழுந்தது.

தேவி சோறு வைத்துக்கொண்டு போக, பின்னால் கன்னியம்மாள் குழம்பு கிண்ணத்துடன் வந்தாள்.

“எங்கம்மா அண்ணாமலை?”

“அவென் எங்கச் சுத்திக்கிட்டு இருக்கானோ? ஒவ்வொரு வேலைக்கும் போய் கூப்ட்டாத்தான் வந்து சாப்டுவான். நீ சாப்டு. நான் போய்க் கூப்ட்டாறேன்.”

கன்னியம்மாள் கறியுடன் குழம்பையும் அள்ளி நடராஜனின் இலையில் வைத்தாள்.

கன்னியம்மாள் கை பக்குவமே தனி. கருவாட்டுக் குழம்பு வைத்தாலும் கோழிக்கறி குழம்பு வைத்தாலும் தனி மணம் வந்துவிடும். மீன் குழம்பு சொல்லவே வேண்டாம், ஒரு வாரம் வைத்துச் சாப்பிடலாம். பிடித்துச் சாப்பிடுவதுபோல் குழம்பு கெட்டியாக இருக்கும். அய்யா வந்துவிட்டால் இரவில் எல்லாரும் ஒன்றாக உட்கார்ந்து, பெரிய வெண்கல கிண்ணியில் சோறு போட்டுப் பிசைந்து, ஒவ்வொருவருக்காய்க் கையில் பெரிய உருண்டையாக உருட்டிக் கொடுப்பார். குண்டான் சோறு காலியாவதே தெரியாமல் காலியாகும்.

“மாமா, அம்மாகவுச்சி செஞ்சு நீங்கச்சாப்பிட்டதில்லதானே? தனி ருசி.”

கன்னியம்மாள் ரவிக்கை இல்லாத சேலையை இன்னும் இழுத்துக் கட்டிக்கொண்டு, மருமகனுக்குக் குழம்பு ஊற்றப் போனாள்.

சடாட்சரம், குழம்பு ஊற்ற வந்த கன்னியம்மாளைத் தடுப்பது போல் குறுக்காகக் கையை நீட்டினார்.

"என்னா குழம்பு நடராஜி?"

வயதில் சிறியவன் என்பதால், மாமா கல்யாணமான அன்றில் இருந்தே நடராஜனைப் பெயர் சொல்லித்தான் கூப்பிடுகிறார்.

"கோழிக் கறிக் கொழம்பு மாமா."

"நாங்க கவுச்சியே சாப்பிட மாட்டமே, வீர சைவ மரபாச்சே? தெரியாதா ஒங்களுக்கு?"

நடராஜன் அதிர்ச்சியாகி அம்மாவைப் பார்த்தான். அம்மா ருக்குவைப் பார்த்தாள். தேவி அடுப்பில் வெந்து, கொஞ்சம் காத்தாட வாசப்படியருகே நின்றிருந்தவள் மருமகன் சொன்னதைக் கேட்டு அதிர்ந்துபோனாள்.

யாருக்கும் அடுத்து என்ன பேசுவது என்று தெரியவில்லை. கன்னியம்மாள் குழம்புக் கிண்ணத்தைக் கீழே வைத்துவிட்டு முழித்தாள். ஏற்கெனவே நேரமாகிவிட்டதால் குழம்பு, ரசம் வாழைக்காய்ப் பொறியலும் மட்டும் போதுமென்று அவசர அவசரமாகச் செய்திருந்தார்கள். குழம்பு வேண்டாமென்றால் என்ன ஊற்றுவது எனத் திகைத்தார்கள்.

"நீ எத்தினி மணிக்கு வந்த ருக்கு? உள்ள வந்து, மாமா சாப்பிட மாட்டாங்கன்னு சொல்லியிருந்தா நாம பாட்டுக்குன்னு கொழம்பு வச்சு பொறியல்,கூட்டுன்னு வச்சிருக்கலாமே. வெளிய வாயப் பாத்துக்கிட்டு ஒக்காந்துக்கிட்டு இப்ப வர்ற?"

கன்னியம்மாள் மகள்மேல் பாய்ந்தாள்.

"கறிக்கொழம்பு வைக்கப் போறேன்னு எனக்கென்ன தெரியும்? இன்னிக்குச் செவ்வாய்க்கெழமை வேற? நம்ம வீட்ல செய்ய மாட்டோம்னு நெனச்சேன்."

"என்னம்மா நீ, மொத மொத மாமா வர்றாங்க. வெறும் சாம்பார் வச்சா சோறு போடுவ?" என்று கேட்டுவிட்டு, "பசங்க ளாவது சாப்பிடுவாங்களா?" என்று கேட்டான்.

“எனக்குத் தெரியாம வேணா சாப்பிடுவாங்க.”

இதென்ன பதில்? அவர்களுக்குக் குழம்பு ஊற்றுவதா வேண்டாமா என்று குழப்பமாக இருந்தது.

“அப்பா இங்க சாப்பிடட்டும், வாங்க நாம காத்தாட அப்டித் தரக்கடையில் ஒக்காந்துக்கலாம்” என்று பிள்ளைகளை எழுப்பினாள் ருக்கு. கூடவே சுசீலாவும் சுப்ரமணியும் எழுந்தார்கள்.

“அம்மா, சுண்ட வத்தல் போட்டுக் காரக் கொழம்பு வெச்சுட்ரீயா? நாங்கப் பேசிக்கிட்டே மெதுவா சாப்ட்றோம்.”

“மொத மொத சாப்பாடு போட்றோம். காரக்கொழம்பு போடக்கூடாதுப்பா.”

“ஒன்னுமே வேணாம். ரசம் இருக்கில்ல. மோர் இருக்கா? ரெண்டும் போதும். சாப்பாடுல்லாம் பெரிய விஷயமில்ல. ரெண்டு சுண்ட வத்தல் வேணா பொரிச்சு எடுத்தாங்க அத்த.”

தேவி வேகமாக அடுப்பங்கரைக்குப் போனாள். ஏற்கெனவே வறுத்து டப்பாவில் போட்டு வைத்திருந்தாள். சின்னத் தட்டில் கொட்டி எடுத்து வந்து, இலையில் வைத்தாள்.

“நேத்து சோத்து வத்தல் போட்டமே? அதுல நாலு எண்ணெயில போட்டு எடுத்தாம்மா.”

மீண்டும் தேவி போனாள். கன்னியம்மாள் வெறும் ரசத்தை ஊற்றினாள். நடராஜனுக்குப் பிசைந்த சோறு, கையிலேயே இருந்தது.

“நீ சாப்பிடுப்பா, இதிலென்ன இருக்கு? கடை கண்ணிக்குப் போனா அவெங்கவங்களுக்குப் பிடிச்சதைச் சாப்பிடல?”

நடராஜனுக்குச் சோறு உள்ளிறங்கவில்லை.

இந்த வேகாத வெயிலில் தேவி ஓடிப்போய் வந்ததை நினைத்தான்.

வெளியில் பிள்ளைகள் சத்தம் கேட்டது.

ஒன்றுக்கொன்று சந்தோஷமாகப் பேசியபடி சாப்பிட்டுக் கொண்டிருந்தார்கள்.

குழந்தைகள் சாப்பிட்டால் சரியென்று நடராஜனுக்குக் கொஞ்சம் நிம்மதியானது.

சடாட்சரம் ரசத்தை முடிப்பதற்குள் இலையில் சோற்று வற்றல் வந்தது. மோர் ஊற்றிப் பிசைந்து சுண்ட வத்தலும் சோற்று வத்தலும் தொட்டுச் சாப்பிட்டார்.

"பிரமாதமா இருக்கு நடராஜி. இது போதும். எப்பவோ நம்ம வீட்ல திருப்பதிக்குப்போய் வந்திருக்காங்க. அங்கப் புடிச்சத எதுனா விடணும்னு யாரோ சொன்னாங்களாம். மனுஷனுக்குப் புடிச்சது என்ன? நாக்கு ருசிதானே? நாக்கு ருசிக்கு கவுச்சி தானே நல்ல வேட்டை. அதான் கவுச்சி சாப்பிடுறதில்லைன்னு விட்டுட்டாங்களாம். தனியா கவுச்சி சட்டியே ரெண்டு தலைமுறையா இருந்ததில்லைன்னா பாத்துக்கோயேன்."

"வீர சைவர்னு ஏதோ சொன்னீங்க?"

"சைவம்னு ஆயிட்டா, அதுல இருக்க யார்கூடன்னா சேர்ந்துக்க வேண்டியதுதானே?"

"என்னடா இது, நீங்க மோலியார் இல்லையோன்னு யோசிச்சேன்."

"ஏன் மோலியாரா இல்லன்னா ஒன் தங்கச்சிய குடுத்திருக்க மாட்டீயா? நீதான் சாதி இல்லன்னு சொல்றவனாச்சே!"

"கட்டிக் குடுக்கிறது வேற. தப்பாப் புரிஞ்சி வச்சிக்கக் கூடாது இல்லையா? அதுக்குக் கேட்டேன்."

"எல்லாம் இந்தக் கெக்கல சாதிதான். என்னா எங்கூர்ல எல்லாம் படிச்சி எப்படியோ ஒரு மாசச் சம்பளக்காரனாயிடுவாங்க. அதான் மகிமை. இந்த ஊர் மாதிரி காகுழியில கெடக்கல. ஆனா பாரு, நம்ம தலையெழுத்து, அதுவே புடிக்க மாட்டேங்குது."

"எது புடிக்கலை?"

"மாசச் சம்பளம் வாங்குறது."

"அப்புறம்?"

"ஊரச் சுத்தி கழனிக்கட்டு. ரெண்டு கெணறு. இருபது முப்பது பேருக்குக் கூலி குடுக்கிறோம். வருசத்துக்கு ரெண்டு

களம் நெல்லு வூட்டுக்கு வருது. நாம போய் ஒருத்தனுக்குச் சல்யூட் அடிச்சிக்கினு, அவனுக்குக் கூஜா தூக்கிக்கிட்டு, பாரா வைக்கப் போணுமான்னு நெனச்சேன். கழனிக்கட்டுல ஒக்காந்து நல்லா வெவசாயம் பண்ணா, அந்த அம்பது ரூபா மாதிரி, நாலஞ்சு அம்பது ரூபாய நாம கூலியா குடுத்துட்டுப் போலாம். ஒரு வாரமா யோசனை. வேணாம், செஞ்சது போதும்னு உள்மனசு சொல்லிச்சு. நேத்து வேலை வேணாம்னு எழுதிப் போட்டேன் நடராஜி. வூட்லகூட யார்கிட்டயும் சொல்லல. அதான், இன்னிக்குச் செவ்வாக்கெழமைன்னாலும் கூடப் பரவாயில்லன்னு ருக்குவையும் பசங்களையும் கூட்டிக்கிட்டு வந்துட்டேன்."

நடராஜனுக்கு யாரோ உச்சி முடியைப் பிடித்துத் தூக்கிவிட்டதைப்போல் ஜிவ்வென்று வலி உள்ளிறங்கியது. தரக்கடையில் சாப்பிட்டுக் கொண்டிருந்த ருக்கு விக்குவது கேட்டது. "மாசச் சம்பளக்காரன். போலீஸ் உத்தியோகம். சாப்பாட்டுக்கோ, மத்ததுக்கோ எந்தக் குறையும் இருக்காது" என்று வல்லம் மாமா, அவனிடம் சொல்லிச் சமாதானப்படுத்தியது நினைவுக்கு வந்தது.

"என்ன மாமா சொல்றீங்க?"

அதிர்ச்சி விலகாமல் கேட்டான்.

"நீயென்ன இப்படி முழிக்கிற? என் வேலயைத்தானே விட்டுட்டேன். ஏதோ என் சொத்து எல்லாத்தையும் வித்துட்டன்ற மாதிரி பாக்குறே. ஒக்காந்து சாப்பிட்டாலே இன்னும் ஒரு தலை முறைக்குச் சாப்பிடலாம். நீ எதுக்குக் கவலப்படுற? அதெல்லாம் ஒந்தங்கச்சி ஓகோன்னு இருப்பா."

ருக்கு பாதி சாப்பாட்டுடன் அடுப்பங்கரைக்குப் போவது தெரிந்தது.

கன்னத்தில் ஈரம். கன்னியம்மாள் குனிந்தபடியே சாப்பாடு போட்டுக்கொண்டிருந்தவள், ஓரத்தில் இருந்த பெஞ்சில் போய் உட்கார்ந்தாள்.

வீட்டில் நடராஜனிருந்தாலே அவனுக்கு மேல் உயரமான இடத்தில் கன்னியம்மாள் உட்கார மாட்டாள். கையை ஊன்றிக் கொண்டாவது கீழேதான் உட்கார்வாள்.

பூசணிக்காய் உடம்புடன் கீழே விழுந்து விடப்போகிறோம் என்று பயந்துபோய், முந்தானையில் முகத்தைத் துடைத்துக்கொண்டு, மருமகன் இருந்தாலும் பரவாயில்லை என்று பலகையில் உட்கார்ந்தாள்.

குமாரும் அல்லியும் சாப்பிட்ட கையுடன் உள்ளே வந்தார்கள். அவர்கள் முகங்கள் இருண்டிருந்தன.

தன் வாழ்க்கை, இன்னொரு சுழலிலும் சிக்கிக்கொண்ட புரிதலில் நடராஜன் பரிதவித்தான்.

எங்கோ வெயிலில் சுற்றிவிட்டு, அழுக்குப் படிந்த கால்களுடன் கறுத்துப்போய் உள்ளே வந்தான் அண்ணாமலை.

27

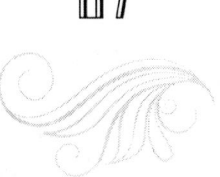

ராந்தல் விளக்குடன் முன்னால் நடந்துகொண்டிருந்தான் பாஸ்கரன்.

அவனைத் தொடர்ந்து மண்ணு வீட்டு வகையறா ஆண்களும் பெண்களும் சென்றனர். ஒன்றிரண்டு பெண்களின் தலையில் அன்னக்கூடை. சுசீலாவின் தலையிலும் இடுப்பிலும் தண்ணீர்க் குடங்கள். பெண்களை முன்னால் நடக்கவிட்டு, கடைசியில் சில ஆண்கள் ராந்தலுடன் பாதுகாப்பாய் பின்னால் வந்தார்கள்.

காட்டேரி கும்பிட குளத்தங்கரைக்குச் சென்று கொண்டிருந்தார்கள்.

அடர்ந்த இருட்டினை விரட்ட முடியாமல் ராந்தல் விளக்கின் மங்கலான ஒளி திணறியது.

சுசீலா பெண்களுக்கு மத்தியில் நடந்து வந்தாலும், பயத்தில் அங்கும் இங்கும் பார்த்தாள்.

"போவும்போது ஊர திரும்பிப் பாக்க கூடாது. வரும்போது கொளத்தைத் திரும்பிப் பாக்க கூடாது. காட்டேரி நம்ம பின்னாடியே வரும். திரும்பிப் பாத்தா பாக்கிறவங்கள புடிச்சிக்கும்." ஜெகதா சொன்னாள்.

சுசீலாவுக்கு இன்னும் பயமானது.

அன்னக்கூடையில் துணிபோட்டு மூடியிருந்தாலும், கருவாட்டுக் குழம்பின் வாசனை காற்றில் பரவியது.

குளத்தங்கரைக்கு வந்தவுடன் பெண்கள் அன்னக்கூடையை இறக்கி வைத்தார்கள்.

“எல்லாரும் அப்டி ஓரமாய்ப் போய் ஒக்காருங்க. புல்ல செதுக்கிட்டு, புள்ளையார் புடிச்சுட்டு கூப்ட்றோம்.” பாஸ்கரன் சொன்னான்.

“இவனே புள்ளையார் மாதிரிதான் கீறான். மூஞ்சியும் முழியும்.” தனக்கோட்டி திட்டிக்கொண்டு நகர்ந்தாள்.

“பொம்பளைங்க பக்கம் ஒரு ராந்தலை வைங்கப்பா.” கந்தன் சொன்னார்.

சுபானுவின் மனைவி தனக்கோட்டி குடியாத்தத்தில் இருந்து கல்யாணம் பண்ணி வந்தவள். நல்லூருக்கும் குடியாத்தத்துக்கும் எண்பது மைலுக்கும்மேல் இருக்கும். சுற்றியிருக்கிற பத்து மைலுக்குள் பெண்ணெடுப்பதும், பெண் கொடுப்பதும்தான் ஊரின் வழக்கமென்றாலும், எப்படியோ வருஷத்துக்கு ஒன்றிரண்டு பெண்கள் குடியாத்தத்தில் இருந்து இங்கு கட்டிக்கொண்டு வந்துடுவார்கள். எங்கிருந்து இந்தச் சம்பந்தம் ஆரம்பித்தது என்று யாருக்கும் தெரியாது.

குடியாத்தக்காரிங்களுக்கு வாய்க்குப் பஞ்சமிருக்காது. வைத்துப் பார்க்க மாட்டார்கள். வெட்டு ஒன்று துண்டு இரண்டு கதைதான். ஆளும் காங்கேயம் காளைகள் மாதிரி ஓங்கு தாங்காக இருப்பார்கள். யாரும் சட்டென்று எடுத்தெறிந்து பேசிவிட முடியாது. தனக்கோட்டியும் அந்த வார்த்தையைப் பொய்யாக்கியதில்லை. எந்தக் கூட்டத்திலும் தனியாகத் தெரிவாள். எப்பவும் ஆம்பளை தோரணைதான்.

மீராவும் தனக்கோட்டியும் தேவியும் தனியாக இடம் பார்த்து உட்கார்ந்தார்கள். சுசீலா தேவியின் கையைப் பிடித்துக்கொண்டு பக்கத்தில் உட்கார்ந்தாள்.

தனக்கோட்டி கல்யாணம் கட்டிக்கொண்டு நல்லூருக்கு வந்ததில் இருந்து அவளுக்கு எல்லாமே புதிதாக இருந்தது. பழக்கவழக்கம், பேச்சு, சாப்பாடு ஒன்றும் பிடிபடவில்லை. குறிப்பாக வீடு. ஒவ்வொரு வீட்டுக்குள் நுழையும்போது தலையில் இடி வாங்குவாள்.

புதிதாக வரும் யாரும் நல்லூர் வீடுகளில் இடி வாங்காமல் போக முடியாது. வீட்டின் தளம் பத்தடி உயரமிருந்தாலும் பனை மரத்தின் சரம் வைத்து, முன்னோக்கித் தாழ இறக்கியிருப்பார்கள்.

அதற்கு ஓராள் தடிமன் உள்ள கழி உத்திரமாக இருக்கும், நாட்டோட்டின் கனத்தில் பனை சரம் இறங்கிவிடக் கூடாது என்பதற்காக. ஆனாலும் கூரை இறங்கித்தான் நிற்கும். ஐந்தடிக்கு குறைவானவர்கள் தலை எப்போதும் தப்பிக்கும். அதற்குமேல் வளர்ந்தவர்கள் தலை தப்பிப்பது அவரவர் பாடு. அந்த ஊரிலேயே பிறந்து வளர்ந்தவர்களுக்கு, குனிந்து செல்லும் எச்சரிக்கையுணர்வு பழக்கத்தின் காரணமாக இருக்கும். புதிதாக வருபவர்களுக்கு நல்லூர்க்காரர்கள் சொல்லும் முதல் ஆலோசனையே, 'குனிஞ்சி போகணும்' என்பதாகத்தான் இருக்கும்.

தனக்கோட்டி ஐந்தரையடிக்குமேல் இருப்பாள். உடம்பிலும் ஒரு வணக்கம் இருக்காது. 'வளைகிறேனா பார்' என்று மூங்கில்போல் தான் நடை. அவள் கல்யாணம் கட்டிக்கொண்டு மறுவீட்டுக்கு வந்திருந்தாள். உடன் அவள் தாய்மாமன் மனைவியும் மணப்பெண் தோழியாக வந்திருந்தாள். அவளும் ஓங்குதாங்கானவள்தான். ஒவ்வொரு பங்காளி வீட்டுக்கும்போய் ஆசிர்வாதம் வாங்க வேண்டும் என்று கூட்டிப்போனார்கள்.

வீட்டிற்குள் நுழையும் போதே தெருவாசப் படியிலும், உள்வாசப் படியிலும் மடார் மடாரென்று தலையில் இடி. பெரியவர்கள் காலில் விழுந்து அவர்கள் கொடுத்த வெற்றிலை பாக்கு, பழம், வாங்கி இடுப்பில் கட்டிக்கொண்டே வந்ததில் இடுப்புக்குக் கீழ் தனியாக ஒரு பை வைத்துத் தைத்ததுபோல் புடைத்துக்கொண்டு நின்றது. அவள் தலையும் புடைத்தது.

"என்னாடீ ஊரு இது? வீடா கட்டி வச்சிருக்காங்க, பன்னி குடிச மாதிரி? மடார் மடார்னு இடிச்சிக்கிறதா இருக்கு. உள்ள நுழையும்போதே இவ்ளோ இடின்னா, இன்னும் மாமியார், நாத்தனார் இடி எவ்ளோன்னு தெரியலையே?" என்று அவள் மாமியும் அலுத்துக் கொண்டாள். அவளுக்கும் தலையைத் தேய்த்துவிட்டு மாளவில்லை.

"பக்கத்துல எங்க மாமனப் பாருங்க. ஓங்களவிட ஒசரம்தானே? எப்டிக் குனிஞ்சு போறார்னு. ஒடம்புல வணக்கம் இருக்கணும். வர்ற மருமகக்கிட்ட நாங்க வாய் தொறந்து சொல்றது இல்ல. எங்க வீட்டு நெலப்படியத்தான் சொல்லச் சொல்லியிருக்கோம்" என்று ஏளனம் பண்ணிச் சிரித்தாள் புதுப்பெண்ணை வேடிக்கை பார்க்க நின்றிருந்த எதிர்வீட்டுக்காரி.

“எங்க தனக்கோட்டி நடக்கிற நடைக்கு, ரெண்டடி பூமி உள்ளப் போயிடும். உங்க நெலப்படி என்ன சொல்லுதுன்னு பாப்போம்” என்று மாமியும் சளைக்காமல் பதில் சொன்னாள்.

கல்யாணம் பண்ணி வருஷம் ஓடிவிட்டாலும் இன்னும் பல நேரங்களில் தனக்கோட்டி, வேறு எங்காவது கவனமாய் இருக்கிற நேரத்தில் இடித்துக் கொள்ளாமல் இருந்ததில்லை.

தனக்கோட்டி ஐந்தாம் வகுப்பு படித்திருந்தாள். அதே ஐந்தாம் வகுப்பு இங்கிருக்கிறவர்களும்தான் படித்திருக்கிறார்கள். ஆனால் நகரத்து ஐந்தாம் வகுப்புக்கும் கிராமத்து ஐந்தாம் வகுப்புக்கும் மலைக்கும் மடுவுக்குமான வேறுபாடு இருந்தது.

தனக்கோட்டி கூட்டங்களில் கேட்கும் வசனங்களை அப்படியே ஒப்பிப்பாள். அதைவிட, அதை எல்லார் முன்பும் சொல்வதற்கு அவளுக்குத் தயக்கமிருந்ததில்லை.

“எங்கப் பக்கத்துல இந்தப் பழக்கம் இல்லக்கா. இங்கத்தான் புதுசு புதுசா இருக்கு. காட்டேரி கும்பிட்றது அது இதுன்னு.”

“இருக்கும், ஒனக்குத் தெரிஞ்சிருக்காது.”

“இல்லக்கா... நான் கேள்விப்பட்டதே இல்ல. எங்க அண்ணனைக் காணோம்?”

“நான் அக்கா, அவரு அண்ணனா? நல்ல ஒறவுமுறை வச்சு கூப்ட்ற.”

“வாய்க்கு வர்றத கூப்ட வேண்டியதுதான். அண்ணன்னு கூப்ட்றது புடிக்குதுக்கா.”

“எப்டினா கூப்டு. எலெக்ஷன் வந்துடுச்சே, எங்க வூடு தங்கறாங்க. இவென் லட்சணத்துக்கு, மூஞ்சியில முழிக்க மாட்டாங்க. எனக்குந்தான் இஷ்டம் இல்ல. பங்காளிங்களாச்சே, நாளைக்கு நமக்கு வர்ணுமேன்னு வந்தேன். சுமதி நல்ல பொண்ணு. கல்யாணமாகிப் போவப் போது. அது மூஞ்சிய பாக்கணுமே.”

“கருவாட்டுக் கொழம்பா வச்சுப் படைப்பாங்க?”

“கருவாட்டுக் கொழம்புதான் படைக்கணும். சுருட்டு, சாராயம்கூடக் கொஞ்சம் கொஞ்சம் வைப்பாங்க. காட்டேரிக்கு அதெல்லாம் தான் இஷ்டமாம்.”

"நல்லா கீது கத. சாமியே இல்லைன்றோம், இதுல காட்டேரிக்குத் தனி கவனிப்பா இருக்கே?"

"வீட்ல கல்யாணம் காட்சின்னா, குப்பைக்குப் படைக்கிறது, காட்டேரி கும்பிட்றதுன்னு இதுல்லாம் ஒரு பழக்கம்னு வச்சிருக்காங்க."

"சரி, இருக்கட்டும். நல்ல கருவாட்டுக் கொழம்பு சாப்பாடு கெடைக்குது."

"அண்ணி, நான் அங்கப் போறேன்." சுசீலா

"இருட்டா இருக்கே. இப்ப என்னாத்துக்கு அங்க?"

"புள்ளையார் புடிக்கப் போறாங்க."

தேவியின் பதில் வருவதற்குள் சுசீலா எழுந்து குளத்தங் கரைக்குப் போனாள்.

"வேடிக்கை பாக்கணும்னா முன்ன நிக்கும்."

"சோத்துக் குண்டான கமுக்கமா பக்கத்துல வச்சிக்கிட்டு ஒக்காந்துட்டீங்களா ரெண்டு பேரும்."

பஞ்சவர்ணம் அருகில் வந்தாள்.

"அன்னக்கூடையை அப்டியே முழுங்கிடப் போறோம். இருக்கிறத போதும் போதாதுன்னு நாமதானே சாப்ட போறோம்?"

"ஆமா, அவெ அப்டியே தாராளமா போட்டு வடிச்சிடுவா? மிச்சம் வீட்டுக்கு எடுத்துக்கிட்டுப் போவக்கூடாதுன்னு கைக்கும் வாய்க்கும் எட்டாத மாதிரிதான் செஞ்சிருப்பா ஒன் பங்காளி."

"எனக்கு மட்டும்தான் பங்காளியா?"

"ஒனக்கு ரொம்ப நேர் இல்ல?" பஞ்சவர்ணம் வம்புக் கிழுத்தாள்.

ஆலமர விழுதுகளின் நிழல்கள் அச்சமூட்டும்படி சுற்றி வளர்ந்து நின்றிருந்தன. ஊரே இருளில் மூழ்கியிருக்க, குளத்தங் கரை மட்டும் சிறு தீபமாய் ஒளிர்ந்தது. ஆங்காங்கு இருந்த ராந்தல் விளக்கின் வெளிச்சத்தில் நிழல்கள் பூதாகரமாய் எழுந்து நின்றன.

“பங்காளியில என்ன நேர், எதிர்னு? ஒவ்வொரு வகையறா விலேயும் உள்ள பூந்து பாத்தா இதைவிட ஆயிரம் நாத்தம் இருக்கு.”

“நீ இந்த வகையறாவுலயே பொறந்து வளந்தவ இல்ல? எப்டி விட்டுக் குடுப்ப?”

“நான் காங்கமூட்டு வகையறாவுல பொறந்து வளந்தவ. கட்டிக்கிட்டு வந்ததாலதான் மண்ணுமூடு.”

“இனிமே காங்கமூட்டுக்குப் போனாலும் காட்டேரி கும்பிட ஒன்ன சேக்க மாட்டாங்களே?”

“என்னக்கா சொல்ற? உங்க வீட்லயேவா நீங்க போவக் கூடாது?” தனக்கோட்டி பேச்சில் உள்ளே வந்தாள்.

“ஆமாம்டி. அது தனிக்கதை. பொண்ணுங்க கல்யாணம் கட்டிக்கிட்டுப் போயிட்டா அத்தோடு, பொறந்த வூட்டுக் குல தெய்வத்துக்கும் வரக்கூடாது. காட்டேரி கும்பிடவும் கூப்ட மாட்டாங்க. நாம வேற ஆளா ஆயிடுவோம். பொம்பளக் கத என்னாக் கதையோ.”

“ஆச்சர்யமா கீதுக்கா.” தனக்கோட்டி அதிசயித்தாள்.

பஞ்சவர்ணம் தேவியின் அருகில் நெருங்கி வந்தாள்.

“கத தெரியுமா?”

“என்னாக் கதை?”

“குள்ள மோலியார் கத?”

“ஊருக்கே தெரிஞ்சதுதானே? அதுல என்ன புதுசா?”

கோயில் பின்புறத் தெருவில் குள்ள முதலியாரின் வைக்கோல் பட்டி இருக்கிறது. அதன் வாசலில் படர்ந்த நாட்டு நெல்லிக்காய் மரம் ஒரு பக்கமும், முருங்கை மரம் ஒரு பக்கமும் இருந்தன. தெருவில் போகிற, வருகிறவர்கள் நிழலில் உட்கார்வார்கள்.

“ஊர்ல பெரிய மனுஷனுங்க, வெக்கப்பட்டி வச்சிருக்கிறதே வைப்பாட்டி வச்சிக்கத்தானே? பேருக்கு ரெண்டு மாடு, அதுக்கு ஒரு வைக்கப் போர். கழனிக்கட்டுக்குப் போனா பள்ளிச்சி, பறச்சி

மாட்றாளான்னு பாக்குறது. ஊருக்குள்ள வந்தா வெக்கப்பட்டில குடும்பம் நடத்துறதுக்கு ஒரு கூத்தியா. தூத்தேறி."

"டேய் பொண்ணே, மெதுவாடி. எவளாவது பத்த வச்சிடப் போறா."

பஞ்சவர்ணம் தேவியை எச்சரித்தாள். இப்போதுதான் பாஸ்கரன் விஷயம் அடங்கியிருந்தது. போகிற போக்கில் தேவி, புண்ணின் பொரும்பைக் கிள்ளிப்போட்டுப் போவதுபோல் போகிறாளே என்று பஞ்சவர்ணம் படபடப்பாக இருந்தாள்.

"கையில பத்துப் பெருட்டம் தூக்கிக்கினு வந்த அந்தத் தெருக்காரி கை வுட்டுப் போதேன்னு குள்ளன் வீட்டு மரத்து நெழல்ல வச்சிட்டு ஒக்காந்திருக்கா. நல்ல வெயிலு. தொண்ட வறட்டுதேன்னு உள்ள தொட்டியில கீற தண்ணீய மொண்டு குடிக்கப் போயிருக்கா. கெழவன் கதவத் தொறந்து வச்சிட்டே, பட்டப் பகல்ல வேலைய ஆரம்பிச்சிருக்கான். பள்ளித் தெருக்காரி. வெண்டைக்கா விக்கிறவ. வித்து முடிச்சிட்டுப் போனவ இவென் கண்ணுல பட்டுட்டா போல. கெழவன் முட்டிப் போட்டுட்டானாம். அவெ அப்டியே நின்னமானிக்கு இருந்திருக்கா. இவெ பாத்துட்டு அலறியடிச்சுக்கிட்டு ஓடியாந்துட்டாளாம். கெழவன் அசிங்கப்பட்டான்னு பாத்தியா? பூட்டுச் சாவி வாங்கி உள்பக்கமாப் பூட்டிட்டானாம்."

"அதான் அவென சாண்டையக் குடிச்சவன்னு கேக்கிறாளா அவெ மருமவ. மானங்கெட்ட கெழட்டு ஜென்மம். இந்த அசிங்கத்துக்குத்தான் காத கடிச்சியா?"

"பின்ன, நாம என்ன எலெக்ஷன்ல யார் ஜெயிச்சு வரப் போறாங்கன்னா பேசப் போறோம்?"

"ஏன் பேசுனா என்ன?"

"ஜனங்க மனசுல என்ன நெனச்சிருக்கோ? யாருக்குத் தெரியும்? நம்ம கட்சிக்குப் போட்டா கால்வயிறு கஞ்சியாவது குடிக்கலாம்னு சொல்றாங்க."

பஞ்சவர்ணம் பொதுவாய் சொன்னாள்.

"ஓட்டு போட்டு வந்தவுடனே மஞ்சத்துணியில காலணா முடிஞ்சி வச்சிடப் போறேன்." பஞ்சவர்ணம்.

“எதுக்குடீ?”

“நம்ம கட்சி ஜெயிச்சிடுச்சின்னா திருத்தணி முருகனுக்கு அடுத்த தைப்பூசத்துக்கு நேர்ல வந்து உண்டியில போடுறேன்னு வேண்டிக்கப் போறேன்.”

“இந்தக் காலணாவைப் போட திருத்தணிக்குப் போப்போற? அதுவும் கட்சி ஜெயிக்கணும்னு? வெளியில சொல்லிடாத. சிரிக்கப் போறாங்க. கட்சிக்காரன் பொண்டாட்டின்ற பேர கெடுத்துடாத. வாய மூடு.”

தனக்கோட்டி பாய்ந்தாள்.

“முருகனுக்கு வேண்டிக்கினா, என்னா வேண்டிக்கிறோமோ அது ஒங்குப்புறானேன்னு நடக்கும்னு எங்க பொன்னூர் ஆயா சொல்லும்.”

“ஆமாம், மஞ்சத் துணியில முடிஞ்சி, பால் கொடம் எடுத்துக்கிட்டு திருத்தணிக்கே நடந்து போ. சும்மா கலகலன்னு இருக்கும் நம்ம கட்சிப் பேரு.”

பஞ்சவர்ணம் விழிப்பதைப் பார்த்து இருவரும் சிரித்தார்கள்.

“புள்ளையார் புடிச்சாச்சி வாங்க. மஞ்ச குங்குமம் வச்சா வேல முடிஞ்சுது.” கந்தன் கூப்பிட்டார்.

28

“நடராஜி, ஓய் நடராஜி.”

கோபாலின் குரல் கேட்டது.

அடுப்படியில் இருந்த கன்னியம்மாள் சட்டென்று எழுந்து வெளியில் வந்தாள். நடராஜன் தூங்கும்போது யார் எழுப்பினாலும் பிடிக்காது. எழுப்பவும் விடமாட்டாள். அவன் அப்பாவும் அப்படித்தான். இரண்டு பேருக்குமே தூங்கும் பிள்ளைகளை எழுப்புவது பிடிக்காது.

ஓட்டல் கடை இருக்கும்போதிலிருந்து மதியம் அரைமணி நேரமாவது தூங்குவது வழக்கம். இரவு தாமதமாகத் தூங்கப் போவது ஒரு பக்கம். விடியற்காலை நான்கு மணிக்கெல்லாம் கடைக்குப் போக எழுந்திருக்க வேண்டும் என்பதால், மதியம் அந்தச் சிற்றோய்வு கட்டாயம் தேவைப்படும் நடராஜனுக்கு.

தறிபோட்ட பிறகும் அந்தப் பழக்கத்தை விட முடியவில்லை. சாப்பிட்டுத் தட்டில் கை கழுவி, தட்டை முன்னால் நகர்த்திவிட்டு அப்படியே படுத்தால் நிமிஷத்தில் தூங்கிவிடுவான். அரைமணி, முக்கால் மணியில் எழுந்துவிடுவான். எழுந்ததும் டீ வேண்டும். தேவி அதற்குத்தான் அலுத்துக்கொள்வாள்.

“டீ குண்டான் கழுவுற நேரத்துல அரை எழட்டு நெய்யலாம்.”

“கண, இப்பத்தான் படுத்துச்சு. எழுப்ப வேணாம். நாள்பூரா அலைச்சலு. யோசனை வேற. செத்த பொறு.”

“ஒம்மாள அவன இன்னிக்கு வெட்றதே சரி.”

கோபாலின் முகம் வியர்த்திருந்தது.

தலை கலைந்து கண்கள் கலங்கியிருந்தன. கன்னியம்மாள் அப்போதுதான் கோபாலை நன்றாக கவனித்தாள். என்னவோ நடந்திருக்கு என்று புரிந்தது.

"என்ன கண?"

"நட்ராஜனை எழுப்பு மாமி. எல்லாரையும் அடிச்சு வாயில போட்டுக்கிட்டு கீறான். அவனுக்கு இன்னிக்கு முடிவு கட்டணும். ஒத்தா, நம்ம ரத்தத்தைக் குடிக்கிற கொழுப்பு. இங்கப் பாரு மாமி."

கன்னத்தைக் காட்டினான். நான்கு விரல்கள் வரிசையாகப் பதிந்திருந்தன. மாநிறமான அவன் முகத்தில் இளம் பச்சையாகக் கன்றியிருந்தன.

காயத்தைப் பார்த்த கன்னியம்மாள் கத்தினாள்.

"அய்யோ, எவென்ப்பா அடிச்சது?"

கன்னியம்மாளின் சத்தம் கேட்டு நடராஜனுக்கு விழிப்பு வந்தது. தேர்தல் நேரம் என்பதால் தூக்கமும் ஆழ்ந்த தூக்கமில்லை. மனத்திற்குள் யோசனைகள் அழுத்துவதால் தூக்கம் பட்டென்று கலைந்து போகிறது.

தலைக்கு மேலாக இருந்த பாவில் இடிக்காமல் முன்னகர்ந்து எழுந்து வெளியில் வந்தான்.

கோபால், நடராஜனைப் பார்த்தவுடன் அரை அழுகையில் கத்தினான்.

"ஓய், அந்தப் பல்லனை இன்னிக்கு வெட்றதே சரி. ஓங்கிட்ட சொல்லிட்டுத்தான் செய்யணும்னு வந்திருக்கேன். பாரு ஓய், கெழட்டுத் தேவடியாப் பையன், என்னா அடி அடிச்சுட்டான். பட்டு பட்டுன்னு நான் சுதாரிக்கறதுக்குள்ள இத்தனை அடி அடிச்சிட்டான்."

"என்னா ஓய்? என்ன பிரச்சினை? அந்தாளு ஏன் அடிச்சான்?"

நடராஜன் கோபாலின் காயங்களைப் பார்த்தபடி கேட்டான்.

மீரா, வாயிலும் வயிற்றிலும் அடித்துக்கொண்டு ஓடி வந்தாள்.

“அவென் கை புத்து வச்சுப் போவ. நாம ஒழைச்சிக் கொட்றத மூட்டைப்பூச்சி மாதிரி உறிஞ்சிக் குடிக்கிற நாயி, அவென் கை நீட்றானா? அவென் கையை முறிச்சி அடுப்புல வைக்கல என் பேரு மீரா இல்ல. எணா, நீ நவுரு. யோவ் வாய்யா என்கூட.”

மீரா கோபாலின் கையைப் பிடித்து இழுத்தாள். சேலை ஒரு கோலம். தலை ஒரு கோலமாக இருந்தாள். தறி நெய்து கொண் டிருந்திருந்தவள், அப்படியே இறங்கி ஓடி வந்திருக்கிறாள். தேவி தறியில் இருந்தாள். என்னமோ சத்தம் கேட்குதே என்று ரேடியோவை நிறுத்தியவள், மீராவின் அழுகுரல் கேட்டு, தறியில் இருந்து இறங்கி வந்தாள்.

“என்னண்ணா ஆச்சு? மீரா, என்னாடீ கத?” தேவிக்குள் பதற்றம் பரவியது.

“கூச்ச போடாதீங்க மொதல்ல. ஓய், என்ன நடந்துச்சுன்னு சொல்லு ஓய்.”

“ரெண்டு வாரமா நடக்கிறேன் ஓய் அந்தாளுகிட்ட. ஏற்கெனவெ ஒரு பாவு எடுத்து அத நெய்ய முடியல. மாமனார் மண்டையப் போட்டுட்டார் அப்ப. அதை வித்துத்தான் சம்மந்தம் கட்டிட்டு வந்தோம். காரியச் செலவுக்கும் நாம கொஞ்சம் குடுக்க வேண்டியதா போச்சு. மச்சினங்கள்ளாம் குஞ்சு குசுமானுங் களாச்சே. இதுதான் வீட்ல பெரிசு. எல்லாச் செலவும் நான்தான் பண்ணேன். கையில காசில்ல. ஒரு பாவு நூல வித்துட்டேன். அந்தாளுகிட்டயும் சொல்லிட்டேன். ஒவ்வொரு பாவுலயும் கூலியில அந்தக் கெரயத்தைக் கழிச்சிக்க. தெருவுல அமாவாசை சீட்டுப் போட்டிருக்கேன். அம்பது ரூபா. இப்ப தள்ளு ரொம்பப் போவுது. ரெண்டு மூணு மாசம் போனா சீட்டு எடுத்துடலாம். எடுத்துப் பாக்கியிருக்கிறத மொத்தமா கொடுத்திடுறேன்னு சொல்லியிருந்தேன்.

அந்தாளு பதிலே சொல்லலை. நானும் நடையா நடந்தேன். தறியில இன்னும் ரெண்டு சேலதான் இருக்கு. எப்ப நூலெடுத்து, பாவு நூல எழச்சி, தோய்ஞ்சி பொனைக்கிறது? ரெண்டு சேலையும் நெச்சிட்டா வேலை நின்னுப் போயிடுமேன்னு அந்தாளுகிட்ட காலையில இருந்து நின்னுக்கிட்டு இருக்கேன். வெளிய வர்றான், போறான். நிக்கறானே, என்னான்னு ஒரு வார்த்த கேக்கல.

அந்தப் பல்லி வந்தா. அவெ என்னா எகத்தாளமா பேசுறா? 'என்னா நேத்து, பள்ளி, பறச்சில்லாம் ஓட்டுக் கேக்க கூட்டிக்கிட்டு போனா ஓம் பொண்டாட்டி? அடுத்த வேளை கஞ்சிக்கு வழியில்ல. நீங்கள்ல்லாம் குடும்பத்தோட கட்சி கட்சின்னு போனா, நாளைக்கு நடுத்தெருவுலதான் நிக்கணும். ஒங்க கட்சியில போடுறதுக்குத் துண்டுகூட நீங்கதானே நெச்சி எடுத்துக்கிட்டுப் போணும்'னு என்ன நக்கலு அவெ கொரல்ல? அதையும் கேட்டுக்கிட்டு சும்மாதான் நின்னேன்.

பாவு இல்ல. பேசி எதுனா முன்னபின்ன ஆச்சுன்னா, வேலை நின்னுப் போயிடும். எலெக்ஷன் வர்றதுக்குள்ள இந்த ஒரு பாவையாவது நெச்சிட்டம்னா கொஞ்சம் கைல காசு இருக்குமேன்னு பல்லக் கடிச்சிக்கிட்டு நின்னேன். வர்றவன் போறவனுக்கெல்லாம் அந்தாளு கணக்குப் பாத்துக் கூலி குடுத்தான். குதிங்கால் விண்விண்ணு வலி. நானும் நின்னுப் பாத்தேன்.

'எம் பொண்டாட்டித் தாலிய அறுத்துத்தான் ஒவ்வொருத் தனுக்கும் கூலி குடுக்கிறேன். இதுல இவனுங்க மொத்தமா பாவு நூல வித்துட்டு வந்து, என் தாலிய அறுத்தா நான் எங்கப் போறது?'ன்னான். "ஓம் பொண்டாட்டித் தாலிய எத்தினி வாட்டித்தான் அறுக்கிறது? நீ அறுத்து அறுத்துப் போட்டா எவெந்தான் கட்றான் அப்போ?"ன்னு கேட்டேன். எத்தினி நாள் தான் அந்தாளு அதையே சொல்லுவான். கோவத்துல வாய்ல வந்துடிச்சி. அவ்ளோதான். பாய்ஞ்சு வந்துட்டான். அவென் தெருவாசக் கதவுப் பக்கம் என் தலைய முட்டித் திருப்பினான். பனியன புடிச்சிக்கிட்டுப் பளார் பளார்னு அடிச்சிட்டான் ஓய். என்னா வலு. அந்தக் கெழட்டு நாய தள்றதுக்குள்ள, அவெ தொடப்பத்த தூக்கிட்டு வந்து முதுவுல அடிக்கிறா. கதவ சாத்தி வச்சிருந்ததால என்னால இங்கயும் அங்கயும் திரும்ப முடியல. மூலையில சிக்குன எலி மாறி மாட்டிக்கிட்டேன். ரெண்டு பேரும் என்னா அடி அடிச்சிட்டாங்கப் பாரு, ஓய்."

கோபாலுக்கு அழுகை வந்தது. காலையில் இருந்து கேள்வி யற்று நின்றிருந்த அவமானம். பொம்பளையிடம் துடைப்பத்தால் அடிவாங்கிய கேவலம், முகத்தில் கிழவன் ஓங்கி குத்திய வலி, எல்லாம் சேர்ந்து கோபால் தளர்ந்து போயிருந்தான்.

நடராஜன் அவனை உட்காரச் சொன்னான். "தண்ணி மொண்டாந்து குடும்மா அவனுக்கு."

கன்னியம்மாள் உள்ளே போய்த் தண்ணீர் கொண்டுவந்து கொடுக்கும்வரை கோபால் விசும்பிக் கொண்டிருந்தான். மீரா முடியை ஒன்று சேர்த்துக் கோடாலி முடிச்சுப் போட்டாள்.

"எணா, நாம கூலிக்குத்தானே தறி நெய்யுறோம்? அவனுக்கு அடிமையில்லையே?"

"எவெனுக்கும்மா நாம அடிமை?"

"எவெனுக்கு அடிமைன்னு கேட்குற? இந்த ஊர்ல நாலு மொதலாளி இருக்கான். எவனாவது நெசவாளிய மரியாதையா நடத்துறானா? ஒவ்வொரு வாட்டியும் அவென் வீட்ல நூலெடுக்கப் போய் நின்னா, நூறு தாலியறுத்து வைக்கிறானுங்க. நல்லா இருக்கிற சேலையைக் கண்ணெதிர்ல தரம் போடுறானுங்க. எவெனாவது கேள்வி கேட்டா, அவெனுக்கு நாலு பேரும் சேர்ந்துக்கினு நல்ல ரகம் குடுக்கிறதில்ல. ஒவ்வொரு வாட்டியும் அவெங்க வீட்டுப் படியேறி நூல் எடுத்தாரதுக்குள்ள ஒடம்பு குன்னிப்போது. இன்னிக்கு ரெண்டுல ஒன்னு. ஒன்னால பேச முடியும்னா சொல்லு. இல்ல, நான் நேரா ஸ்டேசனுக்குத்தான் போப்போறேன். பொம்பள, என்னா நெஞ்சழுத்தம் இருந்தா தொடப்பக்கட்டையை எடுத்து அடிக்க வருவா? இன்னிக்கு ரெண்டு பேரையும் உள்ள ஒக்கார வைக்கிறதே சரி. என் தாலிப் பொட்ட அடமானம் வச்சாவது ஸ்டேசனுக்குப் போறேன்."

மீரா சாமி வந்தவள்போல் நின்றாள்.

தேவி மீராவுக்குச் சொம்பில் தண்ணீர் கொடுத்தாள். மீரா அதை வாங்கிக் குடிக்காமல் பக்கத்தில் வைத்துக்கொண்டாள்.

கன்னியம்மாள் நடராஜனைப் பார்த்தாள்.

"மணி என்னாம்மா இருக்கும்?"

கன்னியம்மாள் திரும்பி வாசல் குறட்டுக் கல்லைப் பார்த்தாள்.

"மூன்ற ஆயிருக்கும்ப்பா."

"தேவி, பெரியப்பா கடையில இருந்து வந்துட்டாரான்னு பாரு."

“அவரு டாண்ணு நாலடிக்கும் போதுதான் வருவாரு.”

“ஓய், கொஞ்சம் பொறு. பெரியப்பா வந்துடட்டும். இப்ப நான் வந்தாலும் ஒன்ன மாதிரி கோவத்துல நாலு வார்த்தைதான் பேசுவேன். இல்ல, கை கலப்புத்தான். பெரிப்பா வந்தாங்கன்னா என்னா ஏதுன்னு தீத்துப் பேசிடுவாரு.”

“அதெல்லாம் வேணான்னா. நீங்கள்லாம் பேசி ஆவாது. நான் நேரா ஸ்டேசனுக்குப் போறன்.”

“என்னாடீ இவ, ஸ்டேசனுக்குப் போறேன், ஸ்டேசனுக்குப் போறேன்னு? போலீஸ்காரன் காசை வாங்கிட்டு உட்டுட்டா என்னா பண்ணுவ? அக்கம்பக்கத்து சனங்க மேலயே பயமில்லாமப் போச்சுன்னா, அவெ போலீஸுக்கா பயப்படப் போறான். பெரியவரு வரட்டும். என்ன ஏதுன்னு கேக்கட்டும்.”

“நீயென்ன பங்காளியா? வந்துட்டன்னு கேப்பான் அந்தக் கெழவன்.”

“அவென் அப்டி கேக்கட்டுமே, தவடா பிச்சிக்காதா?”

நடராஜன் கோபமாகச் சொன்னான்.

“தனியார் நூல் மொதலாளிங்க எல்லாரையும் மொதல்ல ஒழிச்சுக் கட்டணும். அவெங்கள மாதிரி நல்ல ரகத்தை சொசைட்டிக்காரன் குடுத்தா, நாம ஏன் இவனுங்கப் பின்னாடிப் போப்போறோம்? நம்ம ரத்தத்தை உறிஞ்சி நல்லா கொழுக்கறதும் இல்லாம, நாம ஏதோ அவனுங்கக்கிட்ட பிச்ச எடுக்கிற மாதிரி நடத்துறானுங்க. எத்தினி பேரு அவமானப்பட்டுக்கிட்டு, வெளிய சொல்ல முடியாம கெடக்குறாங்க. இவனுங்க கூலியப் பிடிச்சிக்கிட்டு ஏமாத்துறானுங்க. அவெங்கப் பொண்டாட்டிங்க வூட்ல கீற டம்ளர், சொம்பக்கூட வாங்கிக்கினு ரெண்டு, மூணு ரூபா குடுத்து முழுவிப் போச்சுன்னு சொல்லிடுறது. பரணை முழுக்க ஊரக் கொள்ளையடிச்ச சாமானுங்கதானே? எலெக்ஷன் முடியட்டும். சொசைட்டிக்கு எலெக்ஷன் வைக்கணும். நாம சொசைட்டிய நடத்தினாத்தான், இவெங்க கொட்டத்தை அடக்க முடியும்.”

நடராஜன் மனசுக்குள்ளும் நிறையத் திட்டங்கள் ஓடின.

“பெரிய மாமா வந்துட்டாங்களான்னு பாரு, கண.”

கன்னியம்மாள் தேவியை அனுப்பினாள். தேவி வடிவேல் முதலியாரின் வீட்டிற்குள் போனாள். வள்ளி பெரியம்மா தெரு திண்ணையிலேயே உட்கார்ந்திருந்தாள்.

“மாமா இன்னும் வரலையா மாமி?” என்று கேட்கவும், வடிவேல் முதலியார் சைக்கிளில் வந்து இறங்கவும் சரியாக இருந்தது. நெற்றிச் சந்தனம் மினுங்க, வெள்ளைச் சட்டை, வேட்டியும், கறுப்பு சிவப்புத் துண்டுமாகக் கம்பீரமாக வந்து இறங்கினார். தேவியிடம் மகள் போல் பாசம் காட்டுவார். தேவியின் தாத்தா துரைசாமி முதலியார் எப்போது வந்தாலும் இவர் வீட்டில்தான் பெரும்பொழுது இருப்பார்.

”என்னாம்மா, இந்த வெயில்ல?”

“நீங்க வந்துட்டீங்களான்னு பார்த்துட்டு வரச்சொன்னாங்க மாமா. இதோ வர்றேன்” சொல்லிக்கொண்டே தேவி வீட்டுக்குத் திரும்பினாள்.

“என்னமோ, ஒரே சத்தம். அய்யோ குய்யோன்னு. எங்கன்னு தெரியல.” வள்ளி வடிவேலிடம் சொல்லிக் கொண்டிருப்பது கேட்டது தேவிக்கு.

“பல்லன்தான் கத்தியிருப்பான், வேற யாரு தெருவுல எறங்கி கத்தப் போறாங்க?” சொல்லிக் கொண்டே வடிவேல் முதலியார் சைக்கிளை அலேக்காக, ஐந்துபடிக்கு மேலே இருந்த தாழ்வாரத்திற்கு ஏற்றினார்.

★

வடிவேல் திண்ணையில் உட்கார்ந்திருந்தார் குமாரசாமி. அவருடைய இரண்டு பிள்ளைகளும் ஆளுக்கொரு தூண் பக்கத்தில் நின்றிருந்தார்கள். சரோஜா கொஞ்சம் தள்ளி, தலை மறைத்து நின்றிருந்தாள். வடிவேல் திண்ணையின் திண்டில் சாய்ந்து உட்கார்ந்திருந்தார். முண்டா பனியன் மேலே வெள்ளைத் துண்டு கிடக்க, வலது காலை இடது கால் தொடையின்மேல் போட்டிருந்தார். நடராஜன் வடிவேல் பக்கத்தில் உட்கார்ந்திருந்தான். கோபாலும் மீராவும் தள்ளி நின்றிருந்தார்கள். கன்னியம்மாளும் தேவியும் தெரு தரக்கடையில் வள்ளி பக்கத்தில் உட்கார்ந்திருந்தார்கள். வேடிக்கை பார்க்க யாரும் அங்கில்லை.

"குமாரசாமி, சும்மா ஒக்காந்துக்கினே இருந்தா என்ன அர்த்தம்? நெலாவா காயுது, தெரு திண்ணையில ஒக்காந்திருக்க? நான் செத்த படுக்கணும்னுதான் வீட்டுக்கு வர்றேன்."

"கூப்டது நீங்க. நான் இந்த ஊர்ல யார் வூட்டு வாசப்படியும் மிதிக்க மாட்டேன்னு தெரியும்."

"அதனால இங்க வந்திருக்க கூடாதுன்னு சொல்றீயா?"

"மதிச்சுத்தான் வந்திருக்கேன்னு சொல்றேன்."

"எதுக்குக் கூப்டிருப்பேன்னும் தெரியுமே?"

"ஒங்களுக்குச் சம்மந்தமே இல்ல இதுல."

"என்ன சம்மந்தமில்ல?"

"அவென் என்ன ஒங்கப் பங்காளியா? இல்ல நீங்க தறி குடுத்து வாங்றீங்களா?"

"இது ரெண்டும் இருந்தாத்தான் பேசணுமா?"

குமாரசாமி அமைதியாக இருந்தார். அவரின் மூத்தப் பையன் நாகப்பன், கைகட்டிக் கொண்டு நின்றிருந்தாலும் கண்களில் வன்மம் கொப்பளிக்கப் பார்த்துக்கொண்டிருந்தான்.

"ஒங்கிட்ட கூலிக்குத்தானே தறி நெய்றாங்க? கொத்தடிமையா இருக்கிறவங்கள நடத்துற மாதிரி நடத்துற?"

"ஒங்க கடையில மொதல எடுத்துத் தின்னுட்டா, நீங்க கேக்க மாட்டீங்களா?"

"கேப்பேன். ரூபாயத் திருப்பிக் கொடுக்கச் சொல்லுவேன். அதுக்காக தொடப்பக்கட்டையால அடிக்கிறதும், கழுத்த நெறிக்கறதும் என்னா வேலை? ஒம் பொண்டாட்டி பொம்பளையா இல்ல ராட்சசியா?"

"எங்கம்மா பத்தி பேசக்கூடாது."

சின்னவன் முறைத்தான். பளாரென்று அவன் கன்னத்தில் ஓர் அறை விழுந்தது. தூணைக் கெட்டியாகப் பிடித்தான், தடுமாறி விழாமல் இருக்க.

"பேசிக்கிட்டு இருக்கும்போதே கை நீட்ற? நீயென்ன பெரிய கலெக்டருன்னு நெனப்பா?"

குமாரசாமி எழுந்து பையனருகில் ஓடினார். கீழே விழுந்த துண்டை கோபால் எடுத்துக் கொடுக்க, வாங்கிக்கொண்டு வடிவேல் மீண்டும் சாய்ந்து உட்கார்ந்தார்.

குமாரசாமியும் பிள்ளைகளும் கோபத்தில் முகம் வெடித்தாலும் அமைதி காத்தார்கள். வடிவேலிடம் உள்ளூர பயம். பஜாரில் கடை வைத்திருக்கிறார். எல்லா அதிகாரியும் நல்ல பழக்கம். ஏதாவது ஒன்று என்றால் அவரால் எளிதாகப் பிரச்சினையில் மாட்டிவிடவும் முடியும். மாட்டியவர்களை மீட்டெடுக்கவும் முடியும்.

பெரியவன் பொறுக்க முடியாமல் துள்ளப் பார்த்தான்.

“ஒங்கள யார்டா வரச் சொன்னது, மயிரானுங்களா. போங்கடா. வந்துட்டானுங்க. ஏ தேவடியா, போடி வூட்டுக்கு. எல்லாம் இவளாலதான்.”

குமாரசாமியின் கோபம் அவர்கள் பக்கம் திரும்பியது.

“பேசிக்கிட்டே இருக்கும்போது கைய நீட்றாரு?”

சின்னவன் மறுபடியும் பேச ஆரம்பித்தான். இப்போது குமாரசாமி பட்டென்று அவன் கன்னத்தில் அடித்தார்.

“போன்னு சொன்னா மூடிக்கிட்டுப் போணும். போறீயா? இல்ல, இப்ப கையக் கால ஒடைக்கணுமா?” என்று கேட்டுக் கொண்டு மீண்டும் கையை ஓங்கினார்.

”இந்த கெழட்டுக்கூதி எங்கனா அடிவாங்கிச் சாவட்டும். வாங்கடா.”

சரோஜா விறுவிறுன்று நடக்கப் பார்த்தாள். பின்பக்கப் பாரம் கால்களைப் பின்னால் இழுத்தது.

குமாரசாமி ஒட்டுத் திண்ணையில் உட்கார்ந்தார்.

“இவென் ஒங்கிட்ட எடுத்த பாவு நூலை வித்துட்டான். அதுக்கு நீ கிரயத்தைக் கேட்டிருக்க. நியாயந்தான். அவெனும் ஒவ்வொரு பாவுக்கும் கொஞ்சம் கழிச்சுக்கோ, சீட்டு எடுத்துக் குடுக்கிறேன்னு சொல்லியிருக்கான். அப்புறமென்ன?”

“என் மொதல் அம்பது ரூபாய மொத்தமா வித்துத் தின்னுடுவான். நான் அஞ்சு பத்துமா அவெங்கிட்ட பிச்சைக் காசு

மாதிரி வாங்கிக்கணும். இதுக்குப் பெரிய மனுசன்னு பஞ்சாயத்து வேற.”

“பெரிய மனுசன் நீ என்ன பண்ணியிருக்க? ஒம் பொண்டாட்டி என்ன பண்ணா?”

“எல்லாம் அவெங்கவங்க ரூபான்னா தெரியும்.”

“பஜார் பூரா என் துட்டு எறஞ்சு கெடக்குது. ஒன்ன மாதிரி அடிக்கக் கெளம்பினா, பஜார்ல போற வர்ற எல்லாரையும் நான் அடிக்கணும். நாலு காசு சம்பாதிக்கிறவந்தான் விட்டுக் கொடுக்கணும்.”

“கெக்கல நாய்ங்களுக்கு எவ்ளோ செஞ்சாலும் நன்றி இருக்காது.”

“நீ என்ன பற நாயா? பள்ளி நாயா? மவனே உரிச்சித் தொங்க வுட்ருவேன். என்ன ரொம்பப் பேசுற? மீரா, போலீஸ் ஸ்டேசன் போறேன்னு சொல்றா. போட்டும். நானும் சாயங்காலம் போய் சொல்றேன். இழுத்துக்கினு போய் ஒன்னை முட்டிக்கி முட்டித் தட்டினாத்தான் வழிக்கு வருவ. டேய், நடராஜி, கெளம்புடா. கெக்கல நாயாம். இவென் எவனுக்குப் பொறந்தான்னு தெரியல. இவெனே ஒரு லஜ்ஜ கெட்டவன். கூத்தியாளுக்குப் பொறந்ததையே புள்ளைக்குக் கட்டி வச்சிருக்கான். இவனுக்கு என்ன மான ரோஷம்?”

வடிவேல் கடைசியாகச் சொன்னதைக் கேட்டவுடன் குமாரசாமி வாயடைத்து உட்கார்ந்துவிட்டார்.

தெருக்கோடியிலேயே வைக்கோல்பட்டி இருந்தாலும், குமாரசாமிக்கு சரோஜா பற்றி பயம் கெடையாது. ‘அவ பல்லும் ஆளும். கிட்ட போனா இவெ ஒடம்புல பொண நாத்தம் எப்பவும்’ என்று அவர் சொல்வதாகப் பகலிலேயே வைக்கோல்பட்டிக்குத் தைரியமாகப் போய்வரும் அஞ்சலை சொல்லுவாள். புருஷன் செத்த மூன்றாவது மாதத்தில் இருந்து அவள் ராத்திரியும் பகலும் வைக்கோல்பட்டியே கதி என்றிருக்கிறாள். புருஷன் செத்த பதினோராவது மாதம் குழந்தை பிறந்தது. பெண் குழந்தை. புருஷன் இருக்கும்போது வயிற்றில் வாங்கியிருந்தாள் என்று வெளியில் சொல்லிக்கொண்டாலும், மாதக்கணக்கைப் போட்டுப் பார்க்க வேண்டிய அவசியமே இல்லாமல் பிறந்த

குழந்தை குமாரசாமியை உரித்து வைத்திருந்தது. வளர்ந்த பிறகு அவர் வம்சத்து அடையாளமான முன்பல்லும் அதை உறுதி செய்தது.

அஞ்சலைக்குத் தன் பெண்ணை வெளியில் கட்டிக் கொடுத்தால் குமாரசாமி வீட்டுச் சொத்து கைக்கு வராமல் போய் விடுமென்று குமாரசாமியிடம் கெஞ்சிக் கூத்தாடி, அவரின் மூத்தப் பையனுக்குக் கட்டி வைத்தாள். ஊரே முகம் சுளித்தது. அந்தப் பையனும் கட்டிக்கொள்ள மாட்டேன் என்று ஒற்றைக் காலில் நின்று பார்த்தான். ஒருவரும் கேட்கவில்லை. குமாரசாமி, சரோஜாவின் வாய்க்குப் பயந்து இதுவரை யாரும் நேருக்கு நேராகச் சொன்னதில்லை. இன்று வடிவேல் போட்டு உடைத்தார். குமாரசாமி முகம் செத்து உட்கார்ந்துவிட்டார்.

வடிவேல், குமாரசாமி தெளிவதற்குள் அடுத்தடுத்து அடித்தார்.

"கோவாலு, இனிமே இவென்கிட்ட நீ நூலெடுக்காதே. வேற எவன் ஒனக்கு ஒத்து வருவான்னு பாரு. வித்த ஒரு பாவு நூலை இந்தாளுக்குத் திருப்பித் தராதே. அவென் போலீஸ்கிட்ட போய் கம்ப்ளெயிண்ட் குடுத்தான்னா, அப்ப பாத்துக்கலாம். சாப்ட்டியா இல்லையா? போய்ச் சாப்பிடு போ."

"நாய் மாதிரி நிக்க வச்சி அடிச்சிருக்கான். அந்த ராட்சசி தொடப்பக்கட்டையால இந்த ஆம்பளைய அடிச்சிருக்கா. அப்டியே சும்மா விட்டா? நாளைக்கு எப்டி நாங்க தலை நிமிர்ந்து நிக்கிறது?"

மீரா பாய்ந்தாள்.

"இங்கதான் அடிச்ச ஆள் இருக்காரு, ஒன் சாமர்த்தியம்."

வடிவேல் துண்டை எடுத்துத் தோள்மேல் போட்டுக்கொண்டு, உள்ளே எழுந்து போனார்.

குமாரசாமி, அடிபட்டுத் தப்பும் பாம்புபோல் சர்ரென்று ஓடி மறைந்தார்.

29

தேவிக்குத் தறியில் உட்கார்ந்தால் உயரம் சரியாக இருக்கும். ஆளும் குச்சிப்போல் என்பதால் நினைத்த வேகத்திற்கு தறியில் ஏறி இறங்க முடியும். தறியில் உட்காருவதற்குக் கொஞ்சம் சாதூர்யமும் பழக்கமும் வேண்டும். முழுசாக நிற்பதும் இல்லாத, உட்காருவதும் இல்லாத நின்ற நிலையிலேயே பாதி சாய்ந்து உட்கார்ந்த மாதிரிதான் தறியில் உட்கார வேண்டும். சராசரி உயரமிருப்பவர்களுக்குத் தறியில் உட்காருவதில் ஒன்றும் கஷ்டம் இருக்காது. கொஞ்சம் குள்ளமாக இருப்பவர்கள் தறிக்கட்டையை மிதிக்கும்போது எழுந்தெழுந்து குதிப்பதுபோல் இருக்கும். எழட்டில் இழை அறுந்துபோனால், விழுதில் கோத்துக் கட்டு வதற்கு காலை ஊன்றி எம்பி நிற்க வேணும்.

ஓட்டல் கடையை எடுத்துவிட்டுத் தறி போட வேண்டும் என்றான பிறகு, நடராஜன் தனபால் மாமா வீட்டில் தறி கற்றுக் கொள்ளச் சென்றான். ஒரு நாளைக்கு ஒரு மணி நேரம், இரண்டு மணி நேரம் இருந்தாலே அதிசயந்தான். உடம்புப் படியாது. எப்படா ரோட்டு கடைக்குப் போவது, ஆலமரத்துக்குப் போவது என்று காத்திருப்பான்.

நடராஜனுக்குக் கூடமாட ஒத்தாசையாக இருக்க தனக்கும் வேலை தெரிய வேண்டுமே என்றுதான் தேவி, மீரா தறி நெய்யும்போது கூடப் போய் உட்கார்ந்து பார்த்தாள். முதலில் மிரட்சியாகத்தான் இருந்தது. காலும், கையும் இயங்கும் வேகம் பிரமிப்பாய் இருந்தது. மீராவின் முழு உடம்பும் தறியில் இடைவெளி இல்லாமல் இயங்கியதைப் பார்த்து யோசனையாய் இருந்தது. தன்னால் கற்றுக்கொள்ள முடியுமா என்று.

கால்குழியில் இறங்கி, இடது கால்க் கட்டையை அழுத்திப் பிடித்துக்கொண்டு, கை சுங்கைப் பிடித்து இழுத்தால், இடது கை பக்கத்துப் பாவு நூலின் வாய் திறக்கும். இடது பக்கத் தறியில் தயாராய் இருக்கும் நாடா, கை இழுக்கும் வேகத்தில் ஓடிவரும். வலது கை பக்கத் தறியில் போய் நாடா சரியாக உட்காரும் அளவிற்கு கை சுங்கின் வேகம் இருக்க வேண்டும். மெதுவாக இழுத்தால், நாடா பாவில் பாதியில் நிற்கும். வேகமாக இழுத்தால் தறியைத் தாண்டி எகிறி வெளியில் போய் விழும். நான்கைந்து வாட்டி, நாடா கீழே விழுந்தால் கூர் தேய்ந்து போகும். மீரா பயந்துகொண்டே தான் தறியைக் கொடுப்பாள். நாடா மாட்டி இழை அறுந்துபோனால் ஒரு நாள் வேலை கெட்டுப்போகுமே என்ற கவலை. மாமியார்க்காரி பல்லுக்கு நிற்க முடியாது என்ற பயம் வேறு.

தேவி அந்த நெருக்கடியை மீராவுக்குக் கொடுக்கவில்லை. நிதானமாக வலது கால் கட்டையை அழுத்தும்போதே, வலது கை பக்கம் சுங்கையும் இழுக்கக் கற்றுக்கொண்டாள். ஒவ்வொரு கால்ச் கட்டையும் எச்சரிக்கையுடன்தான் அழுத்தினாள். அரை மணி நேரத்திற்குள் கை சுங்கும், கால்க் கட்டைகளும் இயங்கும் வேகம் அவளின் கைக்குப் பிடிபட்டது. இரண்டு நாளில் தறியின் சின்னச் சின்ன நுட்பங்களை மீராவின் உடனிருந்து கற்றுக்கொண்டாள். ஒரு வாரத்தில் அவளின் கையும் காலும் வேகம் பிடித்தன. மீராவின் மாமியாரே, 'முன்னபின்ன தறிகிட்ட கூட நின்னதில்ல. ஒரு வாரத்துல தொழில கத்துக்கிட்டாளே'ன்னு ஆச்சர்யப்பட்டுப் போனார்கள்.

நடராஜனுக்குத் தறி கற்றுக்கொள்ள இரண்டு மாதமானது. தனபால் மாமா சொல்லிச் சொல்லிப் பார்த்துட்டார். "தொழில்ன்னா அதுல உத்தியா இருக்கணும் நடராஜி. ஒரே மூச்சில கண்ணுப் பாத்து, கை செஞ்சாதான் புத்தியில பதியும். நீ வர, போற. மொத நா போட்ட வாட்டுகூட, மிக்காநாளு மறந்துபோகுது. இப்டி இருந்தா என்னா பண்றது? ஒரு வாரம் எல்லாத்தையும் மூட்டை கட்டி வச்சிட்டு வா. கத்துக்கின பிறகு நீ எங்கனா போ" என்று சொல்லியும் பார்த்தார்.

"மாமா, என்னிக்கும் எம்பொழப்பு ரெண்டு குதிரைலதான். ஒன்ன விட்டுட்டு இன்னொன்னுல ஏற முடியாது. போட்டும்

பொறுமையா. இப்ப ஓடி ஓடி நெச்சு நீயெல்லாம் என்ன மாடியா கட்டி வச்சிருக்க? அதே மூணு வேளை சோறுதானே? அதுக்குத் தோது பண்ணிக்கலாம்" என்று வியாக்கியானம் பேசி வாயை அடைத்துவிடுவான்.

முதல் பாவில் இன்னும் ஐந்து சேலை இருந்தன. எலெக்ஷன் வேலையில் தேவியும் அலைந்துகொண்டிருப்பதில் தறி வேலை நின்று போயிருந்தது. வெளியில் போனாலும், வீட்டுக்கு வந்து எந்நேரமானாலும் அரை எழட்டோ, கால் எழட்டோ நெய்யாமல் தூங்க மாட்டாள். கால் குழியில் இறங்கினால்தான் அந்தப் பொழுதே அவளுக்கு நிறைவானதுபோல். 'அவென் கெட்டுப்போனது பத்தாம பொண்டாட்டியும் கூடக் கூட்டிக்கிட்டுப் போயிட்டான். இனிமே குடும்பம் உருப்பட்ட மாதிரிதான்' என்று அத்தையைப் பேச வைத்துவிடக் கூடாது என்ற பயமும் தேவியின் மனத்தில் இருந்தது.

ராந்தல் விளக்கின் மஞ்சள் ஒளி நேராக முகத்தில் விழாதபடி, விழுது பண்ணைக்குமேல் ஒரு கல்யாணப் பத்திரிகையைக் கட்டியிருந்தார்கள். கண் கூசாமல் இருக்கும். தடுக்கப்பட்ட ஒளி நேராக எழட்டில் விழுந்தது. எதிர்ச் சுவரில் விழுந்த நிழலில் வலமும் இடமும் போகும் தன்னைப் பார்த்தபடி தேவி வேக வேகமாக வாட்டுப் போட்டுக்கொண்டிருந்தாள். 'வாராய், நீ வாராய், போகுமிடம் வெகு தூரமில்லை, நீ வாராய்...' திருச்சி லோகநாதனும் ஜிக்கியும் பாடிக்கொண்டிருந்தார்கள்.

மீரா, தறிக்குப் பக்கத்தில் கிடந்த சின்ன மர ஸ்டூலில் உட்கார்ந்திருந்தாள், முறத்தில் இருந்த அரிசியில் கல் பொறுக்கிக் கொண்டு.

"இந்தப் பாட்டு மாமாவுக்கும் பிடிக்கும், ஒங்க அண்ணனுக்கும் பிடிக்கும். எங்க இருந்தாலும் இன்னும் கொஞ்சம் சவுண்ட் வைன்னு சொல்லுவார்" என்றாள் தேவி.

"எங்கூட்டுல தலைவர் பைத்தியம்தானே. தலைவர் படம் தவிர ஒன்னப் பாக்காது. ஒன்ன கேக்க வுடாது."

"ஒங்கண்ணன் ஒரு ஆளுதானே ரொம்பப் படம் பாக்குறதில்ல. கட்சியில கூத்தாடிங்களுக்கு ரொம்ப எடம் குடுக்கறாங்கன்னு நேத்துகூடப் படிச்சிக்கிட்டு இருக்கும்போது சொல்லிக்கிட்டு இருந்தாரு."

“இப்ப ஒரு படம் வந்திருக்காமே, தலைவர் படம், ‘சக்கர வர்த்தி திருமகன்’னு. அதுல தலைவர் பேர் உதயசந்திரனாம். நூறு கூட்டம் போட்டுப் பேசுறதுக்கு, ஒரு தலைவர் படம் போதுமே. ஜனங்கமேல விழுந்துக்கினு பாக்குதுங்களே. கைல காசில்லன்னாலும் பொழுதுபோனா, டெண்ட் கொட்டாய்க்குப் போறதுக்கு எப்டியோ தேத்திடுறாங்களே காச?”

“கொட்டாய்க்காவது போட்டும். சீட்டு விளையாடாம, கள்ளுச் சாராயம் குடிக்காம, லாட்ரியில காச உடாம இருந்தா சரி.”

இருவரும் மீண்டும் கொஞ்ச நேரம் ‘வாராய்’யில் மூழ்கி யிருந்தார்கள்.

“நீ இவ்ளோ சீக்கிரம் கத்துப்பன்னு நெனக்கலைக்கா. கண்ணு பாக்குறத ஒனக்குக் கை அப்டியே செய்யுதே.” மீராதான் பாட்டிலிருந்து மீண்டு வந்து பேசினாள்.

“செஞ்சுதானே ஆகணும்? பெரிய குடும்பத்த வச்சிக்கிட்டு, அதுவும் எல்லா வளந்த பசங்கள வச்சிக்கிட்டு, ஒரு வேளைக்கு அரிசி இல்ல, பருப்பு இல்லன்னு நின்னா நல்லா இருக்குமா? இல்ல, ஒங்கண்ணன எதிர்பார்த்துக்கிட்டு இருந்தாத்தான் பொழப்பு ஓடுமா?”

“எல்லார் வூட்டுக் கதையும் அப்டித்தான். எந்த ஆம்பள சூத்துப் படிஞ்சு தறி நெய்றான்? முள்ளு வெட்டியார்றதுல இருந்து, பாவு தோயுற வரைக்கும் பொம்பள எடுப்புத்தான். சொல்லியழுதா குந்தி சோகம் ஒன்னுமில்லாம போகும்னு எங்கப் பாட்டிச் சொல்லும். என்னா பண்றது? நம்ம வந்த வழி அது. ஆண்டவன் எழுதின தலையெழுத்து.”

“இதான் நம்ம தலையெழுத்து.”

“ஆமாக்கா. சித்தரு புத்தருன்னு வர்றாரே அவரு வூட்டு கதை? எத்தினி பெத்து வுட்டு இருக்கோம்னே அந்தாளுக்குத் தெரியாது. அந்த மாமி பாவம். அது தேகத்த அக்கடான்னு கீழ போட்டுப் பாத்தது இல்ல நான். ராவும் பவுலும் ஓட்டம்தான். கையில இருக்கிற அருவா தெரியாத இருட்டுல கூடப் பூச்சிப் பொட்டுக்குப் பயப்படாம அடுப்புக்கு முள்ளு ஒடைக்கப் போவும். ரெண்டு வாடையும் வரிசையா பாரேன். ஒன்னுக்கு ஒன்னு மோசம்னுதான், ஒவ்வொருத்தர் கதையா போவும்.

ஏதோ பொம்பளைங்க காகுழியில எறங்குறதால இந்த ஊர் மானம் காத்துல பறக்காம கீது. நீயும் வந்து விழுந்துட்ட, இந்தக் காகுழியில."

மீரா சொல்லும்போது தேவிக்குப் பயம் வந்தது. இருந்தாலும் தறி நெய்வது உற்சாகமாகவே இருந்தது தேவிக்கு.

"பட்டு நெய்ய முடியாதா நம்மால?"

"இதைவிட அதுக்கு வேல கம்மிதான்க்கா. பாவு தோயற பெரிய வேல இல்ல. ஆனா தறிக்கு எப்பவும் ரெண்டு பேர் வேணும். பக்கத்துல ஒக்காந்து சரிகை பூ வைக்கணும். ஒவ்வொரு பொடவைக்கும் டிசைன் சொன்னாங்கன்னா, அதுக்கேத்த மாதிரி நெய்யும்போதே ஓராள் டிசைன் வைக்கணும். கூட ஒருத்தர் இல் லாம பட்டு நெய்ய முடியாது. ஆனா நம்மூர்ல யார் பட்டு குடுத்து வாங்குறது? எல்லாம் எண்பதாம் நெம்பரு துண்டும், ஒரிசா ஜனதா சேலையும்தான் குடுக்கிறானுங்க. மொதல் வைக்கணுமே!"

"எனக்குப் பட்டு நெய்யக் கத்துக்கணும் மீரா. செவப்பு கலர்ல ஒரு பட்டுச் சேல நானே நெச்சிக் கட்டணும்."

"ஒன் கல்யாணத்துச் சேலை கூட செவப்புதானேக்கா?"

"ஆமாம், அது மைசூர் பட்டு. கஞ்சூர்த்து பட்டு நெச்சிக் கட்டணும்."

"என்னா அக்காவுக்குப் பட்டுமேல திடீர்னு ஆசை?"

"திடீர்னுல்லாம் இல்லடி. சின்ன வயசு ஆசை. எங்க அப்பாகிட்ட செவப்பு பட்டுப் புடவை கட்டிக் காமிக்கணும்."

தேவியின் குரல் கம்மியது. வாட்டுச் சத்தம் மெதுவானது.

"கட்ன சேலையையா உருவிட்டா அந்த ராட்சசி."

மெதுவாகச் சொன்னாள்.

"என்னக்கா?"

"......"

தேவி அமைதியாக இருந்தாள்.

அவள் அங்கில்லை என்று புரிந்துகொண்ட மீரா, அரிசியில் கல்லெடுத்தாள்.

முட்டையின் கலங்கிய மஞ்சளாய் விளக்கின் வெளிச்சம் பரவியது. பகலிலும் விளக்கெரிய வேண்டும். வெளிச்சம் சேலையின்மீது விழுந்தால்தான் நூல் எதுவும் தெத்தாமல் வருகிறதா என்று பார்க்க முடியும். இரவில்தான் மங்கிய வெளிச்சம் தொந்தரவாக இருக்கும். பூச்சிகள் விளக்கைச் சுற்றும். மஞ்சள் பத்திரிகையில் கொஞ்சம் கிருஷ்ணாயிலை தடவிவிட்டால் போதும், பூச்சிகள் தாளில் ஒட்டிக்கொள்ளும்.

“அன்னிக்குச் சும்மா நாலு தூற போட்டுச்சு. எவ்ளோ ஈசல் பார்த்தியா?”

“ஆமாம், பரிபூரணம் மாமிதான் பெருக்குச்சே.”

ஈசல் மொய்க்கிற இரவுக்கு மறுநாள் பரிபூரணம் விடியற்காலையிலேயே எழுந்திடுவாள். இரண்டு, மூன்று வீட்டு வாசல்களில் இறக்கைப் பிரிந்து செத்துப்போய் கிடக்கும் ஈசல்களை வேகமாகப் பெருக்கி, முறத்தில் வாரி வைத்துக்கொள்ளுவாள். எப்படியும் இரண்டு படி ஈசலாவது தேறும். வெயிலில் காய வைத்து, இறக்கையைப் புடைத்துத் தள்ளி, மஞ்சள் தண்ணீர் தெளித்து, லேசாக உப்புப் போட்டு வறுத்து வைத்தால் போதும், அடுத்த நாள் தறிவேலை ஜோராக ஓடும். பரிபூரணம் வறுத்துத் தரும் ஈசல் அரிசியின் பக்குவம் அந்தத் தெருவில் யாரிடமும் இல்லை. எல்லாருக்கும் கொடுத்து சாப்பிடச் சொல்லிப் பார்க்கும் மனசும் மற்றவரிடம் இல்லை.

“தெருவுல பாவு தோயும்போது எல்லாருக்கும் குடுத்துச்சு. இந்தப் பல்லிப் போய் கை நீட்டி வாங்குறா. இவளுக்குத் துன்றதுக்கு வூட்ல ஒன்னுமே இல்லப் பாரு. அன்னிக்கு அவளையும் அந்த திம்மா கொரங்கையும் விட்டிருக்கக் கூடாது. ஸ்டேஷன்ல ஒக்கார வச்சு, முட்டியப் பேத்திருக்கணும்.” மீரா பல்லைக் கடித்தாள்.

“ஸ்டேசனுக்கெல்லாம் போய் நம்மளால முன்னுக்கு வர முடியாது. பெரியவர்கிட்ட போனதுதான் நல்லது. இப்ப எங்க நூல் எடுக்கிறதா உத்தேசம்?”

“இன்னும் ஒரு சேல கீதுக்கா. எங்கன்னு ஒன்னும் புரியல. இதுன்னா நம்ம தெரு. ஒன்னுக்குள்ள ஒன்னுன்னு பாத்தது.

இனிமே இங்கப் போவ முடியாது. கூலி கட்டுப்படியா வலைன்னாகூடப் பரவாயில்லைன்னு சொசைட்டியிலயே துண்டு நெய்யலாமான்னு பாக்குறோம். எவென் தாட்சண்யமும் வேண்டியதில்லை."

தேவிக்குத் தொண்டை கமறிக் கமறி இருமல் வந்தது.

"அப்டித்தான் செய். இவென் மூஞ்சியில போய் நிக்காதே. எங்களுதும் இன்னும் அஞ்சு சேலைதான் கீது. என்னா பண்ற துன்னு தெரியல. எங்க, ஒக்காந்து வேலை செஞ்சாதானே? காலையில சாப்ட்டு ரோட்டுக்குப் போய் ஊர்ப் பஞ்சாயத்து, கட்சிப் பஞ்சா யத்து எல்லாத்தையும் பெருத்தனக்காரர் மாதிரி நாட்டாமையை முடிச்சிட்டு வருவார்.

அதுவும் வந்தமா, சட்டுபுட்டுனு சோமன மாத்திக்கிட்டு தறிய போனமான்னு கெடையாது. தோட்டத்துக்குப் போவாரு. கொடுக்காப்புளி மரத்தைப் பாப்பாரு. கொரங்கு ரெண்டு மூணு ஒக்காந்திருந்தா 'உர் புர்'னு கத்தி, அதுங்கள தொரத்தி விடுவார். அணில் எங்கனா வாலாட்டிக்கினு போனா, அத 'ஆ'ன்னு வாயப் பொளந்து பாக்க வேண்டியது. காக்கா, குருவின்னு எதுனா பழம் பொறுக்க வந்திருந்தா, அதுங்கள 'கூ, கீ'ன்னு கூப்பிட்டுப் பாக்கறது. குயிலு கத்துனா நின்னு, எதிர் குரல் குடுக்கிறது. மாட்டுக்கு வைக்கோல புடுங்கிப் போட்டு, அதுகூட ரெண்டு நாழி நின்னு பேசுறது, கோழிங்களுக்குக் கொட்டாங்கச்சியில தண்ணி ஊத்தி வைக்கிறது, என்னென்ன வேலை ஒங்கண்ணனுக்கு? தோட்டத்தப் பாத்துட்டு ஒரு நடை தெரு வாசப்படிக்குப் போவார். தெருவுல படுத்திருக்கிற நாய்ங்களுக்குப் பேர் வச்சிருக்காருல்ல அதுங்ககிட்ட பேசுவாரு.

அப்புறம் மனச கல்லாக்கிக்கிட்டு, தறி ஏறலாமான்னு பார்க்கிறதுக்குள்ள அடி எறங்கிடும். தறியில ஏறி ஒக்காந்து, மெறிக் கட்டய மிதிக்கிற வரைக்கும் நிச்சயம் கெடையாது. தறி போவாரா? போவ மாட்டாரா? ஏத்திக் கட்டுன சோமனைத் திரும்பக் கட்டிக்கிட்டு துண்டத் தூக்கித் தோள்ல போட்டுக்கிட்டு போயிடுவாரான்னு திக்திக்னு இருக்கும். வெட்டுச் சத்தம் கேட்ட பிறகுதான் அரிசிய எடுத்துத் தண்ணியில கொட்டப் போவேன். எனக்குத் தறியில ஆளு இருந்துகிட்டே இருக்கணும். இல்லனா வேல ஓடாது. சோறு என்னா சோறுன்னு நான் தறியிலயே கூடக் கெடப்பேன். இந்தச் சின்னதுக்காகத்தான் பாக்கணும். இல்லனா

நாலு மணிக்குக் கூடத்தான் சோறாக்கிச் சாப்பிட்டுக்கலாம், என்ன இப்போ?"

இருமல் நிற்கவில்லை. பேச்சுத் திணறினாள்.

"இந்தா தண்ணீ குடிக்கா." அருகில் இருந்த சொம்புத் தண்ணீரை நீட்டினாள் மீரா.

"நாமதான்க்கா ஒவ்வொரு வெட்டுக்கும் கணக்குப் பாக்குறோம். ஆம்பளைங்களுக்கு என்னா கணக்கு?"

"ஆமாம். பொகையில கெடந்து சோறாக்குறமே அந்த ஒரு மணி நேரத்துக்குத்தான் தறிய வுட்டு எறங்குறது. இவர்கிட்ட நாம எதுவும் சொல்ல முடியாது. 'ஏதோ வெளக்கு வச்சவுடனே பூமி அழிஞ்சிப் போப்போதுன்ற மாதிரி நீங்கள்லாம் ஓடுவீங்க. நீங்க ஓடுங்க. என்னால இதான் முடியும்'ன்னு சொல்லிட்டுக் கூடக் கொஞ்ச நேரம் புக்கு படிப்பாரு. குடிக்கிறாரு, லாட்டரி சீட்ல காச வுட்றாருன்னா நாம எதுனா சொல்லலாம். இவர என்னாச் சொல்றது? நம்மால முடிஞ்ச வரைக்கும் இழுப்போம்."

"என்னா அக்காளும் தங்கச்சியும் காலையிலயே நீட்டி முழக்கிட்டு இருக்கீங்க?"

தனக்கோட்டி நேராக மீரா உட்கார்ந்திருக்கும் ஸ்டூல் அருகில் வந்தாள். வந்து நின்றாளோ இல்லையோ, "அம்மா..."ன்னு கத்தல். ஸ்டூலுக்கு நேராக, எழட்டுக் கட்டும் கயிறுக்காக மாட்டியிருந்த மான் கொம்பில் தலை இடித்திருந்தது.

"ஒனக்குக் கண்ணு எங்கதான் இருக்கு?"

மீரா திட்டிக்கொண்டே எழுந்து தனக்கோட்டியின் நெற்றியைத் தேய்த்துவிட்டாள்.

"ஒங்க வீட்ல இன்னும் எனக்குப் பழகலையேக்கா. இப்பத் தானே தறி போட்டிருக்கீங்க." வலி பொறுக்காமல் முனங்கினாள்.

"மான்கொம்பு அங்கதானே எப்பவுமே தொங்கிக்கினு இருக்கு. இருந்தாலும் ஒனக்குக் கொஞ்சம் வணக்கம் கம்மிதான். மண்டையே பொத்துப் போயிடும்போல இருக்கு."

"பன்னி குடிசை மாதிரி குனியாமப் போவ முடியாதுன்னு தெரிஞ்சிருந்தா, இந்த ஊருக்குக் கட்டிக்கினே வந்திருக்க மாட்டேன்."

“ஒன் ஆறடி ஒயரத்துக்கு மாளிகைதான் கட்டணும்.”

“தலையைத் தேய்ச்சி விடுடி. வீங்கிப் போவப்போது. அப்புறம் எங்க வீட்டுக்கு வந்துதான் இடிச்சிக்கிட்டுப் போனன்னு தெரிஞ்சா ஒன் மாமியார் தெருவுல எறங்கிடும்.”

“அப்பத்தான் மருமவள்னு ஒருத்தி இருக்கான்னு சொல்லணுமே?”

“நேத்தே பித்தள அண்டாவ அடகு வக்கப் போனாங்கக்கா. பொழுது போயிடுச்சின்னு வாங்கல. பானையில ஒரு அரிசி மணியில்ல.”

மீரா நேரமாவதை அறிந்து, தான் வந்த விஷயத்தைச் சொல்ல வந்தாள்.

“அரிசி வேணும்னா வாங்கிக்கினு போ.” தேவி உடனே சொன்னாள்.

“அத்த எதுனா சொல்லுவாங்களோன்னு பயம்.”

“அதெல்லாம் ஒன்னும் சொல்ல மாட்டாங்க. எதுல எடுத்துக்கினு போற. சின்னப் புட்டுக்கூடையில போட்டுத் தரவா?” கேட்டுக் கொண்டே தறியில் இருந்து இறங்கினாள் தேவி.

“சோறு வடிச்சே நாலு நாள் ஆச்சுக்கா. பொண்ணு நேத்தே அழுதுச்சு. கூழு குடிக்க மாட்டேன்னு. நாயா ஓட்றோம், ராவும் பவுலும். ஆனா கையில ஒன்னும் நிக்கலையே!” மீராவுக்குத் துக்கம் தொண்டையை அடைத்தது.

“எல்லாம் விடியும், விடியும். இனிமே சொசைட்டியில நூல் எடுக்கணும். சொசைட்டிக்குத் தான் தலைவர் எலெக்ஷன் வரப் போதாமே? வரட்டும். யார்னா தலைவரா வந்தாத்தான் நம்ம தொழிலு உருப்படும்.”

“தலைவருக்கு அண்ணனே நின்னா என்னக்கா?”

தறியில் இருந்து இறங்கிய தேவி அப்படியே நின்றாள். தனக்கு இந்த யோசனை ஏன் வரவில்லையென்று ஆச்சரியமாக இருந்தது. நடராஜனுக்கு இருக்குமா என்றும் தெரியவில்லை. கேட்க வேண்டும். சொசைட்டி தலைவரானால் நன்றாகத்தான் இருக்கும். தறிக்காரர்களுக்குக் கொஞ்சமாவது கூலி கட்டு

படியாகிற ரகங்களைக் கொடுத்து வாங்கினால் ஜனங்கள் முதலாளிகள் வீட்டு வாசலிலே கடன்காரர்கள்போல் போய்க் காத்திருக்க வேண்டியதில்லை. தேவியின் உடம்பிற்குள் லேசாக பரவசமொன்று பரவியது.

"இருங்கடீ, டீ போட்றேன். குடிச்சிட்டுப் போங்க."

"எப்ப பாரு டீ போட்றேன், டீ போட்றேன்னு ஒரு நாளைக்கு எப்டித்தான் நாலஞ்சு வாட்டி டீ குண்டானை வைக்கிறீங்களோ. எங்கூர்ல தாலுக்காபீசுல ஒருத்தர் வேலை செய்றாரு. அவர் வூட்லதான் எனக்குத் தெரிஞ்சு எப்ப பார்த்தாலும் டீ, டீன்னு சொல்லுவாங்க" தனக்கோட்டி.

"டீ குடிக்கறதுக்கு ஆபிசரா இருக்கணுமா? எல்லாம் ஓட்டல் கடையில் குடிச்சி குடிச்சி நாக்கு வளர்த்ததுங்க. கடை போச்சு. பழக்கம் போவுமா?"

தனக்கோட்டி வீட்டிற்குள் போய் மூலையில் அடுக்கியிருந்த ஓட்டல் கடை சாமான்களை எல்லாம் ஒவ்வொன்றாக எடுத்துப் பார்த்துக்கொண்டிருந்தாள்.

"வெள்ளச்சிக் கன்னுக்குட்டியவா ருக்கு ஓட்டிக்கிட்டுப் போயிடுச்சி? ராத்திரி அத்தை யார்கிட்டயோ குசுகுசுன்னு பேசிக்கிட்டு இருந்துச்சி."

"ஆமாடீ, என்னாத்த சொல்றது? பொறந்த வீட்ல இருந்து என்னா எடுத்துக்கிட்டுப் போறதுன்னுதான் பாக்குதுங்க. பெருசு அப்டியில்லைன்னாலும், அதுக்கு உள்ளுக்குள்ள ஆசை இருக்கு. இவங்க என்ன சீர் செனத்தி பண்ணாங்க? அங்க உள்ள மரப்பெட்டி ஒன்னு இருக்கே, அந்த எடத்தையே அடைச்சிக்கிட்டு, அதக் கேட்டுச்சி. ஒங்க அண்ணன் எடுத்துக்கன்னுதான் சொன்னாங்க. அத்தைதான், அதுலதான் உண்ட நூலு, மிச்சம் மீதி இருக்கிற வெண்கல சாமான்ல்லாம் போட்டு வச்சிருக்க, தரமாட்டேன்னு சொல்லிட்டாங்க.

வெள்ளச்சி செத்துப்போச்சுன்னு தெரிஞ்சவுடனே, அதுக்குத் தாங்கல. அழுதுச்சி. கட்டுக் கட்டா எவ்ளோ புல்லறுத்துக்கிட்டு வந்து போட்டிருக்கு. கௌம்பி நிக்கும்போது என்னா நெனச்சிச்சோ, "எணா, அந்த எரும கன்னுக்குட்டிய எனக்கு ஓட்டிடு. நான் வச்சிக் காப்பாத்திக்கிறேன்"ன்னு

கேக்கும்போது என்னா சொல்றது? அதுவும் மச்சான், பசங்க எல்லாரும் கீறாங்க. ஒன்னும் சொல்லாம கொட்டாய்ல இருந்து அவுத்துக் குடுத்துட்டாரு. கன்னுக்குட்டி எடத்த விட்டு நவுரல. இழுத்துக்கிட்டுத்தான் போச்சு. எப்படித்தான் ஓட்டிக்கிட்டுப் போச்சோ?

'செவ்வாக்கெழமை அதுவுமா வீட்ல இருக்கிற லட்சுமிய ஓட்டிக்கிட்டுப் போயிட்டாளே'ன்னு அத்தைக்குத்தான் ஒரே அழுகை. இனிமே இந்தக் குடும்பம் என்ன கெதியாவுமோன்னு பொலம்புச்சி. 'வாய மூட்றீயா இல்லையா?'ன்னு இவரு ஒரு அதட்டல் போட்டப் பிறகு, கண்ணுல படாம ஒக்காந்து அழுவுது."

"என்னதான் இருந்தாலும் ருக்கு கன்னுக்குட்டிய ஓட்டிட்டுப் போயிருக்க கூடாது. அதுக்கு அங்க இல்லாத சொத்து பத்தா?"

ருக்குவின் வீட்டுக்காரர் வேலையை விட்ட விஷயத்தை வாய் வரை வந்தும் தேவி சொல்லவில்லை.

"என்னாக்கா இது? நடுவூட்ல?" தனக்கோட்டி கேட்டாள்.

"பூவாடை."

"பூவாடைன்னா?"

"ஏன் ஒங்கூர்ல பூவாடை வைக்க மாட்டாங்களா? பாத்த தில்லையா என்ன?"

"நடுவூட்ல புதுத் துணிதான் வச்சுப் படைப்போம். புது பானையில மஞ்சத் துணி வச்சிருக்கீங்க."

"எங்க ரெண்டாவது நாத்தனார் ஒன்னு ஆறு வயசுல, அம்மப் போட்டுக் குளுந்துப் போச்சு. அதுக்குத்தான் இந்தப் பூவாடை. நல்ல நாள், அமாவாசையில நடுவீட்ல எடுத்து வச்சு படைப்போம். அப்புறம் எடுத்து ஓரமா வச்சிடுவோம்."

"நான் வந்து ஒரு நா கூட பாத்ததில்லக்கா."

அடுப்பை பற்ற வைத்து, பாலைக் கொதிக்க வைத்தாள். சின்னச் சின்னதாக எருமட்டையை உடைத்து உள்ளே தள்ளிக் கொண்டிருந்தாள் தேவி. மெல்ல கனன்ற எருமட்டைகள், நிதான மாகத் தீப்பிடித்து எரியத் தொடங்கின.

30

"எக்கா ஓடியாயேன், இந்தக் கொடுமையப் பாரேன்."

உள்ளே தறிச் சத்தம் பாட்டுச் சத்தத்தை மீறிக் கேட்டது.

"அய்யோ, எக்கா, தேவியக்கா, ஓடியாயேன்."

மீரா கதறியழும் சத்தம் கேட்டது.

முன்வீட்டில் இருந்தவர்கள் மீராவின் கதறலைக் கேட்டு ஓடி வந்தார்கள்.

திண்ணையில் உட்கார்ந்திருந்த மீராவின் மடியில் தனக்கோட்டி கிடந்தாள். அவள் சேலையில் ரத்தம் தெறித் திருந்தது. சுற்றி நின்றிருந்தவர்கள் தனக்கோட்டியின் கோலத்தைப் பார்த்து அதிர்ந்து போனார்கள்.

வள்ளி ஓடி வந்தாள். எல்லாரையும் விலக்கிவிட்டு, 'என்னாச்சு?' என்று கேட்டுக்கொண்டே தனக்கோட்டியின் கையைப் பிடிக்கப் போனாள்.

"கையப் பிடிக்காதக்கா. காத்துக் கறுப்பு அடிச்சிடுச்சாம்."

வாய்ப் பேச்சு இல்லையென்றாலும் சரோஜா பதறினாள்.

வள்ளி தனக்கோட்டியின் கையைப் பிடித்துப் பார்த்தாள். நாடித் துடிப்பு இருந்தது. அவள் மேலெல்லாம் ரத்தம். கண்கள் செருகி மேலே ஏறியிருந்தன. கை, கால்கள் கோணிக் கிடந்தன. மீரா அவள் நிலையைப் பார்த்து மீண்டும் அழுதாள்.

"ரோட்ல ரிக்ஷா எதுனா போனா கூப்ட சொல்லுங்களேன். சுபானு எங்கன்னு பாருங்க. அண்ணன் எங்க? எக்கா, தேவி யக்கா..." மீரா கத்தினாள்.

கூட்டத்தில் நின்று வேடிக்கை பார்த்துக் கொண்டிருந்த சுப்ரமணி, குடுகுடுவென்று வீட்டுக்குள் ஓடினான். தேவி தறி நெய்து கொண்டிருந்த அறைக்குள் ஓடி, "அழுவுறாங்க, வா" என்றான்.

"யாரு மணி?"

"நீ எறங்கி வா."

ஸ்டூல் மேலேறி ரேடியோவை நிறுத்தினான். மூச்சிறைத்தது அவனுக்கு.

ரேடியோவை நிறுத்திய பிறகுதான் வெளியில் மீராவின் அழுகுரல் கேட்டது தேவிக்கு. பதறியடித்து தறியில் இருந்து இறங்கி ஓடிவந்தாள். வெளியில் வந்தவளுக்கு அதிர்ச்சியாக இருந்தது. தெருவே திண்ணையில் கூடியிருந்தது. தனக்கோட்டி, மீராவின் மடியில் கிடந்தாள்.

"அய்யோ, என்னாடீ ஆச்சு?"

தேவி ஓடிவந்து தனக்கோட்டியை இழுத்துத் தன் மடிமேல் போட்டாள். அவள் மேலிருந்த ரத்தமும் அவளிருந்த கோலமும் பார்த்த தேவிக்கு நெஞ்சே வெடித்து விடும் போலிருந்தது.

"பச்ச மரம் இடி வாங்கின மாதிரி விழுந்து கிடக்கிறாளே? தனக்கோட்டி, எம்மா, இங்கப் பாரு, கண்ண முழிச்சிப் பாரும்மா."

அழுகை வந்தது தேவிக்கு.

"என்னாடி ஆச்சு மீரா? ஆஸ்பத்திரிக்குத் தூக்கிட்டுப் போலாம், கௌம்பு."

"ஆளு போயிருக்குக்கா, ரிக்ஷா கூப்ட்டாற."

மீரா விம்மினாள்.

"என்னாடீ ஆச்சு? தோட்டத்துல கூடக் கொஞ்ச நேரம் முன்ன, இவ பேச்சுச் சத்தம் கேட்டுச்சே?"

தேவி தன் முந்தானையை எடுத்து தனக்கோட்டியின் வாயைத் துடைத்தாள். மேலிருந்த ரத்தத்தையும் துடைத்தாள். உள்ளங்கையைச் சூடு பறக்கத் தேய்த்தாள். நெற்றியைத் தடவிக்

கொடுத்து, விழியை நேராக்கப் பார்த்தாள். சுற்றி நின்றவர்களின் காச்மூச்சென்று கூச்சலில் தெருவே கூடிவிட்டது. சுபானு இன்னும் ஆளைக் காணோம்.

"தண்ணி எடுத்துக்கிட்டு வர்றேன்னுதான் போச்சுக்கா. வரும் போதே மயக்கமா இருக்குன்னு சொல்லுச்சாம். வெயில்ல ரெண்டு மைலு போயிட்டு வந்தது, தல சுத்தலா இருக்கும்னு கொஞ்ச நேரம் படுத்திருக்கு. படுத்தா படுக்க முடியலையாம். யாரோ மேல ஒக்காந்து அமுக்கிற மாதிரி, மூச்சு முட்டி, தெணறுச்சாம். எழுந்து ஒக்காந்தா தலை சுத்தல். படுத்திட்டு எழுந்து பாத்திருக்கு. கொஞ்ச நேரத்துல வயிறு பொரட்டிக்கினு வர்ற மாதிரி இருக்குதேன்னு எழுந்து வாசலுக்கு வந்துச்சாம். வாந்தியா எடுத்திருக்கு. மொத்தம் ரத்தமாம். அப்படியே கை காலு இழுத்துக்கிடுச்சி, கண்ணு செருகிடுச்சி. அவெங்க மாமியாரால அசைக்கக்கூட முடியல. நான்தான் ஓடிப்போனேன். ஆளுங்கள கூட்டிக்கினி போய் தண்ணி தெளிச்சி வெளிய தூக்கிட்டு வந்தேன்."

சுபானு சைக்கிளில் வந்திறங்கினான். எலெக்ஷனுக்கு எழுதிக் கிட்டு இருந்தவன், பசங்க வந்து சொன்னவுடன் போட்டது போட்டபடி அப்படியே ஓடிவந்தான்.

கூட்டத்தைப் பார்த்தவுடன் அவனுக்குக் கை கால் உதறியது. பதற்றமானது. சுற்றி நின்றவர்களை விலக்கிவிட்டு, உள்ளே எட்டிப் பார்த்தவனுக்குத் தனக்கோட்டி கிடந்த கோலத்தைப் பார்த்து உயிரே போனது. 'என்ன நடந்துச்சி?' என்று கேட்கத் தெம்பில்லாமல், அவள் கையைப் பிடித்துத் தூக்கப் பார்த்தான்.

"காத்துக் கறுப்பு அடிச்சிருக்கும்னு சொல்றேன். எல்லாம் தொட்டுத் தொட்டுத் தூக்கிட்டு இருக்கீங்க. நம்ம யாருமே தொடக் கூடாது. இப்ப ஆஸ்பத்திரிக்கும் போவக்கூடாது. ஊசி மருந்தும் குடுக்கக் கூடாது. நேரா காவேரிப்பாக்கத்துக்குத் தூக்கிட்டுப் போங்க. அங்கப் பேய் ஓட்டுறது, காத்துக் கறுப்பு ஓட்றது எல்லாம் ஒரு சாமியாரு செய்யறாரு. சும்மா அங்க தூக்கிக்கினு, இங்கத் தூக்கிக்கினு போய் அலைக்கழிக்கக் கூடாது." சரோஜா தீர்மானமாகச் சொன்னாள்.

"நீ போய் பார்த்தியா காத்துக் கறுப்பு அடிக்கிறத?" கூட்டத்தில் யாரோ கேட்டார்கள்.

"வாய மூடு. ஒனக்கெல்லாம் என்னா தெரியும்? வடிவேல் மோலியார் கெணத்துக்குத் தண்ணி எடுக்கப் போறீங்களே, அங்கெல்லாம் வழி பூரா என்ன இருக்கு? ரெண்டு சுடுகாடு. ஆலமரம் பூரா மாட்டு உறுப்புங்கள கட்டி வச்சிருக்கு. ரத்த வாடைக்கு எல்லாம் வெயில் நேரத்துல வெளிய வரும். அப்புறம் இவ தலைக்கு ஊத்திக்கினாளோ என்னாமோ? தலையில ஒரு கொத்து வேப்பில வச்சிக்கிட்டுப் போயிருக்கணும், இல்ல ஒரு துண்டு கரியாவது இடுப்புல சொருகிட்டுப் போயிருக்கணும். திம்மு திம்முன்னு முனீஸ்வரன் மாதிரி மல்லாக்கப் பாத்துக்கிட்டு நடந்து போயிருப்பா, அதான், ஏதாவது அடிச்சிருக்கும். டேய் சுபானு, சொல்றத கேளு. அவள ஆஸ்பத்திரிக்குத் தூக்கினு போவாத."

சரோஜா சொல்வதை யாரும் காதில் வாங்கிக் கொள்ள வில்லை. ஓர் அசாதாரண உணர்வில் ஒவ்வொருவரும் இருந்தார்கள்.

"நகருங்க, நகருங்க."

ரிக்ஷாவுடன் நடராஜனும் கோபாலும் வந்திருந்தார்கள்.

கூட்டம் விலகி நின்றது.

தேவியும் மீராவும் சேர்ந்து தனக்கோட்டியைத் தூக்கினார்கள். அசைக்க முடியவில்லை. ஓங்குதாங்கான ஆள். பலமும்கூட. நடராஜனும் சுபானும் சேர்ந்து தூக்கி, ரிக்ஷாவில் ஏற்றினார்கள். தேவி முன்னுக்கு ஏறி உட்கார்ந்து, தன்னுடைய மடியில் தலையை வாங்கி வைத்துக் கொண்டாள்.

"கவர்ன்மெண்ட் ஆஸ்பத்திரிக்கு ஓட்டுப்பா. நாங்கப் பின்னாடியே சைக்கிள்ல வர்றோம்" சொல்லிவிட்டு, நடராஜன் சைக்கிள் எடுக்கப் போனான். கோபாலும் மீராவும் பின்னாலேயே சைக்கிள் எடுத்துக்கொண்டு வருவதாகச் சொல்லிப் போனார்கள்.

"சொல்றத சொல்லிட்டேன். கேக்கலைன்னா என்னா பண்றது? இந்தக் காலத்துப் பசங்க, நம்ம அனுபவத்தைச் சொன்னா எங்க கேக்குதுங்க?"

சரோஜா பொதுவாகச் சொல்லிவிட்டு, திண்ணையில் இடம் பார்த்து உட்கார்ந்தாள். அப்போதுதான் பாவு ஓடும் ஆலைக்குப்

போய்விட்டு வந்த கன்னியம்மாள், தன் வீட்டுத் திண்ணையின் கூட்டத்தைப் பார்த்து மிரண்டு போனாள். சரோஜாவின் பக்கத்தில் உட்கார்ந்து என்ன ஏது என்று கேட்ட பிறகு, ஒரு பக்கம் நிம்மதியாகவும், ஒரு பக்கம் கவலையாகவும் அமர்ந்தாள்.

தெருவில் வேடிக்கை பார்க்க நின்றவர்கள், கேள்விப்பட்ட கதைகளையெல்லாம் ஆளாளுக்குப் பேசிக் கொண்டார்கள்.

●

நடராஜனும் சுபானும் மூச்சிரைக்க சைக்கிளில் வந்து இறங்கினார்கள். அவர்கள் வரும்வரை திண்ணையில் உட்கார் வதும், உள்ளே எழுந்துபோய் கை வேலை பார்த்துவிட்டு வருவதுமாக, எல்லாரும் காத்திருந்தார்கள்.

“கொளத்துல பறச்சேரி ஆளுங்க இறங்குனதுல இருந்து ஒன்னு மாத்தி ஒன்னு தப்பாத்தான் நடக்குது, சுடுகாட்டு வழியா உச்சி வெயில்ல போறவங்கள கட்டாயம் ஏதாவது பண்ணிடுங்க, தீட்டுகீட்டுன்னா வெளிய வாசல்ல போவக்கூடாதுன்னு அந்தக் காலத்துல சும்மாவா சொல்லி வச்சிருக்காங்க. அவளுக்குத் தோஷமிருக்கும்னு நெனைக்கிறேன், அதான் இன்னும் கொழந்தை நிக்கலை, ஏழு கன்னிமார்ல ஒரு கன்னிமார் அடிச்சிருந்தாக்கூட அடிச்சிருக்கும், அவ சுத்தபத்தமா படைச்சிருக்க மாட்டா.” அவரவருக்குத் தெரிந்த காரணங்களைப் பேசி முடித்திருந்தார்கள்.

திண்ணையில் உட்கார்ந்திருந்த பெண்கள் நடராஜனையும் சுபானையும் பார்த்தவுடன் எழுந்து நின்றார்கள்.

“ஒக்காரு மாமி, ஒக்காரு அத்த” என்று சொல்லிக்கொண்டே இருவரும் திண்ணையில் உட்கார்ந்தார்கள்.

“என்னப்பா சொன்னாங்க? இப்போ எப்டி கீது?” வள்ளிதான் முதலில் கேட்டாள்.

“ஆஸ்பத்திரியில யாரும் இல்ல பெரிம்மா. அங்க இருந்த ஒரு நர்ஸ்தான் பாத்துட்டு மூணு வேளைக்கு மாத்திர குடுத்திருக்கு. ஒரு ஊசியும் போட்டுச்சு.”

“மயக்கம் தெளிஞ்சிடுச்சா?”

“தனக்கோட்டி முழிச்சிப் பாக்குது. ஆனா நம்மள பாக்குற மாதிரி பாக்க மாட்டேங்குது.”

“நடராஜி, நான் சொல்றேன்னு நெனைக்காதே. ஒங்கப் பெரிப்பனும் ஒத்துக்க மாட்டாங்க. காவேரிப்பாக்கத்துக்குப் போயிட்டு வந்துடுங்கப்பா. அந்த சரோஜா சொல்ற மாதிரி, எதுனா பாத்துக்கூட இவ பயந்திருப்பா. போய் துன்னூறு போட்டுக்கிட்டு வந்தா சரியாப் போயிடும். நம்ம மனசுக்கும் திருப்தியாயிடும்.”

வள்ளி பயந்து பயந்துதான் சொன்னாள். பெரியவருக்குத் தெரிந்தால் எது வேண்டுமானாலும் நடக்கலாம். நடராஜன் யோசித்தான். மிரட்சியில் சுபானு தலையைத் தொங்கப் போட்டுக்கொண்டு உட்கார்ந்திருந்தான்.

“என்ன ஓய் சொல்ற? அதெல்லாம் நம்புறீயா?” நடராஜன்.

“எங்க ஓய், காத்தாவது கருப்பாவது?”

“எதையாவது பாத்துப் பயந்திருக்குமா?”

“அவ அவ்ளோ சீக்கிரத்துல அசர்றவ இல்ல நடராஜி. பகல்ல பாத்து பயப்பட்றதுக்கு என்னா இருக்கு?”

“இல்ல, நம்மூர்ல எப்பவும் வெயில் நேரத்துல கழனிக் கட்டுக்கோ, தோட்டத்துப் பக்கமோ போவக்கூடாதுன்னு சொல்லிக்கிட்டுத்தான் இருப்பாங்க. அது ஏதோ ஒரு நம்பிக்கை.”

“அதெல்லாம் நான் நம்பல ஓய்.”

“யார்தான் நம்புறது? சரி, தனக்கோட்டிய எங்க கூட்டிக்கிட்டுப் போறது? இன்னும் மந்திரிச்சி விட்ட மாதிரியே இருக்கே?”

“வரட்டும் ஓய். எப்டி கீதுன்னு கேக்கலாம்.”

இவர்கள் பேசுவதை எல்லாரும் உற்றுக் கவனித்துக் கொண்டிருந்தார்கள். வாசலில் ரிக்ஷா வந்து நின்றது.

தேவி முன்னுக்கு உட்கார்ந்திருக்க, தனக்கோட்டி நடுவிலும், ஓரத்தில் மீராவும் உட்கார்ந்திருந்தார்கள். விளையாடிக் கொண்டிருந்த குழந்தைகள் ரிக்ஷாவைச் சூழ்ந்தன. அவர்களை

விரட்டியனுப்பிவிட்டு மீரா முதலில் இறங்கினாள். தனக்கோட்டி இறங்கப் பார்த்தாள்.

இப்போது விழிப்பு வந்திருந்தது அவளுக்கு. போகும்போது இருந்ததைவிட எவ்வளவோ தேறியிருந்தாள். ஆனால் முகத்தில் தெளிச்சி இல்லை. பார்ப்பவர்கள் யார் என்று புரிந்துகொண்டு அங்கீகரிக்கும் உணர்வு அவளிடமில்லை. எல்லோரையும் மிரட்சியாகப் பார்த்தாள். மீரா கீழே இறங்கி நின்று, தனக்கோட்டி இறங்க நீட்டிய கையை வெறித்துப் பார்த்தாள். தேவியின் கையைப் பிடித்துக்கொண்டு என்ன என்பதுபோல் அவளிடம் கேட்டாள்.

"ஒன்னுமில்ல கண, நீ எறங்கு. வீட்டுக்கு வந்துட்டோம் வா. வயித்துக்குக் கொஞ்சம் சாப்பிட்டுத் தூங்கு, சரியாயிடும்." தேவி தனக்கோட்டியின் கையைப் பிடித்து இறங்கச் சொன்னாள்.

நடராஜனும் சுபானும் ரிக்ஷா அருகில் வந்தார்கள்.

சுபானுவைப் பார்த்தும் அவள் என்னவோபோல் விழித்தாள். அவள் வெறுமையாய்ப் பார்ப்பதைப் பார்த்தவுடன் சுபானு ஓவென்று கதறினான்.

"என்னாமே அப்படி பாக்குற? என்ன தெரியலையா? எங்கப் போன நீ? என்னாச்சு?" அடுத்தடுத்து கேள்வி கேட்டான்.

நடராஜனுக்கும் தனக்கோட்டியைப் பார்த்தவுடன் மனம் கலங்கியது. திங்குதிங்குனு தெருவில் நடந்தால், யானை போவதுபோல் இருக்கும். இப்படிக் குருவி குஞ்சுபோல் முடங்கிவிட்டாளே!

சுபானும் நடராஜனும் பிடித்துத் தூக்கப் போனார்கள்.

"எறக்காதீங்கப்பா, இருக்கட்டும்." சுபானுவின் அம்மா ஓடி வந்தாள்.

"கண, நான் இந்த ரிக்ஷாவுலயே போய் சாமியார்கிட்ட துன்னூறு போட்டுக்கிட்டு வந்துட்றேன்."

சுபானுக்கு என்ன சொல்வது என்று தெரியாமல், நடராஜனைப் பார்த்தான். நடராஜன் தேவியைப் பார்த்தான். வள்ளி பெரியம்மா அதற்குச் சம்மதம் தெரிவிப்பதுபோல் முன்னால் நகர்ந்து, தனக்கோட்டியைப் பார்த்தது.

சாலாம்புரி | 323

“மொகத்த பாத்தாலே தெரியுதுப்பா. எதையோ பாத்துப் பயந்து போயிருக்கு. துன்னூறு போட்டுக்கிட்டு வந்தா சரியாப் பூடும்.”

“பெரிம்மா, மாத்திர போட்டிருக்கு. தூங்குனா சரியாப் பூடும்.”

“ஒனக்குத் தெரியாது நடராஜி, நீ சின்னப் பையன். நல்லா இருக்க மாதிரி காட்டி, இப்டித்தான் நம்ம கண்ண மறச்சிடும். ஏழு கன்னிமார் வேலைதான் இது. அதான் பொண்ணு மயங்கி மயங்கி நம்மள பாக்குது. ஒன்னும் சொல்லாதே. போயிட்டு வந்துரட்டும். ஜெகதா நீ கூடப் போ” என்று சுபானு அம்மாவைக் கிளப்பியது.

தேவி என்ன செய்வது என்பதுபோல் நடராஜனைப் பார்த்தாள். ‘நீயும்கூட போயிட்டு வா’ என்று சொல்வதுபோல் தலையசைத்தான்.

“ரிக்ஷாக்காரே, காவேரிப்பாக்கத்துல விட்டுடு. கூட என்ன துட்டோ வாங்கிக்கப்பா” வள்ளி.

சரோஜா அப்போதுதான் தெருவில் வந்து எட்டிப் பார்த்துவிட்டு, அருகே வந்தாள்.

“அவெ மூஞ்சியப் பாருங்க. நம்ம ஞாபகமே அதுக்கு இல்ல. நல்ல வெயில் நேரத்துலதான் கன்னிமாருங்க எல்லாம் வெளிய வருவாங்க. ஒருத்தருக்கு ஒருத்தர் ஓடிப் பிடிச்சி வெளையாடுறது, நீர் நெலைல குளிக்கிறது, தண்ணி குடிக்கிறதுன்னு அவெங்க நேரம் அது. நம்ம கண்ணுக்குத் தெரிய மாட்டாங்க. நாம மாட்டிக் கினு நடந்து போவோம். அவெங்கள இடிச்சிட்டாலோ, கடந்து போனாலோ அவெங்களுக்குக் கோவம் வந்துடும். ஓங்கி ஒரு அறை குடுத்தாங்கன்னா, அவ்ளோதான் ரத்த ரத்தமா வாந்தி எடுக்க வேண்டியதுதான்.”

“நமக்குத்தானே அவெங்கள தெரியாது. அவெங்களுக்கு நம்மள தெரியும்ல, நவுந்து போக வேண்டியதுதானே?”

கூட்டத்தில் ஒருத்தி மெதுவாகக் கேட்டாள்.

“இந்த அதப்புத்தான் வேண்டாம்ன்றது. அவெங்க சுதந்திரமா இருக்கிற நேரத்துல நீ உள்ள போனா? அடி போடுறதுதான். அதுலயும் ஒன்னு ரெண்டு கன்னிமாருக்கு உக்கிரம் ஜாஸ்தி.”

“எப்பா, நீ வண்டிய எடு.”

நடராஜன் ரிக்ஷாக்காரனை விரட்டினான்.

“போய் என்ன ஏதுன்னு பாத்துக்கிட்டு வந்துடுங்க தேவி. சாயங்காலமா ஆஸ்பத்திரிக்குப் போவலாம்.”

“நீ பின்னாடியே சைக்கிள்ல வாமே எதுக்கும்.”

நடராஜன் சுபானுவைப் பார்த்தான்.

“சரி போ. பின்னாலேயே வர்றோம் நாங்க.”

ரிக்ஷா கிளம்பியது.

●

ஆளுக்கொரு சைக்கிளில் நடராஜனும் சுபானுவும் கிளம்பினார்கள்.

வெயில் தாழ்ந்திருந்தாலும், வெப்பம் குறையவில்லை. நடராஜனுக்கு ஒரே நாளில் இத்தனை முறை இங்கும் அங்கும் சைக்கிள் ஓட்டிக்கொண்டு அலைவதெல்லாம் முடியாது. பொதுவாகவே உடம்பை அலட்டிக்கொள்ள மாட்டான். வெயிலில் முகம் சிவந்திருந்தது. வியர்த்து விறுவிறுத்து உடம்புடன் சட்டை ஒட்டிக்கொண்டதால் துண்டை எடுத்து ஒரு கையால் துடைத்துவிட்டுக் கொண்டே சைக்கிள் மிதித்தான்.

காலையில் சாப்பிட்டதுதான். அத்துடன் பல்லில் பச்சைத் தண்ணீர் படவில்லை. தனக்கோட்டியின் நிலை இன்னும் சோர்வைத் தந்தது. ‘இதென்ன பைத்தியக்காரத்தனம்?’ என்று உள்ளுக்குள் ஓடிக் கொண்டிருந்தது. ஏதோ ஒன்று தங்களை இழுத்துச் செல்வதுபோல் கலக்கம் மனத்தில் சூழ்ந்தது. சைக்கிள் வழக்கமான வேகத்தில் செல்லவில்லை.

சுபானுக்கு உயிரே இல்லை. இதுபோல் நிறையச் சம்பவங்களைப் பார்த்திருக்கிறான். கேள்விப்பட்டிருக்கிறான். கன்னிமார் அடித்தாலோ, காத்துக் கறுப்பு அடித்தாலோ அத்தோடு நிற்காது. நடுராத்திரியில் எழுந்து நடப்பார்கள். தானாகப் பேசிக் கொள்வார்கள். சுடுகாட்டுக்குத் தனியாகப் போயிருக்கிறார்கள் சிலர். திருவிழா சமயத்தில் உடுக்கைச் சத்தம் கேட்டாலோ, பம்பைச் சத்தம் கேட்டாலோ மருள் வந்து ஆடுவார்கள்.

இதையெல்லாம் நம்பவில்லையென்றாலும், ஏன் இப்படி நடந்து கொள்கிறார்கள் என்பதற்குக் காரணம் தெரிந்ததில்லை. உச்சி முடியை எடுத்து முருங்கை மரத்தில் ஆணியடித்து அதில் சுற்றி வைப்பார்கள். தனக்கோட்டி என்ன செய்யக் காத்திருக்கிறாளோ என்று அச்சம் உள்ளே ஓடியது.

'அவளோடு சேர்ந்து போகும்போது, தம்பிபோல் இருப் பேன். 'என்னடா ஜோடிப் பொருத்தம்னு?' கேலிப் பண்ணி யிருக்காங்க. என் சாதாரண தோற்றத்துக்கு அவள் பிரம்மாண்ட மாய்த் தெரிவாள். பார்க்கத்தான் ஆள் முரடே தவிர, ரொம்ப அன்பு.

'பொண்டாட்டி, எப்பவும் புருஷனைவிடக் குள்ளமா, அடக்கமா இருக்கணும்னு சட்டமா என்னா? அதெல்லாம் நீ ஒன்னும் நெனைக்காத மாமா. நம்ம ரெண்டு பேர் மனசும் ஒத்துப் போதா? அதான் முக்கியம்' என்பாள். நான் மனச ளவில் சங்கடப்படுகிறேன் என்பதைப் புரிந்துகொண்டு, அதற் கேற்றார்போல் என்னை முன்னிறுத்தி விடுவாள். கல்யாணமாகி இரண்டு வருஷம் ஆகியும் குழந்தை இல்லை. அது மட்டும்தான் அவளுக்குச் சின்ன குறை.

'ஒடம்பு ஆம்பள மாதிரி இருந்தாலும் மனசு பூரா கொழந்த வேணும்னு ஏக்கம் இருக்குது மாமா' என்பாள். 'அதென்ன ஆம்பள மாதிரி, நீ நல்லாத்தான் இருக்கே? பொம்பளன்னா வத்தலும் தொத்தலுமா இருக்கணுமா என்ன?' என்று சமாதானம் சொல்லுவேன். ரங்கராட்டினமாக வேலைகளைச் செய்வாள். ஒரு பாவு நூலை ஒரு ஆளாக எழச்சிடுவா. தார் சுத்த ஒக்காந்தா, நாலு நாளைக்கு வேண்டியத சுத்தி வெச்சிடுவா. நாலு ஆள் வேலையைப் பாப்பா மவ. இப்படி முழிக்கிறாளே. எப்படி நல்லாயி வருவாளோ?' சுபானு மனத்தில் எண்ணங்கள் ஓடின.

பச்சையம்மன் கோயில் அருகில் போகும்போதே எதிரில் ரிக்ஷா வந்தது. தேவி மட்டும்தான் இருந்தாள். திக்கென்று இருந்தது.

இருவரையும் பார்த்தவுடன் நிறுத்தச் சொல்லி இறங்கினாள்.

"என்னாச்சுமே, எங்க தனக்கோட்டி?"

“ரிக்‌ஷாவுக்குத் துட்டு குடுத்து அனுப்பிடு. நான் ஒங்கூட வர்றேன்.”

நடராஜன் ரிக்‌ஷாவுக்கு ரூபாய் கொடுத்து அனுப்பினான்.

“தனக்கோட்டி எங்கக்கா?”

“சாமியார்கிட்ட போனா, அந்தாளு ‘தனக்கோட்டி மேல கெட்ட ஆவி வந்திருக்கு. தெய்வமா எறங்கியிருந்தா நாம துன்னூறு போட்டாச் சரியாயிடும். கெட்ட ஆவி எறங்கிடுச்சி. உக்கிரமா இருக்கு. அது முழியிலயே தெரியுது. நீங்கப் பேயோட்டற சாமியார்கிட்ட போங்க. அவர் வேப்பில அடிச்சி ஓட்டுனாத்தான் போவும். துன்னூறுக்கெல்லாம் கட்டுப் படாது’ன்னு சொன்னார்.

பக்கத்துலயேதான் அந்தப் பூசாரியும் இருந்தார். அவர் தனக்கோட்டியப் பாத்தவுடனே, இது கன்னிமார் வேலையில்ல. அவெங்க கோபத்துல பிடிச்சாங்கன்னா கூட, உடனே மனசு மாறி விட்டுடுவாங்க. இது ஏதோ அல்பாயுசுல போன ஆவி புடிச்சிருக்கு. லேசுல வுடாது.

நீங்க இங்கியே வுட்டுட்டுப் போங்க. அடிச்சி கிடிச்சித்தான் பாக்கணும். பொறுமையாத்தான் ஆவும்னு சொன்னார்.

இதெல்லாம் வேணாம், வீட்டுக்குப் போலாம்னு சொன்னா, இவங்க அம்மாதான், ‘வீட்டுக்குப் போனாலும் சரியாவாது. மறுபடியும் கூட்டிக்கிட்டு வரணும். நான் இருந்து பாத்துட்டே வர்றேன், நீ போம்மா’ன்னு என்ன அனுப்பிட்டாங்க. மாமியாவே கூட இருக்கக் கூடாதுன்னு அந்தாளு சொன்னான். ஆனா மாமி இருக்காங்க.

கௌம்பும்போது தனக்கோட்டி, எங் கையைப் புடிச்சிக் கிச்சி. ‘போவாதக்கா’ன்னு அது கண்ணால கேட்டுச்சி. அத கண்ண பாத்ததும் எனக்குக் கொல நடுங்கிடுச்சி. பொண்ணு எப்ப சரியாயி வரப் போறாளோ தெரியலையே?”

சொல்லிக் கொண்டே தேவி அழுதாள்.

சுபானுக்கும் அழுகையில் வாய்க் கோணியது. துண்டை எடுத்து வாயில் வைத்துக்கொண்டு வேறு பக்கம் திரும்பி நின்றான்.

ஒரு நாள் பொறுத்துப் பார்க்கலாம் என்று தீர்மானித்துக் கொண்டு மூன்று பேரும் வீடு திரும்பினார்கள். சூரியன் தாழ, அந்தி சிவக்கத் துவங்கியது.

ரத்தச் சிவப்பு மெல்ல மறைந்து, வானம் சாம்பல் நிறத்துக்கு வந்தபோது மூவரும் வீடடைந்தார்கள்.

●

மறுநாள் காலை ஏழு மணிக்கெல்லாம் மலை போன்ற தனக்கோட்டி, கையும் காலும் வீழ்ந்து கிடக்க, வீட்டுத் தாழ்வாரத்தில் பிணமாகக் கிடத்தப்பட்டிருந்தாள்.

31

"சென்னை, ஏப்.29.

நாட்டு மக்களின் எதிர்கால நல்வாழ்விற்குப்பணியாற்று வதற்காகச் சட்டமன்றம் செல்லும் தி.மு.கழக சட்டசபை உறுப் பினர்கள் இன்று காலை 10 மணி அளவில், 'அறிவக'த்திலிருந்து புறப்பட்டனர்.

கழக வரலாற்றில் முதன்முறையாகச் சட்டமன்றப் பணி யாற்றச் செல்லும் பொறுப்புணர்வின் 'சாயல்' மன்ற உறுப்பினர் களின் முகப் பொலிவில் தெள்ளத் தெளிவாகப் பிரதிபலித்தது.

காலையில், அனைவருக்கும் சிற்றுண்டி வழங்கப்பட்டது.

துணைப் பொதுச் செயலாளர் என்.வி.நடராசன் அவர்கள் உடனிருந்து வழியனுப்ப, அண்ணா அவர்களும் அவரைத் தொடர்ந்து மற்ற உறுப்பினர்களும் சட்டமன்றம் நோக்கிப் புறப் பட்டனர். 'அறிவக'த்தில் கூடியிருந்த ஏராளமான தோழர்கள் வாழ்த்துக் கூறினர். கூடியிருந்த அனைவருக்கும் இனிப்புகள் வழங்கப்பட்டன.

சென்னை சட்டசபைத் தலைவர் பதவிக்கு டாக்டர் யு.கிருஷ்ணாராவ் அவர்களையும், துணைத் தலைவர் பதவிக்கு பி.பக்தவச்சலம் அவர்களையும் காங்கிரசு அபேட்சகர்களாகத் தேர்ந்தெடுத்திருக்கின்றனர்."

நடராஜன் திண்ணையில் தன்னைச் சுற்றி உட்கார்ந்திருந் தவர்களுக்குக் கேட்கும்படி, 'நம்நாடு' பேப்பரில் வந்திருந்த செய்தியை வாய்விட்டுப் படித்தான்.

“நாம பாடுபட்டதுதான் வீணாப் போச்சு...” கோபால்.

“வீணாப் போச்சுன்னு நெனைக்க கூடாது ஓய். நாம நல்ல ஓட்டு வாங்கியிருக்கோம்ல” நடராஜன்.

“சட்டமன்றத்துக்குள்ள மொத மொத காலடி எடுத்து வச்சாச்சு. ஜெயிச்சிருக்க எல்லாருமே முக்கியமான ஆளுங்க தான். நின்ன 124 இடத்துல 15 இடம் ஜெயிச்சிருக்கோம். எம்.பி.க்கு நின்ன 11 எடத்துல ரெண்டு எடம் ஜெயிச்சிருக்கோம். எம்.எல்.ஏ.ல இன்னும் ஒரு எடம் ஜெயிச்சிருந்தா பிரதான எதிர்க் கட்சியா ஆயிருக்கலாம். அதுக்குத்தான் ஒவ்வொரு ஊருமே, நம்மால தான் கட்சி ஜெயிக்கும்னு நெனச்சி வேல செய்யணும்னு சொல்றது. நம்மூர்ல பாரு, காங்கிரசு ஒக்காந்துக்கினே ஜெயிச்சிடுச்சி. வல்லம் ரெட்டியார் வந்து வூடு வூடா ஓட்டுக் கேட்டாரா? கட்சிப் பேரும் சின்னமும் அறிமுகம்றதால ஜெயிச்சிட்டாங்க...”

நடராஜனே தொடர்ந்தான்.

“52 எலெக்‌ஷனவிட இப்ப அதிகம் பேர் ஓட்டுப் போட் டாங்கதான். இருந்தாலும், இன்னும் நெறையப் பேருக்கு எலெக்‌ஷன்ல ஓட்டுப் போடணுமா? யாருக்குப் போடணும்? சின்னம் என்ன? ஒன்னும் தெரியலை. ஜனங்களுக்கு அந் தளவுக்குப் படிப்பறிவும் இல்ல. அங்க போய் வரிசையில நிக்கிற நேரத்துல அரை எழட்டுப் போடலாம்னு நம்மாளுங்க கோமணத்தைக் கட்டிக்கிட்டுத் தறிக்குப் போயிட்டானுங்க. லவடிக பால். எவனுக்கு ஊரப் பத்தி நெனப்பு இருக்கு...” தளபதி பொறிந்து தள்ளினான்.

“முதலமைச்சர பாரு. வெறும் நாலாயிரத்து சொச்சம் ஓட்டு வித்தியாசத்துலதான் ஜெயிச்சிருக்காரு. அதுவும் பெரியார் அவருக்கு முட்டு குடுத்திக்கிட்டு இருக்காரு. நம்மள கண்ணீர்த் துளிகள்னு கேவலமா பேசிக்கிட்டு, காமராஜரைத் தூக்கிப் பிடிச்சாரு. அப்படியும் அவரால ஓட்டு வாங்க முடியுல. அண்ணா கஞ்சூர்த்துல பதினோராயிரம் ஓட்டு வித்தியாசத்தில ஜெயிச் சிருக்காரு” கோபால்.

“நாவலர் ஜெயிச்சிருந்தா அண்ணாவுக்கு நிம்மதியா இருந் திருக்கும். கட்சியோட பொதுச் செயலாளர் ஜெயிக்கலைன்றது

என்ன இருந்தாலும் கட்சிக்குத் தாழ்ச்சிதானே? அதான் அண்ணா, 'நாவலர் இல்லாத சட்டமன்றதுக்கு ஈட்டிப் பாய்ந்த இதயத்துடன் செல்கிறோம்'னு பேசியிருக்கார். சம்பத்தும் அன்பிலாரும் எம்.பி. ஆயிட்டாங்க" தளபதி.

"நம்ம பஉச ஜெயிச்சுட்டாரு. நகராட்சி எலெக்ஷன்ல தோத்துப் போனாரேன்னு கொஞ்சம் யோசனையா இருந்துச்சி. திருவண்ணாமலைல காமராஜரே ஒரு ரூபாய் ஒரு ஓட்டுக்குன்னு கொடுத்து, எலெக்ஷன் பிரச்சாரத்தை ஆரம்பிச்சு வச்சாராம். அப்டியும் பஉச ஜெயிச்சிட்டாரு. பெரிய விஷயம்தான்" நடராஜன்.

"சத்தியவாணி முத்து, கருணாநிதி, அன்பழகன்னு முக்கிய மான ஆளுங்க எல்லாம் ஜெயிச்சிட்டாங்க."

"காமராஜரை ஒழிக்கணும்னு சீர்திருத்த காங்கிரசு அது இதுன்னு பிரிஞ்சாலும், எப்டியோ மறுபடியும் காங்கிரசு ஆட்சிய பிடிச்சிடுச்சி. காமராஜரும் முதலமைச்சர் ஆயிட்டாரு. அமைச் சரவையில கக்கனுக்கும், லூர்தம்மாள் சைமன்னு கன்னியாகுமரி அம்மா ஒருத்தவங்க, அவங்களுக்கும் புதுசா மந்திரி பதவி குடுத்திருக்காங்க. வேற வேற ஆளுங்களுக்கு அமைச்சரவையில இடம் குடுத்திருக்கிறது நல்லதுதான். எல்லாத் தரப்பு ஜனங் களோட பிரச்சினைகளையும் தெரிஞ்சிக்கலாம்" நடராஜன்.

"ரெண்டு மாசம் ராத்தூக்கம் இல்ல. தறி வேல கெட்டுப் போச்சு. இனிமே அவெங்கவங்க வேலையைப் பாத்தாத்தான் கஞ்சி. ஒரு பாவை ரெண்டு மாசமா நெச்சிக்கிட்டு இருக்கேன். வூட்ல காறி துப்புதுங்க. என்னா பண்றது? பொது வேலைக்குன்னு வந்துட்டா, வூட்டுக்குப் போனா, சாராயம் குடிக்கிறவ, கூத்தியா வூட்டுக்குப் போறவனவிட நமக்கு மரியாத கம்மியாத்தான் இருக்கு" தளபதி.

எல்லாரும் சிரித்தார்கள்.

"வரவு செலவுல்லாம் பாத்துட்டீயா நடராஜி?"

"செலவுதான். வரவு எங்க? காங்கிரசு கட்சி மாதிரி நம்ம கட்சி என்னா பூத்து செலவுக்குப் பணம் குடுத்துச்சா? எல்லாம் நாம பண்றதுதானே? டீக்கடையிலயே பாக்கி நூறு ரூபா

இருக்காம். சப்பை சொன்னான். வேலை செய்ற ஆளுங்களுக்கு டீ குடுணான்னு வேலாயுதம் கடையில சொல்லிட்டு வந்தேன். அவரு ஓட்டுப் போடப் போனவங்க, வந்தவங்க எல்லாருக்கும் குடுத்துட்டு கணக்கெழுதி வச்சிருக்காரு. மூணு பாவு நூல வித்தாத்தான் பாக்கிக் குடுக்க முடியும். தேவிக்குத் தெரியாது. எங்கம்மாவும் மானாவாரியா பேசும். பெரிப்பாகிட்டதான் சொல்லணும். ஊர்ல எங்கப் போய் வசூல் பண்றது, அதுவும் எலெக்ஷன் முடிஞ்ச பிறகு? கிளை நிர்வாகிங்க எல்லாம் நாமதான். டீக்கு கடன் சொல்லிக்கிட்டு இருக்கோம். ஒரு மாசமாய்ப் போச்சு. அவர் ஆள் விட்டு அனுப்பறதுக்குள்ள ஏற்பாடு பண்ணனும்."

"ஒழைப்புதான்ப்பா நம்மால குடுக்க முடியும். காசு பணத்துக்கெல்லாம் எங்கப் போறது?" கோபால்.

"பத்திரிகை சந்தால்லாம் முடியப்போது, அத வேற கட்டணும்" நடராஜன்.

"ஒனக்கு வேற இல்ல. ஒன்னு வாங்குனா பரவாயில்ல. திராவிட நாடு, நம் நாடு, முரசொலின்னு எத்தன பேப்பரு வாங்குற? எல்லாத்துலயும் ஒரே செய்திதான். ஆனா வரி விடாம படிச்சாத்தான் ஒனக்குத் தூக்கம் வருது. அது பெரிய செலவுதானே ஓய்?" தளபதி.

"அதெல்லாம் செலவா பாக்கக் கூடாது ஓய். கட்சிக்கு நாம செய்யற கடமை. ஊர் உலகத்துல என்ன நடக்குறதுன்னும் தெரிஞ்சிக்கணும், அதைப் பத்தி நம்ம தலைவருங்க என்ன கருத்து சொல்றாங்கன்னும் தெரிஞ்சிக்கணும். வீட்ல ஒக்காந்துக்கிட்டு இருந்தாலும் நாடு பூரா என்ன நடக்குதுன்னு நமக்குத் தெரியணும்."

"நீ காச கரியாக்கு."

"என்ன ஓய், நீயுந்தான் வெறியா இருந்த. தீபாவளி கொண்டாடாத தோழர்கள்னு குடியரசுல பேர் வரணும்னு எழுதிப் போட்டுட்டு, ஒவ்வொரு வாரமும் பத்திரிகை வாங்கிப் பாக்கலையா? மூவாயிரம் பேருக்குள்ள வரலைன்ன உடனே எவ்ளோ சோர்ந்து போயிட்ட. ஒரு மாசம் கழிச்சு, 'தளபதி, அம்மையப்ப நல்லூர்'ன்னு பேர் வந்த பேப்பரை வீட்டுக்கு வரப்போற

எல்லார்கிட்டயும் காட்னியா இல்லையா? நம்ம கட்சிப் பேப்பர் எத்தினி வந்தாலும் சந்தா கட்டுவேன். ரெண்டு மைலு, மூணு மைலு சைக்கிள் மிதிச்சிக் கூடப் போய் வாங்கியாருவேன். அவெவன் நாடகம் போடுறான்னு போய் ரெண்டு ரூபா, மூணு ரூபா குடுத்து டிக்கட் வாங்கிப் பாத்துட்டு வர்றான். ரெண்டு மணி நேர நாடகத்துக்கே அவ்ளோ செலவு பண்றாங்க. நமக்குப் பத்திரிகைதான்.”

“ஒனக்கென்னப்பா, வூட்ல கேக்க ஆளில்ல.”

“சுபானுவப் போய்ப் பாத்துட்டுப் போலாம்ப்பா. அவென வூட்ட வுட்டுக் கெளப்ப முடியலையே. குன்னுப் புடிச்ச கோழி மாதிரி வீழ்ந்துட்டானே?” கோபால்.

சுபானு நினைவு வந்தவுடன் எல்லாரும் தனக்கோட்டியை நினைத்தார்கள். அசாதாரண அமைதி சூழ்ந்தது.

“யாருக்கும் இப்படி நடக்கக் கூடாது. மலை மாதிரி இருந்த ஆள வாரிக் குடுத்துட்டு ஒக்காந்து இருக்கான். கூடவே இருந்தோம். எல்லாரையுமே கண்ணக் கட்டின மாதிரி ஆயிடுச்சி. கைல வச்சிக்கிட்டே அவ்ளோ பெரிய ஜீவன வுட்டுட்டோம். எலெக்ஷன்ல தோத்ததவிடப் பெரிய தோல்வியது. மூட நம்பிக்கையில இருந்து ஜனங்களை மீட்டெடுக்கணும்னு பேசுறோம். நம்மளாலயே அதுல இருந்து மீள முடியல.

நம்ம வாழ்க்கையில வரும்போது அதை அடையாளம் கண்டு பிடிக்க முடியலை. அன்னிக்கு சரோஜா மாமி சொல்லும்போது நான் காதிலயே வாங்காம இருந்தேன். வள்ளி பெரியம்மா வந்து சொல்லும்போது புத்தி மயங்கிடுச்சி. அவங்கள மீற முடியல. அனுபவத்ததான் சொல்லுவாங்களோ, உயிர் விஷயம், நாம தப்புப் பண்ணிடக்கூடாதேன்னு பயமா இருந்துச்சி.

எங்கப்பா செத்தப்பகூட இப்டித்தான் தப்புத்தப்பா பண்ணாங்க. அவருக்கு ஆஸ்மா. ஆஸ்மாவா இருந்தாலும் பரவாயில்ல, ரெண்டு எளநீர வாங்கிக் குடு. எண்ணெய்க் காச்சி தலைக்கு ஊத்து, பிரியாணி வாங்கியாந்து குடுன்னு போற வர்றவங்க ஆளுக்கு ஒன்னு சொல்ல, அது எல்லாத்தையும் எங்க அம்மா செஞ்சிப் பாத்துச்சு. சும்மா இருந்தாலே நல்லா இருந்திருப்பார்னு நெனைக்கிறேன்.

அந்தப் பயத்துலதான் நான் ஆஸ்பத்திரி போலாம்னு சொன்னேன். நமக்கும் தைரியமா முடிவெடுக்க முடியலையே. பெரியவங்கள மீறிப் போயி, தப்பா போச்சுன்னா காலத்துக்கும் குத்தமா போயிடுமேன்னு பயம். அன்னிக்கு தனக்கோட்டிய சாமியார்கிட்ட அனுப்பியிருக்கக் கூடாது. சாயங்காலம் மறுபடியும் டாக்டர்கிட்ட போய்க் காட்டியிருக்கலாம். இன்னிக்கெல்லாம் சாகற பொண்ணா அது? படுபாவி, அடிச்சே கொன்னுப்புட்டானே?"

சொல்லும்போதே நடராஜனுக்கு வயிறு எரிந்தது.

"சுபானு அம்மா வெளிய சொல்லப் பயப்படுது ஓய். சம்மந்தக்காரங்க வந்து எதுவும் பிரச்சினை பண்ணிடுவாங்களோன்னு. குடியாத்தக்காரங்க வெவரமானவங்க. நோண்டி நோண்டி கேட்டிருக்காங்க. கூட்டிக்கிட்டுப் போன நம்மள இன்னா பண்ணுவாங்களோ, பையன் மேல கேசு கீசு குடுத்துடுவாங்களோன்னு பயந்துக்கிட்டு சாதிச்சிடுச்சி. ரத்த வாந்தி எடுத்துத்தான் செத்துப் போச்சுன்னு..." தளபதி.

"போலீஸ் ஸ்டேஷன்ல கம்ப்ளெயிண்ட் பண்ணி, அந்தப் பூசாரிய உள்ளப் போடணும். பெரிப்பாகிட்ட தான் சொல்லணும். நாமளும் எலெக்ஷன்ல ஓடிக்கிட்டே இருந்துட்டோம்."

"அழுதுடுச்சாம் ஓய், அடிக்காதீங்க, அடிக்காதீங்க. ரொம்ப வலிக்குதுன்னு ராத்திரி பூரா கத்தியிருக்கு. இந்தக் கெழட்டு முண்ட அப்பவாவது, பேயும் ஓட்ட வேணாம், மயிரும் ஓட்ட வேணாம்னு வந்தாளா? 'அவ மேல வந்திருக்கிற ஆவிதான் கத்துது, நீ பேசாம வெளிய ஒக்காரு'ன்னு சொன்னத நம்பி வெளிய ஒக்காந்திருக்கா. 'அத்த, என்ன தனியா வுட்டுட்டுப் போவாத, எனக்கு ஒன்னுமில்ல, வூட்டுக்குப் போயிடலாம்'ன்னு எவ்ளோ கத்துனாளாம்.

எல்லாம் ஆவிங்க வேலைன்னு இந்தக் கெழட்டு முண்ட நம்பியிருக்கு. கத்துன கத்து இவ்ளோ அவ்ளோன்னு இல்ல. மவெ அழுது தீத்திருக்கா. ராத்திரி பூரா பச்சை வெளார வச்சி அடி அடின்னு அடிச்சிருக்கான். வருவியா, இனிமே வருவியான்னு. பெறம்புக் குச்சி வேறயாம். முட்டிக்கு முட்டி அடிச்சி, அய்யோ, நரக வேதன. அந்தப் பொண்ணால கத்த முடியல.

334 | அ.வெண்ணிலா

கைய, கால அவுத்து விட்டிருந்தான்னா, அதுவே அவென அடிச்சித் துவைச்சிருக்கும். அஞ்சு ஆம்பள வந்தாலும் ஒத்தாளா சொழட்டிடுமே. அப்பபடியாப்பட்ட பொண்ணக் கொண்டுபோய் சாவடிச்சு கொண்டாந்துட்டா கெழவி. ராத்திரி மூணு மணிக்கு மேலயே மூச்சி பேச்சி வெளிய கேக்கலையாம். என்னன்னு கெழவி எட்டிப் பாத்ததுக்கு, ஸ்ஸ்ன்னு சைகைக் காட்டி வெளிய போவச் சொல்லிட்டானாம்.

அடி எங்கனா மண்டையில ஏடாகூடமா பட்டுதோ என்னமோ? மவெ துடிதுடிச்சி செத்துப் போயிட்டா."

கோபால் சொல்லச் சொல்ல நடராஜனுக்குக் கண்ணீர் வழிந்தது. தனக்கோட்டி கண்முன்னால் வந்து நின்று, 'எணா, என்ன சாக வுட்டுட்டியேண்ணா, வலி பொறுக்கலண்ணா, வலி பொறுக்கலண்ணா, அடிக்க வேணாம்னு சொல்லுண்ணா' என்று கதறுவது போலிருந்தது. நெஞ்சு வெடிப்பதுபோல் மனம் உடைந்து நொறுங்கியது. திண்ணைத் திண்டில் சரிந்து உட்கார்ந்தான் நடராஜன்.

32

“தி முகவுல போட்டியிட ஆளே இல்லன்னாங்க, அப்புறம் ஒரு எடம் கிடைக்காதுன்னாங்க, இப்போ பதினஞ்சு எடம் தானேன்றாங்க. வாய்க்கு என்னா பூட்டா, சாவியா? வர்றத பேச வேண்டியதுதானே...” வடிவேல் முதலியார்.

திண்ணையில் எட்டு மணிக்குத் தொடங்கிய பேச்சு, பதினொறு மணி வரைக்கும் ஓடியது. தூங்கி வழிந்த குழந்தைகளும், அவர்களின் பளு தாங்க முடியாத பெண்களும் எழுந்து உள்ளே போயிருந்தார்கள். ‘காலையில் தறி போகணும் ஓய்’ என்று சொல்லிவிட்டு, ஆண்களும் ஒவ்வொருவராகக் கிளம்பினர். தெரு கால்வாயில் ஒன்றுக்கு இருந்துவிட்டு, வீட்டுக்கு நடந்த வடிவேல் உள்ளே போகாமல் மீண்டும் திண்ணையில் உட்கார்ந்தார். அவர் உட்கார்வதைப் பார்த்தவுடன் நடராஜனும், நடராஜனைத் தொடர்ந்து கோபாலும் தளபதியும் போய் உட்கார்ந்தார்கள்.

பெரியப்பாவுக்குத் தூக்கம் வராமல் தீவிர சிந்தனையில் இருக்கிறார் என்பது மட்டும் நடராஜனுக்குப் புரிந்தது.

“வாய்க்கு வர்றத ஒவ்வொருத்தனும் சொல்லிக்கிட்டுத்தான் இருப்பான். அதையெல்லாம் காது குடுத்துக் கேட்டுக்கிட்டு இருந்தம்னா நம்ம வண்டி ஓடாது.”

எந்தத் திசை நோக்கிப் பேச்சை நகர்த்துகிறார் பெரியப்பா என்று புரியாததால் எல்லாரும் அமைதியாக இருந்தார்கள்.

“காலனியாளுங்க அவ்ளோ பேர் இருக்காங்க. அவெங்கள மேல வாடான்னு சொல்லிக் கைப்பிடிச்சி தூக்கி விடுற கட்சி

தோத்துப் போகுது. 'நீ என் காலுக்குக் கீழவே கெட, நான் போடுறத தின்னுட்டுப் போ'ன்னு சொல்ற கட்சிய அந்த சனங்க நம்புறாங்க. இதெல்லாம்தான் புரிஞ்சிக்க முடியல. இவெனுங்க மட்டும் இன்னும் கொஞ்சம் சரியா ஓட்டுப் போட்டிருந்தா நாம வந்திருக்கலாம். தாழ்த்தப்பட்டவங்க காங்கிரசுல ஒக்காந்துக்கினு என்னா செய்ய முடியும்? ஊர்ல இருக்கிற பரம்பரை பணக்காரன், பண்ணையாரு, இவெங்க கையில கட்சிப் போயிடுச்சி. காதுல வைரக் கடுக்கன் போட்டுக்கிட்டுச் சுத்தற மாதிரி, அவெனுங்களுக்குக் கட்சி ஒரு வைரக் கடுக்கன் ஆயிடுச்சி.

பத்தாததுக்கு நீதிக்கட்சியில இருந்த பெரிய மனுசன் பூரா அங்க போயிட்டானுங்க. இருபது வருஷமா காங்கிரசுக்கு எதிரா அரசியல் நடத்திட்டு, இப்போ காங்கிரசுகூடப் போய் சேர்ந்துகிட்டாங்க. பெரியாரும் என்னவாம்? இன்னும் கொஞ்சம் யோசிச்சிருக்கலாம். மொத மொத அவரோட கொள்கைகளைச் சொல்லி எலெக்‌ஷன்ல நிக்குற திமுகவுக்கு ஆதரவு சொல்லாம, கண்ணீர்த் துளி, ஃபிஃப்த் காலம் ஆர்கனிசேஷன்னு வாய்க்கு வந்ததைச் சொல்லிக்கிட்டு இருக்கிறார். உண்மையான எதிரிங்க, கூடவே இருந்துகிட்டு நண்பர் மாதிரி இருக்கிற எதிரிங்க, எல்லாரையும் அண்ணா தெறமையாத்தான் கையாண்டார்" என்று சொல்லி நிறுத்தினார் பெரியப்பா.

நள்ளிரவில் குளிர்ந்த காற்று மேலெழும்பி வந்தது. வியர்த்திருந்த உடம்பில் சில்லென்று தொட்டுவிட்டுக் காணாமல் போனது. பேசுவதைக் கேட்காததுபோல் இரண்டு நாய்கள் கண்மூடி, ஆனால் கவனம் குவித்துக் காலடியில் கிடந்தன. பேச்சின் சத்தம் சிறிது கூடினாலும், என்னவென்று கண் திறந்து பார்த்துவிட்டு, மீண்டும் கண்களை மூடிக் கொண்டன. கால்வாய்க்கு அந்தப் பக்கமிருந்த முருங்கை மரத்தின் பூக்கள் அவ்வப்போது ஒன்றிரண்டு உதிர்ந்தபடியிருந்தன.

"கட்சி ஆரம்பிச்சாலும் தலைவர் பதவிய எடுத்துக்கல. பொதுச் செயலாளர் பதவியிலயும் அஞ்சாறு வருஷம்தான் இருந்தார். எல்லாருக்குமே தலைமைப் பண்பு வரணும்னு நாவலரைப் பொதுச் செயலாளர் ஆக்கினார். பதவியில் இருந்தாலும் இல்லைன்னாலும் அண்ணா அவரோட கடமையை ஒரே மாதிரிதான் செய்யிறார்."

“இன்னும் நாலஞ்சு எடம் ஜெயிச்சிருந்தா கொஞ்சம் தெம்பா இருந்திருக்கும். நம்ம ஊர்லாம் ஜெயிச்சிருந்தா, அவருக்கு ரொம்பச் சந்தோஷமா இருந்திருக்கும்.”

“எனக்குத் தெரிஞ்சி நல்லாத்தான் வேலை செஞ்சோம் பெரிப்பா. எப்டித்தான் தோத்தோம்னு தெரியல” என்று நடராஜன் சொல்ல,

“எலெக்‌ஷன் வேற கணக்கு நடராஜி. நம்ம கண்ணுக்குத் தெரியாத ஒரு கும்பல் சட்டுனு உள்ள பூந்து வந்துட்டாங்க. நாம பத்து ஓட்டுக் கணக்குப் பண்ணி வேலை செஞ்சா, இருபது ஓட்டு அனாமத்தா விழுந்தது. நாம இப்பத்தானே எலெக்‌ஷன்னா என்னான்னு பாக்குறோம். காங்கிரசு பல எலெக்‌ஷன பாத்துட்டான். பழைய ஆளுங்க எல்லாருக்கும் ரெட்டை மாட்டுவண்டி சின்னம் மனசுல பதிஞ்சுப் போயிருக்கு. நமக்கும் காலம் வரும். உதயசூரியன்தான் ஒரே சின்னம்னு சொல்றதுக்கு. எப்ப இந்தச் சனங்க உதயசூரியனை நம்புதோ, அப்பத்தான் சமூகம் மாறும்னு அர்த்தம்.”

“ஓட்டு வாங்கிடலாம் பெரிப்பா. எனக்கு நம்பிக்கை இருக்கு. அடுத்த எலெக்‌ஷன்லயே நமக்கு நெறைய எடம் கிடைக்கும். ஆனா, சனங்ககிட்ட நாம எதிர்பார்க்கிற மாற்றம்ன்றது முழுசா வருமான்னுதான் தெரியல. நாம சொல்ற எல்லாம் கேட்டுக் கிறாங்க. அதுல நியாயம் இருக்கும்னு நம்புறாங்க. ஆனா அத அவெங்களால செய்ய முடியல.”

‘ர்ர்ர்’ என்று பொடியை உள்ளிழுத்தான் கோபால்.

“ஆளுக்கொரு பொடிமட்டையை வச்சிக்கிட்டிங்களாடா? பொடி போடுற வயசாடா? பொடி நாத்தத்துக்குப் பொண்டாட்டி எவளாவது பக்கத்துல வருவாளா?” வடிவேல் முகஞ்சுளித்தார்.

“பீடி, சிகரெட்னா எம் முன்னாடி புடிப்பிங்களா? பொடின்னா தெரியவா போதுன்னு தைரியம் வருது?”

“சும்மா மாமா, லேசா கையில இருந்தத இழுத்தேன்.” கோபால் அசடு வழிந்தான்.

“ஆமா, இவரு கைல இருக்குது. சொரக்குதா உள்ளங்கையில? போடா போக்கத்தவனே. பொடில்லாம் உடுங்க. ஆளுக்கு ஒரு மட்டையை சோமன்ல கட்டிக்கிட்டுச் சுத்திக்கிட்டு இருக்கீங்க.”

“சனங்களோட மூடநம்பிக்கையை, ஏற்றத்தாழ்வ மாத்தணும் றதுதான் நம்ம கட்சியோட கொள்கை. எது ஏற்றத்தாழ்வு, எது சமதர்மம்னு நம்மால தெளிவா சொல்ல முடியுது. அத வலியுறுத் தவும் முடியுது. ஆனா இந்தச் சடங்கு சம்பிரதாயமும் மூட நம்பிக்கையும் கூட வந்துக்கிட்டே இருக்கு. இதுல இருந்து நம்மாலேயே மீற முடியல” நடராஜன்.

“அதெல்லாம் ஒரு தலைமுறையில போவாதுடா. ரொம்ப விசுவரூபமெடுத்து ஆடாம பாத்துக்கத்தான் முடியும். குடும்பம், குடும்பத்துல இருக்கிற ஆம்பள, பொம்பள எல்லாருக்குள்ளயும் வலுவா இருக்கு. ஒன் குடும்பத்த எடுத்துக்கோ. ஒரு வேலைய நீ நெனச்சா செஞ்சுட முடியுமா? நூல் எடுத்தாற போறேன்னு சொல்லுவ. ஒன் அம்மா என்ன சொல்லும்? இருடா கண, ராவு காலம் போட்டும், எம கண்டம் போட்டும்னு சொல்லும். பாவு தோயணும்னு சொன்னின்னா விசாயக்கெழமை வேணாம்ப்பா, நம்ம குடும்பத்துக்கு ஆவாதுன்னு சொல்லும். அமாவாசை வந்தா தலை முழுவு, வெள்ளிக்கிழமைன்னா ஆம்பளப் பையன் தலை முழுவாதா, வெளக்கு வச்சா தோட்டத்துக் கதவ தெறந்து வைக்காத, முன்ன போவாத, பின்ன வராதன்னு எத்தினி சொல்லுது? இதெல்லாம் மாறும்னு நெனைக்கிறியா? ரத்தத்துல இருக்கு. வழி வழியா நம்ம கூடவே வருது.

கருத்துரீதியா நாம சொல்றதே எவ்ளோ எடுபடுதுனு நெனைக்கிற? தீபாவளி கொண்டாடக் கூடாது. அது அசுரனை தேவன் அழிச்ச நாளு. பாப்பான், அசுரன்னு சொல்றது நம்மளத் தான். நம்மள அழிச்ச நாளுக்கு, நாமளே எண்ணெய்த் தேய்ச்சி, தலைக்குக் குளிச்சி, ஆடு வெட்டித் தின்றோம்னா எவ்ளோ அவமானம்? ஊர் ஊரா சைக்கிள் கட்டிக்கிட்டுப் போய்ச் சொன்னோம். ஒங்க எல்லாருக்கும் ஞாபகம் இருக்கும்னு நெனைக்கிறேன். டவுசர் போட்டுக்கிட்டுச் சின்னப் பசங்க நீங்க, கூடவே வருவீங்க, சொன்னதுக்காக அந்த வருஷம் கொண்டாடமா இருந்தாங்க, நாலஞ்சு வருஷம் நாமளும் வுடாம போனோம். நெறைய ஊர்ல தீபாவளியே கொண்டாடலை.

ரெண்டு வருஷம் நாம போல. இப்ப பழையபடியே தீபாவளிக்குப் படைக்கிறான். கறி தின்றான். எல்லாம் செய் யிறான். அதான் மனுஷ கொணம். இன்னொன்னு யோசிச்சு

பாருங்க, நம்ம சமூகத்துல மனசுக்கு உண்மைன்னு முழுசா நம்புறதகூட தைரியமா செய்ய முடியாது. எல்லாத்துக்கும் அக்கம்பக்கத்துல என்ன சொல்லுவாங்களோ, நாலு பேர் என்ன சொல்லுவாங்களோன்னுதான் ஓடுவாங்க. ஒரு போலித்தனம் எல்லார்கிட்டயும் இருக்கும். பகுத்தறிவு கொள்க புடிக்குது, ஆனா செய்ய தைரியம் கெடையாது.

கடவுள் இல்லைன்ற கொள்கை நம்மூர்ல ஜெயிக்க வாய்ப்பே இல்லை. உன்னையும் என்னையும்போல ஊருக்குப் பத்துப் பேர் வேணும்னா சொல்லிக்கிட்டு இருக்கலாம். ஆனா யதார்த்தத்துல கடவுள் இல்லைன்னு பேசிட்டு வீட்டுக்கு வந்து கிருத்திகைக்குச் சோறு படைச்சி, காக்காய்க்குச் சோறு வச்சிட்டுத்தான் சாப்டணும். ராமர் சிலையை உடைக்கணும்னு பெரியார் சொன்னப்ப, நிறைய ஊர்ல உடைச்சாங்க. பிள்ளை யார் சிலையை உடைங்கன்னா எத்தினி பேர் வந்தாங்க? பிள்ளை யார்னும்போது ஏதோ நமக்குக் கூடவே இருக்கிற மாதிரி ஒரு நம்பிக்கை இருக்குத்தானே?

நமக்கும் சாமிக்கும் என்னா பங்காளி பயித்தாளி சண்டையா? சாமிமேல என்னா கோபம்? அவர் இருந்தா இருந்துட்டுப் போட்டுமே? அவர் பேர சொல்லி நான் ஓசத்தி, நீ தாழ்த்தின்னு சொல்றதுதானே வேணாம்னு சொல்றோம். அதுக்குத்தானே இந்தக் கட்சியே உருவாச்சு. வேற எந்தக் கட்சி, மனுஷங்க எல்லாம் சமம்னு பேசுறதுக்காக உருவாச்சின்னு யோசிச்சு பாருங்க? ஒன்னும் கெடையாது. அதனால எலெக்ஷன்ல ஜெயிக்கிறோம், ஜெயிக்கல, அதெல்லாம் ரெண்டாம்பட்சம். ஜனங்களுக்குக் கொஞ்சமாவது விழிப்புணர்வு கொண்டாரணும். இல்லனா இன்னும் நூறு வருஷமென்ன, இருநூறு வருஷமானாலும் பறச்சேரிய நம்மளால ஊரோட சேக்க முடியாது. இல்ல, பறச்சேரி மாதிரி ஏதோ ஒன்ன மனுஷன் புதுசு புதுசா உருவாக்கிக்கிட்டுத்தான் இருப்பான்.

தனக்குக் கீழ நாலு பேரு இருக்கான்னா, அதுல பெரிய மரியாதையும் பெருமையும் இருக்கிறதா நெனைக்கிறது மனுஷ இயல்பு. அது எல்லாருக்குள்ளேயும் இருக்கு. கொஞ்சம் பண்படுத்திக்கினா அந்தச் சந்தோஷம் வேணாம், அதுல நியாய மில்லைன்னு தூக்கிப் போடுற தெம்பு வரும். அது

வர்றது பொதுவா கஷ்டம். சாதியில மேல, கீழ இல்லன்னு சொன்னாலும், புதுசா ஒன்னக் கண்டுபிடிக்கும் மனுஷ மனசு. யார் அதுக்கு விளக்கம் குடுத்திருக்காங்க? நம்மால முடிஞ்சிது, சனங்கள ரொம்பப் பெரிய பைத்தியக்காரத்தனத்துக்குப் போவாம பாத்துக்கணும்."

வடிவேல் முதலியார் பேசியதை அனைவரும் கூர்ந்து கேட்டார்கள்.

"அத நாங்களே தான் செஞ்சுட்டமே, பெரிப்பா."

காய்த்த தழும்பில் மீண்டும் ஒருமுறை சூடிழுக்கப்படுவது போல் வேதனையில் மனம் சுண்டினான் நடராஜன்.

"புத்திக் கெட்டுத்தான் போயிட்டீங்க."

தனக்கோட்டியை நினைத்து மனம் கலங்கினார்கள். காலடியில் படுத்திருந்த நாய், அந்த அமைதிக்குக் காரணம் என்னவென்பதுபோல் நிமிர்ந்து பார்த்துவிட்டு, மறுபடியும் கண்களை மூடிக் கொண்டது.

காலில் மொய்த்திருந்த கொசுக்களை அடித்தான் தளபதி. மனத்தின் துயரத்திற்குப் பொருத்தமில்லாமல் அந்நேரம் கேட்ட அந்தச் சத்தத்திற்கு முகஞ்சுளித்தார்கள்.

"ஒரு மிதி மிதிச்சி, ஒங்ககிட்ட கடையாண்ட வந்து கேட்டிருக்கலாம். ஆஸ்பத்திரி போயிட்டு வந்தமே, ரிக்ஷாவ அப்டியே கடையாண்ட வுடச் சொல்லி, என்ன ஏது பண்றதுன்னு கேட்டுக்கிட்டு வந்திருக்கலாம். என்னமோ சுத்தமா மதி மயங்கிப் போச்சு பெரிப்பா. சுபான எப்டித் தேத்தறதுன்னு தெரியல."

"வூட்ல கீற பைத்தியக்காரிங்கப் பேச்ச கேட்டப் பாரு, முட்டாள். அவளுங்கதான், இந்த மாதிரியான வெஷ வெதை பரவுறதுக்குக் காரணமே. பறக்குதுன்னா சிரிக்குதுன்னுவாளுங்க. சிரிக்குதுன்னா பறக்குதுன்னுவாளுங்க. குப்பையில ஒரு ஆத்தா இருக்குன்னு பொழுதுபோனா தெனம் வெளக்கேத்தி வச்சி, குப்பையே கொளுத்திப்புட்டா இல்ல, அந்த தேங்கா சொரண்டி. நம்மூட்ல ஒருத்தி கீறாளோ, எப்ப வாயத் தெறக்கணுமோ அப்ப தெறக்க மாட்டா. எப்பத் தெறக்கக் கூடாதோ அப்பக் கட்டாயம் தெறப்பா."

“அவெங்களல்லாம் தப்பு சொல்லக் கூடாது பெரிப்பா. என்மேலதான். இவ்ளோ வெவரம் தெரிஞ்சு என்னா பிரயோஜனம்? அவசரத்துக்கு உதவலையே?”

“அது கத முடிஞ்சது. போனவ போனா. இருக்கிறவங்கள யாவது ஒழுங்கா காப்பாத்துவோம்.”

கனத்த மௌனம் அந்த இடத்தைச் சூழ்ந்துகொண்டது.

“ரெண்டு மாசத்துக்குச் சுபானுவ கடைக்குக் கூட்டிக்கிட்டுப் போங்களேன் பெரிப்பா. வூட்லயே அடைஞ்சு கெடந்தா, அவனுக்கு அதே நெனப்பாத்தான் இருக்கும். பஜாருக்கு வந்து நாலஞ்சு பேரப் பாத்தா, கொஞ்சம் பாரம் கொறையும். தறியும் இப்ப போவானான்னு தெரியல. சாப்பாட்டுக்கும் எதுனா வழி பண்ணனுமே? இவனுங்ககிட்ட போய் முன்பணம் கேட்டா குடுப்பானுங்களா? நாய் கவ்வுற மாதிரி கவ்வுவானுங்க.”

கண்களைத் திறந்து, சரிதான் என்பதுபோல் நடராஜனைப் பார்த்துவிட்டு, மீண்டும் கண்களை மூடிக்கொண்டது காலடியில் இருந்த நாய்.

“வரச் சொல்லுடா. எத்தினியோ பேர் பொழைக்கிறான் நம்ம கடையில. இவனுக்கா எடம் இல்ல? நம்ம பையன் ஒருத்தன் கூட இருந்தா நல்லதுதானே? நாளைக்கே வரச்சொல்லு.”

“தனியார்கிட்ட நூல் எடுத்து நெய்யறதாலதானே அவென் வீட்டுச் சொத்த வித்துக் குடுக்கிற மாதிரி ஆடுறானுங்க. மொதல்ல இந்த சொசைட்டிய சரி பண்ணனும். சொசைட்டியில லேவாதேவி பண்ணா நமக்கு இவ்ளோ தொந்தரவும் இல்ல. அசிங்கமும் இல்ல. தூங்கியெழுந்தா கடன்காரங்க மாதிரி அவென் வீட்டு வாசல்ல போய் நிக்கணும். அவென் ஒத்தா, ஒம்மான்னு கேட்டு, ஊர்ல இருக்கிற தாலிய அறுத்து வச்சிட்டு, அப்புறந்தான் நூலக் குடுப்பான். முழுசா பாவுக் கூலிய எவனாவது வாங்கியிருக்கானா கேளுங்க? எல்லாம் பிடித்தம்தான். தரம் போட்டது, நூல் வித்தது, உண்ட நூல் வித்ததுன்னு, பாதிக் கூலி கையில வர்றது கிடையாது. இதுக்கு ஒரு வழி பண்ணனும் மொதல்ல.”

தளபதி சொன்னதையே வடிவேலும் நிறைய நாளாக நினைத்துக்கொண்டுதான் இருக்கிறார்.

ஓடி ஓடி ராத்திரி பகலாய் உழைத்துக்கூட, மூன்று வேளையும் நிம்மதியான சாப்பாடு என்பது தறி நெய்கிறவனுக்கு இல்லை. ஊரில் மொத்தம் முந்நூறு, முந்நூத்தம்பது தறி இருக்கும். சொசைட்டியின் கொள்முதல் வெள்ளை சோமன்தான். வெறும் காடாத் துணி என்பதால் சோமன் நெய்ய கூலி ரொம்பக் குறைவு. பூப்போட்ட சேலை ரகம் நெய்தால் காடாத்துணியைவிட இரண்டு மூன்று மடங்கு கூலி அதிகம். வேலை கொஞ்சம் அதிகம். இருந்தாலும் நெய்கிற நேரம் ஒன்றுதான். கூலி அதிகம் என்பதால் தறி நெய்கிறவர்கள் பூ ரகத்தைத்தான் நெய்ய விரும்புவார்கள். பூ ரகம் பாவு ஒரிசாவில்தான் கிடைக்கிறது. முன்பெல்லாம் சூரத்துக்குக்கூடப் போய் வருவார்கள்.

தனியார் முதலாளிகள் ஒரிசாவிற்குப் போய் நூல் எடுத்துக்கொண்டு வந்து, தறிகாரர்களிடம் கொடுத்து வாங்கி லேவாதேவி பண்ணுகிறார்கள். ஊரில் நான்கு பேர் முதலாளிகள் இருந்தார்கள். 'எந்த முதலை மூர்க்க முதலை'ன்ற மாதிரி, நாலு பேரும் லேசுபட்டவர்கள் இல்ல.

'சோறு தண்ணியில்லாம நாங்க தலைமேல மூட்டையைத் தூக்கி, நூலைக் கொண்டாந்து சேர்க்கிறோம். எழைக்கு ஒரு வெட்டா வெட்டி வயித்துக்குக் காயுதுங்களேன்னு பாவம் பாத்து எடுத்தாந்து குடுக்கிறோம். ஒம்மால அவெவன் கோமணத்தை இறுக்கிக் கட்டிக்கினு வந்துர்றாங்க, பல்லு மேல நாக்கப் போட்டுப் பேச' என வாய்க்கு வந்ததைக் கத்திக் கொண்டிருப்பார்கள்.

அவர்கள் வீடுகளில் பெரியவர்கள் முதல் சின்னப் பையன்கள் வரை எல்லாரும் தறிக்காரனைப் பார்த்தாலே எரிச்சல் மண்டத்தான் பேசுவார்கள். பெரிய சண்டை நடக்கிற மாதிரி கூச்சல் நாலு தெருவுக்குக் கேட்கும்.

'நீ என்ன நினைக்கிறேன்னு எனக்குத் தெரியும்' என்பதுபோல் நாய், வடிவேலுவை நிமிர்ந்து பார்த்துவிட்டுக் கண்மூடிக் கொண்டது.

"அவென் பொழைக்கிறதே நம்மத் தொட்டுத்தான். நாம தறி நெச்சாத்தானே அவனுக்கு லாபம்? ஆனா, ஏதோ நமக்குச் சகாயம் பண்ற மாதிரி பேச்சு. இன்னொரு சொசைட்டிக்கூட

ஆரம்பிச்சிடலாம் பெரிப்பா. சொசைட்டிக்குத் தலைவருங்களப் போட்டு ஒழுங்கா நடத்துனம்னா இவனுங்க கொட்ன வாயில இருப்பானுங்க. இவென் ஒரிசாவுக்குப் போய் பூ ரகம் எடுத்தார்ற மாதிரி, சொசைட்டியில போய் எடுத்தாற முடியாதா? இப்ப தனி ஆபிசரு இருக்கவே தானே அவர் சர்க்கார் என்ன கொடுக்குதோ அத மட்டும் குடுத்து வாங்குறாரு? தலைவர் வந்துட்டா, அவர் ஊர் ஊரா அலைஞ்சு எந்த ரகம் நல்ல கூலியோ அத எடுத்தாந்து குடுப்பாரு. சொசைட்டிக்குத் தலைவர் எலெக்ஷன் சீக்கிரம் வைக்கணும்."

"சொல்லியிருக்காங்களேப்பா, எல்லா கோ ஆப்ரேட்டிவ் சொசைட்டிக்கும்தான் எலெக்ஷன் வரப்போதே? போன ஆட்சியிலயே சொன்னாங்க. அப்புறம் சட்டமன்றத்துக்கு எலெக்ஷன் வந்ததால இந்தப் பேச்ச விட்டுட்டாங்க. அதே ஆட்சிதான். அதே முதலமைச்சரு. எலெக்ஷன் சீக்கிரம் வைப்பாங்க. அதுக்குள்ள தறிக்காரங்க எல்லாரையும் ஒன்னு சேர்க்கணும். யார் துடிப்பா வேலை செய்வாங்கன்னு பாத்து, அன்னபோஸ்ட்ல தலைவர தேர்ந்தெடுத்துடணும்."

"கேள்வியே இல்ல மாமா, நடராஜனைத்தான் போடணும். எல்லாம் வெவரமா செய்வான். கூட நீங்க இருக்கீங்க. சொசைட்டிய நல்லா கொண்டு திருப்பிக்கினு போவான்" தளபதி.

"சபாஷ், சபாஷ். நல்ல யோசனைதான்" என்றார் வடிவேலு.

"நல்ல ஆளு வரணும். அது நான்தான்னு சொல்லலை." அவசரமாய் மறுத்தான் நடராஜன்.

"நல்ல ஆளாவும் இருக்கணும். கெட்டிக்காரனாவும் இருக் கணும். நல்ல ஆளா போட்டுட்டு வாய் இல்லைனா? முந்நூறு, முந்நூத்தம்பது தறிக்காரங்களையும் சமாளிக்கணும்னா சும்மாவா? முன்னபின்ன பேச்சுக்கு எடமில்லாம கொண்டு போவணும். நல்லதுதான் இப்டியொரு யோசனை இருக்கிறது." வடிவேலுக்கு மனத்திற்குள் ஓர் ஆறுதல் உணர்வு வந்தது.

"மணி ஒன்னாவப் போது, இன்னுமா முடியல ஒங்க சபை?" பாதித் தூக்கத்தில் எழுந்து வந்து தெரு வாசலில் நின்றபடி தேவி கேட்டாள்.

"இனிமே காலநேரம்ல்லாம் கெடையாது. தலைவர்னா சும்மாவா?" கோபால் கிண்டல் செய்தான்.

தூக்கக் கலக்கத்தில் இருந்ததால், கோபால் மெதுவாகச் சொன்ன விஷயம் தேவிக்குக் காதில் விழவில்லை. கேட்டிருந்தால் அவளுக்குத் தூக்கம் ஓடோடிப் போயிருக்கும்.

"என்னென்னவோ பேசி, எங்கயோ வந்து நின்னுட்டம். நல்ல யோசனைதான். நடராஜனுக்கு அந்த மாதிரி பெரிய பொறுப்ப குடுத்துட்டா அவென் சேணத்தைப் பிடிச்ச குதிரயோட்டி மாதிரி ஓடிக்கிட்டே இருப்பான்." வடிவேல் மகிழ்ச்சியாகிவிட்டார் என்பது அவர் குரலில் தெரிந்தது.

"இந்தத் தண்ணிப் பிரச்சினைக்கு ஒரு முடிவு வரலை. தனக்கோட்டி செத்ததுகூட அதனாலதான். கொளத்துல தண்ணி எடுத்திருந்தா, அவெ எதுக்குச் சுடுகாட்ட தாண்டி கழனிக்கட்டுக்குப் போயிருக்கப் போறான்னு பேசுறாங்க. அதுவும் சரிதானே."

"இந்தப் பசங்க அதுலதான் நம்மள சதி பண்ணிப் புட்டானுங்க. குடிக்கிற தண்ணியில என்னாக் காரியம் செஞ்சிட் டானுங்க. நாம என்னதான் எறங்கிப் போனாலும் அவெ ஏறி ஒக்காந்துக்கிறான். கெணறும் இதோ அதோன்னு இழுக்குது. காண்ட்ராக்ட்காரனுக்குப் பணம் கைக்கு வந்தாத்தானே அவென் வேலையைத் தட்டி வுடுவான். ஒரு தவலை தண்ணிக்கு ஜனங்க நாயா பேயா அலையுதுங்க. பொம்பளைங்கத் தலைமேலதான் சொம ஏத்துறோம். குஞ்சும் குளுவானுமா தலையில ரெண்டு, இடுப்புல ரெண்டு, கைல ஒன்னுன்னு தூக்கிட்டு வருதுங்க. சீக்கிரம் இதுக்கு ஒரு வழி பண்ணனும். நாளைக்கு ஆளவுட்டு அந்தக் காண்ட்ராக்ட்காரனைக் கடைக்குக் கூப்ட்டாற சொல்றேன். என்னா ஆச்சு, ஏன் தள்ளிப் போடுறான்னு கேட்டு, யாரையாவது பாக்கணும்னா நானே நேராப் போய்ப் பாக்குறேன்."

"மறக்காம கூப்ட்டுப் பேசுங்க பெரிப்பா. ஊரணி பொங்கல் வருது. வெளியூர் போயிருக்கிற நம்மூர் சனம் பூராம் வரும். தண்ணிக்கு லோ லோன்னு அலைஞ்சிக்கிட்டு இருந்தா வூட்ல என்னா வேலையாவும்?"

"அடுத்த செவ்வாக்கெழமையா? எனக்கு மறந்தே போச்சு. தமுக்குப் போட்டானுங்களா? வூட்டுக்கு எத்தினி ரூபா புருவு போட்டிருக்கானுங்க? ஊர்க் கூட்டம் போட்டாங்களா?"

“போன வாரமே சொன்னனே? அமாவாசை சீட்டு சண்டைக்கு அப்புறம் நீங்கதான் தெரு கூட்டத்துக்கு வரமாட்டேங்கிறீங்க. புருவு தலகட்டுக்குப் பத்து ரூபா.”

“அவெவன் வாய்க்கிழியப் பேசுறான், சீட்டு வுட்றேன்னு. அஞ்சு பைசாவுக்கும் பத்துப் பைசாவுக்கும் நாலூருக்குக் கேக்குற கூச்சல். எனக்குப் பிடிக்கல. நா அங்க வந்து என்னா செய்யப் போறேன்?”

வடிவேல் எழுந்து, கீழே கிடந்த துண்டை எடுத்து, தோளில் போட்டுக் கொண்டார்.

‘அப்பா இல்லாத உணர்வு இவரால்தான் குறைந்திருக்கிறது’ என்று நடராஜன் மனத்தில் ஓடியது.

“போலாமாடா? என்னவோ இன்னிக்குத் தெரு நாய்ங்க பூரா அமைதியா இருக்கு? இல்லனா லொள் லொள்னு தூங்கவிடாம கத்திக்கிட்டு இருக்குமே? அதுவும் நான் தரக்கட கட்டில்ல படுக்கிறனா, தல மேலயே சத்தம் கேக்கும்.”

“இதோ சோறு போடுற மொதலாளி இருக்காரே? அதான் காலடியில படுத்துக்கிட்டு இருக்கு” என்றான் கோபால்.

“யாரு, நடராஜனா?”

“உங்களுக்குத் தெரியாதா பெரிப்பா? தெனம் ஒரு காபடிச் சோறு அதுங்களுக்கு மத்தியானமும் ராத்திரியும். தேவிக்கும் பெரிம்மாவுக்கும் கூட ரெண்டாள் சாப்பாடு கணக்கு.”

“இன்னிக்கு என்னமோ சோர்வா படுத்திருக்குங்க.”

நடராஜனும் எழுந்தான்.

“காலையில கொஞ்சம் மறக்காம பேசிடுங்க பெரிப்பா.”

“சரிப்பா.”

வடிவேல் தெரு கால்வாயில் ஒன்னுக்கிருந்துவிட்டு, வீட்டுக்குள் போகும்வரை மூவரும் நின்றிருந்தார்கள். நாய் இரண்டும் கண்ணைத் திறந்து பார்த்துவிட்டு மீண்டும் மூடிக் கொண்டன. நள்ளிரவைக் கடந்த வானில் ஒன்றிரண்டு நட்சத்திரங்கள் மின்னின.

33

ருக்கு விடியலிலேயே தெருவை அடைத்துப் பெரிய கோலம் போட்டிருந்தாள். 21 புள்ளிக் கோலம், அதுவும் சந்து புள்ளிக் கோலம் போட்டிருந்தாள். நேற்றே அரைத்து வைத்திருந்த செங்கல் மாவினால் திண்ணையிலும் நடையிலும் கோலம் போட்டிருந்தாள்.

வீட்டு வாசலில் மாவிலைத் தோரணம். தறி சாமான்களையெல்லாம் ஒதுங்க வைத்துவிட்டு, வீட்டைத் துடைத்து மெழுகிவிட்ட பிறகுதான், வீடு இவ்வளவு விஸ்தாரமாக இருக்கிறதா என்று வியப்பாய் இருந்தது.

குத்து விளக்கு, காமாட்சியம்மன் விளக்குகளைப் புளி போட்டு விளக்கினாள் சுசீலா. பொங்கல் பானை எடுத்துப்போக மூன்று சொம்பைத் தேய்த்து வைத்திருந்தாள்.

பொங்கல் வைக்கும் இடத்தில் எவர்சில்வர் சொம்பா, அலுமினியமா, வெண்கலமா எனக் கவனிப்பார்கள்.

சுப்ரமணி காலையிலேயே குளித்துவிட்டு நிஜாரும் சட்டையும் மாட்டிக்கொண்டு தெருவுக்கும் வீட்டுக்குமாக ஓடிக் கொண்டிருந்தான்.

நடுவுளவன் அண்ணாமலை அதிசயமாகத் தெரு திண்ணையில் உட்கார்ந்திருந்தான்.

ருக்கு, ஊரணிப் பொங்கலுக்கு முதல் தாரத்துப் பிள்ளைகளையும் ஊரிலிருந்து அழைத்து வந்திருந்தாள். இரண்டு, மூன்று தலைமுறையாக வெளியூர் போய்விட்டவர்கள்கூட, குழந்தை குட்டிகளைக் கூட்டிக்கொண்டு ஊரணிப் பொங்கலுக்கு ஊருக்கு

வந்துவிடுவார்கள். பொங்கல், தீபாவளி பண்டிகை யெல்லாம் இரண்டாம்பட்சம்தான்.

வருஷந்தோறும் ஆடிமாதம் மூன்றாம் செவ்வாய்க்கிழமை ஊரணிப் பொங்கல் வைப்பார்கள். ஞாயிற்றுக்கிழமையில் இருந்தே ஒவ்வொரு வீட்டிற்கும் விருந்தாளிகள் வரத் தொடங்கி விடுவார்கள். கிழவியாகிப் பேரன் பேத்தி எடுத்திருந்தால்கூடப் பிறந்த வீட்டுத் திருவிழாவுக்கு வர வேண்டும். ஊரணிப் பொங்கல் எப்போது வரும் என்பது எல்லாருக்கும் தெரிந்தாலும் அழைக்க வேண்டிய முறைக்காக ஆள் தலைமேல் சொல்லிவிடுவார்கள். கடுதாசி எழுதுகிற ஓரிருவரும் உண்டு.

தெரு திண்ணையில் சடாட்சரமும் குமாரும் இருக்க, அல்லி உள்ளே கன்னியம்மாளுக்குக் கூடமாட வேலை செய்து கொண்டிருந்தாள். கன்னியம்மாள் இட்லி எடுத்துக் கொண் டிருந்தாள். சுசீலா உரலில் உடைத்த கடலைச் சட்னி அரைத்தாள்.

நல்லூரின் வீடுகளில் திருவிழாவன்றுதான் இட்லியோ, தோசையோ சுடுவார்கள். இட்லி சுடுவதற்காக மற்ற நாளில் தறி வேலையை விடமாட்டார்கள்.

தோட்டத்தில் இருந்து மஞ்சள் கனகாம்பரம், ரத்த கனகாம்பரம் பூவைப் பறித்து வைத்திருந்தாள் சுசீலா. டிசம்பரும் கனகாம்பரமும் பூத்துக் குலுங்கினாலும் பறித்துக் கட்டித் தலையில் வைக்க வேலை ஓயாது. அந்த நேரத்தில் ஒரு பொந்து நூல் இழைக்கலாமே என்றுதான் எண்ணம் போகும்.

ருக்குவும் இருந்ததால் தோட்டத்துத் தரக்கடையில் கால் நீட்டி உட்கார்ந்து, இருவரும் ஆளுக்குப் பாதியாகப் பிரித்துக் கொண்டு கட்ட ஆரம்பித்தார்கள்.

ருக்கு சுசீலாவுக்குத் தலையை அழுந்த பின்னி, தாழம்பூ மடலைச் சின்னச் சின்னதாகப் பிரித்து நூலால் தைத்திருந்தாள்.

தினம் பார்க்கும் ஊர்தான் என்றாலும் திருவிழாவுக்கென்று தனித்த முகம் இருக்கும். பிராயத்தில் இருக்கும் பெண், அலங் காரமும் செய்து கொண்டால் பார்ப்பவரைக் கவர்ந் திழுப்பாளே, அப்படியொரு அழகு திருவிழா காலத்து நல்லூருக்கு வந்துவிடும்.

பகல் முழுக்க அழுது வடியும் முகங்களோடு இருக்கும் பெண்கள், விளக்கு வைக்கும் நேரத்தில் துலக்கி வைத்ததுபோல்

பளீச்சென்று இருப்பார்கள். காலையில் இருந்து தூக்கிக் கட்டிய புடவையும், கஞ்சியும் கரி அப்பிய உடம்பும், கலைந்த தலையுமாக இருப்பார்கள்.

பழைய சோறோ, கஞ்சியோ குடித்த பிறகு, தறி போனால் பன்னிரெண்டு அடிக்கும்போது சோறாக்க இறங்குவார்கள். அப்போதுதான் அடுப்புப் பற்ற வைக்க முள் இல்லை, விறகு இல்லை என்று அருவாக்கத்தி எடுத்துக்கொண்டு முள்ளுத் தோப்புக்குப் போவார்கள். சோறாக்கிக் கொண்டே, நூல் இழைப்பது, தார் சுத்துவது, வீடு பெருக்குவது, சட்டிப் பானைத் தேய்ப்பது என ஒரு மாமாங்க வேலை இருக்கும். ஒண்டிக்கார பெண்ணென்றால் கேட்கவே வேண்டாம். அவள் முதுகில் பத்தை வைத்துக் கட்டியதுபோல் எப்போதும் ஒரு வலி இருக்கும். நல்லூரின் இளம் பெண்களுக்குக் கூன் இருப்பதற்கு இந்தப் பாடாய்ப்படுத்தும் வேலைதான் காரணம். பானையில் அரிசி இல்லையென்றாலும், கை செலவுக்குத் துட்டு இல்லையென்றாலும் அதுவொரு தனிப் பாடு.

ஊரின் பெண்கள் காலையிலேயே குளித்து, தலைமுழுகி, பூ வைத்து, பளிச்சென்று இருக்க வேண்டுமென்றால் அதற்கொரு திருவிழா வர வேண்டும்.

தெற்கே சுகநதி இருக்கிறது என்பதே நல்லூருக்குத் திரு விழாவன்றுதான் நினைவுக்கு வரும். கோடைக்காலம் முடிந் திருந்தாலும், மழை ஆரம்பிக்காததால் சுகநதியில் தண்ணீர் இருக்காது. கோமணத்தைக் காயப்போட்டதைப்போல், நடு ஆற்றில் நூலிழையாகத் தண்ணீர் இருக்கும். அப்படியொரு கோலத்தில்தான் சுகநதியை மக்கள் பார்ப்பார்கள்.

வடக்கே உள்ள மலைக்குன்றுக்கும் அன்றுதான் கொண் டாட்டம். மலையடிவாரத்தில் இருந்து ஊர்வலம் புறப்பட்டு, சுகநதிக்கு வரும். வடக்கையும் தெற்கையும் நல்லூர் வாசிகள் ஒரே நாளில் பார்ப்பார்கள்.

பிரிந்துபோன காதல் துளிர்ப்பதிலிருந்து, குடும்பப் பகை மறக்கப்படுவதுவரை ஊரணிப் பொங்கலுக்காக நடக்கும். நல்லூருக்கென்று சிரிப்பு இருக்கிறது என்பதையும் பொங்கலன்று பார்க்கலாம்.

திருவிழா என்றால் குழந்தைகளுக்கு எப்படித்தான் உற்சாகம் வருமோ? இருட்டு விலகும் முன்னே, இடுப்பைவிட்டு இறங்கி நிற்கும் கால்ச்சட்டைகளை ஏற்றிவிட்டுக்கொண்டு பையன்கள் தெருத் தெருவாகச் சுற்றி வருவார்கள். பெண் குழந்தைகளும் கால் தரையில் நிற்காமல் குறுக்கும் நெடுக்குமாக ஓடுவார்கள். காரணமே இல்லாமல் சிரிப்பும் பேச்சு சத்தமும் கேட்டுக்கொண்டேயிருக்கும்.

தேவி பெரும்பாலும் இந்த ஓட்டத்திற்கு ஈடுகொடுக்க மாட்டாள். சாமி கும்பிடக் கூடாது, வீட்டில் படைக்கக் கூடாது எனச் சொல்லிச் சொல்லி, அவளுக்குப் பண்டிகை, திருவிழாக் களில் ஆர்வம் குறைந்துபோனது.

நடராஜன் ஊரணிப் பொங்கல் என்றால்தான் வீட்டில் கால்த் தங்காமல் தெருத் தெருவாகப் போய்க் கொண்டிருப்பான். ஊர்வலத்திற்கு யானை வந்ததா? கலசம் எடுத்துப்போக ஆள்கள் தயாரா? ஆற்றங்கரையில் பம்பைக்காரர்கள் வந்துவிட்டார்களா? மாரியம்மன் கோயிலில் பூசை, பொங்கல் கூடை தூக்க ஏற்பாடு, சாயந்திரம் சாமி ஊர்வலம், அடுத்த நாள் கூத்துக்கு ஏற்பாடு என்று பம்பரமாகச் சுற்றுவான்.

நாத்திகவாதியாக இருந்தாலும் திருவிழா நடத்துவதில் தயக்கம் காட்டியதில்லை. ‘காலங்காலமா இருக்கிற ஊரோட வழக்கம், திருவிழா அன்னிக்குத்தான் ஊரே ஒத்துமையா சந்தோஷமா இருக்கு. அதக் கெடுக்கக் கூடாது’ என்று திருவிழாக் கொண்டாட்டத்தை ஆதரிப்பான்.

தேவிக்கு இருட்டுவதற்கு முன்னால் எழுந்து கோலம் போடுவதுதான் ரொம்பக் கஷ்டம். ஓட்டல் கடை இருக் கும்போதே விடியற்காலை எழுந்திருக்க யோசிப்பாள்.

கோலம் போட வராது என்பது தனிக் கதை. முக்கோண நட்சத்திரம், விளக்கு என்று கை போகும் போக்கில் கம்பிக் கோலம் போடுவாள்.

“எப்டியோ ஒரு மணி நேரம் உட்கார்ந்து, அதிசயமா தாழம்பு தச்சிக்கிடுச்சே?”

“அவளேதானே போய் ஆசையா பறிச்சு எடுத்துக்கிட்டு வந்தா.”

“ஆள்காரங்க வூட்டு வேலையும் செய்வாங்களாம்மா?”

“சொன்னா செய்வாங்கண்ணி. நான் சொல்றதில்ல. நம்ம வூட்டு வேலை செஞ்ச எனக்கு அதெல்லாம் ஒன்னும் பெருசாவே தெரியறதில்ல.”

தேவிக்குச் சிரிப்பு வந்தது.

“சின்ன வயசுல இருந்தே ஒனக்கு வேல அதிகம்தான். நான் இங்க வந்து, ஒடம்பு சரியில்லன்னு ஆயாவும் அய்யாவும் ஊருக்குப்போன பிறகுதான் இவ்ளோ வேலை செய்றேன். ஆயா இருக்கிற வரைக்கும் அவெங்களே ஒங்க அம்மாகூட வேலை செஞ்சிடுவாங்க. அதுவும் தறி போட்ட பிறகு, எம்மா... முதுகு போயிடுது. ஓட்டல் கடையே பரவாயில்லைன்னு இருக்கு.”

“அண்ணன் கடையை அவசரப்பட்டு எடுத்துப் போட்டுடுச்சி.”

“அவசரமல்லாம் இல்ல. பொம்பளைங்ககிட்ட வம்பிழுக்கவே வர்றானுங்க. பெரியவங்கன்னு ஒருத்தங்க கடையில இருந்தா கொஞ்சம் பயமிருக்கும். ஒங்கம்மா அங்கச் சும்மா ஒக்காந்தாக்கூடப் போதும். யாரும் இல்லைன்னவுடனே அவெவன் வாய்க்கு வந்ததைப் பேசுறான். எதுக்கு ரோட்ல போய் அவமானப்பட்டுக்கினுதான்.”

“இதான்னு விதி எழுதியிருக்கு.”

சொல்லும்போதே ருக்குவின் கண்களில் இருந்து உப்புக் கல்போல் கண்ணீர் உதிர்ந்தது. அத்தை சொல்வது சரிதான். ‘முணுக்குன்னா கண்ணுல இருந்து உப்புக்கல்ல உதித்துடுவா ருக்கு.’

“ஒனக்கு என்னா குறை? இங்க மாதிரி லோல்பட்ற பொழப்பு இல்லையே?”

“பொம்பள எந்தூர்ல லோல்படாம ஒக்காந்து சாப்பிட முடியும்? அவெ தேகத்த தேச்சித்தான் எங்கப் போனாலும் என்னிக்கா இருந்தாலும் சாப்பிட முடியும். எனக்கு மட்டும் என்ன வெள்ளித் தட்டுல சோறு போட்டு வச்சிட்டு சாப்பிடுன்னா சொல்றாங்க?”

“வெள்ளித் தட்டென்ன, தங்கத் தட்டுல கூட நீ சாப்பிட்லாம். ஒனக்கென்ன ஏரிக்கரை பூரா கண்ணுக்கெட்டின தூரம் ஒங்க நெலம்தானே?”

“கண்ணுக்கெட்டின தூரமோ, காலுக்கு எட்டின தூரமோ? எல்லாம் நாம எடுப்பெடுத்தா தானே?”

“மச்சான் நல்ல மாதிரிதானே?”

“பொறுப்பில்ல அண்ணி. கெளரவமா இருந்த வேலையை விட்டுட்டு வருவாங்களா? கழனிக்கட்டையும் ஒழுங்கா பாக்குற தில்ல. ஆள்காரனுங்க கிட்ட விட்டுட்டு, வீட்ல ஒக்காந்துக் கிட்டு இருக்காரு. எப்பப் பாரு வாயில சுருட்டு. வீட்ல ஈசி சேர போட்டுக்க வேண்டியது. ஒக்காந்துக்கிட்டே என்னாதான் பண்ணுவாரோ? நமக்கு ஒரு நிமிஷம் சும்மா நின்னாலும் ஒடம்பு சிவுக்குன்னு இருக்கும்.”

“எல்லாம் சரியாப் போயிடும். பசங்க ரெண்டும் ரொம்ப நல்ல மாதிரி.”

“ஆமாம், வேலைன்னா சுறுசுறுப்பா ஓடுங்க.”

தேவி திடீரென்று குரலைத் தாழ்த்தினாள்.

“ஒன்னு கேக்குறேன், மறைக்காம சொல்லணும்.”

ருக்குவின் முகத்தில் யோசனை.

“என்னா விஷயம் அண்ணி?”

“மச்சான் கறி சாப்பிட மாட்டேன்னுட்டாரே? அன்னிக்குச் சாயங்காலமே, பஜார்ல முனியாண்டி விலாசுல அவர் பிரியாணி சாப்பிடுறத பார்த்தேன்னு நம்ம தெரு ஆளுங்க வந்து ஒங்கண்ணன்கிட்ட சொன்னாங்களாம். ‘என்ன ஓய், வீட்டுக்கு வந்த மருமகனுக்குக் கறியாக்கிப் போடலையா? முனியாண்டில பிரியாணி சாப்டுறாரு’ன்னு. அண்ணன் சொன்னாங்க. நெஜமா?”

ருக்கு அமைதியாக இருந்தாள்.

“சாப்டுவாரா?”

“வெத்துத் தம்பட்டம்தான். வூட்லயும் கறியாக்கறதில்ல. வீர சைவர்னு சொல்றது. வெளிய வந்தா கடையில போய்ச் சாப்டுற பழக்கம் உண்டுதான்.”

“எதுக்கு வெளியில போய்ச் சாப்ட்டு அசிங்கப்பட்டுக்கிட்டு. வூட்லயே நல்லா செஞ்சிபோட்டுச் சாப்ட சொல்லு.”

ருக்குவின் விரல்களுக்குள் ரத்தச் சிகப்பில் இருந்த கனகாம்பரம் பூக்கள், ஓர் ஒழுங்கிற்குள் போய் உட்கார்ந்தன. நாட்காட்டியில் ஆண்டாளுக்குச் சூடப்பட்டிருக்கும் அடர்ந்த சிறு மாலைபோல் உருண்டு திரண்டு சரமாயிருந்தன பூக்கள்.

இரையெடுக்கும் கொக்குகளைப்போல் இருவரின் விரல் களும் பூக்களை எடுத்தெடுத்துத் தொடுத்தன. கை மந்திரகதியில் இயங்கியது.

தூரத்தில் பம்பைச் சத்தம் கேட்டது.

“ஏன் அத்தையும் மாமாவும் வரலை அண்ணி? சபாபதி மாமாவாவது வந்திருக்கலாமே? வெளியூர்ல இருக்கிற குஞ்சு குசுமான்ல்லாம் வந்துடிச்சி.”

“ஆயாவால எழுந்தே ஒக்கார முடியல. அடியெடுத்து வைக்க முடியல. இங்கத் தறியப் போட்டுட்டு, எங்கக் கால நீட்டிப் பொழுதன்னிக்கும் ஒக்காந்திருக்கிறதுன்னு ஆயா ஊருக்குப் போலாம்னு சொல்லிடுச்சி. அய்யாவுக்கு மனசு இங்கதான் இருக்கும். நான் என்ன பண்றேனோ, எப்டி அல்சாட்டப் படுறானோன்னு என்னத்தான் நெனைப்பாரு. அப்பாவுக்கு வரணும்னுதான் இருக்கும். சித்திய கூட்டிக்கிட்டு வந்தாலும் சண்டை. விட்டுட்டு வந்தாலும் சண்டை, வராம இருக்கிறதே உத்தமம்னு இருந்துட்டு இருப்பாரு. அத்தைக்கு, அவெங்க யாருமே வரலைன்னுதான் மூஞ்சி உம்முனு இருக்கு. என்னாப் பண்றது? ஒவ்வொரு வீட்லயும் ஒவ்வொரு நெலமை.”

“ஒனக்குத்தானே அண்ணி இன்னும் மனசு கஷ்டமா இருக்கும்!”

“கஷ்டத்த நெனச்சா ஓட முடியுமா? பம்ப சத்தம் கேக்குது. சீக்கிரமா கட்டு. தீபாராதனை காட்டணுமே?”

“இதோ ஆச்சு.”

சுகநதியில் வைத்து சாமி கும்பிட்ட தண்ணீர் கும்பம், அம்மன் பூசைக்குப் போவதற்குமுன் ஊர்வலமாய் வந்தது. தேவி கட்டிய பூவில் கொஞ்சம் கத்தரித்து, ஏற்கெனவே தயாராய் எடுத்து

வைத்திருந்த தாம்பாளத் தட்டில் பூவை வைத்து, தேங்காய் கற்பூரத்துடன் வெளியில் போனாள்.

“சீக்கிரம் வாம்மா, கெரகம் வந்துடிச்சி.”

ருக்குவும் அவசர அவசரமாக எழுந்தாள்.

எல்லாரும் அவரவர் தெரு வாசலில் நின்றிருந்தார்கள். ஒவ்வொரு வீட்டு வாசலிலும் பங்காளிகளும் சம்பந்தக்காரர் களுமாகக் குறைந்தது பதினைந்து இருபது பேர் கூட்டமாக நின்றிருந்தார்கள்.

பெரிய யானையின்மேல் கலசத்தை வைத்துக்கொண்டு ராஜி முதலியார் உட்கார்ந்துகொண்டிருந்தார். வெயில் அவருக்குப் பொருட்டாகத் தெரியவில்லை. யானைக்கு முன்னால் பம்பை யும் தவிலும் அடித்துக்கொண்டு போனார்கள். கல்யாணம் ஆகாமல் இருக்கிறவர்கள், நேர்ந்துகொண்டவர்கள் எனப் பத்து இளவயதுப் பையன்கள் தலையில் தண்ணீர்க் குடம் ஏந்தி யானைக்கு முன்னால் நடந்து வந்தார்கள். இடுப்பில் வீட்டுப் பெண்களுடைய பட்டுப் புடைவையை அரைக் கச்சமாகக் கட்டியிருந்தார்கள்.

நடராஜன் வீட்டில் சுசீலா சின்னத் தோண்டியுடன் நின்றிருந்தாள். ஊர்வலம் வீட்டருகில் வந்தவுடன் சுசீலா தோண்டி தண்ணீரைக் கொண்டு, வரிசையாகத் தலைக் கரகம் வைத்திருக்கும் எல்லார் காலிலும் படும்படி நீராபிஷேகம் செய்து, பாதங்களுக்கு மஞ்சள், குங்குமம் பொட்டு வைத்துத் தொட்டுக் கும்பிட்டாள். தேவி கையில் வைத்திருந்த தாம்பாளத் தட்டை, யானையின் மேலிருந்த கரகத்துக்குத் தீபாராதனைக்காக நீட்டினாள். தேங்காய் உடைத்து, ஆரத்திக் காண்பித்துத் தட்டைத் திருப்பிக் கொடுத்தார்கள். கையில் வாங்கியவுடன் கற்பூரம் அணையாமல் கைகளால் மறைத்துக்கொண்டு, ருக்குவிடம் தட்டைக் கொடுத்து நடுவீட்டில் வைக்கச் சொன்னாள் தேவி.

உச்சி வெயில் மண்டையைப் பிளந்தது. முன்னால் சென்று கொண்டிருந்தவர்கள், ‘நேரமாச்சு... நேரமாச்சு...’ என விரட்டிக் கொண்டிருந்தார்கள். ஊர்வலம் கோயிலுக்குப்போய் சாமிக்குப் பூசை பண்ணிய பிறகுதான், பொங்கல் கூடை எடுத்துவரும் பெண்களை அழைத்துப் போக மேளதாளம் வர வேண்டும்.

354 | அ.வெண்ணிலா

ஊர்வலம் தெருவைத் தாண்டியதும், அவசர அவசரமாக வீட்டுக்குள் திரும்பினார்கள்.

"ருக்கு, மச்சானைக் கூப்பிட்டுச் சாப்பிடச் சொல்லு. எல்லாரும் சாப்பிட்டாச்சுன்னா பொங்கக் கூடையை எடுத்து வச்சிடலாம். நான் போய் காஞ்சதா பாத்துப் பத்து எருமட்ட எடுத்துக்கிட்டு வர்றேன்."

"எருமட்ட பாத்து எடும்மா. பூச்சிப் பொட்டு இருக்கும்…" கன்னியம்மாள் உள்ளிருந்து குரல் கொடுத்தாள்.

எல்லாரும் சாப்பிட்டவுடன் தேவியும் ருக்குவும் பொங்கல் கூடையை எடுத்து வைத்தார்கள்.

பெரிய அன்னக்கூடையில் மூன்று சொம்புகள், இரண்டு சொம்பு வெண்கலம், ஒரு சொம்பு எவர்சில்வர். வீட்டில் இருந்த ஐந்தாறு வெண்கலச் சொம்பில் மிச்சமிருப்பது இரண்டுதான். ஒவ்வொரு சொம்பிலும் கால்ப்படி அரிசி. சொம்பைச் சுற்றி பொங்கல் வைக்க எருமட்டை. பக்கத்தில் சின்னத் தோண்டியில் தண்ணீர், மாவிளக்குப் போட வெல்லமும், அரிசி மாவும் சேர்த்து இடித்துப் பிசைந்த மாவு… எல்லாம் தயாராக இருந்தன.

கலசத்தில் வந்த ஆற்றுத் தண்ணீரை அம்மனுக்கு அபிஷேகம் செய்தவுடனே, மேளமும் நாதசுவரக்காரர்களும் மீண்டும் தெருத் தெருவாக வருவார்கள். பொங்கல் கூடை எடுக்கும் நேரம், நல்லூர்ப் பெண்கள் பட்டுப் புடவையும், நகைகளுமாக முழு அலங்காரத்தோடு வருவார்கள். கழுத்துச் சங்கிலி இல்லாதவர்கள் ஒரு கில்ட் நகையாவது வாங்கிப் போட்டிருப்பார்கள். வெறுங்கழுத்துடன் எப்படிப் போவது என்று ஒன்றுக்குள் ஒன்றாக கடன் வாங்கிப் போட்டுக் கொள்வதும் உண்டு.

தேவி தன்னுடைய சாமந்தி பில்லையை ருக்குவுக்கு வைத்துத் தலைப் பின்னி கனகாம்பரம் பூ வைத்திருந்தாள். நீளமான முடியில்லையென்றாலும், அடர்த்தியாக இருக்கும். கல்யாணத்திற்கு எடுத்துக் கொடுத்திருந்த பட்டுப் புடவையைக் கட்டி, பொங்கல் கூடையைத் தூக்கிக்கொள்ளச் சொன்னாள். சுசீலாவும் கரை வைத்துத் தைத்திருந்த பாவாடையும் சட்டையும் போட்டு, தாழம்பூ சடையோடு, தோண்டித் தண்ணீரை எடுத்துக் கொண்டு ஊர்வலம் போகத் தயாராய் நின்றது.

சாலாம்புரி | 355

முதல் தெரு இவர்களின் தெருதான். வடவண்டை இருக்கிற நான்கு தெருக்களுக்கு ஒரு மேளக் குழுவும் தென்னண்டை இருக்கிற நான்கு தெருக்களுக்கு ஒரு மேளக் குழுவும் பிரிந்து போனது. இரண்டு குழுவும் வந்து சன்னதி தெருவில் சேரும். ஒவ்வொரு தெருவுக்கும் மேளக்குழுவோடு பெண்களும் தலைச் சுமையோடு போக முடியாது என்பதால் இரண்டு மேளக் குழு.

சன்னதி தெருவுக்குள் மேளக் குழு நுழைந்தவுடனே சுப்ரமணி ஓடி வந்து, "அண்ணி, மோளம் வந்துடிச்சி..." என்றான்.

எதற்கெடுத்தாலும் தேவியிடம்தான் ஓடிவருவான். அத்தைக்கு அடிக்கடி கோபம் வரும். 'பெத்தவள்னு ஒருத்தி இங்க இருக்கேன்னு மறந்துப் போச்சா? இப்பத்தான் பால் குடிய விட்ட. கூடவே ஒட்டிக்கிட்டுத் திரிஞ்சவன், திரும்பிக்கூடப் பாக்க மாட்டேன்றா?' என்று திட்டும். அய்யா இருந்தால்தான் அத்தையை வம்புக்கு இழுப்பார். 'ஒன்னப் பெத்தவங்க நாங்க, எங்ககிட்டயும் என்னப் பெத்தீங்களா இல்ல, அவள பெத் தீங்களான்னு சண்டைக்கு நிக்கற? புள்ளகிட்டயும் எனக்குப் பொறந்தியா அவளுக்குப் பொறந்தியான்னு மல்லுக்கு நிக்கிற? என்னாதான் ஒனக்குத் தெரியணும்'னு சிரிச்சிக்கிட்டே கேக்கற மாதிரி, அத்தை குணத்தைச் சொல்லிக் காட்டுவார்.

"வந்தாச்சு வந்தாச்சு. அக்காவக் கூப்பிடு, தண்ணி தோண்டிய தூக்கட்டும்."

ருக்கு அன்னக்கூடையைத் தூக்க, சுசீலா தண்ணீர்த் தோண்டியுடன் வெளியில் வந்தாள். மேளக்காரர்கள் வந்து நின்றவுடன் தலையில் கூடையுடன் பெண்கள் மேளக் குழுவின் பின்னால் வந்து கூடினார்கள். வரும்போதே முகத்தில் சிரிப்பு. உனக்கு நான் குறைந்தவள் இல்லை என்பதுபோல் போட்டிப் போட்டுக்கொண்டு அலங்காரம். ஊரில் இருந்து வந்த பிறந்த பெண்கள், யாரிடம் பேசுவது என்று தெரியாமல் கேட்பவர்களிடம் எல்லாம் சளசளவென்று அங்கொரு பதிலும் இங்கொரு பதிலுமாகச் சொன்னார்கள்.

போகின்ற ஊர்வலம் ஓர் அழகென்றால், அந்த ஊர் வலத்தைப் பின்னின்று பார்ப்பவர்களைப் பார்ப்பது அதைவிட அழகு. அத்தனைப் பேருக்கு மத்தியில் தன் மகளை, மருமகளை, அம்மாவை, மனைவியைப் பார்த்து மகிழ்பவர்கள், ஒன்றுகூடி

நிற்கும் ஊரின் அழகைப் பார்ப்பவர்கள், கூட்டத்தில் நின்றிருக்கும் முன்னாள் இன்னாள் காதலன், காதலிகளைப் பார்ப்பவர்கள் என உணர்வுகள் கரைபுரண்டோடும் கணங்கள் அவை.

திருவிழாவை முன்நின்று நடத்தும் இருபது, முப்பது பேர் தான் பாவம், காலையில் இருந்து சாப்பிட நேரமில்லாமல், வெயிலில் தீய்ந்து, அங்கங்கே தண்ணீர் வாங்கிக் குடித்து, திருவிழாவை நடத்திக் கொண்டிருப்பார்கள். நாளை இரவு கூத்து முடிந்து, நாளை மறுநாள் காலை கூத்துக்காரர்களுக்குச் சாப்பாடு போட்டு, பேசிய தொகையைக் கொடுத்து அனுப்புகிறவரை தூக்கமிருக்காது. இன்று இரவு சாமி ஊர்வலம். நாளை இரவு கூத்து. படுத்தாலும் ஊரில் யாருக்கும் தூக்கம் வராது. ஒரு வருஷத்திற்குப் பேசுவதற்கு இதுதான் விஷயமென்பதால் கண்ணையும் காதையும் திறந்து வைத்து, இந்த வைபவத்தை அனுபவித்துக் கொண்டிருந்தது ஊர்.

●

ஊர் முழுக்கப் புகை மண்டலம். மாரியம்மன் கோயிலுக்குள்ளேயும் கோயிலைச் சுற்றியும் குளக்கரையிலும் பொங்கல் வைப்பதால், எருமட்டையின் புகை, ஊரையே மறைத்து மேலெழும்பி நின்றது.

நடராஜன் திண்ணையில் உட்கார்ந்திருந்தான். பசித்தாலும், சாப்பிடத் தோன்றவில்லை. அம்மாவை டீ போடச் சொல்லி விட்டு, காலை மடித்துக்கொண்டு திண்ணையின் திண்டில் சாய்ந்திருந்தான்.

'போன பொங்கலுக்கு அப்பா இருந்தார். கடையை மூட மாட்டார். பொங்கல் வைத்துவிட்டுப் படைக்க வரும்போது வந்தால் போதும் என்று சாயந்திரம் ஐந்து மணிக்குத்தான் கடையைப் பூட்டிவிட்டு வருவார். அவருக்குப் புகை பட்டால் இருமல் வரும் என்பதால் பொங்கல் வைத்து முடிந்த பிறகு வருவார்.

முந்நூறு, நானூறு குடும்பங்கள் ஒரே நேரத்தில் படைக்க வேண்டுமென்பதால், பெரிய நெரிசல் இருக்கும். உள்ளே போய் வெளியே வருவதற்குள் வியர்த்துக் கொட்டிவிடும். பல பேருக்கு மூச்சடைத்து மயக்கம் வரும். வெளியில் படைக்கும்போது மட்டும் உடன் இருப்பார்.

படைத்த மஞ்சள் கயிற்றை எடுத்து ஒவ்வொருவர் கையிலும் கட்டிவிடுவார். இந்த வருஷம் அப்பா இல்லையென்ற உணர்வு நெஞ்சடைத்தது.

ஓடிக்கொண்டே இருந்தாலும் இழப்பின் வலி, ஊமுள்ளாய் உள்ளே குத்திக்கொண்டுதான் இருக்கிறது.

கன்னியம்மாள் டீ கொண்டுவந்து கொடுத்தாள்.

“மச்சான் எங்க கண? அவருக்கும் டீ வச்சிருக்கேன்.”

“கோயிலாண்ட பாத்தேன்ம்மா. போய் அனுப்பறேன்.”

“நம்ம எடத்தாண்ட போனியா? பொங்கல் எறக்கியாச்சா?”

“போலம்மா. நான் வெளிய இருந்துட்டு அப்படியே வந்துட்டேன். காலு புண்ணாப் போச்சு, வெயில்ல நடந்து.”

“செருப்ப போடுன்னு சொன்னாக் கேட்டாத்தானே? கொஞ் சமாவா வெயில் காயுது?”

“அத அங்கங்க கழட்டி வுட்டுக்கிட்டு. மறந்து வேற போயிடுது.”

“காலோட போட்டுக்கிட்டு இருக்கிறதுதான்.”

“சாமி ஊர்வலத்துல எங்கச் செருப்ப போட்டுக்கிட்டுப் போறது?”

“சாமி இருக்கின்றவன்லாம் பத்திரமா செருப்ப போட்டுக் கிட்டுத்தான் போறான். இல்லன்ற நீ, இவ்ளோ பக்தியா போறியா?”

“பக்தியாவது மண்ணாவது. பழகிடுச்சி. மாத்திக்கணும் இனிமே.”

“ரசம் ஊத்தி ஒரு பிடிச்சோறு கரைச்சிக்கிட்டு வரட்டா?”

“டீ குடிக்கிறேனே, இது போதும்.”

“சரி, தோட்டத்துக் கதவ சாத்திட்டுப் போறேன். தெரு கதவை மட்டும் லேசா சாத்திட்டு வா. நாய் உள்ளப் பூடும்.”

வீட்டில் ஓராள் இருக்க மாட்டார்கள். படைக்கிற நேரமா வதால் ஒவ்வொருத்தராகக் கோயிலுக்குப் போவார்கள். அப்பா

வின் நினைவுகளில் இருந்து மீள முடியாமல் கொஞ்ச நேரம் உட்கார்ந்திருந்தான். தெரு அமைதியாக இருந்தது. காலடியில் கறுப்பி வந்து உட்கார்ந்தது.

"ஒனக்குச் சோறு போட்டாங்களா இல்லையா இன்னிக்கு? ஜோர்ல ஒன்ன மறந்துட்டாங்களா?"

நாக்கைத் தொங்கப் போட்டுக்கொண்டு கறுப்பி 'உ... உ... உ...' என்று பார்த்தது. வயிறு ஒட்டிப் போயிருந்தது.

"வர்றேன் இரு."

நடராஜன் எழுந்து உள்ளே போனான். தோட்டத்து அடுப்பில் சின்னப் பல்லாவில் வடித்துவிட்ட சோறு அப்படியே இருந்தது.

நடராஜன் சோற்றுப் பல்லாவை நிமிர்த்தி, பக்கத்தில் இருந்த மண் தட்டுகள் மூன்றையெடுத்து ஒவ்வொன்றிலும் கொஞ்சம் கொஞ்சம் கொட்டினான். மீதியிருந்ததை அப்படியே மூடி வைத்துவிட்டுத் தட்டை எடுத்துக்கொண்டு தெருவுக்கு வந்தான். அவன் வருவதைப் பார்த்த நாய், இடுப்புயரத்திற்கு ஒரு துள்ளுத் துள்ளி, வாலை ஆட்டிக்கொண்டு காலுக்கருகில் ஓடியது.

குரல் கேட்டவுடன் மற்ற நாய்களும் ஓடி வந்தன.

"நல்லவேளை, ஆறித்தான் இருக்கு. பொறு வர்றேன். எல்லாரையும் கூப்பிடுறேன்."

"டேய்... ஓடியாங்க..." என்று குரல் கொடுத்தான். தயாராக இருந்த ஐந்தாறு நாய்களும் வேகமாக ஓடி வந்தன.

"சண்ட போடக் கூடாது. ஒருத்தர ஒருத்தர் கடிக்கக் கூடாது. அவெங்கவங்களுக்கு வைக்கிறத ஒழுங்கா சாப்டணும், சரியா?" பேசிக்கொண்டே ஐந்தாறு இடங்களில் தட்டில் இருந்த சோற்றைக் கொட்டினான். தினம் தெருவில் சோறு வைப்பதற்கு அக்கம்பக்கத்தில் திட்டுகிறார்கள் என்று தேவி சொல்லி யிருக்கிறாள். நாய் முழுமையாகச் சாப்பிடாமல் வைத்துவிட்டுப் போய்விட்டால் ஈ, எறும்பு மொய்க்கிறது, நிறையச் சாப்பிட்டுவிட்டுச் சிதும்பி சிதும்பி தெருவில் வாந்தி எடுத்து வைக்கிறது, ஊரில் இருக்கிற நாய் பூரா இங்குதான் வந்திருக்கிறது என்று ஆளுக்கு ஒரு காரணம். 'அதெல்லாம் காதிலேயே வாங்கிக்காதே...' என்று நடராஜன் சொல்லிவிட்டான்.

ஒன்றையொன்று தன்னிடம் வர விடாமல், உறுமிக்கொண்டு சாப்பிட்டன.

கோவிலில் வெடிச்சத்தம் கேட்டது. படையல் முடிந்து கூடை தூக்கப் போகிறார்கள். நேரமாயிடுச்சே என்று நடராஜன் அவசரமாகப் பின்பக்கம் வந்தான். மாட்டுக் கொட்டகையை ஒரு பார்வை பார்த்தான். வைக்கோல் போட்டிருந்தது. தொட்டியில் தண்ணீர் கால்வாசிதான் இருந்தது. தண்ணீர் தோண்டி எடுத்து, தொட்டி முழுக்க நிரப்பிவிட்டு, மாடுகளைத் தடவிக் கொடுத்துவிட்டுக் கதவைச் சாத்தினான். தொட்டியில் இருந்த தண்ணீரைக் கையால் அள்ளி முகத்தில் அடித்தான். நான்கைந்து முறை அடித்து, மேல் துண்டால் முகத்தைத் துடைத்துவிட்டுக் குவளையை எடுத்துக் காலுக்குத் தண்ணீர் ஊற்றினான். கால் முழுதாக நனைகிறதா எனத் திரும்பிப் பார்த்துக்கொண்டு, கோயில் நோக்கி நடந்தான்.

அடுத்தடுத்துப் பெரிய வெடிச்சத்தம் கேட்டது.

●

"எங்க போயிட்ட நடராஜி. பொங்க கூடையக் கெளப்பணுமே?" ராஜி முதலியார்.

"எல்லாம் படைச்சிட்டா கெளம்ப வேண்டியதுதானே மாமா?"

"ஒன்ன ஆளக் காணோமேன்னு தேடினேன். கூடை யெல்லாம் நிக்கவெச்சி சுத்திப் போட்டுடலாமா?"

"சரி மாமா."

படைத்து முடித்து, பொங்கல் கூடையுடன் ஆங்காங்கு உட்கார்ந்திருந்தவர்கள் எல்லாரையும் கூடையுடன் கோயிலுக்கு முன்னால்போய் நிற்கச் சொன்னார். சங்கச் சத்தத்தில் அவர் சத்தம் காதில் ஏறவில்லை.

"பொங்க கூடை எடுத்துக்கிட்டு எல்லாம் கோயில் முன்னாடி நில்லுங்கம்மா. பண்டாரம் எங்கய்யா? யோவ்... பண்டாரம்..." ராஜி கூச்சல் போட்டார்.

"இங்கதான் இருக்கேன் மோலியாரே."

உடைந்து விழுந்துவிடுவது போலிருந்த பண்டாரம் கையில் தேங்காயுடன் முன்னால் வந்தார்.

எல்லாரும் வந்துவிட்டார்களா என ஒரு பார்வை பார்த்தார் ராஜி.

பெண்கள் வேக வேகமாகத் தங்கள் பங்காளிகளிடமிருந்து கிளம்பி, தெரு ஆள்களின் அருகில் போய்ச் சேர்ந்து நின்றார்கள்.

"எல்லாம் நல்லபடியா முடிஞ்சது. ஆத்தா மனசிரங்கி இன்னிக்கு ஒரு சொட்டுத் தூறலாவது போடணும். மானமும் மப்பு எறங்குது. யார் கண்ணுப்பட்டிருந்தாலும் போவற மாதிரி திருஷ்டி சுத்திப் போடு. வருஷா வருஷம் இப்படியே அமோகமா திருவிழா நடக்கணும்னு வேண்டிக்கிட்டுச் சூர தேங்கா வுடு."

ராஜி, தேங்காய்மேல் கற்பூரத்தை ஏற்றி பண்டாரத்திடம் கொடுத்தார். கையில் வாங்கிய பண்டாரம் நின்றிருந்த பெண் களுக்கு முன்னால் போய் நின்று, தலைக்கு மேலே கைகளை உயர்த்தி, அவருக்குத் தெரிந்த பாடல்களை வாய்விட்டுச் சொன்னார். "அகிலாண்ட நாயகியே..." என்ற வார்த்தை மட்டும் தான் அடிக்கடி கேட்டது. ஒன்று, இரண்டு என்று மெதுவாக, கற்பூரம் விழாமல் கவனத்துடன் சுற்றினார்.

"டேய், நிறுத்துடா ஆரத்தியை."

பெருங்குரலாகக் கேட்டது. திடுக்கிட்டு, குரல் எங்கிருந்து வருகிறது என ஆளாளுக்குப் பார்த்தார்கள். ஆண்கள் பெண்கள் பக்கமாய்ப் பார்த்தார்கள்.

"குடிக்க தண்ணியில்லாம நா வறண்டு போய்க் கெடக் கிறேன், பொங்கலா வைக்கிறீங்க பொங்கலு?"

குரலின் உக்கிரம் ஒவ்வொருவரையும் உடம்பு சிலிர்க்க வைத்தது.

பண்டாரம்தான் முதலில் பார்த்தது. பண்டாரம் கை நீட்டிய திசையில் பார்த்தார் ராஜி.

சந்திரா ஆடிக்கொண்டிருந்தாள்.

கண்களை மூடித் தலையைச் சுழற்றினாள். முதல் சுற்றுக்கே தலைமுடி அவிழ்ந்தது.

'சந்திராவுக்குச் சாமி வந்திருக்கு...' என்றவுடன் கூட்டம் அமைதியானது. பம்பைச் சத்தம் கேட்டாலே சந்திராவுக்கு அருள் வந்துவிடும். அப்போதெல்லாம் நாக்கைக் கடித்துக் கொள்வாள், எதிலாவது தலையை இடித்துக் கொள்வாள், அருள் இறங்கியவுடன் உடம்பு அடித்துப்போட்ட மாதிரி இருக்கிறது என்பதால் பம்பைச் சத்தம் கேட்டாலே வீட்டுக்குள் கதவைச் சாத்தி உட்கார்ந்து கொள்வாள். ஊரணிப் பொங்கல் என்பதால் தவிர்க்க முடியாமல் இன்று கோயிலுக்கு வந்திருந்தாள்.

பண்டாரம் சந்திராவின் முன்னால் நின்றிருந்தார்.

"எம்மா, யாரும்மா வந்திருக்கிறது?" பணிவாய்க் கேட்டார்.

"என்னத் தெரியலையாடா ஒனக்கு?"

பண்டாரம் கன்னத்தில் போட்டுக்கொண்டார்.

"மன்னிச்சிடு ஆத்தா. நீதான் வந்திருக்கிறன்னு தெரியாம கேட்டுட்டேன். ஒனக்கென்னம்மா கொற? வருஷா வருஷம் சிறப்பாவே ஒனக்கு மொறை நடக்குதே. இப்ப பொங்கல் அமோகமா வச்சாச்சே. கற்பூரம், பழம் தர்றேன். வாங்கிட்டு ஜம்முனு போயிட்டு வா... ஆத்தா."

"நான் ஆறு மாசமா தாகத்துல தவிச்சிக்கிட்டு இருக்கன்டா. குடிக்க தண்ணியிருக்கா? என் காலடியிலயே இருந்த தண்ணிய குடிக்க வுடாம பண்ணிட்டீங்களேடா."

"ஒன் தாக சாந்திக்குப் புதுசாவே ஒரு கெணறு எடுக்கறோம்மா. இதோ முடிஞ்சிடும்..." என்றார் ராஜி.

"அதல தண்ணி வராதுடா. நா அதுல தண்ணி குடிக்க மாட்டேன்."

"தண்ணி வராதுன்னு சொல்றேன் இல்ல..." அடிக்குரலில் கத்திக்கொண்டு சந்திரா அடிப்பதுபோல் ஓடிவந்தாள். எல்லாரும் அதிர்ந்துபோய் நின்றார்கள்.

நடராஜன் ராஜியைப் பார்த்தான்.

தேவி அருகில் வந்து சந்திராவைப் பிடிக்கப் போனாள். சந்திராதேவியின் கையை உதறினாள்.

கை இரும்புபோல் இருந்தது.

“தூர வா கண...” என்று சொல்லிவிட்டு, கன்னியம்மாள் கையிலிருந்த எலுமிச்சம் பழத்தை நடராஜனிடம் நீட்டினாள்.

இரு கைகளாலும் சந்திராவைக் கும்பிட்டாள்.

“ஆத்தா, ஒனக்கு என்ன கொறன்னு சொல்லு. நான் செய்து வைக்கிறேன்...” கன்னியம்மாள் சத்தமாய்ச் சொன்னாள்.

சந்திரா எப்பவும் அருள் வந்து ஆடிவிட்டு, கையில் கற்பூரம் ஏற்றி வைத்தவுடன், எடுத்து வாயில் போட்டு விழுங்கிவிட்டு மயங்கிவிடுவாள். பெரிதாக எந்தக் கோரிக்கையும் வைத்த தில்லை என்ற தைரியத்தில் ஆளாளுக்குக் கேட்டார்கள்.

“என்னோட ஆலயம் செதைஞ்சு போய்க் கெடக்குது. அதை எடுத்துக் கட்டணும். கோயில ஒட்டியே ஒரு நீர் நிலையை எடுங்க. என்னிக்கும் அதுல தண்ணி வத்தாம நான் பாத்துக்கிறன். ஆலயத்தைக் கட்டிட்டு, நீர்நிலையும் எடுத்திட்டுக் கும்பாபிஷேகம் பண்ணுங்க. அப்பத்தான் ஊர் நல்லா இருக்கும்.”

எல்லாரும் அமைதியாக நின்றார்கள். யார் முன்னுக்குப் போய் உறுதிமொழி கொடுப்பது என்று ஒவ்வொருவரும் தயங்கினார்கள்.

ராஜி கையைப் பிசைந்துகொண்டிருந்தார். பெரிய பணக் காரர்கள் தள்ளி நின்று கொண்டிருந்தார்கள். சுற்றி நின்றிருந்த பத்திருபது பேரும் என்ன சொல்வது என்று புரியாமல் விழித்தார்கள். திடீரென்று இருட்டிக்கொண்டு வந்தது. காற்றுப் பெரிதாக வீசியது. பொங்கல் கூடைகளுடன் பெண்கள் திகைத்து நின்றி ருந்தார்கள்.

“எனக்குச் சத்தியம் பண்ணாம, இங்க இருந்து யாரும் நகரக் கூடாது. என் மேல ஆணை.”

சந்திரா கட்டளையிடுவதுபோல் கத்தினாள்.

நடராஜன் சுற்றி நிற்பவர்களைப் பார்த்தான். யாரும் முன் வருவதாகத் தெரியவில்லை. “இன்னும் ஆறு மாசத்துல நான் முன்ன நின்னு பண் றேன்ம்மா. எம்மேல சத்தியம்...” நடராஜன் அருள் வந்த பெண்ணிடம் சத்தியம் பண்ணினான்.

“ஒம்மேல சத்தியம் பண்ணா போதாது. எம்மேல சத்தியம் பண்ணு.”

நடராஜன் மீண்டும் சத்தியம் செய்தான்.

"சத்தியத்தைக் காப்பாத்தணும்... காப்பாத்தணும்டா... இல்ல ஆத்தா சும்மா விட மாட்டேன்."

பண்டாரம் அவசரம் அவசரமாகக் கையில் இருந்த கற்பூரத்தை ஏற்றினார். சந்திரா கற்பூரத்தை வாங்கி வாயில் போட்டுக்கொண்டு மயங்கிச் சரிந்தாள். அவளைப் பிடிக்கப்போன கன்னியம்மாள், நடராஜன் இருந்த இடத்திலேயே மயங்கி உட்கார்வதைப் பார்த்து, ராஜி முதலியாருக்குக் கை காட்டினாள். ராஜி முன்னால் ஓடிவந்து நடராஜனைப் பிடித்தார். அவரால் நடராஜனைத் தாங்க முடியவில்லை. முன்னங்காலை விரித்துக்கொண்டு சப்பென்று தரையில் உட்கார்ந்தார். அப்படியே அவரின் நெஞ்சில் சரிந்தான் நடராஜன்.

34

"**கோ**யில் கட்டுறது, கெணறு வெட்றது, இதெல்லாம் சுயம்சேவக்காரன் செய்ய வேண்டியது. நமக்கெதுக்கு அந்த வேலை? சாமி இல்லேன்னு சொல்லிட்டு, கோயில் கொளம்னு வேல பார்த்துக்கிட்டிருந்தா கட்சியில யாரு நம்மள மதிப்பாங்க?" வடிவேலு நடராஜனிடம் நேரடியாகக் கேட்டார்.

"அது வந்து பெரிப்பா... எனக்கு என்ன நடந்துச்சுன்னே தெரியல. நான் ரெண்டு மூணு பேர் தள்ளித்தான் நின்னுக்கிட்டு இருந்தேன். யாரோ தள்ளிவிட்ட மாதிரி இருந்துச்சி..." நடராஜன் நடந்ததை அப்படியே சொன்னான்.

"ஆமா, நீயும் மாயா மந்திரம், பேய் பிசாசு, அசரீரின்னு வரிசையா சொல்லு. தள்ளிவிட்டாங்களாம் யாரோ. பெருசா பேசுறான்."

இரவு வீட்டுக்கு வந்த பிறகுதான் கோயிலில் நடந்தது வடி வேலுக்குத் தெரியும். துண்டை எடுத்துத் தோளில் போட்டுக் கொண்டு, நடராஜனின் வீட்டுக்கு வந்துவிட்டார். பொங்கலைக் காரக்குழம்பில் தொட்டு அண்ணாமலை சாப்பிட்டுக்கொண் டிருந்தான். சுப்ரமணி மாவிளக்கு ஒன்றை முழுசாகக் கையில் வைத்து தின்று கொண்டிருந்தான்.

தேவியும் கன்னியம்மாளும் கொரட்டுக் கல்லில் உட்கார்ந் திருக்க, நடராஜன் மரப்பலகையில் உட்கார்ந்திருந்தான். வடிவேல் முதலியார் வருவதைப் பார்த்து, மூன்று பேருமே எழுந்து நின்றார்கள்.

"குனிஞ்சு வா, மாமா..." கன்னியம்மாள்.

“இன்னிக்குத்தான் இந்த வூட்டுக்கு வர்றம் பாரு...” வடிவேலின் குரலில் கோபமும், எரிச்சலும் தெரிந்தன.

“எப்பவும் சொல்றதுதானே? ஒவ்வொரு தாட்டியும்தான் வாசப்படிக் கிட்ட வரும்போதே தல இடிச்சுக்குமோன்னு பயம் வருதே..!”

நடராஜனுக்கு அருகில் போய், துண்டை பக்கத்தில் வைத்துவிட்டு உட்கார்ந்தார். மற்றவர்களும் உட்கார்ந்தனர்.

“பெரிய மனுஷனாயிட்டாரேம்மா? பெருந்தனக்காரர் மாதிரி, முன்ன நின்னு கற்பூரம் அணைச்சு சத்தியம் பண்ணியிருக்கிறார் தொரை.”

வடிவேல் ஒருநாளும் இப்படிப் பேசியவர் இல்லை. நடராஜன் சின்ன பையன் என்றாலும் விவரமானவன், பொது வேலையில் ஈடுபாடாய் இருக்கிறான் என்பதால் அவன்மேல் தனிப் பாசம். அவனைத் தேடித்தான் வீட்டுக்கு வருகிறார் என்பதில் சின்னுவுக்குப் பெருமை. “மண்ணு வீட்டு வகையறாவே வடிவேல் முதலியாருக்குக் கட்டுப்பட்டது. அவர பாத்தாலே சிம்ம சொப்பனம். ஆனா அவர் இவன்கிட்ட என்னப் பாத்தாருன்னு தெரியலையே, இவனக் கூப்பிட்டிக்கிட்டுத் திரியறாரு...” என்று சொல்லிச் சந்தோஷப்படுவார்.

முதன்முறையாக நடராஜனைக் குத்தல் பேச்சுப் பேசுவது கேட்டு, மூவருமே தலையைத் தொங்கப் போட்டிருந்தார்கள்.

“நீ கட்சிப் பேர கெடுக்காத.”

“நானா சாமி கும்பிடுறேன் பெரிப்பா? சனங்க நம்பி கும்பிடுறாங்க. நம்புறவங்களுக்குச் சாமி, சாமியா இருக் கணும்ல?”

“நீயும் தானா சாமிய கும்பிடுவ. முத்தாலம்மா ஒன்னைக் கைவிட மாட்டா...” கன்னியம்மாள் அவள் ஆதங்கத்தைச் சொல்வ தற்காகவே காத்திருந்ததுபோல் சொன்னாள்,

“கும்பிடணும்னு தோணுனா கும்பிட்டுக்கப் போறேன். இருக்கிற சாமி நா கும்பிட்டா ஓடியா போப்போது?”

“ஊர்ல ஆயிரத்தெட்டு வேலை இருக்கு. இவரு இப்பத்தான் கோயில எடுத்துக் கட்டப் போறேன், கெணறு வெட்டப்

போறேன்னு கெளம்பிட்டாரு. அவெ ஒரு போக்கத்தவ. பம்ப சத்தம் கேட்டாப் போதும், தலைய விரிச்சிப் போட்டுக்கிட்டு ஆட வந்துடுவா. ஒரு கட்டிக் கற்பூரத்தைக் குடுத்தா, முழுங்கிட்டுப் போப்போறா. அவ கேட்டான்னு இவரு கோயில எடுத்துக் கட்றேன், கெணறு வெட்றேன்னு சத்தியம் வேற. கோமணத்துல முடிஞ்சி வச்சிருக்கியா ரூபாய?"

"பெரிப்பா, எனக்கு இதுலல்லாம் நம்பிக்கையில்லன்னு ஒங்களுக்கு நல்லாத் தெரியுமே!"

"தெரியும்டா. ஆனா ஊர் முன்னாடி ஒரு வாக்க கொடுத்துட்டு செய்யலைன்னா காலத்துக்கும் பேராயிடுமே? நல்ல பேர் வாங்குறதுக்குத்தான் நாக்கு தள்ற மாதிரி ஓடி ஓடி ஒழைக்கணும். கெட்ட பேர ஒக்காந்த எடத்துல வாங்கிடலாம். ஒரே ஒரு வாட்டிப் பேர் கெட்டுப்போச்சுன்னா, பாற விழுந்த கெணறு மாதிரிதான். நீ என்னாதான் தோண்டினாலும் வேலைக்கு ஆகாது."

"இதுல பேர் கெட்டுப் போறதுக்கு என்ன இருக்கு, பெரிப்பா?"

"மொத கட்சியில ஒனக்கு மரியாத இருக்குமா? ஒன்னக் கட்சிக்காரன்னு யாராவது சொல்லுவாங்களா?"

"நம்ம கட்சிக் கொள்கையில குளம் வெட்டக்கூடாது, கெணறு படுக்கக் கூடாதுன்னு எழுதி வச்சிருக்கா என்ன? நாமளா சாமி கும்பிடப் போறோம்? கும்பிடறவங்களுக்கு வசதி செஞ்சு தர்றோம். நாம புதுசா கோயில் கட்டிக் கொடுக்கல. இடிஞ்சுபோய்க் கெடக்கறத எடுத்துக் கட்டப் போறோம். கெணறு வெட்டித் தர்றோம். ஊர்ல கூடுதலா ஒரு நீர் நெல இருந்தா நமக்குத்தானே நல்லது?" நடராஜன் வடிவேலுவைச் சமாதானப்படுத்த பார்த்தான்.

பெரியப்பா ஒத்துக் கொண்டால்தான் எந்தக் காரியமும் நடக்கும். இல்லையென்றால் அவரைமீறித் தன்னால் எதுவும் செய்ய முடியாது என்பது நடராஜனுக்கு நன்றாகத் தெரியும். வடிவேல் ஒன்றும் பதில் சொல்லாமல் அமைதியாக இருந்ததைப் பார்த்து நடராஜனே தொடர்ந்தான்.

"இப்ப குளம் ரொம்பக் கெட்டுப்போச்சு பெரிப்பா. நாம அதுல தண்ணி எடுக்காம விட்டவுடனே நாஸ்தியா போச்சு.

பக்கத்துல இருக்கிற அந்தக் குட்டையில எல்லாரும் கால் கழுவறாங்க. உங்களுக்கு நான் சொல்லணுமா? ஆடு மாடுங்க தண்ணிக் குடிக்க எறங்குதுங்க. காதர் பாய் வெயில் நேரத்துல வாத்து மந்தையை அதுலதான் எறக்கி விடுறான். அந்தத் தண்ணிய எடுத்து சாமிக்கு அபிஷேகம் பண்ணா நல்லாவாயிருக்கும்? கடவுள் புனிதமானவர்னு நாம ஏத்துக்கல, தண்ணீ சுத்தமா இருக்கணும்றத நாம ஏத்துக்கிறோம் இல்ல? சனங்க புனிதம்னு நம்புற ஒரு விஷயத்த அசுத்தப்படுத்தி, அந்தப் புனிதத்த கெடுக்கக் கூடாது. நமக்கு நம்பிக்க இருக்கோ இல்லையோ, நம்பிக்க இருக்கிறவங்களுக்கு நாம இடைஞ்சல் பண்ணக்கூடாது."

"நடராஜி, நீ எப்ப கட்சி மாறின?" வடிவேலு முதலியாரின் குரலில் அவநம்பிக்கை ஒலித்தது.

"பெரிப்பா, இந்தக் காகுழியில இருந்து மண்ணுக்குழிக்குப் போற வரைக்கும் நான் மாற மாட்டேன். ஒங்க கையைப் புடிச்சிக்கிட்டு கட்சிக்கு வந்தவன். என்ன சுட்டுப் போட்டாலும், ரெண்டு கையால சாமி கும்பிட மாட்டேன். எனக்கு மனசிலேயே சாமி இருக்குன்னு எண்ணமே வராது."

"அப்புறம் ஏம்பா... இதிலெல்லாம் தலைய கொடுத்துக் கிட்டு?" வடிவேலு தனக்கு எதிர்நிலை எடுப்பதறிந்து நட ராஜனுக்குப் பதற்றம் தொற்றிக்கொண்டது.

"இது நம்ம விஷயம் இல்ல, ஊர் விஷயம். இதுல நம்ம கட்சி கொள்கைய மீறி எதுவும் நடந்துடாது. நானும் அப்படிப் போக மாட்டேன். கெணறு வெட்றது நல்லதுதானே? பஞ்ச காலத்துல சனங்களுக்குத் தண்ணி எடுக்க இன்னொரு நீர் நெல. கோயில் மானாவாரியா கெடக்குது. ஒரு கெணறு வெட்டி, கோயில் செவுருல்லாம் பேந்து தொங்குது, கோயிலுக்கு ஒரு சுத்து செவரு கட்டி ரிப்பேர் பார்த்துட்டா... பார்க்கவே நல்லாருக்கும். ஊரும் லட்சணமா இருக்கும்."

"கோயில் கட்டிக் கெணறு எடுத்தா, ஊர் லெட்சணமா இருக்கும்னு சொல்ற அளவுக்கு மாறிட்ட நீ?"

நடராஜன் அமைதியாக இருந்தான்.

"நாம எங்க சறுக்குவோம்னு காத்துக்கிட்டு இருக்கானுங்க. காங்கிரசு கட்சி மாதிரியா நாம? பொது சனங்கக்கிட்ட

இருக்கிற குத்தம் கொறையை மாத்தணும்னு சொல்ற கட்சி. காங்கிரசுகாரனுக்கு இல்லாத நெருக்கடி, தி.க.காரனுக்கும் தி.மு.க.காரனுக்கும் இருக்கு. இவெ பேசுற கொள்கைய சொந்த வாழ்க்கையில கடைபிடிச்சாத்தான் இன்னொருத்தன் முன்னாடிபோய் நின்னு, நீ இத செய்யக்கூடாதுன்னு சொல்ல முடியும். அதுக்கு மன தைரியமும் வேணும். அப்படிப்போய் நின்னு சொன்னாக்கூட கேக்கிறவன் எல்லாம் அப்படியே ஏத்துப்பானான்னு சொல்ல முடியாது. இவன் எதுக்கு இந்த மயிர பேச வந்துட்டான். இவன் யோக்கியமான்னு கேட்கிறவனும் இருப்பான். நம்மளத் திருப்பியடிக்க இடம் கொடுக்காம நாம இருக்கணும்.

இப்ப நீ பண்ணியிருக்க காரியத்துக்கு, ரோட்டுக் கரையில் ஒக்காந்துக்கிட்டு, ஒரு பச்சை சிரிப்பு சிரிப்பானுங்க, 'ஓத்தாள, கெணறு வெட்றோம், பூத தோண்டுறோம்ன்னு கௌம்பிட்டானுங்கடா'ன்னு காறித் துப்புவானுங்க. முந்தா நேத்து வரைக்கும் கறுப்புச் சட்டை போட்டுக்கிட்டு, சாமி இல்லைன்னு திரிஞ்சானுங்க. நேத்து வரைக்கும் கறுப்பு செவப்புக் கொடியக் குத்திக்கினு, 'ஒன்றே குலம் ஒருவனே தேவன்'னு திரிஞ்சானுங்க. இன்னிக்கு மாரியாத்தாக் கோயில் கட்ட வந்துட்டாங்கடா'ன்னு கெக்களி கொட்டிச் சிரிப்பானுங்க." வடிவேலுவின் குரலில் இருந்த ஆழ்ந்த வருத்தம் நடராஜனை உருக்கியது. 'தான் தப்பு செய்துவிட்டோமோ...' என்று கலங்கினான்.

'ஆனால் நடந்தது எதற்குமே தான் காரணமில்லையே? இன்னும்கூட அங்கு என்ன நடந்தது என்று தெளிவாகத் தெரியவில்லை. பண்டாரம் சூர தேங்காயைக் கண்ணேறு சுத்திப்போட எடுத்து சுத்த ஆரம்பித்தவுடன், சந்திரா மாமி கூச்சலிட்டதுதான் நினைவில் இருக்கிறது. தான் எப்படி மாமியின் கையில் அடித்துச் சத்தியம் பண்ணிக் கொடுத்தோம், கொடுத்தவுடனே மயங்கியது எப்படி? நடந்த எதுவுமே ஏன் நினைவில் இல்லாமல் போனது? ஒன்றுமே நினைவில் இல்லை.

தான் செய்த சத்தியம் தவறான ஒன்றல்ல என்ற உணர்வு மட்டும் மனத்திற்குள் உறுதியாக இருப்பதை உணர முடிந்தது. பெரியப்பா கேட்பதற்குத் தன்னால் வாய் வார்த்தையில் விளக்கம்

சொல்ல முடியாவிட்டாலும், குற்றவுணர்ச்சியில்லாமல் இருக்க முடிகிறது' என்ற யோசனையும் உள்ளுக்குள் ஓடிக்கொண்டு இருந்ததை உணர்ந்தான்.

"நடராஜி..."

ராஜி முதலியாரின் குரல் வாசலில் கேட்டது.

"இவரு வந்து சேர்ந்துட்டாரா? இடியாப்பச் சிக்கல்தான்." முணுமுணுத்தார் வடிவேல்.

வெளியில் வைத்திருந்த ராந்தல் விளக்கின் வெளிச்சம் மங்கியிருந்தது. எண்ணெய்க் குறைந்து, திரி அரைகுறை உயிரோடு எரிந்து கொண்டிருந்தது. நடராஜன் எழுந்து வெளியில் வந்தான்.

"பாத்து வாங்க மாமா, எண்ணெய் இல்ல. எல்லாரும் உள்ள ஒக்காந்து பேசிக்கிட்டு இருந்ததுல கவனிக்கல." நடராஜன் ராந்தலைத் தூக்கிப் பிடித்தான். ராஜி மெதுவாகக் காலை எடுத்து வைத்து நடராஜனை நெருங்கி வந்தார்.

"கொரட்டுக் கல்லு இருக்கு மாமா, பாத்து வாங்க."

"இப்ப எப்டி இருக்கு? சூடா எதுனா சாப்டுறதுதானே?" சொல்லிக்கொண்டே உள்ளே வந்தார்.

வடிவேல் உட்கார்ந்திருப்பதைப் பார்த்தார்.

"இங்கதான் இருக்கியாப்பா? நீ கோயிலாண்ட வரமாட்ட? ஊரே ஒன்னா நின்னாக்கூட ஒத்த மாட்டுவண்டி மாதிரி பிடிவாதமா தனியாத்தான் நிப்பே. நல்லவேள, இவன் ஒன்ன மாதிரி ஆயிடுவானோன்னு அப்பப்ப நெனைப்பேன். என்ன மாதிரி வந்துட்டான்." படபடவென்று பேசிக்கொண்டே ராஜி மரப்பலகையில் உட்கார்ந்தார்.

நடராஜன் ராந்தலை தேவியிடம் கொடுத்து, எண்ணெய் ஊற்றச் சொன்னான்.

நடராஜன் சத்தியம் பண்ணிக் கொடுத்ததில் ராஜி ரொம்ப கொண்டாட்டமாகிவிட்டார். வடிவேலுவுடன் சேர்ந்து அவன் நாத்திகம் பேசிக்கொண்டிருப்பதில் அவருக்கு உள்ளுக்குள் எரிச்சல் இருந்தது. தனக்கு அடுத்து இந்த ஊரில் பொதுக் காரியம் என்றால், சாய்வு இல்லாமல் ஊருக்கு எது நல்லது என்று

பார்த்துச் செய்ய ஓர் ஆள் வேண்டும், அது நடராஜன்தான் என்று தீர்மானித்திருந்தார்.

நடராஜனுக்குப் பொதுக் காரியத்தில் ஈடுபாடும் வேகமும் இருந்தாலும், அதே அளவுக்குக் கட்சியும் கொள்கையும் பிடிமானமாய் இருப்பதைப் பார்த்துக் கவலை கொள்வார். இரண்டும் பல நேரங்களில் எதிர் துருவம் எடுக்கும் என்பதை ராஜி அனுபவத்தில் உணர்ந்தவர். அப்படியொரு சூழல் வந்தால் நடராஜன் எந்தப் பக்கம் நகர்வான் என்ற கேள்வியும் எதிர்பார்ப்பும் அவருக்குள் இருந்து கொண்டே இருந்தது. இன்று மாலை, மாரியம்மனே முன்னின்றுத் தனக்குப் பதில் சொல்லிவிட்டாள் என்று பூரிப்பாய் இருக்கிறார்.

பொழுதுபோனால் ஊர் பெரும்பாலும் இருட்டாக இருக்கும். எல்லாத் தெருவிலும் நாய்கள் படுத்துக் கிடக்கும். பழகிய நாய்தான் என்றாலும், இருட்டில் மிதித்துவிட்டால் யார் எவர் என்று பார்க்குமா? பாய்ந்து கடித்துவிட்டால் என்ன செய்வது என்ற பயத்திலேயே அவர் வெளியில் வருவதில்லை. சீக்கிரமே தூங்கப்போய் விடுவார். இன்று அவரால் வீட்டுக்குள் இருக்க முடியவில்லை. சாமிக்கு அலங்காரம் நடக்கும் இடத்திற்குப் போய்ப் பார்த்துவிட்டு, கையோடு நடராஜனைத் தேடி வந்து விட்டார்.

"அந்த மாரியாத்தாளே ஒம்மேல எறங்கிட்டா..!" என்று ராஜி முதலியார் சொன்னதும்,

"ஆமாம், மாரியாத்தா வந்து எறங்குனா. அப்டியே எல்லாத் துக்கும் ரூபா எங்க இருக்குனு ஒங்க மாரியாத்தா கையோட காமிச்சிட்டுப் போ சொல்ல வேண்டியதுதானே... ஓய்?"

"யோவ் வடிவேலு, நடக்கிற எல்லாத்துக்கும் காரண காரியம் தெரியாததாலதான் நீயும் நானும் சாதாரண மனுஷங்களா இருக்கோம். நடக்கிற ஒவ்வொன்னுக்கும் காரண காரியம் இருக்கும். எல்லாத்துக்குமே பகுத்தறிவுல பதில் இருக்குன்னா இவ்ளோ சாமி, சம்பிரதாயம்லாம் வந்திருக்கவே வந்திருக்காது... ஓய்."

"சாமி இருக்குன்னா பிரச்சினையே இல்லையே, நடக்கிற எல்லாத்துக்கும் காரணம் காரியம் இருக்கு. நான்தான் எல்லாத்

துக்கும் பின்னால இருக்கேன்னு சாமி சொல்லிட்டா, சுத்தம்... அவ்ளோதானே? எதுக்கு இவ்ளோ மண்ட குடைச்சலு? ஏத்துக்கிட்டுப் போய்க்கிட்டே இருக்கோம். எங்களுக்கும் நிம்மதியா போச்சு. சாமிகிட்டயே எல்லாத்துக்கும் தீர்வு சொல்லச் சொல்லி உங்க சாமிகிட்டயே கேட்டு, கட்சியை மூடிட்டு நாங்களும் பொழப்ப பாக்கப் போயிடுறோம்." வடிவேலுவின் குரல் உயர்ந்தது.

விடியற்காலையில் இருந்து, ஊர் முழுக்க ஓடிய அலுப்பு. சாப்பிட்ட இடத்திலேயே அண்ணாமலையும் சுப்ரமணியும் தூங்கியிருந்தார்கள். சாமி ஊர்வலம் புறப்படும் வெடிச் சத்தம் கேட்டவுடனே எழுந்து மீண்டும் ஒரு ஓட்டம் ஓடுவார்கள். சுசீலா உட்கார்ந்த இடத்திலேயே தூணில் சாய்ந்து தூங்கிக் கொண்டிருந்தாள். ருக்குவும் மாப்பிள்ளையும் பிள்ளைகளும் பின்னால் இருந்த தறி அறையில் படுத்துத் தூங்கிக் கொண்டிருந் தார்கள். சாப்பிட எழுப்ப வேண்டும் என்று தேவிக்குள் நினைவு ஓடிக்கொண்டிருந்தது.

"எங்கப்பன், ஒங்கப்பன், ஒங்காத்தா, எங்காத்தா எல்லாம் ஏதோ ஒரு வாழ்க்கை வாழ்ந்துட்டுப் போனாங்கன்னு வச்சுக்க. ஆனா, இந்த ஊருக்குன்னு ஒரு பழக்க வழக்கத்தை உண்டாக்கி வச்சிருக்காங்க. அவங்களுக்குப் புள்ளையா பொறந்திருக்கோம். அவங்க வழியில வாழ்ந்துட்டுப் போவ வேண்டியதுதானே? புதுசா என்னத்தச் சொல்லப் போறோம்? எல்லாத்தையும் ராத்திரியோட ராத்திரியா அழிச்சிட்டு, தெருவ அடைச்சிக் கோலம் போடுற மாதிரி, உன்னால ஊர மாத்திட முடியுமா? முடியாதுதானே? நம்மால முடியாததுக்கு எதுக்கு மூச்சு முட்ட தூக்கிப் பிடிச்சிக்கிட்டு இருக்கணும்?"

"ஒனக்கு வசதி இருக்கு ஓய். பரம்பர பரம்பரையா ஊர் தலைவரு. கண்ணுக்கெட்டன தூரத்துக்கு நெலம், கெணறு. நீ எங்கயும் போய் வெயில்ல நிக்க வேணாம். ராஜ வாழ்க்கை. ஆனா நீ ஒக்காந்து சாப்பிடுறத விட்டுட்டு, ஊர தூக்கிச் சொமக்கிற. நீ பொறந்த ஊருன்னு பாக்குற. பெரியாரும் அண்ணாவும் மொத்த ஊரையும் பாக்குறாங்க. சேரியில கீறவன், நம்ம அப்பன் ஆத்தா இங்கத்தான் இருந்தாங்க, இப்படித்தான் வாழ்ந்தாங்கன்னு அப்டியே இருந்துட முடியுமா? ஒன் வூட்டுப் பின்னால வந்து

நின்னு, 'மோலியார்ட்டும்மா'ன்னு கூப்பிட்டு, தட்டுல சோறு வாங்கி, அங்கியே ஒக்காந்து சாப்ட்டுக்கிட்டுப் போட்டமா? இன்னிக்கு ஊரணி பொங்கல். நீயும் நானும் தெம்பா சாப்ட்டு ஒக்காந்து இருக்கோம். தெருவுல போய்ப் பாரு. ஒவ்வொரு வீட்டு வாசல்லயும் மோலியாரே, மோலியார்ட்டம்மான்னு அதது கொழந்தையும் குட்டியுமா சோத்துக் குண்டானை வச்சிக்கிட்டு நிக்கிறத. அவங்கள இப்டி வச்சிருக்கிறது யாரோட தெறம? ஒரு நாள் உன்னாலயும் என்னாலயும் போய் யார் வீட்டு வாசல்லனா நின்னு சோறு போடுன்னு கேக்க முடியுமா? பிச்சைக்காரன் கேக்கறான்னா அது வேற. நாள் பூரா நம்ம கழனியிலயும் காட்லயும் ஒழைச்சிட்டு, அவனுக்கு என்ன தலையெழுத்து, பிச்சையெடுத்து சாப்டுற மாதிரி, சோத்துக் குண்டான தூக்கிட்டு வரணும்னு?"

"ஓய், நாமா வரச் சொல்றோம்? அவென் வரான். பழகிட்டான். நாலு காசு சம்பாதிக்கிறவன் கூடத்தான் வூட்டு வாசல்ல வந்து நிக்கிறான்."

"அதத்தான் நான் சொல்றேன். இருக்கிறது எதுவும் சரியில்ல. மாத்தணும்னு. நமக்கு வசதின்னு சொல்லிட்டுப் பழசை தூக்கிக் கிட்டு ஆடக்கூடாது."

பேச்சில் தான் எங்கோ சிக்கிக் கொண்டதை ராஜி உணர்ந்தார். மீண்டு வர, அவர் மூளை வேகமாக வழி தேடியது.

"கெட்டது, பொல்லாது எல்லாம் மாத்துங்கப்பா. நான் ஒன்னும் எதிரி இல்ல. பறச்சேரி ஊருக்கு வெளியவே தான் இருக்கணும்னு நான் சொல்லல. அதுக்கும் நாம கோயில எடுத்துக் கட்றதுக்கும் கெணறு வெட்றதுக்கும் சம்மந்தமில்லைன்னுதான் சொல்ல வர்றேன்."

"சரி, நடராஜன கோயில எடுத்துக்கட்டச் சொல்றேன். நீங்க யாருமே ஒரு ரூபா செலவு பண்ண வேணாம். என்ன செலவு ஆனாலும் நான் ஏற்பாடு பண்றேன். ஆனா, கோயிலுக்குள்ள எல்லாரும் வந்து சாமி கும்பிடணும். கெணத்துல எல்லாரும் தண்ணியெடுக்கணும். இதுக்குச் சரின்னு சொல்லுங்க. இன்னிக்கே முன்பணம் குடுக்கறேன்."

ராஜி அதிர்ந்துபோனார். நடராஜனுக்கு ஒன்றும் புரியவில்லை.

ஒவ்வொரு சிக்கலாகத் தன்னைச் சுற்றி இறுகுவதுபோல் மூச்சுத் திணறியது அவனுக்கு.

"என்ன ஓய், மூச்சுப் பேச்சுக் காணோம்? எங்கூட்டுப் பையன் கோயில்ல வச்சு சத்தியம் பண்ணியிருக்கான். அவென் சத்தியம் பண்ணா, அது நான் பண்ணது மாதிரிதான். அவென் குடுத்த வாக்க காப்பாத்தலைன்னா, நானே காப்பாத்தாதது மாதிரிதான். அதனால நான் அவன்கூட நிக்கறேன். ஆனா நான் சொல்றதுக்கு நீங்க ஒத்துக்கணும்."

"இதெல்லாம் நடக்குற காரியமாயா? நீயும் நானுமா ஊரு? சும்மா தட்டிக் குடுத்துக்கிட்டுப் போனா, பேசாம இருப்பானுங்க. அப்படி இப்படின்னா நம்மள எதித்துடுவானுங்க. அதுவும் நீ சொல்றத நெனச்சா, ஊர்ல எத்தினி தலை உருளும்னு தெரியலையே? பொலி போட்ருவாங்க நம்மள. சுத்துப்பட்டு ஊருக்கும் சேர்த்து நாமதானே பழி சுமக்கணும்."

"நான் சொல்றத சொல்லிட்டேன். ஒங்களுக்குச் சாமின்னா, அவெங்களுக்கும் அதானே சாமி? சாமியே தீர்ப்ப சொல்லட்டும். கேட்டுச் சொல்லுங்க.... அதோ வெடி போட்டான் பாரு. ஒங்கப் பார்வையில சொல்லணும்னா நல்ல சகுணம். சாமி ஊர்வலம் கௌம்பப் போது போல. வெடி போட்டுட்டான். ஒன்னத்தான் தேடுவாங்க, தீபாராதனை காட்ட. கௌம்புய்யா. நானும் கௌம்புறேன்."

நடராஜனிடம் ஒன்றும் சொல்லிக்கொள்ளாமல் வடிவேல் கிளம்பிப் போனார்.

வாயடைத்து உட்கார்ந்திருந்த கன்னியம்மாள், "பாத்து மாமா, குனிஞ்சிப் போ" என்றாள்.

★

"சாப்ட்டியாப்பா? சாமி கிளம்பப் போவுது. கோயிலாண்ட போகணும். வர்றீயா?"

வடிவேல் கிளம்பிப்போன பின், ராஜி கேட்டார்.

"அவென் இன்னும் காலையில இருந்து பச்சைத் தண்ணி, பல்லுல படாம ஒக்காந்திருக்கானே?"

கன்னியம்மாள் வருத்தப்பட்டாள்.

"மூணு டீ குடிச்சாச்சு. பசிக்கல. சாப்ட தோணலை. போலாம் மாமா, வாங்க."

"ஒன்னும் மனச போட்டு அலட்டிக்காதே. சிலதுக்கு நேரம் வந்தா, நம்மள போட்டு உருட்டிப் பெரட்டிக்கிட்டுத்தான் போவும். இதெல்லாம் ஏன் எதுக்குன்னு நமக்குத் தெரியாது. பொறுத்துத்தான் போவணும். ஒன்னால இந்த ஊருக்கு நல்லது நடக்கும்னு எனக்குத் தோணும். இன்னைக்கு அருள் வாக்கா வந்துடிச்சி. சரி, நீ பின்னால வர்றதுன்னா வா. தீபாராதனைக் காட்டணும். நான் போய்க்கிட்டே இருக்கேன்."

"இல்ல மாமா, நானும் வர்றேன்."

நடராஜன் ராஜியுடன் சேர்ந்து வெளியில் வந்தான். இருள் அப்பியிருந்தது. தெருவாசல் வழி எங்கிருக்கிறது என்று தெரிய வில்லை.

"இருங்க மாமா, நான் முன்ன போறேன். வாசல்படி ஏறி எறங்கணும். ராந்தல வெக்கச் சொன்னேன், காதுல வாங்கல."

"நீ போப்பா, நான் பாத்து வர்றேன்."

இருவரும் வீட்டை விட்டு வெளியில் வந்தார்கள். தெரு இருட்டில் வீட்டு வாசலில் ஆங்காங்கே ஜனங்கள் உட்கார்ந்து இருந்தார்கள். சாமி ஊர்வலம் வந்து ஆரத்திக் காண்பிக்கும்வரை உள்ளே போக மாட்டார்கள். ஊரில் இருந்து வந்திருப்பவர்களும், உள்ளூரிலேயே இருந்தும் பேச நேரமில்லாதவர்களும் உட்கார்ந்து பேச இதுதான் நேரம்.

தூரத்தில் மாரியம்மன் கோயில் இருட்டிலும் சுற்றிக் கட்டியிருந்த தீப்பந்தத்தில் ஒளிர்ந்தது. அடுத்தடுத்து வெடி போட்டார்கள். இருவரும் ஒன்றும் பேசிக்கொள்ளவில்லை. கீழே பார்த்து நடக்க வேண்டும் என்றுதான் சிறு வயது முதல் அப்பா சொல்லுவார். தெருவில் என்ன கிடக்கிறது, ஏது கிடக்கிறது என்று பார்ப்பதோடு கீழே பார்த்து நடக்கும்போதுதான், நம் நடைக்கு வேகமும் வரும். நடப்பதில் உறுதியும் வரும் என்பார். 'ஆம்பளையா லட்சணமா நிமிந்து பாத்துக்கிட்டு நடக்கணும்' என்று அம்மா திட்டும். இருட்டில் நேராகப் பார்த்து நடக்க வில்லையென்றால், எதிரில் வருபவர்மேல் மோதிக்கொள்ள வேண்டியதுதான்.

சாலாம்புரி | 375

பெரியப்பா இவ்வளவு பெரிய குண்டை தூக்கிப் போட்டு விட்டுப் போயிருக்கார். என்ன நடக்கப் போகுதோ என்ற யோசனையில் நடந்தான். ராஜி மாமாவும் பேச்சு கொடுக்காமல் வந்தால் பரவாயில்லை. அவர் பேச ஆரம்பித்துவிடுவாரோ என்ற பதற்றம் வேறு நடராஜனின் நடையை வேகப்படுத்தியது. மாமாவுக்கு நான்கடி முன்னால் நடந்தான்.

வீட்டு நடுவாசலில் துண்டை விரித்துப் படுத்திருக்கலாமோ? இந்த வெளிச்சமும், வெடிச் சத்தமும் அந்நியமாய் இருந்தது. இப்போது மனசுக்கு ஒட்டவில்லை. திரும்ப வீட்டுக்குப்போய் விடலாமா என்று மனசு கால்களைப் பின்னுக்கு இழுத்தது.

மாமாவுடன் கிளம்பாமல் இருந்திருக்கலாம். கூடியிருப்பவர் களைப் பார்ப்பதில் தயக்கம். கட்டாயம் ஒவ்வொரு கேள்வி கேட்பார்கள். என்ன நடந்தது என்று கூடவே இருந்து பார்த்திருந் தாலும் என்ன ஏதென்று விலாவாரியான விசாரணை இருக்கும். 'நீயா நடராஜி?' என்று வியப்பும், 'நீயாடா இப்படி?' என்ற கேலியும் வரும்.

மனசு மேலும் கீழுமாக உருண்டு புரள்வதற்குள் கோயில் வாசல் வந்துவிட்டது. சின்னஞ்சிறுசுகள் அலங்கரிக்கப்பட்ட சாமியின் முன்னால் கை கட்டிக்கொண்டு நின்றிருந்தார்கள்.

சிங்க வாகனத்தில் அம்மன் முழு அலங்காரத்தோடு இருந்தாள். இடது காலை மடித்து, வலது காலைத் தொங்க விட்டுக்கொண்டு மேலும் கீழுமாக நீண்டிருந்த இரு கைகள் ஆசீர்வதிக்க, பின்னிரு கைகள் உடுக்கையும் பம்பையும் பிடித் திருந்தன.

முகத்தில் இருந்த கனிவு, பெரிய பெட்ரோமாக்ஸ் வெளிச்சத்தில் ஒளிர்ந்தது. மூக்கில் இருந்த புல்லாக்கு, காது, கழுத்தில் ஒளிர்ந்த பெரிய பெரிய நகைகள், அடர்ந்த பச்சை வண்ணப் புடைவை, மல்லிகையும் முல்லையும் நெருக்கித் தொடுத்துச் செய்யப்பட்டிருந்த அலங்காரம், அம்மனின் வாகனம் முழுக்க அலங்கரித்த பூக்கள் என அம்மன் அரசாட்சி செய்யும் கம்பீரத்தில் உட்கார்ந்திருந்தாள்.

அலங்கரித்த அம்மனின் கண்கள் மீண்டும் மீண்டும் ஈர்த்தன. கண்களில் ஈரம் கோத்துக்கொண்டு, உயிர்பெற்ற பெண்போல்

தெரிந்தாள். நடராஜனால் தொடர்ந்து பார்க்க முடியவில்லை. கண்களை அகற்றவும் முடியவில்லை.

'தான் உண்மையில் நாத்திகவாதிதானா? அல்லது கட்சிக்காக அந்த முகத்தை மாட்டிக்கொண்டோமா? என் முகம் என்ன? அலங்கரிக்கப்பட்ட அம்மனைக் கண்ணெடுக்காமல் பார்க்கிறேனே? பக்தியா? பக்தியில் மனம் கனிந்து உருகவில்லையே? எனில் அதற்குப் பெயரென்ன? ஏன் கோயில் கட்டுகிறேன், திருவிழா செய்கிறேன் என்றெல்லாம் சத்தியம் செய்கிறேன்? என் முன்னால் இருப்பது வெறும் சிலைதானே? அதைத்தாண்டி வேறென்ன சிறப்பம்சம் இருக்கிறது? போட்டிருக்கிற நகை, செய்திருக்கிற அலங்காரம் எல்லாம் கடந்து, என்னைக் கட்டிப்போடும் ஈர்ப்பு இருக்கிறதே? சிறுவயது முதல் பார்த்து ரசிக்கும் பழக்கமா? பத்து வயது முதலே இதிலிருந்து விலகிவிட்டேனே?'

மனம் கட்டுப்படாமல் சுழலுக்குள் அழைத்துச் செல்வதை உணர்ந்த நடராஜன், கண்ணை மூடிக் கட்டுப்படுத்தப் பார்த்தான்.

"கொஞ்ச நேரம் படுக்கிறதுதானே ஓய்?"

கணேசன் அருகில் வந்து சொன்னான்.

தூக்கிவாரிப் போட்டது. மனம் தனித்திருந்ததால் சின்னப் பேச்சு சத்தத்திலும், உடம்பு அதிர்ந்தது. சத்தமே பிரதானமாக இருக்கும் ஊரில் பேச்சு சத்தத்திற்கு உடம்பு தூக்கிப் போடுவது துர்பாக்கியம்தான். அலைச் சத்தம் கேட்டு அதிரும் மீனவன் யாராவது இருக்க முடியுமா?

"வா... ஓய்."

"முகம் பயந்துபோனது மாதிரி இருக்கே? படுக்கிறதுதானே கொஞ்ச நேரம்."

"பரவாயில்லை."

"ரோட்டுக் கடை பூரா ஒம் பேச்சுத்தான். எல்லாருக்கும் ஒரே ஆச்சரியம். நடராஜனாப்பா? சாமியா வந்துச்சி அவென்மேல? ஏதோ ஒரு சக்தி இருக்குது அவெனுக்கு, அதான் தன்னை மீறி சத்தியம் பண்ணியிருக்கான்னு ஒவ்வொருத்தரும் ஒவ்வொரு தினுசா பேசுறாங்க."

தெரியும் என்பதுபோல் நின்றிருந்தான் நடராஜன்.

ஆள்கள் பேசுவதும், ஊர்வலத்திற்குத் தயாராய் இருக்கும் வாத்தியக்காரர்களின் சத்தமுமாக அந்த இடம் அல்லோகலப் பட்டது.

கணேசன் நடராஜனின் காதருகே குனிந்து ரகசியம் பேசினான்.

"ஆனா, சந்திரா அந்தக் கெணற எடுக்க முடியாதுன்னு சொல்லுச்சே? அதுதான் கொழப்பமா இருக்கு நடராஜி. ஏற்கெனவே கால்வாசி கெணறு எடுத்தாச்சு. எடுக்க முடியா துன்னா என்ன அர்த்தம்னு எல்லாரும் கொழம்புறாங்க. சாமி பொய் சொல்லுமான்னும் கேள்வி வேற."

நடராஜன் அதிர்ந்து திரும்பினான்.

'இந்த வார்த்தைத் தன் காதில் விழுந்தது இப்போது நினைவுக்கு வந்தது. அருள் வந்து ஏன் இப்படி சந்திரா மாமி உளறுதுன்னு நினைத்தோமே?' என்று விட்ட இடத்திற்கே போய், மீண்டும் நினைவைத் துழாவினான்.

தலை விண்ணென்றது. அங்கு நிற்க முடியவில்லை. யாரிடமும் சொல்லாமல் நடராஜன் வீட்டைப் பார்த்து நடந் தான். ஆளரவமற்ற தோப்பைக் கடக்கும்போது முதுகில் சிலீ ரென்று ஓர் உணர்வு. கால்கள் துவண்டன. விடாப்பிடியாய் நடந்தே தீர வேண்டும் என்று இரும்பாய்க் கனத்த கால்களை இழுத்துக்கொண்டு நடந்தான்.

திண்ணையில் உட்கார்ந்திருந்தவர்களைப் பார்க்கவில்லை. நேராக உள்ளே போய் அப்பா படுக்கும் மரப்பலகையில் படுத்தான். உடல் தணலாய்க் காய்ந்தது.

சுவாசமெங்கும் மல்லிகையும் முல்லையும் நிறைந்தன. அம்மனின் கனிவு தாங்கிய இரு விழிகள் பின்தொடரும் நினைவில் நடராஜன் அதிர்ந்தான்.

35

இரவு முழுக்க நாய்களின் ஊளை.

ஊர்வலம் முடிந்து சாமி நிலைக்குத் திரும்பும்போது விடிந் திருந்தது. பெருங்கூட்டம் வரும்போது மூலையில் ஒதுங்கி வாலைச் சுருட்டிக்கொண்டு படுத்துக்கொள்ளும் நாய்கள், சாமி ஊர்வலத்தில் நடப்பவர்களின் கால்களுக்குக் குறுக்கும் நெடுக்குமாக ஓடி மிதிபட்டன.

'ஊ... ஊ...' என்று வானை நோக்கி ஊளையிட்டுவிட்டு, ஓரிடத்தில் நில்லாமல் அலைபாய்ந்தன.

தரையில் உட்கார்ந்தாலும், தன் கண்ணெதிரில் யாரோ ஒரு எதிரி நிற்பதுபோல், கடுமையான போராட்டம் நடத்தும் தொனியில் முறைப்பும் சீறலுமாக இருந்தன.

ஊர்வலம் தெருவைக் கடந்துபோன பிறகு, தெரு வாசலில் அலமேலும் கன்னியம்மாளும் உட்கார்ந்திருந்தார்கள்.

"வாய் மூடல. சாமி வரும்போது இப்படிக் கொரைக்குதுங்க."

அவர்கள் காலடியில் வந்து உட்கார்ந்தும் இரண்டு நாய்கள் குரைத்தன.

"ச்சூ... ஓடு. வாய மூடுங்க..." அலமேலு விரட்டினாள்.

"இந்தப் பையனுக்கு மெரள் வந்ததுதான் நம்ப முடியலக்கா..!"

"அவென் பெரிப்பன் கூட வந்ததுல இருந்து அதே பேச்சுதான். நமக்கு என்னாப் புரியப்போது? ஏதோ வடிக்கிறோம், துன்றோம், தூங்கறோம். அதான் நமக்குத் தெரிஞ்சது."

“ஏற்கெனவே வீட்ல தங்க மாட்டான். இனிமே என்ன கதையோ? குடும்பம் எப்டிப் போப்போதோ? நண்டுஞ் சிண்டுமா கெடக்குதுங்க. தலைமேல இருக்கிற சொம பத்தாதுன்னு ஊர் சொமல்லாம் வந்து சேருது.”

நாய்கள் கொடூரமாக ஊளையிட்டன.

“இதுங்க எங்கனா ஒக்கார வுடுதா? காது அடைக்குது. யாரத் தூக்கிக் குடுக்க இந்தப் பாடு படுதுங்களோ.”

“அய்ய்யோ, என்னாக்கா இப்டிச் சொல்ற? திருவிழா முடிஞ்சு நல்ல சமாச்சாரம்தான் வரணும், எப்பவும்.”

“நம்ம கையில என்னா இருக்கு? போய்ப் படு. பாத்துப் போ. நான் போறேன்.”

அலமேலு எழுந்து உள்ளே போக, கன்னியம்மாளும் வீட்டுக்குள் வந்து நடராஜன் படுத்திருந்த பலகைக்குக் கீழே படுத்தாள்.

★

ஊரே சர்க்காராங் கிணறு அருகில் கூடியிருந்தது. ஒருவரை யொருவர் முண்டிக்கொண்டு கிணற்றை எட்டிப் பார்க்க முண்டினார்கள்.

கூத்து முடிந்தபோது, அடிவானம் சிவக்கத் தொடங்கி யிருந்தது. வீட்டுக்குத் திரும்பிய பெண்கள் கையோடு, சாணியைக் கரைத்து தெருவாசல் தெளித்தார்கள். அரிதாரம் கலைத்த கூத்தாடிகள், ராஜி முதலியாரின் வீட்டு வாசலில் நின்று அவரைக் கூப்பிட்டார்கள். இரவே அவர்களுக்குக் கொடுக்க வேண்டிய ரூபாயைத் தனியாக எடுத்து வைத்திருந்தவர், அவர்கள் வந்தவுடன், கூத்து வாத்தியாரிடம் ரூபாயை நீட்டினார்.

“அடுத்து கூழுத்துற திருநா தானே மோலியாரே? காரியத்துக்குக்கூட கர்ணமோட்சம் போட்றோம். எதுனா இருந்தா சொல்லியனுப்புங்க.”

“கர்ண மோட்சம் போட்ற அளவுக்கு எவென் காச முடிஞ்சி வச்சிருக்கிறான்? வர்றதுக்கும் போறதுக்கும் சரியா இருக்கிற வனுங்கதானே?” எனச் சொல்லிக்கொண்டே வெளியில் வந்தார்.

“மாமா...”

கூப்பிட்டுக்கொண்டு கணேசன் எதிரில் வந்தான்.

தூக்கமில்லாத முகமும், கலைந்திருந்த தலையும், அவன் குரலில் மேலோங்கியிருந்த பதற்றமும் ராஜிக்குத் தப்பாகத் தெரிந்தது.

அருகில் ஓடிவந்தவன், மூச்சிறைக்க நின்றான்.

“என்னடா, காலங்காத்தால ஓடியார்ற?”

“சர்க்காராங் கெணறுல அந்தப் பைத்தியம் மல்லிகா விழுந்து செத்துப்போச்சு. ஊரே அங்கத்தான் இருக்கு.”

ராஜிக்கு உடம்பு நடுங்கியது.

“என்னடா சொல்ற? அந்தப் பைத்தியக்கார முண்ட எங்கடா அங்கப் போனா?”

“தெரியல மாமா. சாமி ஊர்வலம் வர்றப்பக்கூட அவ ரோட்டுலதான் சுத்திக்கினு இருந்திருக்கா. கொளத்தங் கரையிலதான் எப்பவும் ஒக்காந்திருப்பா, எப்டி அங்கப் போனா? எதுக்கு குதிச்சா? ஒன்னும் புரியல.”

“தண்ணி இருக்காதே?”

“அடியில கெடக்குது மாமா. பாறையை ஒடைச்சதுல தண்ணி வந்திடுச்சின்னுத்தான் ஒரு வாரமா வேலை நடக்கல. திருவிழா முடிஞ்ச பிறகு எறச்சிட்டு எடுக்கலாம்னு விட்டுட்டாங்க. தல பாறையில அடிச்சிடுச்சி.”

“என்னடா சனியன்?”

ராஜிக்கு ஒன்றும் புரியவில்லை.

‘அந்தக் கெணற எடுக்க முடியாதுடா’ சந்திராவின் குரல் இப்போது காதுக்குள் ஓங்கி ஒலித்தது.

‘ஊருக்கு வந்த சாபம் என்னன்னு தெரியலையே?’ யோசனையுடன் கிணறு நோக்கி நடந்தார். நடராஜனைக் கூப்பிட கணேசன் ஓடினான்.

★

குளத்திற்குத் தண்ணீர் எடுக்க வந்த மல்லிகா, தெருவில் விளையாடிக் கொண்டிருந்த இரண்டு வயதுப் பையன் தத்தக்கா

பித்தக்கா என்று பின்னால் நடந்து வந்ததைப் பார்க்கவில்லை. அவள் வடவண்டை வழியாக இறங்கி, தவலையில் தண்ணீர் எடுத்துக்கொண்டு திரும்பிவிட்டாள். அம்மா பின்னாலேயே வந்த குழந்தை, அவளைத் தவற விட்டுவிட்டு, வடமேற்கில் மெல்லக் குளத்தில் இறங்கியது. பொழுது சாய்கிற நேரம். வழக்கமாகத் தண்ணீர் எடுத்துக்கொண்டு போகிறவர்கள் எல்லோருமே வந்து போய்விட்டார்கள். அசந்தர்ப்பமாய் யாராவது வந்தால்தான் உண்டு.

அந்தக் குழந்தைக்குக் குறை ஆயுள். அதிர்ஷ்டமும் இல்லை. தடுத்து நிறுத்தித் தூக்கிக்கொள்ள யாருமில்லாமல் பரந்து கிடந்த குளத்தைப் பார்த்துக் கொண்டே ஒவ்வொரு அடியாய் எடுத்துவைத்து மிரட்சியோடு இறங்கி வந்தது. எதையோ யோசிப்பதுபோல் தண்ணீரையே பார்த்துக் கொண்டிருந்தது. இந்த உலக வாழ்க்கைக்கும் தனக்கும் இருந்த உறவை இவ்வளவு சீக்கிரம் முடித்துக் கொள்ளப் போகிறோமே என்று நினைத்ததோ என்னமோ? யோசித்து யோசித்து மெல்ல உள்ளே இறங்கியது. பச்சைப் பிள்ளைக்கு இரண்டு முழுங்கு போதாதா? போய்ச் சேர்ந்துவிட்டது.

மல்லிகாவுக்குப் பையன் செத்ததில் இருந்து ஞாபகம் தப்பிப் போனது. பொழுது சாய்ந்தால், பையனைத் தேடிக்கொண்டு குளத்தருகில் வந்து உட்கார்ந்து கொள்வாள். தலைமுடியும் சேலையும் அலங்கோலமாய் இருக்க, தனக்குத் தானே பேசிக் கொண்டிருப்பாள். சுற்றிச் சுற்றி யாரையோ தேடுவதுபோல் பாவனை செய்வாள். 'பார்த்தீங்களா?' என்று எதிரில் வருபவர்களிடம் சைகையில் கேட்பாள்.

என்றாவது அவள் குழந்தையைத் திருப்பித் தந்துவிடாதா என்று குளக்கரையிலேயே உட்கார்ந் திருப்பாள். இருட்டி ரொம்ப நேரம் கழித்து, யாராவது வந்து கூப்பிட்டுக்கொண்டு போனால் தான் உண்டு. இல்லை அவளே எங்காவது குழந்தையின் அழுகுரல் கேட்டால், எழுந்து அந்தத் திசை நோக்கி ஓடுவாள்.

எத்தனை நாள்தான் வீட்டில் இருப்பவர்களுக்கும் பொறுமை இருக்கும்? வயிற்றுப் பிழைப்பு இருக்கு, அதை அணையாமல் பார்த்துக் கொள்ள பசி இருக்கிறதே? சில நாள் யாருமே வந்து கூப்பிட்டுப் போக மாட்டார்கள்.

தண்ணீரில் தன் குழந்தையைத் தொலைத்தவள், தண்ணீருக் குள்ளேயே தொலைந்துபோனாள்.

●

"ஓய் வடிவேலு? கடைக்குக் கெளம்பிட்டியா?"

ராஜி, வடிவேல் முதலியாரின் திண்ணையில் வந்து உட்கார்ந்தார். சர்க்காராங் கிணறு நோக்கி நடந்தவர், பாதி தூரத்தில் திரும்பி வடிவேல் வீட்டை நோக்கி நடந்தார். நடராஜனையும் பார்த்து அழைத்துக்கொண்டு போக வேண்டும் என்று நினைத்தாலும் வடிவேல் கடைக்குக் கிளம்பிவிட்டால் என்ன செய்வது என்று நேராக வந்து திண்ணையில் உட்கார்ந்துவிட்டார்.

"வா ஓய். இன்னும் கெளம்பல. என்னா அடுத்தடுத்து இப்டி நடக்குது? நாத்திகவாதியெல்லாம் இனிமே ஆத்திகவாதியா மாறியே ஆவணுமா? ஊர்ல நடக்கிறதெல்லாம் கண்கட்டி வித்தையா இருக்கு. ராத்திரில்லாம் நாய் கொலைச்சது, விடிஞ் சா சாவு சமாச்சாரம்தான் வரும்னு இவெ சொல்றா. அப்டியே வருது."

துண்டை எடுத்துத் தோளில் போட்டுக்கொண்டு வந்த வடிவேல், ராஜியின் பக்கத்தில் உட்கார்ந்தார்.

"நான் இன்னும் அங்கப் போகல. சமாச்சாரம் கேட்டவுடனே, ஒன்ன பார்த்துச் சமாச்சாரம் சொல்லிடணும்னு ஓடியாந்துட்டேன்."

"என்ன சமாச்சாரம் ஓய்?"

"முந்தா நேத்து சொன்னியே? அத நெனச்சித்தான் ஓடியாந்தேன். ஊர்ல புரிபடாதது என்னென்னவோ நடக்குது. இதுல நீ எதையும் கௌப்பி விட்றாதே. ஒனக்குப் புண்ணியமா போவும்."

"என்ன ஓய்?"

"அன்னிக்குச் சொன்னியே ஓய்? கோயில் கட்றதுக்கு? கோயில்ல எல்லாரையும் உள்ள வுட்றதுன்னா நானே எல்லாச் செலவும் ஏத்துக்கறேன்னு?"

"அதுக்கென்ன இப்ப?"

"ஓய், நீயே பாத்துக்கினுதான் இருக்க. அன்னிக்கு அருள் வந்த சந்திரா சொல்லும்போது நாம எதுனா நம்புனமா? நாம எடுத்துக்கிட்டு இருக்கிற கெணற, எடுக்க முடியாதுன்னு சொல்லு தேன்னு யாரும் பெருசா நெனைக்கல. சொல்லி மூணு நாள் ஆவல. இந்தப் பையத்தியக்கார தேவடியா முண்ட அதுல விழுந்து செத்துப் போயிருக்காப் பாரு? கொளம், குட்டையிலதான் விழுந்து சாவான்னு பாத்தா... எப்படிக் கெணத் துக்குப் போனான்னு தெரியலை? யோசிச்சுப் பாரு. நம்மள சுத்தி நடக்கிறதுக்கு என்ன காரணம்னு புரிஞ்சிக்க முடியுதா? இதுல அந்தப் பிரச்சினைய இழுத்து விட்டுடாத. வெளிய எங்கயும் சொல்லிடப் போறன்னுதான் நேரா இங்க ஓடியாந்தேன்."

வடிவேல் முகத்தில் யோசனை. அமைதியாக இருந்தார்.

நடராஜன், சோமனை இறக்கிவிட்டபடி, இருவர் பக்கத்தி லேயும் வந்து உட்கார்ந்தான். கணேசன் எதிர் திண்ணையில் உட்கார்ந்தான்.

"என்னா மாமா இது? நம்பவே முடியல? கண்ணக் கட்டி விட்ட மாதிரி இருக்கு. இப்டியெல்லாம் நடக்குமா?"

"நாய்க் கொரைச்சாலே சாவு சமாச்சாரம் வரும்னு ஒங்க பெரிம்மா சொன்னா. எமன் வர்றது நாய்ங்க கண்ணுக்குத்தான் தெரியுமாமே?"

வடிவேல் நடந்ததைப் புரிந்துகொள்வதற்கு முயற்சி செய்தார். அவர் எண்ணமும் குழப்பத்தில் இருந்தது. 'ஐந்தாறு வருஷமாய்ப் பைத்தியமாய்ச் சுற்றிக்கொண்டிருந்த மல்லிகா, எதற்குப் புதிதாக எடுக்கிற கிணற்றில் விழுந்து சாக வேண்டும்? துர்ச்சம்பவம் நடக்கும் என்பதைச் சூசகமாகச் சொல்லி, வேறு கிணறு எடுக்கச் சொல்லி சந்திரா எப்படிச் சத்தியம் வாங்கினாள்? சந்திரா மேல் வந்த அம்மனுக்கு மல்லிகா சாகப் போகிறாள் என்று தெரிந்திருந்தால் அந்தச் சாவைத் தடுத்து நிறுத்தியிருக்க முடியாதா? கிணறு எடுப்பதை இடம் மாற்றவா? அல்லது சாவை முன்கூட்டிச் சொல்லவா? எதற்காக அருள் வந்தது?' வடிவேலின் மனத்தில் அரை நாழிகையில் கேள்விகள் அடுக்கடுக்காக எழுந்தன.

"நடராஜி, எனக்கென்னமோ மனசுல அன்னிக்கே பட்டது. சாமி இல்ல, பூதம் இல்லன்னு சொல்ற நீயே ஒன்னையறியாம சத்தியம் பண்ணிக் குடுத்த. குடுத்த கையோட, கொஞ்ச நேரத்துக்கு மயங்கிட்ட. பம்ப சத்தம் கேட்டாலே ஆட்றவ, ஏதோ வாய்க்கு வந்ததை சொல்றான்னு பார்த்தா, ஒவ்வொன்னா உயிர் வந்த மாதிரி கண்முன்னால நடக்குதே?"

"...."

"நடராஜி, எம் மனசுக்கு இப்பப் பட்றத சொல்லிட்டுப் போறதுக்குத்தான் வந்தேன். ஒனக்கு நம்பிக்க இருக்கோ இல்லையோ, வாக்குக் குடுத்த மாதிரி கோயில எடுத்துக் கட்டு, உள்ளயே பெரிய கெணறு ஒன்னும் எடுத்துடு. கும்பாபிஷேகத்தை ஓகோன்னு நடத்திடலாம். ரூபாயப் பத்தி நீ ஒன்னும் யோசனை பண்ணாதே. நான் ஏற்பாடு பண்றேன். கெணற நாமளே சேர்ந்து எடுப்போம். என்னா, தெனம் பத்தாளு கூட நின்னா வேலை ஜரூரா ஓடும். சனங்களுக்கும் ஒரு பிடிப்பு வரும்... ஓய் வடிவேலு. தத்துபித்துன்னு பேசுனத எல்லாம் விட்டுடு. நீ சொல்றது நல்லதாப் போச்சுன்னா நம்மூரோட நிக்கும். மத்த ஊருக்குப் போவாது. ஆனா வம்புன்னு ஆச்சின்னா, காட்டுத் தீ மாதிரி ஊரூருக்கு ஒரு நாழியில பரவிடும். எனக்கென்னமோ ரெண்டாவதா சொன்னதுதான் நடக்கும்னு உள்மனசு சொல்லுது. கால் வயிறு, அரை வயிறு கஞ்சிய குடிச்சிக்கிட்டு இருக்கிற சனங்க உயிரோடவாவது கெடக்கட்டும். தூண்டிவிட்டு நாமளே அதுங்கள பலி குடுக்க வேணாம். நான் அங்கப் போறம்ப்பா. அவள தூக்கிப்போட அவெ வூட்டுக்காரன் முடிச்சவுப்பானான்னு தெரியல. நாமதான் போய்ப் பண்ணனும்."

ராஜி துண்டை எடுத்துத் தோளில் போட்டுக்கொண்டு கிளம்பினார்.

வடிவேலும் நடராஜனும் யோசனையுடன் திண்ணையிலேயே உட்கார்ந்திருந்தனர்.

முருங்கை மரத்தடியிலும், தென்னை மரத்தடியின் ஈரத்திலும் அசந்து தூங்கிக்கொண்டிருந்தன நாய்கள்.

36

“சட்டமன்றத்துல நம்ம உறுப்பினருங்கப் பேசுறத படிக்கிறதுக்காகவே ரெண்டுவாட்டிப் பத்திரிகை படிக்கிறேன் மாமா.”

கட்சியில் இருந்தாலும் புலவர் ஒரு வழியில் சொந்தக்காரர் என்பதால் முறை சொல்லித்தான் நடராஜன் கூப்பிடுவது வழக்கம்.

“பத்திரிகையைத் தெனம் ரெண்டு மணி நேரம், மூணு மணி நேரம் படிக்கிற ஒரே ஆள் நீதான்யா மாப்பிள்ள.” புலவர் பாராட்டினார்.

“அவென் நம்ம கட்சியில இருக்கிறவங்க நடத்துற பத்திரிகைக்கும் சந்தா கட்டியிருக்கான்ணே. தபால்ல பத்திரிகை வந்தாப் போதும், ஒக்காந்து பரீட்சைக்குப் படிக்கிற மாதிரி வரிவரியா படிச்சிட்டுத்தான் எழுந்திருப்பான். போன வருசம் நடந்த திருச்சி மாநாட்டுக்கு அவென் வரல. ஆனா நேர்ல போய்க் கலந்துக்கிட்ட எல்லாரையும்விட அவனுக்கு எல்லா விஷயமும் தெரியும். ஊர்வலம் எங்க ஆரம்பிச்சது, எந்தெந்த வழியா ஊர்வலம் போச்சு, எத்தனையாயிரம் பேர் கலந்துக்கிட்டாங்க, யார் தலைமை, என்னென்ன தீர்மானம் போட்டாங்க, மாநாட்டுல கருத்துரை பேசினதுல யார் ரொம்ப சரியாப் பேசுனாங்க, எல்லாம் புள்ளி வச்ச மாதிரி நல்லூர்ல ஒக்காந்த எடத்துல இருந்தே சொல்லுவான். கட்சின்னா அம்புட்டு வெறி...” கணேசன் நடராஜனைப் புகழ்ந்தான்.

“அதெல்லாம் ஒன்னுமில்ல மாமா. டீயும் பத்திரிகையும் இல்லன்னா நமக்குப் பயித்தியம் பிடிச்சிடும். ரெண்டும் இருந்தா சாப்பாடு இல்லைன்னா கூடப் பரவாயில்லை.”

“கொள்கையில தெளிவும், களத்துல வேலை பார்க்கிற தீரமும், ஒன்ன மாதிரி ஊருக்கு நாலு பேர் இருந்தா போதும் மாப்ள. இன்னும் பத்து வருஷத்துல நம்ம கட்சி ஆட்சியில ஒக்காந்துடும்.”

“இப்பல்லாம் எல்லாக் கூட்டத்திலயும் கட்சி ஆட்சியில ஒக்கார்றது பத்தித்தான் எல்லாரும் பேச ஆரம்பிச்சுட்டோம் மாமா. கூட்ட அஜெண்டா எலெக்‌ஷனைச் சுத்தித்தான். ஆட்சிய புடிக்கிறது அவசியமா? மக்களோட மனசுல எடம் பிடிச்சு சமூகத்துல மாற்றத்த கொண்டாரனுமான்னு கேட்டா, மாற்றம்தான் முக்கியம்னு சொல்லணும். ‘நம் மக்கள் சட்ட சபைக்குப் போவதைவிட, மான உணர்ச்சிப் பெற்றுவிட்டால் ஆரிய ஆட்சி மட்டுமல்ல, ஆங்கிலேய ஏகாதிபத்தியமும் தானாக அழிந்துவிடும்’னு பேசினவங்கதானே நம்ம தலைவருங்க? மான உணர்ச்சிதான் மக்களுக்கு ரொம்ப முக்கியம். நாம ஆட்சியில போய் ஒக்காந்துட்டா, நம்ம கொள்கையில இதே அளவுக்கு வேகமா இருப்போமான்னு தெரியல. வேற வேற சமாச்சாரங்கள்ல நம்ம கவனம் போயிடும். தி.க. மாதிரி ஓர் அமைப்பு, எப்பவும் கட்சிக்குப் பின்னால் மக்கள்ட்ட பிரச்சாரம் பண்றதுக்கும், ஆட்சியில இருக்கிறவங்களுக்கு மக்களோட பிரச்சினைகளைச் சொல்றதுக்கும் இருக்கணும். சனங்களைக் கவர்ற மாதிரி ஆட்சியும் இருக்கணும், கொள்கையும் இருக் கணும். சமூக மாற்றத்துக்கான இயக்கம்னு சொல்லிட்டு, அரசியல் கட்சியா மட்டும் போயிட்டா எவ்வளவு தூரம், கட்சித் தன்னோட கொள்கைகள்ல உறுதியா நிக்கும்னு தெரியல.”

“அண்ணாவுக்கு முதல்ல இருந்தே தேர்தல் அரசியல் மேல ஈர்ப்பு இருந்ததுதான். திமுக.வை அரசியல் கட்சி ஆக்கினாத்தான் தன்னோட கொள்கைகளுக்குச் சட்ட வடிவம் கொடுக்க முடியும்னு அவர் தீவிரமா நம்பினார்.”

“அதிலெல்லாம் தப்பில்ல மாமா. ஆனால் அரசியல், அதிகாரம்னு போயிட்டா, கீழ வேலை செய்ய ஆள் இருக்காது. எல்லாமே பறக்கணும்னுதான் நெனைப்பாங்க. உண்மையான கொள்கைப் பிடிப்புள்ளவங்களுக்குக் கட்சியில எடம் இருக்காது.”

“நீ ஒருத்தன்டா. இன்னும் கல்யாணமே ஆவலையாம். அதுக்குள்ள கொழந்தைக்குக் காது குத்து வக்கிறதப் பத்திப்

பேசுறான். மொதல்ல கட்சி ஆட்சியைப் பிடிக்கட்டும். அப்புறம் மீதிக் கதையைப் பேசலாம். அண்ணாவுக்கு அந்தத் தெளிவு இருக்கு. ஆனா நாளப் பின்ன கட்சியில பொறுப்புக்கு வர்றவங்க எப்டி வருவாங்கன்னு தெரியலையே! அதுக்குத்தான் தன்னோட காலத்துலயே மத்தவங்களுக்குப் பொறுப்புக் கொடுத்துப் பாக்கறாரு. பொதுச்செயலாளர் பதவிய யார்னா விட்டுக் குடுப்பாங்களா? அண்ணா ரெண்டு வருஷமா நாவலருக்கு அதை விட்டுக் குடுத்திருக்காரே?

அவர் கீழ்மட்டத்துல இருந்து வந்ததால அவரால சனங்களைப் புரிஞ்சிக்க முடியுது. கட்சியில யார் யார எங்கெங்க வைக்கணும்ற ராஜதந்திரமும் தெரியுது, இன்னிக்கு மேடையில சிங்கம் மாதிரி நிக்கிறார்னா, நம்ம சனங்ககிட்ட பேர் வாங்குறார்ன்னா அவ்ளோ லேசான்னா? அவர் பேசிப் பேசி ஆவி அத்துப் போயிருக்கும். எல்லாரும் வெளஞ்சவனுங்க. அவ்ளோ சீக்கிரமாவா வசக்க முடியும்?" புலவர் தொடர்ந்தார்.

"ஒரு ஊர் தலைவரே ஊரைக் கட்டுப்பாடா வச்சிருக்கான். தான் தான் பெரியாளுன்னு நெனப்பு. அவன மீறி சனங்கள நம்மளால நெருங்க முடியல. இன்னும் பண்ணையாரு, மிட்டா மிராசுதாரர், பஸ் மொதலாளி, சாராயக் கடை வச்சிருக்கவன்னு எத்தினி பேர் எவ்ளோ ஜனங்கள கைக்குள்ள வச்சிருக்காங்க. அவங்ககிட்டல்லாம் இருக்கிற மக்களையும் வழிக்குக் கொண்டுவர்றதுன்னா லேசுபட்ட காரியமா? எவ்ளோ போராட்டங்களுக்குப் பிறகுதான் கட்சி இந்த எடத்துக்கு வந்திருக்கு."

"அண்ணாவா இருந்தாலும், கட்சியில பிடிப்பு இருக்கிற தொண்டனா இருந்தாலும் சரி, எல்லாரையும் மிஞ்சி கட்சித்தான் நிக்கணும். அதுதான் நான் எதிர்பார்க்கிறது."

"நாமல்லாம் கடைசிவரை கட்சியில தொண்டரா இருந்தாப் போதும். சரி, நீ ரொம்பப் பெரிய படிப்பாளின்னு சொல்றாங்க. நான் எழுதுற புஸ்தகத்தைப் படிச்சிருக்கியா? ஒனக்கு ஒரு புஸ்தகம் குடுக்கறேன், படி."

புலவர் எழுந்து உள்ளே போய், கையில் புத்தகத்தோடு திரும்பி வந்தார்.

"படிச்சுப் பார்த்துட்டுச் சொல்லு."

நடராஜன் பையில் இருந்து ரூபாய் எடுக்கப் போனான்.

"வேணாம் வேணாம், வை. நாலும் படிச்சு அறிவ வளத்துக்க. பெரியாளா வந்துடலாம்."

"பெரியார் யாருக்கும் புஸ்தகத்தை ஓசியில குடுக்க மாட்டாருன்னு சொல்லுவாங்க. ரூபா குடுத்தாத்தான் தருவாராமே?" என்றான் நடராஜன்.

"அவர் கதை தனி. அதுவும் காசு விஷயம்னா கெட்டி. காசை வெளிய வுடவும் மாட்டாரு. வர வேண்டியதையும் வாங்கிடுவாரு. அவர் கூடவே இருந்த எஸ்.வி.லிங்கம் அடிக்கடிச் சொல்லுவாராம், 'தேவடியா கையில குடுத்த பணம்கூடத் திரும்பி வந்தாலும் வரும். பெரியார்கிட்ட குடுத்த பணம் திரும்பி வராது'ன்னு" என்று சொல்லிவிட்டுச் சிரித்தார் புலவர்.

நடராஜனிடம் புத்தகத்தைக் கொடுத்தார்.

புத்தகத்தைப் புரட்டிப் பார்த்துக்கொண்டே நடராஜன், ஏதோ சொல்லத் தயங்கி தயங்கி நின்றான்.

"என்ன மாப்ள? ஏதும் பேசணும்னு வந்தியா? பொதுவா தனியா பாக்க வரமாட்டீயே?"

நடராஜனுக்கு வார்த்தைத் தொண்டைக் குழியில் நின்றது. கணேசன், நடராஜனின் தயக்கத்தைப் பார்த்து,

"நான் சொல்றண்ணா. நீங்க என்ன நெனைப்பீங்களோன்னு அவென் தயங்குறான்!"

"என்னா தயக்கம்? சொல்லு மாப்ள."

நடராஜன் மென்று விழுங்குவதைப் பார்த்து, "நீதான் சொல்லுப்பா" என்றார்.

கணேசன் திருவிழாவில் நடந்தவற்றையெல்லாம் வரிசையாகச் சொல்லி முடித்தான். புலவர் ஆச்சர்யமும் அதிர்ச்சியும் கலந்த உணர்வில் ஸ்தம்பித்து உட்கார்ந்திருந்தார்.

"என்ன மாப்ள? ஏதோ ஆன்மீகப் படம் பார்க்கிற மாதிரி இருக்கு? 'நாத்திகவாதியின் ஆன்மீக அவதாரம்'னு போட்டுப் படம் எடுத்தா ஓகோன்னு ஓடும்போல இருக்கே?"

“எனக்கு என்ன நடந்துச்சுன்னே தெரியல மாமா. கண்ணக் கட்டிவிட்ட மாதிரி இருந்துச்சி. அது எல்லாத்தையும்விட பொம்பள கெணத்துல விழுந்து செத்துப்போனதுதான் ரொம்ப அதிர்ச்சி. நம்ப முடியலை. அதுக்கப்புறம்தான் எனக்கு இன்னும் பயம் வந்துடிச்சி. மனசு நெல கொள்ளல. தயங்கித் தயங்கித்தான் ஒங்ககிட்ட சொல்லலாம்னு வந்தேன். இதுக்கெல்லாம் காரண காரியம் சொல்ல முடியல. நம்மால கண்டுபிடிக்க முடியும்னும் நம்பல மாமா.

எனக்கு என்ன குழப்பம்னா, ஊர் முன்னால சத்தியம் பண்ணியாச்சு. கோயில எடுத்துக்கட்டிக் கும்பாபிஷேகம் பண்ணனும், கோயில ஒட்டியே குடிதண்ணிக்கு கெணறு எடுக்கணும். இதெல்லாம் நான் எப்படிச் செய்யறது? ராமர் சிலையை உடைக்கிறோம், பிள்ளையார் சிலையை உடைக்கிறோம்னு ஊர் ஆலமரத்தடியில போராட்டம் பண்ணியிருக்கோம். கோயிலும் வேண்டாம், சாமியும் வேண்டாம்னு எத்தன வாட்டிப் பேசியிருக்கோம். இப்பப் போய் இந்த வேலையெல்லாம் செஞ்சுட்டு மறுபடியும் சனங்க முன்னாடிப் போனா என்ன நெனைப்பாங்க? கட்சி என்ன நெனைக்கும்? நாளைக்கு நம்ம கட்சிக் கொள்கையைச் சொல்லிப் பேச முடியுமா? எல்லாத்தயும்விட நீங்கள்லாம் என்னப் பத்தி என்ன நெனைப்பீங் கன்னு தெரியலையே? படுத்தா யோசனை பிடுங்கி எடுக்குது, மாமா.”

தயங்கியபடியே நடராஜன் சொல்லி முடிக்க,

“நீ மொதல்ல திருவிழா நடத்துறேன், கூத்து நடத்துறேன்னு போயிருக்கக் கூடாது. தலையக் குடுத்துட்ட. இப்ப முடிக்காம எடுக்க முடியாது. செய்யலாம் தப்பில்ல. பெரியார்கூடத்தான் ஈரோட்ல கோயில் நிர்வாகத்தை ரொம்பத் தெறமையா செஞ் சார். அவர்கிட்டயும், ‘நாத்திகவாதியான நீங்க ஏன் கோயில் நிர்வாகத்தை ஏத்துக்கிட்டீங்க?’ன்னு இதே கேள்வியக் கேட்டாங்க. அவரு, ‘கோயில் நிர்வாகத்தைப் பராமரித்துக் காப்பதே என் பணி’ன்னுதான் சொல்லியிருக்கார். நாம ஏற் கெனவே ஒரு வாழ்க்கை வாழ்ந்திருக்கோம். அதில இருந்து பிச்சிக்கிட்டு வந்துட முடியாதில்ல. ஒன் அய்யா துரைசாமி மோலியார் கூத்துல வேஷம் கட்டுவார் தெரியுமா? ஒங்க

மாமனார், தாய் மாமன் சபாபதி ஊரூரா பாரதக் கூத்து சொல் றாங்கன்னா, சோறு கட்டிக்கினு போய்ப் பார்த்துட்டு வருவான்.

ஒங்க ஊர்லதான் தைப்பூசத்தை விமர்சையாப் பண்ணு வீங்களே? சந்தக்காரமூட்டு பொன்னுசாமி முதலியார் வீட்ல தைப்பூசத்தன்னிக்கு ஊருக்கே சோறு போடுவாங்கன்னு சொல்லுவாங்க. எல்லாரும் வடலூர் வள்ளலார் பக்தருங்க. அதனாலதான் ஒங்க அய்யா வீட்ல யாருமே கவுச்சி சாப்பிட மாட்டாங்க. எங்க ஊர்லதானே பொண்ணெடுத்தாங்க ஒங்க அய்யாவும் மாமாவும். ஒன் ஜாதகமே எனக்குத் தெரியும்.

ஊருக்கு நல்லது செய். அண்ணா அதைத்தான் சொல்றார். 'ஒன்றே குலம், ஒருவனே தேவன்'னு அண்ணா இறங்கி வந்ததுக்குக் காரணம், அவருக்குப் பக்தி வந்துடுச்சின்னு அர்த்த மில்ல. மக்களுக்கு ஒரு தேவன் பிடிமானமா தேவைப்படுது. ஒரு சாமியோ, ஆசாமியோ அவங்கக்கூட வச்சிக்கிட்டா ஆறுதலா இருப்பாங்க. நம்பிக்கையா இருக்கும். மக்களோட நாடி பிடிச்சிப் பாக்குற தலைவரா இருக்கிறதாலதான், அண்ணா அவங்களுக்கு ஏத்த மாதிரி கொள்கைகளை வடிவமைச்சிக்கிட்டாரு" என்று புலவர் சொன்னார்.

"கொஞ்சம் பாரம் கொறஞ்ச மாதிரி இருக்கு மாமா. தப்புப் பண்ணிட்ட மாதிரியே மனசுல பதட்டம். தூக்கமே இல்ல. படுத்தாலும் ஒக்காந்தாலும் யோசனையா இருந்துச்சி."

"ஒனக்கு மட்டுமில்ல மாப்ள. கட்சியில இருக்கப் பாதிப் பேருக்கு மேல இந்தப் போராட்டம் இருக்கு. சொந்த வாழ்க்கையில கட்சிக் கொள்கைய கடைபிடிக்கிறதுல பிரச்சினை இருக்கும். அதமீறி வெளிய வர்றது நெறைய பேருக்குச் சவால். நீ பொதுக் காரியத்தையும் செய்யறதால உனக்குக் கஷ்டம். ஊர்க் காரியம்ன்னாலே அதுல நம்ம கொள்கைக்கு ஒத்து வராததுதான் பாதி இருக்கும். ரெண்டு குதிரைல போறதே கஷ்டம்னா, மூணு குதிரையில போறது? அசகாயம் இல்லையா? நீ அசகாய சூரந்தான்."

"அதெல்லாம் ஒன்னுமில்ல மாமா. வீட்ல நமக்குப் பிக்கல் பிடுங்கல் கெடையாது. வடிவேல் பெரிப்பாவும் பக்கப் பலமா இருக்காங்க. எனக்குப் பெருசா ஒன்னும் சிரமம் இருந்ததில்ல."

“வடிவேல ஆளக் காணோம்? பொதுக்குழுவுக்கும் வர்ற தில்ல. தொழிலு ஓகோன்னு போதா?”

“ஆமாம் மாமா, அவர் வியாபாரம் எப்பவும் ஓகோன் னுதானே இருக்கும்? ஊர்ல பாதிப் பேரு குடிகாரனாத்தான் இருக்காங்க. அவரால கடையைவிட்டு நகர முடியாது. பஜார்ல கடை நடத்தறது பெரிய கஷ்டம். கூடவே இருப்பான், கல்லாவுல கை வச்சிடுவான். அதனால பெரிப்பா அப்டி இப்டி நகர மாட்டாரு.”

“சரிதான். தொழில பாக்கணுமே. வடிவேல் மாதிரி ஆளுங்க நமக்குப் பக்கப் பலமா இருக்கிறதாலதான், கட்சிக்கு உதவியா இருக்கு. அவர மீறி ஊர்ல ஒருத்தன் வாயத் தொறக்க முடியாதே? நம்ம மாவட்டத்துல என்ன பெரிய பெரிய தொழில் பண்றவங்களா இருக்காங்க?”

அங்கீகரிப்பதுபோல் நடராஜன் சிரித்தான்.

"போய் தைரியமா செய். அடுத்த திருவிழாவுல நீயே சாமியாடிடாதே. அதான் ரொம்பக் கேலியா போயிடும்.”

“அட, நீங்க வேற மாமா. ரோட்டுக் கடைக்குப் போறதுக்கே கூச்சப்பட்டுக்கிட்டு இருக்கேன்.”

“அதெல்லாம் ஒன்னும் நெனைக்காதே. போ, சின்ன வயசு. எல்லாம் பாத்துத்தானே வரணும்.”

“சரிங்க மாமா. அப்ப கௌம்பறோம். இவனுக்கும் இன்னிக்கு ஒருநாள் வேல கெட்டுப்போச்சு. கூட வான்னு கூப்டுக்கிட்டு வந்தேன்.”

“எழைக்கு ஒரு கணக்குப் பாப்பானுங்களே கெக்கலப் பசங்க. நீயும் பாக்க ஆரம்பிச்சுட்ட.”

“ரோட்டுல ஓட்டல் கடை நடத்த முடியல மாமா. ரொம்ப அலட்சியமா பேசுறானுங்க. அப்பா இருக்கிற வரைக்கும் ஒரு பயம் இருந்துச்சி. இப்ப போற வர நாயெல்லாம் ஒன்னொன்னு சொல்லுது.”

“அது சரிப்படாது மாப்ள. ஆனா தறி நெச்சும் ஒனக்குக் கட்டுப்படியாவாதே. முப்பது நாழியும் காகுழியில கெடக்கிற

வனே, கையில அஞ்சு பத்த மிச்சம் பிடிக்க முடியாது. வாய்க்கும் வயித்துக்கும் சரியாப் போய்டும். நீ ஒக்காந்து வேல பாக்க மாட்ட. என்னாத்த தறி நெச்சி, முன்னுக்கு வரப் போற?"

"அந்தந்தத் தொழில் பண்றவங்கள்லாம் முன்னேறலையா மாமா? தனியாருங்க அடிக்கிற கொள்ளைய நிறுத்திட்டு, சொசைட்டி மூலம் நூல் குடுத்து வாங்கினாலே, ஜனங்களுக்கு நல்ல கூலி கிடைக்கும். தரம் போடுறது, ரகத்துக்கு ஒரு கணக்குச் சொல்றதுன்னு எதுவும் சொஸைட்டில நடக்காது. அதனால நெசவாளர் சொசைட்டியை ஒழுங்கு பண்ணாத்தான், தறி நெய்றவங்க வேலைக்கு ஏத்த கூலி வாங்குவாங்க."

"சட்டமன்றத்துல பேசியிருக்காங்களே மாப்ள, கூட்டுறவு சங்கத்துக்கெல்லாம் எலெக்ஷன் வைக்கச் சொல்லி. எலெக்ஷன் வச்சிடுவாங்க. இன்னும் ஒரு மாசம், ரெண்டு மாசத்துக்குள்ள வந்துடும். நீ நில்லேன், ஒங்கூரு சொசைட்டித் தலைவருக்கு."

"நடராஜன் அன்னபோஸ்ட்லயே வந்துடுவான். அவென் வந்தா ஊருக்கே நல்லதுன்னு நம்மாளுங்களுக்குத் தெரியும்."

"பேஷாப் போச்சு. வேலை செய்ங்க போய். எலெக்ஷன் அறிவிக்கறதுக்குள்ள உறுப்பினர் எல்லாம் சரி பண்ணி வச்சிக்கங்க."

"நம்ம கட்சி எலெக்ஷன் இப்ப வருமே மாமா? போன மாசமே தபால் வந்துச்சே, உறுப்பினர் பதிவை முடிக்கச் சொல்லி."

"அதுவும் நெருக்கத்துலதான் வருது. இந்த முறை நெறையவே ஆர்வமா இருக்காங்க. 15 எடத்துல ஜெயிச்சிருக்கோம். கட்சி ஆரம்பிச்சு எட்டு வருஷத்துல, அதுவும் நின்ன மொத எலெக்ஷன் லயே பெரிய வெற்றி இல்லையா? அதனால நீ நான்னு ஆளுங்க வர்றானுங்க. போட்டி, சண்டை, இல்லாம சுமூகமா நடத்தச் சொல்லியிருக்காங்க. ஒங்கூரும் பெரிய ஊர்தானே? நீ கிளைச் செயலாளர ஒனக்கு அடுத்து யார் பொறுப்பா செய்யறானோ அவென்கிட்ட குடுத்துடு. ஒன்றியச் செயலாளராவோ, நகரச் செயலாளராவோ வந்துடுறீயா?'

"நகரச் செயலாளருக்குப் போட்டி இருக்கும் மாமா. சாயபுங் களும் ஜாஸ்தி. கோட்டை தெரு ஆளுங்களும் போட்டியில இருக்காங்க. நாம அவெங்ககூடப் போட்டிப்போட முடியாது."

“அப்ப, ஒன்றியச் செயலாளருக்கு நில்லு.”

“ஆகட்டும் மாமா, எப்டிப் போகுதுன்னு பார்ப்போம். நமக்குக் கட்சியில பதவி வேணும்ற எண்ணம் எப்பவும் கிடையாது.”

“கட்சியில இருந்தாப் போதாது. பொறுப்பிலயும் இருக்கணும். ஏழை சொல் அம்பலம் ஏறாதுன்ற மாதிரிதான். நாம சொல்றத மத்தவங்க கேக்கணும்னா, அவனவிட ஏதோ ஒரு விதத்துல நாம ஒசத்தியான எடத்துல இருக்கணும். அவனுக்குக் கீழ நின்னு சொன்னா, தூசி மாதிரிதான் மிதிச்சிக்கிட்டுப் போயிடுவான்க.”

நடராஜனும் கணேசனும் அமைதியாக இருந்தார்கள்.

“படிச்சவங்க, காலேஜ்ல படிக்கிறவங்க, வாத்தியாருங்க இவங்களுக்கெல்லாம் கட்சியில முக்கியமான எடம் குடுக்கணும்னு அண்ணா நினைக்கிறாரு. தாழ்த்தப்பட்டவங்களையும் நடுத்தர வர்க்கச் சனங்களையும் ஒன்னு தெரட்டினோம்னாலே பெரும் பான்மை வந்துடுவோம்னு அவருக்குள்ள ஒரு கணக்கு இருக்கு. அதனால நீயெல்லாம் மேல வரணும் மாப்ள. பாப் போம். எதெது எப்டிப் போகுதுன்னு.”

பேசிக்கொண்டே புலவர் எழுந்து கொள்ளவே, இவர்கள் இருவரும் எழுந்து, சொல்லிக்கொண்டு கிளம்பினார்கள்.

“ஓய் மாப்ள, ஒனக்கும் அந்தத் துளசிக்கும் என்னய்யா பிரச்சினை?”

புலவர் கேட்டவுடன், இருவரும் அதிர்ந்து திரும்பினார்கள்.

“என்ன மாமா?”

“ஒங்கூரு துளசிக்கும் ஒனக்கும் ஏதும் பிரச்சினையா?”

“பிரச்சினைன்னு யார்கூடவும் தனிப்பட்ட விதத்துல கெடை யாது மாமா. ஒங்களுக்கே தெரியுமே. ஏதாவது பிரச்சினை இருக்குன்னு சொன்னாங்கன்னா, ஊர்க்காரியத்தைத் தொட்டுத் தான் இருக்கும்.”

கணேசனுக்குத் துளசியை நினைத்துக் கோபம் வந்தது.

“ஒரே ஊர்ல இருக்கீங்க. முன்ன பின்னத்தான் இருக்கும். அவெங்க பண்ணதும் கேள்விப்பட்டேன். எனக்குத் தெரிஞ்

சிருக்குன்னு தெரிஞ்சவுடனே அவனுக்கு மூஞ்சி செத்துப்போச்சு. ஏன்னா அவனுங்கச் செஞ்சது தப்புன்னு அவெனுக்கே தெரியுமே."

"ரொம்ப அராஜகம் பண்ணிட்டாங்க மாமா. நம்மகிட்ட சொல்லியிருந்தா, சத்தம் போடாம முடிச்சி வச்சிருப்பேன். அத விட்டுட்டு குடிக்கிற தண்ணிய நாஸ்திப்படுத்திக்கிட்டு, நல்லாவா இருக்கு? இப்பவும் அவங்க ஆளுங்க, அப்பப்போ மீறி சிலது பண்ணிக்கிட்டுத்தான் இருக்காங்க."

"இருந்தாலும் இதெல்லாம் எடுபடாதுப்பா. நீ சொல்ற காரணம்ல்லாம் சொல்ல மாட்டாங்க. என் காதுக்கு வேற மாதிரி வந்துச்சி. நானா விசாரிச்சுத் தெரிஞ்சிகிட்டேன். கவனமா இரு மாப்ள."

நடராஜனும் கணேசனும் சரியென்று சொல்லிக்கொண்டு புறப்பட்டார்கள். இருவரின் முகமும் வரும்போது இருந்ததைப் போலவே சுரத்திழந்திருந்தது.

37

"கட்சிக்கு உண்மையா இருக்கணும். கொள்கைக்கு உண்மையா இருக்கணும்னு சும்மா பேசிட்டா ஆச்சா? நடந்து காட்டணும்."

முனுசாமி எழுந்தெழுந்து ஒவ்வொரு வார்த்தையாகப் பேசிவிட்டு உட்கார்ந்தான். அவன் உயரத்துக்கும், கோபத்துக்கும் பேசிவிட்டுக் குத்த வைத்து உட்காரும்போது பார்ப்பவர்களுக்குச் சிரிப்பு வந்தது. எழுந்திருக்கும்போது மலை போலவும், உட்காரும் போது அழுக்குத் துணி குவியல் போலவும் தடுமாறினான். உண்மையில் அவன் கோபமாக இருப்பதை உணர்ந்தவர்கள் அமைதியாகத்தான் இருந்தார்கள், நடராஜன் உட்பட.

"நீ சத்தியம் பண்ணல, ஒன் கையை யாரோ பிடிச்சுக் கொண்டு போய், சாமியாடிக்கிட்ட குடுத்து சத்தியம் பண்ண வச்சுட்டாங்க. ஒனக்கு ஒன்னுமே தெரியாது. அதானே நீ சொல்லப் போற?"

"ஓய் முனுசாமி, எத்தனை வாட்டிதான் ஒரே கேள்விய கேப்ப? எத்தனை வாட்டிக் கேட்டாலும் அதே பதில்தான். உண்மையாவே எனக்கு எப்படி நடந்துச்சின்னு தெரியலை."

"ஒங்கம்மா சத்தியமா?"

"பொதுவாவே நான் சத்தியம் வைக்க மாட்டேன்."

"ஆமாம், சாமிகிட்ட மட்டும்தான் சத்தியம் வைப்ப!"

"அய்யோ, இவன் ஒருத்தன். புரிஞ்சிக்காம வாய்க்கு வந்ததைப் பேசிக்கிட்டுப் போறானே?"

“புரிஞ்சதாலதான் பேசுறேன்.”

“உண்மையா ஓய், அன்னைக்கிக் காலையில இருந்து சாப்பிடலை. நல்ல வெயிலு. காட்டுல இருந்து கெரகம் கூட நடந்து வந்தது, ரெண்டு மூணு நாளாவே தூக்கமில்லாதது எல்லாம் சேர்ந்து என்னமோ மாதிரி ஆயிடுச்சி. சுத்தி எல்லாருந்தானே நின்னாங்க?”

“மருள் வந்த மாதிரி நின்னிருக்க. எல்லாருந்தான் சொல்றாங் களே. சொல்லல, சிரிக்கிறாங்க.”

“நான் கௌம்புறேன்ப்பா. குடிகாரன் மாதிரி சொன்னதையே சொல்லிக்கிட்டு இருக்க. எதிராளி பேசுறத காதுல வாங்க மாட்ட. நீங்க எல்லாரும் சேர்ந்து என்ன முடிவு எடுக்கறீங்களோ எடுத்துக் கங்க.”

நடராஜன் எழுந்து நின்று துண்டை எடுத்துத் தோளில் போட்டான்.

“நீ பாட்டுக்கினு கௌம்பிட்டா? என்ன முடிவுன்னு சொல்லிட்டுக் கௌம்பு.”

“சொல்றதுக்கு ஒன்னுமில்ல. என்ன சொல்றீங்களோ செய்றேன்!”

பத்து நாளாகவே புகைந்து கொண்டிருந்த பிரச்சினை இன்று கிளைக் கூட்டத்தில் வெடித்துவிட்டது. நடராஜனும் கணேசனும் புலவரைப் பார்த்துச் சொல்லிவிட்டு வந்தபிறகு, இப்பிரச்சினைப் பெரிதாகாது என்று நினைத்திருந்தார்கள். அவரும் பெரிதாக நினைக்காததால் நிம்மதியாகவும் இருந்தார்கள்.

முந்தாம் நாள், முனுசாமி வந்து, ‘உடனடியாகக் கிளைக் கூட்டம் போட வேண்டும்’ என்று சொன்னபோது, ‘இப்ப எதற்கு?’ என்று நடராஜன் கேட்டான். ‘அவசரமா சில சமாச்சாரம் பேசணும், நாளான்னிக்குச் சாயந்திரம் கூட்டம் போட்டுடு...’ என்று சொல்லிவிட்டுப் போய்விட்டான். கணேசன், ஏ.என். பழனி, குமரகுரு, சுபானு எல்லாருமே சொன்னார்கள். “சும்மாவே ஆடுற கொரங்கு, இப்பக் கள்ளக் குடிச்சிருக்கு, கேக்கணுமா? கூட்டம் போடலைன்னா, அதுக்கு ஒரு கதையைச் சொல்லுவான், நீ கூட்டு. அப்புறம் பாத்துக்கலாம்” என்றார்கள்.

நினைத்தது போலவே, முனுசாமி பிரச்சினையை ஊதிப் பெருக்கிறான், எதிர்பாராத இடத்தில் இருந்து.

“ஒனக்குத்தான் தல சுத்துச்சி, பசியில காதடைச்சுச்சி என்ன நடந்துச்சின்னே தெரியாதுன்னு சொல்ற இல்ல? அப்போ சத்தியம் பண்ணத மறந்துடு. அதை எதுக்குப் பெருசு பண்ற? சொன்னத எப்படியாவது செஞ்சிடணும்னு எதுக்குத் தவதாயப் படுற? வுடு, சாமியே இல்லைன்னு சொல்றோம். ஆசாமி மேல வர்ற சாமிய மட்டும் எதுக்கு நம்பணும்? அதுக்குச் செஞ்சு குடுக்கிற சத்தியத்துக்கு ஏன் கட்டுப்படணும்?”

“சொன்னது ஆசாமி கிட்டத்தான். சொன்ன சமாச்சாரமும் ஆசாமிங்களோட நல்லதுக்குத்தான். கெணறு எடுக்கறதும், ஊர்ல இருக்கிற கோயில எடுத்துக் கட்டறதும் சனங்க நல்லதுக்குத் தானே?”

“சாமியே வேணான்ற ஓய், எதுக்குக் கோயில எடுத்துக் கட்ற? நீ போய்க் கும்பிடப் போறீயா?”

“நாம சாமி கும்பிடலன்றதுக்காக ஊர்ல இருக்கிற கோயிலல்லாம் இடிச்சுடணுமா? இல்ல, சாமி இருக்குன்றவங்களையெல்லாம் ஊர விட்டுத் தொரத்திடணுமா?”

முனுசாமி அமைதியாக இருந்தான்.

“நீயும் நானும் கட்சியில இருக்கோம். வீட்ல நாம மட்டுந் தானே சாமி கும்பிடாம இருக்கோம்? நம்ம வீட்ல எல்லாருமா நாத்திகவாதியா ஆயிட்டாங்க? ஒங்க வீட்ல அமாவாசை, கிருத்திகைக்குப் படைக்கறதில்லையா? நாள் நட்சத்திரம், நல்ல நேரம், கெட்ட நேரம் பாக்காமயா இருக்காங்க? ஒங்க ஊர்ல திருவிழா பண்ணல? சாமிக்குத்தானே திருவிழா? சாமிக்கு ஒரு கோயில் வேணும்ல?

நீ சொல்றபடியே நமக்கு அதிகாரம் வருது. ஊர்ல இருக்கிற கோயிலல்லாம் இடிச்சிடலாம். அந்த எடத்துல மாற்றா சனங்களுக்குச் சொல்ல என்ன இருக்கு? பண்டிகை கொண்டாட வேண்டாம்னா, எதைக் கொண்டாடணும்னு நாம சொல்லணும் இல்ல? கோயிலும் திருவிழாவும் வேணாம்னா அதுக்குப் பதிலா இங்க வாங்க, இந்தத் திருவிழாவ செய்ங்கன்னு சொல்லணுமில்ல?

வெளிநாட்ல பருவம் மாற்றதுக்கு விழா கொண்டாடுறானாம். நம்மூர்லயும் தான் இருந்திருக்கும். அவன் மறக்காம இருக்கான். நாம மறந்துட்டோம். ரெண்டாயிரம், மூவாயிரம் வருஷமா சங்கிலிப் பிடிச்ச மாதிரி நடந்துக்கிட்ட வர்ற ஒரு விஷயத்தை மாத்தணும்னா ஒரு நாள்ல நடக்குமா? நமக்குத்தான் சக்தி இருக்கா? இப்பத்தானே அண்ணாதுரையும் பெரியாரும் வந்து சொல்றாங்க. அதுவும் அவங்கச் சாமி இல்லன்னு சொல்றதுகூட எதுக்கு? சாமி பேரச் சொல்லி, நீ பெரியாளு, ஒசந்தவன், அவன் தாழ்ந்தவன், தீண்டத்தகாதவன்னு மனுஷங்களுக்குள்ளயே பாகுபாடு காட்றதாலதானே?

நல்லா கவனிச்சுப் பாத்தா, அவங்களுக்குச் சாமி மேல இருக்கிற கோபத்தைவிட, சாமியைக் கையில வச்சிருக்கிற ஆசாமிங்க மேலதான் கோபம் அதிகம். கட்சிய வுடு. என்னோட கருத்து என்னன்னா, சாமின்னு ஒன்னு இருந்துட்டுப் போட்டும்னுதான் நெனைக்கிறேன். எனக்குத் தனிப்பட்ட விதத்துல சாமி மேல நம்பிக்கையில்ல. என் மனசுல அப்படியொரு எண்ணம் வர்றதில்ல.

ஆனா, இந்த வாழ்க்கையில அடிபட்டு, மிதிபட்டு அல்லாடுற சனங்களுக்குச் சாமியவிட வேற யாரு ஆறுதலா இருக்கிறது? கஷ்டப்படுறவனும் சாமி கும்பிடுறான். பணம் வச்சிருக்கிறவனும் சாமி கும்பிடுறான், இருக்கிற பணம் அப்டியே தலைமுறைக்கு இருக்கணும்னு. இன்னிக்கு நாம ஒரு கொள்கையை நம்புறோம்னா, அது நம்ம நம்பிக்கை.

குருவிக் கூட்டக் கலைக்கிற மாதிரி ராத்திரியோட ராத்திரியா எல்லாத்தையும் கலைச்சுப் போட்டுட முடியுமா? ஒவ்வொருத்தருக்கும் அவங்களுக்கா நம்பிக்கை வர்ற வரைக்கும் நாம சொல்லிக்கிட்டுத்தான் இருக்கணும். அதேநேரம் அவங்க வழியிலயும் கூடப் போய்த்தான் ஆகணும்."

"ஆமாம், அவெங்கக் கூடத் தேங்காய்ப் பழம், பூ, தட்ட எடுத்துக்கிட்டு நீயும் போய் வரிசைல நில்லு."

"ஒனக்கெல்லாம் ஒன்னும் புரியாதுடா. நாலு எழுத்துப் படிச்சிருந்தா தெரியும். கொடி கட்றது, நோட்டீஸ் குடுக்கிறது, சந்தா வாங்குறது இதெல்லாம் மட்டுந்தான் கட்சி வேலைன்னு

நெனைக்கிற. கட்சிக்கு வேலை செய்றது மட்டும் போறாது ஓய். கட்சியைப் புரிஞ்சிக்கணும். எந்தக் கொள்கைக்காக நாமல்லாம் வேலை செய்றோம்னு மொதல்ல தெரியணும்."

"அதான் பார்க்குறனே? ஓய் நடராஜி. ஒன்ன மாதிரி நான் நாலு பத்திரிகை படிக்கிறதில்ல. ஆனா, நான் எப்பவும் கோயில் கட்றேன்னு போய் நிக்க மாட்டேன்."

"ஒத்தா, நான் சொல்லிக்கிட்டே இருக்கேன். என்னப் பேசு றேன்னே தெரியாம சொன்னதையே சொல்லிக்கிட்டு இருக்க. மாதச்சோர், போடா எழுந்து. ஒரு மயிரும் தெரியாது. கட்சியில உறுப்பினர்னா உடனே எல்லாம் தெரிஞ்சிடுமா? அவெவனுக்குத் தராதரம் இருக்கு."

முனுசாமி கோபமாய் எழுந்தான்.

"நீ பெரிய படிப்பாளின்னா ஒன்னோட வச்சிக்க. கட்சியில நீயும் நானும் ஒன்னுதான்."

இவ்வளவுதானா முனுசாமியின் கோபம் என்பதுபோல் அங்கிருந்தவர்கள் எல்லாரும் அதிசயமாய்ப் பார்த்துக் கொண் டிருந்தார்கள்.

நடராஜன் கோபப்பட்டும் அவன் கோபப்படுவது போல் காட்டிக் கொள்வதாகவேபட்டது.

"கட்சியில என்னன்னு தெரியாது. ஆனா நீயும் நானும் ஒன்னு கெடையாது."

"இருக்கட்டும். கொடுத்த வாக்குப்படி செய்யத்தான் போ றேன்னா கட்சியில இருக்காதே. கட்சியில இருக்கிறதுன்னா வாக்கக் காப்பாத்தாதே!"

"மயிர நீ என்னடா சொல்றது? ஒன்னுந் தெரியாத கம்னாட்டி. வந்துட்டான் எனக்குச் சொல்றதுக்கு. போடா எழுந்து."

"நீ என்ன போன்னு சொல்ல முடியாது. நானும் கட்சியில துணைச் செயலாளரு. எனக்கு இங்க இருக்கறதுக்கு எல்லா உரிமையும் இருக்கு."

நடராஜன் ஒன்றும் சொல்லாமல் கூட்டத்திலிருந்து வெளியேறினான்.

கூட்டத்தில் இருந்த ஏழெட்டுப் பேரும் நடராஜனுடன் கிளம்பினார்கள்.

முனுசாமியுடன் வந்த இரண்டு பேர் மட்டும் அங் கிருந்தார்கள்.

"போட்டுமே, நமக்கென்ன? மோலியாருங்க வைக்கிறது தான் சட்டமா? நாம கைநாட்டுன்னா? இவரு பெரிய கலெக்ட்ரு உத்தியோகம் பாக்குறாரு."

முணுமுணுத்தபடி முனுசாமியும் மற்றவர்களும் வெளியேறினார்கள்.

38

"ஏய், நீதான் உறுப்பினர் சேர்க்கையைப் பாக்கப் போற சரியா? சும்மா, இப்படிக் கிழிஞ்ச பாயில, பழைய சோமன் மாதிரி ஏன் கெடக்குற? தனக்கோட்டி இருந்திருந்தா ஒன்னத் திட்டித் தீர்த்திருக்கும். தனக்கோட்டிய நெனச்சுப் பாரு. காலையில கெக்கலன் வீட்ல எந்தப் பொம்பள குளிப்பா? தனக்கோட்டி காலையிலயே குளிச்சிட்டு வந்து பாவு தோயுமே? தெருவுல பாவு தோயற எல்லாரும் கேப்பாங்களே, என்னாடீ இது ஆபிசர் மாதிரி, காலங்காத்தால குளிச்சிட்டு வந்துட்டன்னு? குளிக்காம கொள்ளாம கரி பிடிச்ச கஞ்சிப் பானையும் கையுமாத்தான் சுத்தி வரணுமா? நீங்க சுத்தமா இல்லாததாலதான் கையில ஒரு அணா ஒட்டமாட்டேங்கிது'ன்னு என்னா வியாக்கியானம் பேசும்? நீ இந்தத் துணிய மாத்தி மாசமாச்சு. எழுந்திரு. மூஞ்சிக் கை, காலைக் கழுவிக்கினு வா."

நடராஜன் சுபானுவைத் தேற்ற பார்த்தான். சுபானுவோ படுத்த இடத்தைவிட்டு எழுந்திருக்கவில்லை.

அம்மா தட்டில் போட்டு வைத்தால் சாப்பிடுகிறான். சாப்பிட்டு அப்படியே மீண்டும் படுத்து விடுகிறான். வேறு பேச்சேதும் கிடையாது.

நாளாக நாளாகச் சுபானுவுக்குத் தனக்கோட்டியின் குணம் புரிந்தது. சின்னச் சிடுசிடுப்பு இருக்காது அவள் முகத்தில். பொழுது விடியும்போதே, ஒவ்வொரு வீட்டிலும் பெண்கள் அரக்கப்பரக்க எழுந்திருப்பார்கள்.

விடிகிற நேரத்திலேயே எல்லா வேலையும் தலைமேல் தூக்கிப் போட்டுக் கொள்வார்கள். மூச்சிரைப்பும் அலுப்பும்

சலிப்பும் அவர்கள் தெரு வாசலில் சாணி தெளிக்கும் வேகத்தி லேயே தெரியும்.

ஊர்ப் பெண்களிடமிருக்கும் எந்தச் சலிப்பும் இல்லாதவள் தனக்கோட்டி. அடித்துப் பிடித்து ஒரு நாளும் எழுந்து ஓடினது இல்லை. எல்லாமே தன் ஆணைக்கு உட்பட்டு, தன் கண் பார்வையில் நடக்கிறது என்ற நிதானம் அவளிடம் இருக்கும்.

என்ன ஓட்டமென்றாலும் அதிர மாட்டாள். 'ஓடணும் அவ்வளவுதானே...' என்று கேட்டுவிட்டு, நிதானமாகத்தான் அடி எடுத்து வைப்பாள். அவளுக்காகத்தான் கடனுக்கு ரேடியோ வாங்கினான். அவள் விரும்பிக் கேட்டது ரேடியோ ஒன்றுதான். எந்நேரமும் பாட்டுக் கேட்டுக் கொண்டிருப்பாள். கூடவே பாடுவதும் பிடிக்கும். பாட்டு ஆரம்பிக்கும்போதே யார் குரல் என்று சொல்லுவாள். முரட்டுக் குழந்தைப்போல் அவளின் இருப்பு அத்தனை இதம்.

அப்படிப்பட்டவளை வலிக்க வலிக்க அடி வாங்க வைத்து, சாகக் கொடுத்துவிட்டோமே என்று உடைந்து போனான். ஏதேனும் நோய் வந்து போயிருந்தாலோ, பத்துப் பதினைந்து நாள் பாய்ப் படுக்கையாய்க் கிடந்து போயிருந்தால்கூட மனசு ஆறிப்போயிருக்கும். மூடத்தனமாகக் காலில் போட்டு மிதித்துவிட்ட குற்றவுணர்ச்சியும் பரிதவிப்பும் சுபானுவை அணுஅணுவாகக் கொன்றது. தன்னை அவள் எப்படியெல்லாம் பார்த்துக் கொண்டாள் என்பதை அவள் இல்லாத இந்த நாள்களில் அவனால் உணர முடிந்தது.

தறி நெய்பவர்கள் யாரும் ரோட்டுக் கடைக்கு வரும்போது வெள்ளைச் சோமன் கட்ட மாட்டார்கள். லுங்கியும் மேல் துண்டும்தான். நடராஜன் ஒருவன்தான் விதிவிலக்கு. தனக்கோட்டி, சுபானு ரோட்டுக் கடைக்குப் போகும்போது கட்டாயம் சோமன் கட்டிக்கொண்டு போக வைத்தாள். பெரிய மனிதனாவதற்கு வயது மட்டும் கூடினால் போதாது, தகுந்த தோற்றமும் இருக்க வேண்டும் என்று சொன்னாள்.

கை நிறையத் தித்திப்பைக் கொடுத்துவிட்டு, ஒவ்வொன்றாக எடுத்துச் சுவைப்பதற்குள் தட்டிப் பறிப்பதுபோல், தன்னிடமிருந்து தனக்கோட்டியைப் பறித்துவிட்டார்களே என்று

சுபானு நொறுங்கிப் போயிருந்தான். எங்கு திரும்பினாலும், ஆகிருதியான அவளின் காலடிச் சத்தம் கேட்டபடி இருந்தது.

சுபானுவை எப்படியாவது பாயில் இருந்து எழுப்பி, நடக்க வைக்க வேண்டும் என்று முடிவு செய்துவிட்டுத்தான் நடராஜன் நேற்று வந்திருந்தான். கையில் நழுவாமல் வழுக்கி வழுக்கி ஓடும் விலாங்கு மீன்போல், எந்தப் பிடிமானத்தையும் காட்டாமல் சுபானு பேசிக் கொண்டிருந்தான்.

அவனிடம், 'நடந்ததை மறந்துட்டு எழுந்து வா...' என்று சொன்னால் கேட்க மாட்டான், அவனின் அந்தரங்கச் சோகத் திற்குள் வெளியாளை அனுமதிக்க விரும்பவில்லை என்பதைப் புரிந்துகொண்ட நடராஜன், தன்னுடைய பேச்சின் தொனியை மாற்றினான்.

இன்று நேராக உள்ளே வந்தவுடன், "ஓய், சொசைட்டி எலெக்ஷன் வருது. நம்மாளுங்கப் பூராப் பேரையும் உறுப்பினர் ஆக்கிடணும். வயித்துல இருக்கிற கொழந்தகூடச் சேர்ந்து தறி நெச்சாலும், எல்லாம் அரை வயிறு கஞ்சிதான். அதனால சொசைட்டிய நாமதான் நல்லா எடுத்து நடத்தணும். ஓடியாடி, வெவரமா வேலை செய்யற எல்லாரையும் சொசைட்டியில நிர்வாகிங்களா போட்டு லாபத்துல நடத்தணும். நீ என்ன செய்யற, ஒவ்வொரு தெருவுலயும் சங்கத்துல யார் யார் இன்னும் உறுப்பினரா சேரலைன்னு ஒரு கணக்கெடுத்துடு. பழனிகிட்ட உறுப்பினர் படிவம் இருக்கு. அதையும் கையோட குடுத்து, பூர்த்திப் பண்ணி வாங்கு. உறுப்பினராக்குறதுக்குப் பணம் கேட்டா, கையில காசில்ல அப்பத் தர்றேன், இப்பத் தர்றேன்னு இழுப்பாங்க. மொதலாளிங்ககிட்ட இருந்து தப்பிக்கணும்னா, சங்கத்துல உறுப்பினர் ஆகறதுதான் ஒரே வழின்னு சொல்லிடச் சொல்லு. மடமடன்னு அஞ்சாறு நாள்ல இந்த வேலையை முடிச்சிடு ஓய். இந்தா, இந்த நோட்ட வச்சிக்க. பேர் எழுதறதுக்குத் தேவைப்படும்..." என்று கடகடவெனச் சொல்லிவிட்டு, சுபானு சுதாரிப்பதற்குள் கிளம்பிவிட்டான்.

நடராஜனுக்குத் தெரியும், சுபானு எப்படியும் எழுந்து வருவான் என்று. சங்கத்தை ஒழுங்கு பண்ணி, தறிக்காரர்களைச் சுரண்டிக் கொழுக்கிற கிழட்டுக் குரங்குகளைத் துரத்தியடிக்க வேண்டும் என்று சுபானு ஒவ்வொரு முறையும் சொல்லுவானே.

அதைச் செய்வதற்கு கிடைத்திருக்கும் இந்த வாய்ப்பை நழுவ விடுவானா என்ன..?

●

கன்னியம்மாள் தட்டில் சோறு போட்டுக் குழம்பு ஊற்றியவுடன், “ஓ, பட்டை குழம்பா?” என்று சின்னப் பூரிப்பைக் காட்டினான் நடராஜன். சாப்பிடுவது இரண்டு பிடிச்சோறு என்றாலும் உணக்கையாக இருக்க வேண்டும்.

“ஆமாம்ப்பா, வெயிலுக்குச் சூடுதான். தெனம் இன்னா குழம்பு வைக்கிறது? ஒரு நாள் சாப்பிடுவோமேன்னு முருங்கைப் பட்டை, இஞ்சி, பருப்புப் போட்டு அரைச்சு கொழம்பு வச்சேன். உனக்குப் பிடிக்குமேன்னு உருளக் கெழங்கு வறுத்திருக்கேன்.”

நடராஜன் பட்டும் படாமலும் குழம்பை ஊற்றி, நுனி விரலால் சோற்றைப் பிரட்டினான். விரலில் இருக்கும் முதல் கட்டு ரேகையைத் தாண்டிச் சோறோ குழம்போ விரலில் படாது. பக்கத்தில் உட்கார்ந்து சாப்பிடுபவர்கள் மெல்லும் சத்தம் கேட்டால், “சோறுதானே சாப்பிடுற? ஏதோ நரமாமிசம் சாப்டுற மாதிரி சவக் சவக்குனு மெல்ற?” என்பான்.

இரண்டு வாய்ச் சாப்பிட்டிருப்பான், புரை ஏறியது. சாப்பிடுவதற்கு முன்பாகவே தண்ணீர்க் குடித்தாலும், முதல் வாய்ச் சாப்பாடு எடுத்து வாயில் வைத்தவுடன் கட்டாயம் அவனுக்குப் புரை ஏறும்.

தண்ணீர்க் குடித்து, சொம்பைக் கீழே வைத்தான். எதிரில் கோபால் வந்து நின்றான்.

“வா ஓய், சாப்பிடு.” அரை இருமலும் தொண்டைச் செருமலுமாகச் சொன்னான்.

ஏதோ சொல்ல வந்தவன், நடராஜன் சாப்பிடுவதைப் பார்த்து அமைதியாக வாசல் குறட்டுக் கல்லில் உட்கார்ந்தான்.

“மாமி, கொஞ்சம் குடிக்கத் தண்ணி குடு.”

கன்னியம்மாள் சொம்பை எடுத்துக் கொடுத்தாள்.

தேவி சத்தமாக ரேடியோ வைத்துக்கொண்டு தறியில் இருந்தாள். வேகமாக வாட்டுச் சத்தம் கேட்டது. நடராஜன்

சாப்பிட்ட உடன் தறிக்கு வர மாட்டான். வாட்டுச் சத்தம் கேட்காமல் ரொம்ப நேரம் தறி இருந்தால் தேவிக்கு நிலைகொள்ளாது. கன்னியம்மாளுடன் சேர்ந்து சோறாக்கி முடிக்கும்போது, நடராஜன் குளிக்க இறங்குவான். உடனே தேவி தறிக்குப் போய்விடுவாள். நடராஜன் சாப்பிட்டு முடித்து கோழி தூக்கம் போடுவான். அப்போதுதான் இறங்கி வந்து சாப்பிட உட்கார்வாள்.

"வெயில்ல எங்கப் போய் வர்ற ஓய்? மொகம் ஒரு மாதிரி இருக்கு?"

"நீ சாப்ட்டு வா, ஓய்."

"ஏதாவது சமாச்சாரமா?"

"நீ சாப்பிடுப்பா."

கன்னியம்மாள் அவசரமாகத் தலையிட்டாள். பாதிச் சாப்பாட்டில் எழுந்து போவது அவனுக்கு வழக்கமென்பதால் பதறினாள்.

"சும்மாதான் வந்தன். நான் திண்ணையில் இருக்கேன். நீ சாப்ட்டு வா."

கோபால் எழுந்து வெளியே போனான்.

சும்மாதான் என்று சொன்னாலும் நடராஜனுக்குக் கோபால் வந்தது சும்மா இல்லையென்று தெரிந்தது. தறி நெய்யும் நேரம். அதைவிட்டுத் தன்னைப் பார்க்க வந்திருக்கிறான், முகமும் தெளிவில்லையென்றவுடன், வேகமாகச் சாப்பாட்டை அள்ளி விழுங்கினான். தட்டிலேயே கை கழுவிக்கொண்டு திண்ணைக்கு வந்தான்.

குமரகுரு, கணேசனும் கோபாலுடன் திண்ணையில் இருந்தார்கள். புதிதாக ஏதோ ஒரு சிக்கல் என்று நடராஜனுக்குப் பட்டது.

"என்னா ஓய், எல்லாரும் இந்நேரத்துல?"

கணேசன் தான் மெதுவாகச் சொன்னான்.

"ஓய், மலைல, சாவு பாறைகிட்ட மரத்துல ஒரு சோமன் மட்டும் பறந்துகிட்டு இருக்காம்."

"...."

"ரெண்டு மரத்துக்கும் சேர்த்து சோமன காய வைக்கிற மாதிரி கட்டியிருக்காம். ஆடு மேய்க்கப் போன பசங்கப் பாத்துட்டு வந்து சொன்னாங்கன்னு ரோட்டுல சொல்றாங்க."

பகீரென்றது நடராஜனுக்கு.

மலையில் வருஷத்துக்கு ஒருத்தரோ, ரெண்டு பேரோ தற்கொலை பண்ணிகொண்டு சாவது நடக்கிறதுதான். தெரியாமல் விழுகிறவர்களும் உண்டு. கொலையும் நடந்திருக்கிறது. வெளியூர் ஆள்கள் பஞ்சாயத்துக்குக் கூட்டி வருவதுபோல் அழைத்து வந்து, தீர்த்துக் கட்டிவிடுவார்கள். சாராயக் கேசு, சூதாட்டம், லாட்டரி விவகாரம் ஏதாவது ஒன்று பின்னணியாக இருக்கும்.

பார்க்கச் சின்ன மலைபோல் தோற்றம். ஏறுவதற்கு ஒரு மணி நேரமாவது ஆகும். மடிப்பு மடிப்பாய் மடங்கி உட்கார்ந்திருக்கும் மலையில் சின்ன கோயில். தவளகிரிநாதர். கார்த்திகைக்குக் கார்த்திகைதான் அவருக்குத் தீபாராதனை. அன்றுதான் சனங்கள் மலை சுற்றி வருவார்கள். பெரிய திருவிழாவாக நடக்கும். மலைமேல் ஏறி நின்றால், திருவண்ணாமலை அண்ணாமலையார் மலைமேல் ஏற்றும் தீபம் பார்க்கலாம் என்பது ஐதீகம். எல்லா வீடுகளிலும் இந்தச் சமாச்சாரம் சொல்வார்களே தவிர, அண்ணாமலையார் தீபம் பார்த்தவர் யாருமில்லை. தீபநாளைத் தவிர்த்து மற்ற நாளில் மலைக்கு ஆடு மேய்க்கும் பையன்கள் வருவார்கள்.

நல்லூரின் கழனிகட்டை கவுண்டர்கள்தான் பார்த்துக் கொள்கிறார்கள். வாரத்துக்குப் பார்க்கிறவர்களும் இருக்கிறார்கள். கூடவே இருந்து தினம் வேலை செய்பவர்களும் உண்டு. கவுண்டர்கள்தான் ஆடு மாடுகளை மலைக்கு ஓட்டி வருவார்கள். மழைக்காலம் முடிந்தபிறகு, மலை முழுக்க கோரைப்புல் வளர்ந்திருக்கும். கோரையறுக்க வருவார்கள். ஹோமம் வளர்க்கும் குச்சிகள், மூலிகைச் செடிகள் இருப்பதை அறிந்து வைத்திருக்கும் ஒன்றிருவர் அவ்வப்போது மலையில் ஏறுவார்கள். நாட்டு மருந்து செய்பவர்களுக்குத் தேவையான மூலிகைச் செடிகளைப் பறித்துத் தருபவர்களும் உண்டு. மற்ற நேரங்களில் மலை தனிமையில்தான் இருக்கும்.

மல்லிகாவும் செத்துப் போனது. யாராக இருக்கும்? உள்ளூர் ஆளா? வெளியூர் ஆளா? ஆளாளுக்கு ஒரு சிந்தனையுடன் சைக்கிளை மிதித்தார்கள், மலையை நோக்கி.

"ஓய், எவனாவது சொனையில குளிச்சிட்டு சோமனை அலசிக் காய வச்சிருக்கப் போறான்டா? இந்த வேகாத வெயில்ல அலைய வுடுற?" கோபால்.

"அப்டின்னா நல்லதுதான். வீணாப் போன வெயில சோமன்ல முடிஞ்சிக்கிட்டு வந்தோம்னு நிம்மதியா சொம்புத் தண்ணிய குடிச்சிட்டுப் படுக்கலாம்" கணேசன்.

நால்வரும் இரண்டு சைக்கிளில் கிளம்பினார்கள். வெயிலும், சாப்பிட்ட உடனே கிளம்பிய களைப்பும் சேர்ந்து தலை சுற்றுவதுபோல் இருந்தது நடராஜனுக்கு. 'என்னமோ, மனசைப் போட்டுப் பிசையுதே...' என்று நெஞ்சைத் தடவிவிட்டுக் கொண்டான்.

மலைக்குப் போகும் வழியில் சிறு கால்வாய் இருக்கும். எந்நேரமும் சளசளவென்று நீரோடிக் கொண்டிருக்கும் அதில் வாத்துகளை மேய விடுவார்கள். வயல் வரப்பையொட்டிய கால்வாய் என்பதால் வெயில் தகிக்கும்போதெல்லாம் வாத்துகளை மேய விடுவார்கள்.

கால்வாயருகில் வந்தவுடன் சைக்கிளை நிறுத்தச் சொன்னான் நடராஜன். முகத்தில் சிலீரென்று தண்ணீர் பட்டால் பரவாயில்லை யென்று தோன்றியது.

கோபாலும் கணேசனும் சைக்கிளை நிறுத்தினார்கள். நடராஜன் சைக்கிள் நிறுத்தும் முன்பே குதித்திறங்கி, கால்வாயை நோக்கி நடந்தான்.

எதிரில் காதர் பாய் வந்தான்.

"ஒனக்குக் கை ஒடைஞ்ச மாதிரி இருக்கும் நடராஜி. என்னா நெனச்சு இந்த வேலை பண்ணிக்கிட்டாரோ?"

புரியாமல் பார்த்தான் நடராஜன்.

"என்ன மோலியாரே, விஷயம் தெரிஞ்சிதானே போறீங்க?"

"என்ன விஷயம் பாய்?"

“மெய்யாலுக்குத் தெரியாதா ஒங்களுக்கு?”

“சொல்லித் தொலைய்யா.”

நடராஜன் எரிச்சல் காட்டினான்.

“ஒன் கூட்டாளி, அந்த அரை பீடி சித்தரு, மலையில இருந்து குதிச்சிட்டாரே!”

நடராஜனுக்குத் தன் உடலின் நரம்பொன்றை உருவி எடுப்பதைப் போன்று வலித்தது.

“என்னய்யா சொல்ற?”

“ஆமாம்ய்யா, காலையில இருந்து களேபரமா இருக்கே தெரியாதா? ஆடு மேய்க்கிற பசங்க, மலைமேல ஆடு ஓட்டிக்கிட்டுப் போயிருக்கானுங்க. சாவு பாறையாண்ட மரத்துக்கு நடுவுல சோமன் பறந்துக்கிட்டு இருக்கிறத பார்த்திருக்கானுங்க. யாரோ குளிச்சிட்டுக் கட்டியிருக்காங்கன்னு நெனச்சு ஆடு மேய்ச்சிருக்கானுங்க. ரொம்ப நேரமா யாருமே அந்தப் பக்கத்துல வராததால என்னன்னு கிட்ட போய் பார்த்திருக்காங்க. சோமன் மட்டும் இருந்திருக்கு. ஆளுங்க யாரும் காணுமாம். எட்டியும் பார்த்திருக்காங்க. கண்ணுக்கு ஒன்னும் அகப்படலை. ஹோமம் குச்சி ஒடைச்சாரப் போன பண்டாரம் ஒருத்தரு, பொதருக்கு நடுவுல சித்தரு விழுந்து கெடக்கிறத பார்த்திருக்காரு. அவர் சொல்லித்தான் இப்ப வெளிய தெரிஞ்சிச்சு. போலீசுக்குச் சொல்லியிருக்காங்களாம். சனங்க கூடிட்டாங்க.”

நடராஜனுக்குக் கண்ணீர் முட்டியது. கைலாசம் மாமாவை ஏன் அவனுக்குப் பிடிக்குமென்று தெரியாது. ஆனால் பிடிக்கும். அவரின் அழுக்குச் சோமனும், நாள்பட குளிக்காத சிகிடு நாற்றமும், பீடிப் புகை நாற்றமும் யாரையும் அருகில் நெருங்கவிடாது. கைலாசத்தின் கவுச்சி நாற்றமடிக்கும் உடம்பு நடராஜனைத் தொந்தரவு செய்யாது. அவர் ரொம்பப் பெரிய ஆன்மா, ஏதோ ஒன்று தவறாகப் போய்விட்டது என்று அவர்மேல் இரக்கம் இருந்தது. பின்னமாகிப்போன சிற்பம்போல் அவர் வாழ்க்கை முடிந்தது.

“என்ன ஓய் இது, நேத்துக்கூட நல்லாத்தான் டீக்கடையில் ஒக்காந்து பேப்பர் படிச்சிக்கிட்டு இருந்தாரு?” கணேசன்.

“திடீர்னு என்ன பிரச்சினை, சாவுற அளவுக்கு?”

“என்னன்னு சொல்றது? அவர் எப்படி, ஏதுன்னு யாராலயும் சொல்ல முடியாது” கோபால்.

“ராத்திரி பூரா மலையிலதான் இருந்திருப்பார்னு சொல்றாங்க. காலையிலயே ரெண்டு கையும் எடுத்துக் கும்பிட்ட மாதிரி பாறை மேல யாரோ ஒக்காந்திருந்தாங்கன்னு, குச்சி உடைக்கப்போன பண்டாரம் ஒருத்தன் பார்த்திருக்கான். யாரோ சாமியார்ன்னு நெனச்சிப் போயிட்டானாம். முடிஞ்ச பிறகு ஆளாளுக்கு ஒன்னு சொல்லுவாங்க. செத்த ஆளா எழுந்து வந்து, அப்படியில்ல, இப்படின்னு சொல்லப் போறாரு?”

நடராஜனால் நிற்க முடியவில்லை. கால்வாயில் இறங்கி நின்றான். மேல் தண்ணீரின் சூட்டைக் கடந்து, காலில் குளிர்ச்சியாக இருந்தது. துண்டை இடது கையில் பிடித்துக் கொண்டு, குனிந்து, வலது கையினால் தண்ணீரையள்ளி முகத்தில் அடித்தான். சிலீரென்று முகத்தில் பட்ட நீர், வழியும் போது கண்ணீர்த் துளிகளும் அதில் கலந்திருந்தன.

தனக்குப் பிடித்தவர்கள் எல்லாம் ஏன் தன்னைவிட்டுப் போகிறார்கள் என்று சிறு குழந்தைப்போல் வாய்விட்டு அழுவதற்குத் தயாராய் இருந்தான். நிமிர்ந்து மலையைப் பார்த்தான். கைலாசத்துக்கு விடை கொடுப்பதுபோல் மலையைப் பார்த்து இரு கைக் கூப்பி, கொஞ்ச நேரம் நின்றான் பிறகு, போகலாம் என்பதுபோல் சைக்கிளருகில் வந்தான். கோபாலும் கணேசனும் சைக்கிளை எடுத்தார்கள்.

“மலையாண்ட போவ வேணாமா ஓய்?” கணேசன்.

‘வேணாம்’ என்பதுபோல் தலையசைத்தான்.

தன்னுடைய ஆன்ம உறவொன்றைத் தொலைத்த வெறுமை சூழ, நடராஜன் சைக்கிள் பின்சீட்டில் உட்கார்ந்தான். பின்பக்கம் திரும்பியவனுக்கு, மலையுச்சியில் இருந்து கைலாசம் மாமா பீடியும் டீயும் கேட்டு, கை நீட்டுவதுபோல் இருந்தது.

39

இரவு குமாரசாமியின் திண்ணைக்குப் போக வேண்டாம் என்று வடிவேல் சொல்லிவிட்டிருந்தார். எட்டு மணிக்கு நடராஜனும் நண்பர்களும் வடிவேலின் திண்ணைக்கு வந்தார்கள்.

அவர்கள் வருவதற்குமுன், வடிவேல் திண்ணையில் உட்கார்ந்திருந்தார். அலமேலு கீழ் வாசற்படி கல்லில் உட்கார்ந்திருந்தாள். நடராஜன் வந்தான். வானில் நட்சத்திரங்கள் நிறைந்திருந்தன.

"சாப்டீங்களா பெரிம்மா?" என்று அலமேலிடம் கேட்டுவிட்டு, வடிவேலுவிடமும் கேட்டான். பின்னாலேயே சுபானு, கோபால், கணேசன், குமரகுரு என ஒவ்வொருத்தராக வந்தார்கள்.

எப்போதுமே கலகலவென்று பேசும் சுபாவம் வடிவேலுக்குக் கிடையாது. அவரின் முகபாவத்தில் இருந்துதான் இயல்பாக இருக்கிறாரா, இல்லையா என்றறிய முடியும். சாதாரணமாகத் தெரியும் முகத்தில் சின்ன நரம்புகள் அந்த வித்தியாசத்தைக் காட்டிக் கொடுத்து விடும். இருளிலும் கண்டு பிடித்து விடலாம். பெரியப்பா யோசனையில் இருக்கிறார் என்று நடராஜன் பேச்சைத் தொடங்கவில்லை. நாய்களின் குரைப்பும், தெரு வாசலில் உட்கார்ந்திருக்கும் பெண்களின் பேச்சொலியும், தூங்காத குழந்தைகளின் சிணுங்கலும் கேட்டபடியிருந்தன.

"சொசைட்டி உறுப்பினர்ல்லாம் சேர்த்து முடிச்சாச்சாடா? புதுசா எத்தினி பேர் சேர்த்திருக்கீங்க?"

திடீரென்று பேச்சை ஆரம்பித்தார். சுபானு அமைதியாக இருக்கவே நடராஜனே பதில் சொன்னான்.

சாலாம்புரி | 411

"சுபானுதான் பாத்துக்கிட்டான் பெரிப்பா. தெருவாரியா நோட்டுப் போட்டு எழுதி வச்சிருக்கான். எல்லாம் பாரம் பூர்த்திப் பண்ணிக் குடுத்திட்டாங்க. ஆனா மெம்பர்சிப்புக்கு ரூபாயக் குடுக்கணுமில்ல? ரூபா குடுக்காதவங்கப் பேர தனியாவே எழுதி வச்சிருக்கான். ரூபா குடுத்த பிறகு சேர்த்துக் கட்டிடலாம்னு."

"அதுவும் நல்லதுதான்."

மீண்டும் சிறு அமைதி.

"நடராஜி, நீ தலைவராவணும்னு உத்தேசப்பட்றீயா?"

நடராஜனிடம் பதில் இருந்தாலும் உடனடியாகச் சொல்ல வில்லை.

"கேள்வியே இல்ல மாமா. அவென் அன்னபோஸ்ட்ல வந்துடுவான். வேற யார் நிக்கப் போறாங்க? நின்னாலும் ஜெயிக்க வுட்ருவமா? நம்ம சங்கத்தை நிமிர்த்தணும். அதுக்கு அவன் தலைவரா வரணும்."

சுபானு சத்தமாகப் பேசினான். நடராஜன் எதிர்பார்த் ததுபோல் சுபானு இப்போது கொஞ்சம் இயல்பாகியிருந்தான். உறுப்பினர் சேர்க்கைக்காக, காலையில் எழுந்தவுடன் கணேசனை யும் கோபாலையும் அழைத்துக்கொண்டு, ஒவ்வொரு தெருவிலும் இருக்கின்ற தறிக்காரர்களைப் பார்த்துப் பேசி, புதிதாகச் சேர்க்க வேண்டியவர்கள், ஏற்கெனவே சேர்ந்து உறுப்பினர் பதிவைப் புதுப்பிக்காதவர்கள், உறுப்பினராக இருக் கிறவர்கள் எனப் பிரிவு வாரியாக எழுதித் தயாராய் வைத்திருந்தான்.

வேலை பார்க்கிறானே தவிர முகத்தில் பழைய தெளிவு வர வில்லை. இந்தளவுக்காவது வந்தானே என்று நண்பர்களுக்கு மகிழ்ச்சி. சுபானுவின் அம்மா ஜெகதா, மூன்று மாதமாக விரித்துப் போட்டிருந்த பாயைத் தோட்டத்துக் குப்பையில் தூக்கிப் போட்டாள். பாயோடு சேர்ந்து மகனின் மனக்கஷ்டமும் வீட்டின் தரித்திரமும் போக வேண்டும் என்று வேண்டிக் கொண்டாள்.

"சுபானு மீண்டு எழுந்துட்டப் போல. என்ன பண்றது? எப்படியோ கையில இருந்த பொண்ண, மல மாதிரி இருந்தவள விட்டுட்டோம். அதையே நெனச்சிக்கிட்டு இருந்தா இன்னா செய்யறது? வயிறுன்னு ஒன்னு இருக்கே, எல்லாத்தையும்விட

நான்தான் பெருசுன்னு தூங்கியெழுந்ததும் தெனம் நம்மகிட்ட சொல்லுதே? பசிக்கு முன்னாடி நம்ம இழப்புல்லாம் ஒன்னு மில்லதான். அந்தப் பொண்ணுமேல பாசமா இருந்துட்ட. அதான் ஒன் னால மறக்க முடியல. வேற ஒருத்தனா இருந்தா இந்நேரம் புது மாப்பிள்ளையாயிருப்பான். வயசான ஒங்கம்மாவப் பாரு. ஒங்கப்பா ஒன்னவிட்டுச் சாவும்போது ஒனக்கு அஞ்சு வயசு. அது மாமியார்க்காரிகிட்ட, அதான் ஒன் பாட்டியாகிட்ட இடி வாங்கிக் கினு ஒன்னபாடாபட்டு வளத்துச்சி. ஒன்பாட்டி, அவெ ஒரு ராட்சசி. யாரையும் விட்டு வைக்கமாட்டா. ஒத்தப் புள்ளையா ஒன்ன வளத்து ஆளாக்கி, நீ இப்டி படுத்துக் கெடக்கறத பாத்தா, அவெ மனசு என்னாப் பாடுபடும். அதையும் பாத்துக்கப்பா.”

வடிவேல் பேசும்போதே சுபானுக்குத் துக்கம் தொண்டையை அடைத்தது. வாய்விட்டு அழுதுவிடுவோமோ என்று பயந்தான். பொரும்பு கட்டினாலும் லேசாக இடிபட்டவுடன் பச்சை ரத்தமாய் வரும் காயம்போல் தனக்கோட்டியின் இழப்பு தனக்குள் ரணமாக இருப்பதை உணர்ந்தான்.

“நீங்க சொல்றதெல்லாம் சரிதான். நடக்கணும். நடக்காம போனா நஷ்டம் நமக்குத்தான். அதனால எவ்ளோ ஜாக்கிரதையா இருக்கணுமோ இருந்துக்கோங்க.”

வடிவேல் சொன்னதைக் கேட்டவுடன் அதிர்ச்சியடைந் தார்கள்.

“என்ன பெரிப்பா சொல்றீங்க?”

“இது இது இப்படின்னு இப்போதைக்குப் பிரிச்சி சொல்ல முடியாது. பிரிச்சி சொல்ற அளவுக்குப் போதுமான சமாச்சாரமும் என் கையில இல்ல. கேள்விப்படுறதைச் சேர்த்து வச்சுப் பார்த்தா, ஏதோ தப்பு நடக்குதுன்னு மனசுக்குப் படுது. நமக்குத் தெரியும்னு யார்கிட்டயும் காமிச்சுக்க கூடாதுன்னுதான் பல்லன் திண்ணைக்குப் போக வேணாம்னு இங்க வரச் சொன்னேன்.”

“...”

“என்னமோ கொழப்பறானேன்னு பாக்குறியா நடராஜி?”

“பொதுவா நீங்கப் பூடகமா பேசமாட்டீங்களேன்னு யோசிக்கிறேன்.”

“பூடகம்ல்லாம் ஒன்னுமில்ல. முழுசா சமாச்சாரம் காதுக்கு வரல. என்ன நடக்குதுன்னும் புரிஞ்சிக்க முடியல. யூகத்துல நானா ஒன்னும் சொல்லிடக் கூடாதில்லையா?”

“நீங்க சரியாத்தான் சொல்லுவீங்க.”

“முன்ன மாதிரில்லாம் மனுஷங்க இல்லடா. எல்லாம் தரம் தாழ்ந்துகிட்டே போறாங்க. தெனம் பஜார்ல கண்ணெதிர்ல பாக்குறேனே?”

இதற்கென்ன பதில் சொல்வதென்று ஐவரும் அமைதியாக இருந்தார்கள்.

“தங்கச்சிய புடிச்சி இழுத்துட்டான்னு பாஸ்கர கால்ல விழ வச்சிருக்கான் அந்தக் கவுண்டப் பய. எங்காதுக்கு வரக்கூடாதுன்னு கமுக்கமா முடிக்கிறதா நெனச்சி முடிச்சிட்ட. ஊர்ல ரகசியம்னு ஏதாவது இருக்குமா? அதுவும் யார் காதுக்குப் போவக்கூடாதுன்னு நாம நெனைக்கிறோமோ அவெங்க காதுக்குத்தான் மொதல்ல வரும். அன்னிக்குச் சாயங்காலமே என் காதுக்கு வந்திடுச்சி. அவெங்களா வந்து சொல்றானுங்களான்னு இருந்தேன். இந்த பாஸ்கரு, அவென் சொல்ல வாய்ப்பில்ல. திருடனுக்குத் தேள் கொட்ன மாதிரி வீட்டுக்குள்ள வந்து பூந்துக்கிட்டான். அவென் அப்பன், என்கிட்ட தான் புள்ள மரியாதையைக் காப்பாத்தறதா நெனச்சி வாயத் தொறக்கல. ஆத்தாக்காரி, ஆனா ஊனா மாமான்னு ஓடு எடுத்துக்கினு போற மாதிரி கத்திக்கிட்டு வருவா, பையன் லட்சணம் தெரிஞ்சு போச்சுன்ன உடனே மூச்சு விடலை. ஒங்கிட்டயும் நான் எதுவும் கேட்டுக்கல.

என்னதான் நம்ம வளைன்னாலும் ஒட்றதுதானே ஒட்டும்? நீயாவது ஒரு நாளைக்குப் பத்துவாட்டி பெரிப்பா, பெரிப்பான்னு சொல்லியிருப்ப. அவென் வாயைத் திறந்து ஒரு நா கூடக் கூப்பிட்டிருக்க மாட்டான். நேத்து பாக்குறேன், பஜார்ல இந்தப் பாஸ்கரனும் அந்த முனுசாமியும் ஜோடி போட்டுக்கினு போறாங்க. மான ரோஷமே இல்லாத நாய்ங்க. ஆனா அவெங்க ஒன்னாக் கூடிக் குலவ என்ன காரணம்னு தெரியல. தங்கச்சி பட்ட அசிங்கத்தை மறக்கற அளவுக்கு இவனுக்கு என்ன உறவு வந்துடுச்சி அதுக்குள்ள?

கொஞ்ச நேரம் கழிச்சு பார்த்தா, இந்தப் பல்லுப் பயலும் முனுசாமியும் ஒன்னாப் போறானுங்க. நம்மூட்ல ஒன்னு இருக்கே, மண்ணுமூட்டு வகையறா பேரக் கெடுக்கிற கோடாரிக் கொம்பு பலராமன், அவெனும் கூடப் போறான். எல்லாத் துஷ்டனும் ஒன்னா சேர்றத பாத்தா, சரியாப் படல. மனசு உள்ள அரிச்சிக்கிட்டே இருக்கு. என்னமோ தப்பா இருக்கேன்னு."

வடிவேல் சொல்லிய எல்லாமே புதிராகத்தான் இருந்தது. பாஸ்கரன் அன்று முனுசாமியின் தங்கை காலில் விழுந்து மன்னிப்புக் கேட்ட பிறகு, கடை கண்ணியிலோ, எல்லாரும் கூடுமிடத்திலோ தட்டுப்படுவதில்லை. முனுசாமி அவனோடு கூட்டு வைத்திருக்கிறான் என்றால் எதற்காக? இருவருக்கும் பொதுவான விஷயம் என்ன? குமாரசாமிக்கும் இவர்களுக்கும் என்ன சம்பந்தம்? எல்லோரின் சிந்தனையும் இணைப்புச் சங்கிலியைத் தேடின.

"குமாரசாமி கழனிக்கட்ட முனுசாமிதானே பாத்துக்கிறான் பெரிப்பா?"

"ஆமாம்டா. அவென் அப்பன், தாத்தன் காலத்துல இருந்து பரம்பரையா இவங்கனுங்கதான் பாத்துக்கிறாங்க."

"குமாரசாமியோட முனுசாமி போறதுல பிரச்சின இல்ல. ஆனா, பாஸ்கரன் எப்படிச் சேர்ந்தான்?"

"இந்த நாய்க்கு மானரோஷம் என்னா இருக்கு? ஊர்ல அவன யாரும் சீண்டறதில்லைன்னவுடனே, யார்க் கூப்பிட்டாலும் போவ வேண்டியதுதானே பன்னி. சாக்கடைய மோந்து கெடக்கிற பன்னி."

"யார் என்ன பண்ணப் போறாங்கப் பெரிப்பா? நாம யாருக்கு என்ன கெட்டது பண்றதுன்னா யோசிக்கிறோம்? ஒருத்தருக்கு எதிராவும் சின்னத் துரும்பக்கூட எடுத்துப் போடுறதில்ல. நமக்கென்னா பயம்? நாம நம்ம வேலையைச் செய்வோம்."

நடராஜன் குரலில் இருந்த பக்குவம் வடிவேலுவுக்குப் பிடித்தது.

"நீ சொல்றது சரிதான்ப்பா. ஊர்ல இருக்கிற நாய் நரியெல்லாம் என்ன பண்ணுதுன்னு யோசிச்சிக்கிட்டு இருந்தம்னா, நாம நிம்மதியாவே இருக்க முடியாது."

அலமேலு பெரிய சொம்பில் தண்ணீர் கொண்டுவந்து குடுத்தார். பெரியப்பாவிற்கு எந்த நேரத்திற்கு என்ன வேண்டும் என்று பெரியம்மாவிற்கு நன்றாகவே தெரியும். சொம்பை வாங்கி, தண்ணீர் குடித்தார்.

நடராஜன் மெல்ல ஆரம்பித்தான்.

"கெணறு எடுக்கணுமே பெரிப்பா. எடுத்த கெணறும் இப்டி ஆயிப்போச்சு. அந்தப் பயித்தியக்காரிக்கு விழுந்து சாக எடமா இல்ல? சனங்க தெனம் அல்லாடுறத பாத்தா, ரொம்ப வேதனையா இருக்கு. கோயில் மதில் சுவரும் விழுந்து கெடக்குது. அதையும் எடுத்துக் கட்டணும். நீங்க ஆரம்பிச்சு வச்சீங்கன்னா வேல ஓடிடும்."

வடிவேல் சற்றுநேரம் அமைதியாக இருந்தார். பிறகு, தூங்கப் போகலாம் என்று சொல்லாமல் எழுந்து நின்றார். மற்றவர்களும் எழுந்தனர். வடிவேல் மெதுவாக நடந்துபோய் தெரு கால்வாயில் ஒன்னுக்கிருந்துவிட்டு வந்தார்.

"அதெல்லாம் அப்புறம் பாத்துக்கலாம்ப்பா. மொதல்ல சொசைட்டி எலெக்சனை நல்லபடியா முடியுங்கப்பா. நேரமாச்சு. போய்ப் படுங்க" சொல்லிவிட்டு உள்ளே போய்விட்டார்.

கதவை ஒருக்களித்து வைத்துவிட்டுப் பின்னால் சென்ற பெரியம்மா, "முருகா, பிள்ளையாரப்பா" என்று சொல்லுவது கேட்டது. அதற்குப் பெரியப்பா ஏதோ சொல்வதும் மசங்கலாகக் கேட்டது. என்ன சொன்னார் பெரியப்பா என்பது சரியாகப் புரியாமல் குழப்பத்துடன் அவரவர் வீடுகளுக்குக் கிளம்பினார்கள்.

நடராஜன் வீட்டுக்குள் வந்து, வாசல் குறட்டுக் கல்லில் உட்கார்ந்து வானத்தைப் பார்த்தான். நட்சத்திரங்கள் இன்னும் வானில் மின்னிக் கொண்டிருந்தன.

40

நடராஜன் இல்லாமல் நான்கு பேருக்கும் கை உடைந்தது போல் இருந்தது. அதுவும் சொசைட்டி எலெக்ஷன் சமயத்தில். போட்டியே இருக்காது, அப்படியே வந்தாலும் பேசி சரிக்கட்டி விட வேண்டும் என்றிருந்தார்கள். யாருமே எதிர்பார்க்காத நேரத்தில் சன்னதி பின்புறத் தெருவில் இருந்து சோடா கடை வைத்திருக்கும் அழகானந்தத்தை மனுத் தாக்கல் செய்ய வைத்திருந்தார்கள்.

அவன் தறி நெய்யவில்லை. ராஜேஸ்வரி டெண்ட் கொட்டாயில் சோடாவும் வெற்றிலை பாக்கும் விற்றுக் கொண்டிருந்தவன். வியாபாரம் நன்றாக இருக்கவே, சொந்தமாக வீட்டிலேயே சோடா மிஷின் போட்டு, பஜாரிலுள்ள கடை களுக்கும் சோடா போடுகிறான். சாக்கரின் போட்டு இனிப்புச் சோடா போடக் கற்றுக்கொண்டதால், அவன் சோடாவுக்குக் கிராக்கி அதிகம்.

அப்பா இல்லை. 'வீட்டில் இரண்டு பொம்பளைகள் சும்மாத் தானே இருக்கிறோம், நாள் பூராவுமா தின்றதும் பேள்றதுமா வேலை? முடிஞ்ச வரைக்கும் ஒரு எழட்டுப் போடுறோம்' என்று அவன் அம்மா மட்டும் விடாப்பிடியாகத் தறி நெய்கிறாள். அவன் பொண்டாட்டி சரஸ்வதிக்குத்தான் படாத பாடு. வீட்டுக்காரன் ஒரு பக்கம், 'சோடா போட மிஷினைச் சுத்து, தண்ணிய தூக்கியா' என்று விரட்டுவான்.

மாமியார்க்காரி ஒரு பக்கம், 'தார் சுத்தினியா, நூல் எழைச்சியா, கூடமாட ஒரு எழட்டுப் போட்டா என்ன?' என்று விரட்டுவாள். கல்யாணமாகி ரெண்டு வருஷமாச்சி, வயித்துல இன்னும் புள்ளப் பூச்சி நிக்கலையான்னு கேட்டாப் போதும்,

கேட்டவர்களைப் பிடுங்கி எடுத்து விடுவாள். 'வெத போடவே ஆளில்லையாம், சொரை மொளைக்கலையான்னு கேக்க வந்துட்டீங்க' என்பாள் முகத்தில் அறைந்ததுபோல்.

"பொண்டாட்டிக்கூட படுக்கிற நேரத்துல நாலு சோடா பாட்டுலு சுத்தலாமான்னு வீட்டுக்காரன் நெனப்பான். ஒரு பொந்து தார் சுத்த சொல்லலாமான்னு மாமியார்க்காரி நெனைப்பா. இவங்களுக்குப் புள்ளையா குட்டியா? ஒரு சோடா பாட்டிலைத் தான் பெத்துப் போடணும்..." என்பாள் சலிப்பாய்.

சோடா பாட்டிலைப் பெரிய மரப்பெட்டிகளில் அடுக்கி, அதிகப் பாரத்துடன் சைக்கிள் மிதித்து கால் வளைந்திருக்கும் அவனுக்கு. வளைந்த காலும், கூன் முதுகும், பரட்டைத் தலையுமாகத் திரியும் அவனை அழகானந்தம் என்று யாரும் கூப்பிட்டுப் பார்த்ததில்லை. ஆள் வெளுப்பாக இருந்ததால், 'வெள்ளை' என்பார்கள். பஜாரில், 'டேய் சோடா' என்றுதான் கூப்பிடுவார்கள்.

பள்ளிக்கூடத்தில் ஒன்றாம் வகுப்பு சேரும்போது அழகானந்தம் என்று பெயரை எழுதியதற்குப்பின், இப்போது மனு தாக்கலில்தான் அவன் பெயரை முழுமையாக எழுதினார்கள். எலெக்ஷன் வருகிறது என்று தெரிந்தவுடன் அவனையும் உறுப்பினராக்கினார்கள். சுபானு கணக்கெடுக்கும்போது அவன் அம்மா பெயரில் உறுப்பினர் அட்டை இருந்ததை மட்டும் குறித்திருந்தான். இடையில் சொசைட்டி கிளார்க்கைப் பிடித்து, செக்ரட்ரியிடமும் சொல்லி, அவனுக்கும் உறுப்பினர் அட்டை கொடுத்திருக்கிறார்கள்.

சுபானு, குமரகுரு, கணேசன், பழனி, கோபாலு உள்ளிட்ட ஆறு பேர் மனு தாக்கல் செய்திருந்தார்கள். நடராஜன் மட்டும்தான் இன்னும் மனுதாக்கல் செய்யவில்லை. எதிர்த்தரப்பில் ஏழு பேரும் மனுப்போட்டிருந்தார்கள்.

நடராஜன் தினம் தேவியை அழைத்துக்கொண்டு செங்கல்பட்டு ஆஸ்பத்திரிக்குப் போய் வந்து கொண்டிருந்தான். தேவி தொடர்ந்து இருமிக் கொண்டிருந்தாலும் யாரும் பெரிதாக எடுத்துக் கொள்ளவில்லை. சூட்டு ஒடம்பு, வறட்டு இருமல் எனக் கை வைத்தியமாகப் பார்த்துக்கொண்டிருந்தார்கள். கற்பூர வல்லியும் துளசியும் போட்டுக் கஷாயம் குடிப்பது, அதிமதுரம்,

திப்பிலி, சுக்கு, மிளகு எல்லாம் போட்டு இடித்து, இரவில் ஊற வைத்து, காலையில் அந்தச் சாறைக் கொதிக்க வைத்து குடிக்கச் சொன்னார்கள்.

எல்லா வைத்தியம் பார்த்தும் இருமல் நிற்கவில்லை. ஆள் ஏற்கெனவே உடைத்துக் கையில் வைத்துக்கொள்ளலாம்போல் மெலிவு. கொண்டை மட்டும்தான் முகத்தைத் தாண்டித் தூக்கலாகத் தெரியும். அடர்ந்த முடி. இப்போது இன்னும் மெலிந்திருந்தாள். குழந்தை நிற்காததும் கன்னியம்மாளுக்கு உள்ளுக்குள் கவலையாக இருந்தது.

இருமல் அதிகமானவுடனே வடிவேலுவிடம் கேட்டு, டாக்டரிடம் கூட்டிப் போனார்கள். அவர் பார்த்தவுடன் ஒன்றும் பேசவில்லை. செங்கல்பட்டு ஆஸ்பத்திரிக்குச் சீட்டு எழுதிக் கொடுத்துவிட்டார். முதல் நாள் போனவுடன் சீட்டுப் போட்டார்கள். வரிசையில் நின்று நின்று பார்த்திருக்கிறார்கள். டாக்டரைப் பார்க்கிறதுக்கு முன்பே ஊருக்குத் திரும்பிவரும் ஒரே பஸ் வரும் நேரமாகிவிட்டதால் திரும்பி வந்துவிட்டார்கள். அடுத்த நாள், அதற்கடுத்த நாள் என்று போய் ரத்தம், சிறுநீர், சளி எல்லாம் எடுத்துப் பார்த்து, கடைசியில்தான் சொன்னார்கள், தேவிக்கு காசநோய் என்று.

காசம் என்று சொன்னவுடனே தெருவில் எல்லாரும் பயந்தார்கள். 'கூட இருக்கிறவர்களுக்கும் தொற்றிக்கொள்ளும்', 'ஒட்டுவாரெட்டு, ரத்தமே புதுசாக மாற்றினால்தான் பிழைக்க முடியும், இல்லையெனில் பிழைப்பது அரிது', 'தனியாக வைச்சிருக்கணும், வீட்டுக்குப் பின்னால் தனியாக விட்டால்தான் பரவாது' என்று ஆளாளுக்கு ஒவ்வொன்று சொன்னார்கள்.

நடராஜன் அசரவில்லை. அப்பாவின் இழப்பிலிருந்து இப்போதுதான் மெல்ல மீண்டு வந்திருக்கிறான், தானும் சோர்ந்துபோக விட்டுவிடக்கூடாது என்று தேவியும் தைரியமாக நின்றாள். காசம் என்று டாக்டர் சொன்ன நாழியில் இருந்து, தன்னால் டிபியிலிருந்து மீண்டுவிட முடியும் என்ற விடாப்பிடியைக் கொண்டிருந்தாள்.

அப்பாவின் மரணம், வெள்ளச்சி, தனக்கோட்டி, நடராஜன் மாமா என அடுத்தடுத்த மரணங்கள் இந்த ஓராண்டில் தன்

வாழ்வில் உண்டாக்கியிருந்த கோர வலியையே இன்னும் கடக்க முடியவில்லை. அதற்குள் தேவிக்கு டிபி என்றவுடன் நடராஜன் ஆடிப்போய் விட்டான். அவன் மனத்திற்குள், அவளைக் குணமாக்க வேண்டும் என்ற ஒரே சிந்தனை மட்டுமே இருந்தது. இந்தச் சின்ன வயதில் அவளுக்கெப்படி டிபி வந்திருக்கும்? சிகரெட், பீடி பிடிப்பவர்களுக்கு வருமென்று கேள்விப் பட்டிருக்கிறோம். தேவிக்கு எப்படி எனக் கலங்கினான். அடுப்புப் புகைக்கூடக் காரணமாக இருக்கலாம் என்று டாக்டர் சொன்னபோதுதான், ஓட்டல் கடையில் அவள் அடுப்புடன் மல்லுக்கட்டியது நினைவுக்கு வந்தது.

பரிசோதனைகள், அது இதென்று முதல் பத்து நாள்கள் ஓடின. டிபிதான் என்று உறுதியானவுடன் ஆஸ்பத்திரியில் சேர்த்தாக வேண்டிய கட்டாயம். முப்பது நாளாக ஆஸ்பத்திரியில் இருந்து இன்றுதான் வீட்டுக்கு வர இருக்கிறார்கள். ஒருநாள்கூட தேவியைத் தனியாக விட்டதில்லை. ஆஸ்பத்திரி வாசலில் காலை ஆறு மணிக்கு ஊருக்குப் போகும் முதல் பஸ் வரும். அதில் வீட்டுக்கு வருவான்.

அம்மா சோறாக்கி, டப்பாவில் கட்டி வைத்திருக்கும். குளித்துச் சாப்பிட்டுவிட்டு, சாப்பாட்டைக் கையில் எடுத்துக்கொண்டு அடுத்த பஸ் ஏறினால், மதியச் சாப்பாட்டுக்கு ஆஸ்பத்திரிக்குப் போய்விடலாம். காலைச் சாப்பாட்டுக்குப் பக்கத்துப் படுக்கையில் இருப்பவரிடம் ரூபாயைக் கொடுத்துவிட்டு வருவான். அவர் வாங்கிக் கொடுப்பதைச் சாப்பிடுவாள். ஆஸ்பத்திரி நாற்றமும், மருந்து மாத்திரைகளும் பாதி நேரம் தேவியை அரை மயக்கத்தில்தான் வைத்திருந்தன. மதியம் நடராஜன் வந்து சாப்பாடு கொடுத்துவிட்டு, மாத்திரையும் கொடுத்தால் மீண்டும் தூங்கிவிடுவாள். இப்படியாக ஓடிக்கொண்டிருப்பதில் அவன் உலகமே மருத்துவமனையாக மாறிப்போயிருந்தது.

ஊரில் சொசைட்டி எலெக்‌ஷன் வந்துவிட்டது, மனு தாக்கல் நடக்கிறது, தான் அங்கிருக்க வேண்டும் என்றெல்லாம் சிந்தனை ஓடினாலும், தேவியைத் தனியாக விட்டுவிட்டு வர மனம் வரவில்லை. அப்பாவுக்குச் சரியாக வைத்தியம் பார்த்திருந்தால் இன்னும் அவர் வாழ்ந்திருப்பாரோ என்ற பயம், தேவியைவிட்டு

நகர விடவில்லை. காசநோயைப் பற்றி ஆளுக்கொரு விதத்தில் அச்சுறுத்திக் கொண்டிருந்தார்கள். காசநோய் வந்தவர்கள் பிழைப்பதே அரிது என்றார்கள். தேவி நன்றாக இருந்தால்தான் தன்னால் ஊர் வேலைக்கோ, கட்சி வேலைக்கோ போக முடியும். குடும்பம் தன்னை எதிர்பார்க்காமல் நடக்கும். அவள் இருக்கும் தைரியத்தில்தான் நான் இருக்கிறேன் என்று புரிதல் இந்த ஒரு மாதத்தில் வந்திருக்கிறது.

நடராஜன் வரும் நேரத்திற்குத் தினம் அவனுடைய நண்பர்கள் வந்து காத்திருந்தாலும், அவனால் விலாவாரியாகப் பேச முடிவதில்லை. செங்கல்பட்டிலிருந்து வரும் பஸ் ஒரு மணி நேரத்திற்குள் மீண்டும் திரும்பும். அதற்குள் தயாராகி பஸ்ஸைப் பிடிக்க வேண்டுமே என்றுதான் இருப்பான்.

கன்னியம்மாள் தன்னுடைய அண்ணனுக்கும் அம்மா அப்பாவுக்கும் சொல்லியனுப்பி இருந்தாள். எழுந்து நடக்க முடியாததால் அம்மா வரவில்லை. அண்ணனும் அப்பாவும் மட்டும் இடையில் இரண்டுமுறை வந்து போனார்கள். நோய்த் தொற்றிக்கொள்ளும் என்பதால் யாரும் ஆஸ்பத்திரிக்கு வரக்கூடாது என்று கூட்டிப்போக நடராஜன் மறுத்துவிட்டான். துரைசாமி அழுதார். தன் பேத்தி சரியாகி வந்து, வயிற்றில் பால் வார்க்க வேண்டும் என்று திருத்தணி முருகனுக்கு வேண்டிக்கொண்டு, மஞ்சள் துணியில் காசு முடிந்து வைத்தார். சபாபதி மகளை நினைத்து அழுதார். 'அவங்க அம்மாவுக்குத்தான் குறை ஆயுசு. பிள்ளையையாவது வாழ விடு முத்தாலம்மா' என்று அம்மனுக்கு வேண்டிக்கொண்டார். துரைசாமி குங்குமமும் விபூதியும் தாளில் மடித்துக் கொடுத்து, தேவிக்குப் பூசிவிடச் சொன்னார். நடராஜன் அவர்களின் நம்பிக்கைக்காகப் பூசிவிட்டான்.

தேவியின் வயது, மன தைரியம், டிபிக்கு வந்திருந்த புதிய மருந்து மாத்திரைகள், வேண்டுதல்கள், எல்லாம் சேர்ந்து தேவியை மீட்டெடுத்தன.

"இப்போது பரவாயில்லை, இனி மாதத்திற்கு ஒருமுறை வந்து மாத்திரை வாங்கிக்கொண்டால் போதும், தொடர்ந்து ஆறு மாதத்திற்குக் கட்டாயம் மாத்திரை சாப்பிட வேண்டும்" என்று சொல்லியனுப்பினார்கள்.

'அங்கிருந்து இரண்டு மணி பஸ்ஸுக்குத்தான் கிளம்புவோம்' என்று நேற்று நடராஜன் சொல்லிவிட்டுத்தான் போயிருந்தான். ஐந்து மணிவரை மனுதாக்கலுக்கு நேரம் இருக்கிறது, 'எல்லாம் தயார் செய்து வையுங்கள், வந்து விடுகிறேன்' என்றான். மற்றவர்கள் ஏற்கெனவே மனுதாக்கல் செய்துவிட்டார்கள். நடராஜன் தேவியை அழைத்துக்கொண்டு கை ரிக்ஷாவில் வந்து இறங்கினான். ஒரு மாத ஆஸ்பத்திரி வாசமும் நோயும் தேவியை உருக்கியிருந்தன. அவள் பிழைத்து வந்தது புண்ணியமென்று, வாசலில் நிற்க வைத்து ஆரத்தி எடுத்து உள்ளே அழைத்தாள் கன்னியம்மாள். பைகளையும் சாப்பாட்டு டப்பாக்களையும் வைத்துவிட்டு, நடராஜன் குளித்துவிட்டு வருகிறேன் என்று சொல்லிவிட்டுப் பின்பக்கம் ஓடினான்.

படுத்து அசைபோட்டுக் கொண்டிருந்த மாடுகள் மூன்றும் நடராஜனைப் பார்த்தவுடன் படக்கென்று எழுந்தன. 'ம்மா... ம்மா...' என்று குரல் கனிய அழைத்தன. ஒரு மாசத்துக்கு மேலாச்சே என்று நடராஜன் வருத்தம் மேலிட அருகில் சென்று, மூன்றையும் தொட்டுத் தடவிக் கொடுத்தான். தலையை ஆட்டி ஆட்டி மூன்றும் அவனை முட்டின.

வெள்ளச்சியைக் கட்டுமிடமும், அதன் கன்றும் இல்லாத இடத்தைப் பார்த்து நடராஜனுக்குத் துக்கம் தொண்டையை அடைத்தது. கொட்டகைச் சுத்தமாக இல்லை. மாட்டுக் கோமியத்தின் ஈரமும் வைக்கோலும் பறம்படித்ததுபோல் அவ்விடம் ஈ மொய்த்து நிணநாற்றத்துடன் இருந்தது. வீட்டில் யாருக்கும் நேரமில்லை. மாடுகள் அதிலே சுற்றிச் சுற்றி வந்து உடம்பெல்லாம் அழுக்காக இருந்தன.

"இன்னிக்குச் சாயங்காலம் ஒங்களை நல்லாத் தேய்ச்சி குளிக்க வைக்கிறேன், சரியா?" என்று தடவிக்கொடுத்தான்.

வெளியில் நண்பர்கள் மனு தாக்கலுக்காகக் காத்திருப்பது நினைவுக்கு வந்தது. ஒரு மாதமானது வெளியில் தெருவுக்கு, ரோட்டுக் கடைக்குப்போய். ஊர் சமாச்சாரம் எதுவும் தெரியாது.

'இந்நேரம் பெரியப்பா வந்திருப்பார். அவரைப்போய்ப் பார்த்து ஆசிர்வாதம் வாங்கிக்கொண்டு, அப்புறம் போய் மனுத் தாக்கல் செய்ய வேண்டும்' என்று நினைத்தான். 'தேவியை எப்படியோ காப்பாற்றி கொண்டுவந்து வீட்டில் விட்டுவிட்டோம்.

ப்பா, எத்தனை ஓட்டம், எவ்வளவு வலி. தனக்காகத்தான் அவள் பிழைத்து எழுந்து வந்தாள், என்னைத் தனியாகத் தவிக்க விட்டு விடக்கூடாது என்பதுதான் அவள் ஒரே யோசனை. தலைவலி, ஜுரம் என்றால்கூட கை வைத்தியம்தான் பார்ப்பாள், மாத்திரை என்றாலே அலர்ஜி. இந்த நாற்பது நாளில், உடம்பில் எங்கு குத்தினாலும் பல்லைக் கடித்துக்கொண்டு பொறுத்தாள். ரத்தம் கொடுக்கணுமா சரி, மாத்திரை சாப்பிட வேண்டுமா? கொடுங்க, எத்தனை பேர் வந்து பார்த்தாலும் அலுக்காமல் தன் உடல் நிலையைச் சொன்னாள், வரும் டாக்டர் எல்லாரிடமும், 'என்னை எப்டியாவது குணமாக்கி எங்க வீட்டுக்காரருடன் அனுப்பி வச்சிடுங்க, நான் இல்லைன்னா அவருக்கு வேலை ஓடாது'ன்னு சொல்வாள்.'

நினைக்க நினைக்க நடராஜனுக்கு மனம் விம்மியது. கிணற்றில் இருந்து இறைத்து ஊற்றிய தண்ணீரில் அவனுடைய கண்ணீரும் கலந்தோடியது. இதயம் கலங்கிக் குமுறிக் குமுறி அழுதான். அய்யா துரைசாமியை நினைத்தான். 'அய்யா, ஒன் பேத்தியைப் பத்திரமா உயிரோட திருப்பிக் கூட்டியாந்துட்டேன்' என்று சொல்லிக் கலங்கினான். 'இரண்டொரு நாளில் கூட்டிக் கொண்டு வருகிறேன்' என்று அவரிடம் சொல்வதாக நினைத்து, மனசுக்குள்ளேயே சொல்லிக் கொண்டான்.

சொசைட்டி எலெக்‌ஷனில் ஜெயிச்சு, தறி நெய்பவர்களின் நிலைமையைக் கொஞ்சமாவது மாற்ற வேண்டும் என்பது வருஷத்திய கனவு. எலெக்‌ஷன் தேதி அறிவிக்கப் போகிறார்கள் என்றபோதுதான் தேவிக்கு முடியாமல் போனது. நல்லவேளை இன்றாவது வர முடிந்ததே! வெளியில் கவலையோடு காத்திருக்கும் நண்பர்கள் நினைவுக்கு வந்தார்கள். தலையில் வேகமாகத் தண்ணீரை ஊற்றிக்கொண்டு குளித்து முடித்தான்.

கொடியில் கிடந்த துண்டை எடுத்துத் தலை துவட்டிவிட்டு, சோமனை இழுத்துக் கட்டப்போனவனை, கோபாலின் குரல் திரும்பிப் பார்க்க வைத்தது. பேயறைந்தார்போல் வந்தான்.

"ஒன்னப் போலீஸ் தேடிக்கினு வந்திருக்கு ஓய்."

அதிர்ச்சியில் நடராஜன் நழுவிய சோமனை இறுக்கிப் பிடித்தான்.

41

குறியக்காரர்கள் கையில் துப்பாக்கியுடன் வந்துவிட்டால், அவர்கள் அடுத்த தெருவுக்குப் போகிறவரை வாய் மூடாமல் கத்திக் குவிக்கும் நாய்கள். ஊசிப்போடும் சுகாதாரப் பணியாளர்கள் வந்தால், தெருவே அலறியடித்து ஓடி மறையும். சின்னக் குழந்தைகளோ அவர்கள் போகிறவரை கை, கால்களை உதைத்து அழுவார்கள். அழுகையல்ல, பெரும் ஊளை.

தெருவில் போலீஸ்காரர்கள் வந்தால்? சீட்டாட்டத்தில் சிக்கியவர்கள், சாராய வடிசலை வாங்கத் திருட்டுத்தனமாகப் போனவர்கள் என்று ஏற்கெனவே லத்தியால் அடிபட்டவர்கள் எச்சரிக்கையாக ஒதுங்கிக்கொண்டார்கள்.

'தன்னைப் போலீசு தேடி வர வேண்டிய அவசியமென்ன? முன்னெச்சரிக்கை நடவடிக்கையாக வந்து சொல்லிவிட்டுப் போக, கட்சிப் போராட்டம் ஒன்றும் சமீபத்தில் இல்லையே?' என்று யோசித்தபடியே நடராஜன் சோமனைக் கட்டிக்கொண்டு, சட்டைக்குள் கை நுழைத்தபடி வெளியே வந்தான்.

தெருவாசலில் போலீஸ் வந்து உட்கார்ந்திருந்ததைப் பார்த்து முன்வீட்டில் இருந்தவர்களும், பிள்ளைகளும் பயந்திருந்தார்கள். கன்னியம்மாள், "பட்ட கால்லயே படும், கெட்ட குடியே கெடும்னு சும்மாவா சொன்னாங்க. இந்தப் படுபாவி குடுகுடுப் பக்காரன் அங்க இங்க நகரலையே ரெண்டு ராத்திரியா. தெரு விலயே சுத்திக்கிட்டு, கெட்ட சகுனம் காட்டுறா, ஜக்கம்மா கெட்ட சகுனம் காட்டுறான்னு வாய மூட மாட்டன்றானே? இன்னும் என்ன மிச்சம் மீதியிருக்கோ? வாரி எடுத்துக்கிட்டுப் போறதுக்கு? அடியே முத்தாலம்மா, இந்தக் குடும்பத்துக்கு இன்னும் என்னா சோதன வச்சிருக்க?" என்று அலறி அழுதாள்.

தேவிக்கு எழுந்து உட்கார தெம்பு இல்லை. இருந்தாலும் என்னவோ ஏதோவென்று மெல்ல எழுந்து தள்ளாடி நடந்து வந்தாள். நடராஜனும் அதற்குள் தெருவுக்கு வந்துவிட்டான்.

நடராஜன் போலீஸுக்குப் பயந்ததில்லை. கட்சிப் போராட்டங்களுக்கு முன்நின்று பயம் போயிருந்தது. முன்னாடி ஒரு முறை சீட்டாட்ட இடத்தில் போலீஸைப் பார்த்துப் பயந்து மறைந்திருந்தது மட்டும்தான்.

இரண்டு போலீஸ்காரர்கள் நின்றிருந்தார்கள்.

கும்பிடுவதா வேண்டாமா என்ற குழப்பத்தில், பாதி உயர்ந்த கை, கும்பிட்ட மாதிரியும் இருந்தது, கும்பிடாதது மாதிரியும் தெரிந்தது.

கணேசன் முன்னால் வந்து நடராஜனுக்குப் பக்கத்தில் நின்றான்.

"ஸ்டேஷனுக்கு வா. அய்யா கூட்டிக்கிட்டு வரச் சொன்னாங்க."

நடராஜனைப் பார்த்து போலீஸ்காரன் சொன்னான்.

"எதுக்கு?"

"இந்தக் கேள்விக்கெல்லாம் பதில் சொல்ல முடியாது. வரச் சொன்னாங்கன்னா வரணும்."

"காரணம் சொல்லாம வர முடியாது."

"எல்லாக் காரணமும் இருக்கு. அங்க வா சொல்லுவாங்க."

கூடியிருந்தவர்கள் போலீஸைப் பார்த்துப் பயந்து அருகில் வரவில்லையென்றாலும், தூரத்தில் நின்று நடப்பதைப் பார்த்துக்கொண்டிருந்தார்கள். சண்டையோ சத்தமோ வலுப்பது தெரிந்தால் துண்டைக் காணோம், துணியைக் காணோம் என்று ஓடத் தயாராகவும் நின்றார்கள். நடராஜனுக்கு என்ன நடக்கிறது என்று புரியவில்லை. ஆனால் இவர்களிடம் பேசி ஒன்றும் நடக்காது என்று மட்டும் புரிந்தது.

"சரி, நீங்கப் போங்க. சொசைட்டி எலெக்ஷனுக்கு மனுத் தாக்கல். இன்னும் அரைமணி நேரம்தான் இருக்கு. சொசைட்டிக்குப் போயிட்டு நான் வந்துடுறேன்."

"இவரு பெரிய ஆபீசரு, சொல்றத கேட்டுக்கிட்டு நாங்கப் போவணும். முட்டியப் பேத்திடுவேன்."

லத்தியை ஓங்கினான் ஒரு போலீஸ்காரன்.

கணேசன் சட்டென்று பின்வாங்கியவன், மீண்டும் முன்னால் வந்து, "சார், நேரம் முடியப்போது, நீங்கப் போங்க, பின்னாலேயே வர்றோம்" என்றவனைப் பேசாமல் நின்றிருந்த போலீஸ்காரன், பட்டென்று புட்டத்தில் ஓர் அடி போட்டான்.

"தேவடியாப் பசங்களா, சொல்லிக்கிட்டே இருக்கோம். கூடக் கூடப் பதில் சொல்லிக்கிட்டு இருக்கீங்க. யோவ், நிக்கற எல்லாரையும் இழுத்துக்கிட்டு வா" சொல்லிவிட்டு, சைக்கிள் ஸ்டாண்டைத் தள்ளினான்.

கணேசன் பின்பக்கம் துடைத்தபடி, கொஞ்சம் பின் வாங்கினான்.

நடராஜனுக்கு நிலைமை கைமீறிப் போய்விடக்கூடாது என்ற பதற்றம். அதற்குள் தெரு சனம் ஆங்காங்கு நின்று வேடிக்கை பார்த்தார்கள்.

"வர்றோம் சார் பின்னாலேயே. நாமினேஷன் பைல் பண்ணிட்டு வர்றோம்."

நடராஜன் சொல்லி முடிப்பதற்குள் இரண்டு போலீஸ் காரர்களும் லத்தியை ஓங்கிக்கொண்டு அடிக்க வந்தார்கள்.

தேவியும் கன்னியம்மாளும் அலறினார்கள்.

"மண்ணாங்கட்டி, நீ போய் என்னா ஏதுன்னு கேட்டுட்டு வா கண." கன்னியம்மாள் கூச்சல் போட்டாள்.

கணேசனும் பழனியும் அதை அங்கீகரிப்பதுபோல் பார்த்தார்கள்.

"நாங்கப் போய்க்கிட்டே இருக்கோம். நீ போய் பெரிப்பா கிட்ட தகவலைச் சொல்லி, கூட்டிக்கிட்டு வா."

நடராஜன் சட்டைப் பொத்தானைப் போட்டுக்கொண்டு முன்னுக்குப் போனான். கணேசன் சைக்கிளைத் தள்ளினான். போலீஸ்காரர்கள் முன்னால் கிளம்பினார்கள்.

“ஒக்காள ஒழிங்க. லத்திய எடுத்தாத்தான் அடங்குறானுங்க.”

நடராஜனும் கணேசனும் கிளம்பியவுடனே வடிவேல் முதலியாரின் வீட்டுக்கு ஓடினான் பழனி.

“மணி என்னா இருக்கும் ஓய்?” நடராஜன்.

“நாலரை இருக்கும்” கணேசன்.

நடராஜன் சைக்கிளை நிறுத்த சொன்னான்.

“ஓய், நம்மாளுங்க ஆறு பேர் தானே மனு போட்டிருக்காங்க? நீ ஓடிப் போய் ஜெகதா பெரிம்மா பேர்ல மனுத் தாக்கல் பண்ணு. அதுவும் உறுப்பினர்தானே?”

“ஆமாம் ஓய்” கணேசன்.

“எதுக்கு ஓய் திடீர்னு?” கணேசனே தொடர்ந்து கேட்டான்.

“நாம போய் வர்ற வரைக்கும் செக்ரட்டரி இருக்க மாட்டாரு. நேரம் முடிஞ்சிப் போச்சுன்னு சொல்லுவாரு. நம்மாளுங்க ஜெயிச்சாலும் பிரயோஜனம் இருக்காது. ஆறு பேர வச்சிக்கிட்டுத் தலைவரா வர முடியாது. எவனோ சதி பண்ணித்தான் இதெல்லாம் நடக்குதுன்னு நெனைக்கிறேன். நீ போய் சுபானுகிட்ட சொல்லிட்டு வா. விட்றகூடாதுன்னு சொல்லு ஓய். நான் நடந்துபோய்க்கிட்டே இருக்கேன். நீ சொல்லிட்டு வா.”

நடராஜன் கணேசனை அனுப்பி வைத்தான்.

திரும்பிப் பார்த்த போலீஸ், கணேசன் போவதைப் பார்த்துக் கூச்சல் போட்டான்.

“வருவான் சார், என்ன கூப்ட்டீங்க, நான் வர்றேன் தானே? வாங்க நீங்க.”

நடராஜன் சிடுசிடுப்பாகப் பதில் சொல்லிவிட்டு, நடந்தான்.

கண்ணுக்குத் தெரியாத சுழலொன்று தன்னை உள்ளிழுத்துக் கொள்வதை உணர்ந்தான் நடராஜன்.

42

"வெள்ள சோமனும் சட்டையும் போட்டுக்கிட்டா ஆச்சா? பெரிய மனுஷனாயிட முடியுமா? முட்டாக்கூதிங்க... வயித்துக்குச் சோறு தானே தின்றீங்க? பீயத் தின்னல இல்ல?"

வடிவேல் முதலியார் வானத்துக்கும் பூமிக்கும் குதித்தார்.

நடராஜனுடன் நின்ற எல்லாரையும் அடிக்க கையை ஓங்கினார். ஒவ்வொரு முறை அடிப்பதுபோல் ஓடிப்போய், அடிக்காமல் வாய்க்கு வந்த வார்த்தையால் அர்ச்சித்துவிட்டுத் திரும்பினார்.

"ஒங்கக்கிட்ட சொல்லலைன்னா பரவாயில்ல. அன்னிக்கே படிச்சிப் படிச்சிச் சொன்னேன். ஊர்ல இருக்க துஷ்டன் எல்லாம் ஒன்னாச் சேர்ந்துக்கினு இருக்கான்டா. என்ன பண்ணப் போறாங்கன்னு தெரியலைன்னு சொன்னனே!"

அவர் கோபத்திற்கு இடுப்பு சோமன் நிற்கவில்லை. அவிழ்ந்து விழும் சோமனை ஒரு கையால் பிடித்துக்கொண்டு, வீட்டுக் கூடத்தில் நின்றிருந்த ஒவ்வொருவரிடமும் ஓடி ஓடிப் பேசினார்.

"வெரலு சப்புற கொழந்தகூட ஓடியாந்து சொல்லியிருக்கும். மாடு மாதிரி வளந்திருக்கீங்க, ஒருத்தனுக்கும் அறிவு இல்ல. போலீஸ்காரன் வந்து கூப்பிட்டா பின்னாடியே போயிடுவீங்களா? அவென் என்ன கடவுளா? வரமுடியாதுன்னு சொன்னா சபிக்கிறதுக்கு?"

"எவ்ளோ சொல்லிப்பாத்தம் மாமா, எதுனாலும் ஸ்டேஷனுக்கு வந்து பேசிக்கங்கன்னு சொல்லிட்டான்."

“மயிராண்டி, போலீஸ்காரன் கௌம்புன பெறகு என்ன கூப்பிட வந்த இல்ல. அவென் இங்க இருக்கும்போதே வந்து என்னக் கூப்பிடணும்தானே. அஞ்சு பேருமா அவென் மயிர எண்ணிக்கிட்டு இருந்தீங்க? ஒரு நாய் ஓடியாந்து, இந்த மாதிரி சமாச்சாரம்னு சொல்லலாமில்ல? எதிராளி பத்து ரூபா குடுத்து நாய ஏவிவிட்டா, நாம் இருபது ரூபா குடுத்து, அத வாலாட்ட வச்சிருப்பமில்ல? லத்திய அவென் சூத்துல சொருவிக்கினு போயிருப்பான். வர்றானுங்க. எல்லாத்தையும் கோட்ட விட்டுட்டு. எதுக்கு இப்ப எல்லாம் வரிச கட்டிக்கிட்டு நிக்கறீங்க. மூஞ்சியிலயே படாதீங்க. ஓடிப்போயிடுங்க.”

வடிவேல் கூடத்து மூலையில் கிடந்த பிரம்பு நாற்காலியில் போய் உட்கார்ந்தார். சோமன் இடுப்புக்குக்கீழ் அவிழ்ந்து தொங்கியது. கோவணம் தெரிந்தது. தங்கத்தில் அண்ணாக்கயிறு போட்டிருக்கும் ஒரே ஆள் அவர் தான். ‘ஊர்ல என்னைவிட காசிருக்கிறவன் நாலஞ்சு பேர் இருக்கான்தான்டா, ஆனா பொன்னுல அண்ணாக்கவுறு போடணும்னு எவனுக்கு மனசு வரும்? ஆண்டு அனுபவிக்கிறதுக்கு ஒரு குடுப்பின வேணும். நம்மூர்ல இருக்கிறவன் பாதிபேருகிட்ட நல்ல பொண்டாட்டியக் குடுத்தாலே மோந்து பார்த்துட்டு வந்துடுவானுங்க’ என்பார்.

அலமேலு நடுவீட்டில் காமாட்சியம்மன் விளக்கின் திரியை நிமிண்டி, எண்ணெய் ஊற்றி, விளக்கேற்றினாள்.

“இதுக்கொன்னும் குறைச்சலில்லை.” இருக்கும் கோபத்தில் பெரியம்மாவையும் கடித்தார்.

பொழுது சாய்ந்து ஊர் முழுக்க இருள் கவிழ்ந்திருந்தது.

நடராஜனும் நண்பர்களும் என்ன செய்வதென்று புரியாமல் நின்றார்கள்.

நடராஜனுக்குச் சாயந்திரம் ஆஸ்பத்திரியில் இருந்து வந்தது முதல் நடப்பதெல்லாம் நம்ப முடியாமல் இருந்தது.

தன்மீது ரூபாய் வைத்து சூதாடியதாக ஜோடித்திருந்த வழக்கைப் பெரியப்பா ஒரு நாழியில் காலி செய்தார். போலீஸ் ஸ்டேஷனுக்குள் வரும்போதே, “எவெண்டா அவெ எங்க வீட்டுப் பசங்கள ஸ்டேஷனுக்குக் கூட்டிக்கிட்டு வந்தது? வாங்கித் தின்றது பத்தாம, புதுசா எவென்கிட்ட கைநீட்டியிருக்கீங்க?” என்று

தாம்தூமென்று கத்தினார். அவர் நாற்காலியை இழுத்துப்போட்டு உட்கார்ந்ததில் ஓட்டுக் கட்டடம் அதிர்ந்தது.

பஜாரில் ஸ்பிரிட் வியாபாரம் என்பதால், போலீஸ் வாரா வாரம் மாமூல் அவரிடம் வாங்க வரும். ஸ்டேஷனுக்கு என்ன வேண்டுமென்றாலும் வடிவேல் கணக்குப் பார்ப்பது கிடையாது. டீ கடையில் கணக்கு வைத்துவிட்டு மொத்தமாகப் கடையில் வாங்கிக்கொள்ளச் சொல்லுவார்கள், திடீரென்று அதிகாரிகள் வந்தால் பிரியாணி வாங்க வேண்டுமென்பார்கள். வடிவேல் எல்லாவற்றுக்கும் கொடுப்பார். எல்லாம் செய்தாலும் தான் ஸ்டேஷனுக்கு இவ்வளவு செய்கிறோம் என்று ஒருத்தரிட மும் காட்டிக்கொள்ள மாட்டார். இன்று முதல்முறையாக ஸ்டேஷனுக்குள் நுழைந்து கூச்சல் போட்டார்.

சப்-இன்ஸ்பெக்டர் தன்னுடைய அறையைவிட்டு வெளியில் வந்தவர், வடிவேல் முதலியாரைப் பார்த்து மிரண்டார்.

“என்னா மோலியாரே, இவ்ளோ தூரம்? சொல்லியனுப்பி யிருந்தா நான் வந்திருப்பேனே?”

“யார் என்னன்னு தராதரம் தெரியாதா ஒங்களுக்கு? எதுக்கு இவன கூட்டிக்கிட்டு வந்திருக்கீங்க?”

சப்-இன்ஸ்பெக்டர் அப்போதுதான் நடராஜனைப் பார்த்தார். என்ன விஷயம் என்று முழுமையாகப் புரியவில்லை. ஏட்டோ, இன்ஸ்பெக்டரோ சம்பந்தப்பட்டிருக்கலாம் என்று நினைத்து, வார்த்தையை விட்டுவிடாமல் அமைதியாக இருந்தார்.

“என்ன ஏதுன்னு இப்போ எனக்கு முழுசா தெரியணும். மனு தாக்கல் செய்யப் போன ஆள தடுத்து நிறுத்தி, அவ்ளோ அவசரமா கூட்டிக்கிட்டு வரதுக்கு என்னா அவசியம்?”

இன்ஸ்பெக்டர் ஏட்டை கூப்பிட்டார்.

“அல்ப சொல்பமா காரணம் சொன்னானுங்க, மொத்த பேரும் கூண்டோட கைலாசந்தான்” வடிவேல் எச்சரித்தார்.

சீட்டாட்ட இடத்தில் சிக்னல் கொடுக்கும் பையன் தூரத்தில் நிற்பதைப் பார்த்தான் நடராஜன். பகீரென்றது. ‘இவன் எதற்கு இங்கு நிற்கிறான்? வேறு கேஸா? இல்ல, அன்றைக்கு நடந்ததைச் சொல்லி வைத்திருக்கிறானா? பக்கத்தூர் கவுண்டர் பையன்,

தெரியும் என்றாலும் அவன் ஆள் எப்படியென்று தெரியாது. தன்னை மாட்டி வைக்கத் திட்டம் நடந்திருக்கிறது' என்பது மட்டும் நடராஜனுக்கு லேசாகப் புரிபட்டது.

ஏட்டு வடிவேலுக்குக் குனிந்து வணக்கம் வைத்தார்.

"மோலியாரே, ஒங்களுக்கு வேண்டிய பையனா?"

"எங்கூருக்குள்ள காலெடுத்து வைக்கிறன்னாலே, யார் என்னான்னு விசாரிக்கிறதில்லையா?"

"மூணு சீட்டு கேசு மோலியாரே. சாட்சி சொல்லித்தான் ஆளுங்கள புடிச்சார்றோம்."

வடிவேலுக்குக் கோபம் பொத்துக்கொண்டு வந்தது.

"யாருய்யா சீட்டாடுறது? ஆளப் பார்த்துச் சொல்லு. ஒரு பல்லு இருக்காது. ஒரே அறைதான்." வடிவேல் மிரட்டினார்.

நடராஜன் வடிவேலுக்கு வேண்டியவன் என்று ஸ்டேஷனில் தெரியாது. இன்ஸ்பெக்டரும் புதுசு. இரண்டு நாளாகக் கையில் ரூபாயைக் கொடுத்து, நடராஜனைக் கைது செய்ய வேண்டும் என்று அழுத்தம். அவன் கட்சிக்காரன்தான், இருந்தாலும் சின்னப் பையன், யாரும் வரமாட்டார்கள் என்று சொன்னார்கள். சாக்குபோக்குச் சொல்லி, தட்டிவிடப் பார்த்தாலும் தொகை அதிகம் கொடுத்து, 'இன்னைக்குச் சாயங்காலம் கொஞ்ச நேரம் ஸ்டேஷனுக்குக் கூப்பிட்டு வரச்சொல்லி, திட்டம் பண்ணி அனுப்பினா போதும், கேஸ் கூட எதுவும் போட வேண்டாம்' என்றார்கள்.

ரூபாய் வைத்துச் சீட்டாடினான் என்று சாட்சி சொல்ல, அவர்களே ஒரு பையனையும் அனுப்பி வைத்தார்கள். இந்தச் சாதாரண வேலைக்கு இவ்வளவு ரூபாயா என்று வாயைப் பிளந்து தான் ஏட்டு, இரண்டு கான்ஸ்டபிள்களை அனுப்பினார். பஜாரில் பெரும் புள்ளியான வடிவேல் முதலியார் நேராக ஸ்டேஷனுக்கு வந்துவிடுவார் என்று யாரும் எதிர்பார்க்கவில்லை.

நடராஜனுக்குப் பாதி உயிர் போனது. மனசு தடுமாறிப் போயிருந்த நேரத்தில் சித்தேரிக் கரைக்குப் போனதா இப்போது பிரச்சினையாக ரூபமெடுக்கிறது? உள்ளுக்குள் அவமானத்தால் நொறுங்கினான்.

பெரியப்பாவின் இந்தக் கம்பீரமெல்லாம் தன்னைப் பற்றித் தெரிய வந்தால் சிறுமைப்படுமோ என்று பயந்தான். கை, கால் நடுங்கியது.

தூரத்தில் நின்ற பையனைப் பார்த்தான். அவன் பெயர்கூடத் தனக்குத் தெரியாது. ஆனால் தன்னைக் காட்டிக்கொடுக்க வந்திருக் கிறானோ? போலீஸ்க்குப் பயந்து மறைந்திருந்து, உயிரைக் கையில் பிடித்துக்கொண்டு தப்பி வந்தது நினைவுக்கு வந்தது. தினம் சீட்டாடுகிறவனும், குடிக்கிறவனும் தண்டிக்கப்படுவது கிடையாது. தப்பு என்று பயப்படுகிறவனைத்தான் குற்றங்களும் மிரட்டுகின்றன.

கைக்குள்ளேயே இருந்த பெரிய வாய்ப்பை, வெற்றியைத் தவற விட்டுவிட்டோம். கேடு காலத்திலும் போகக்கூடாத இடத்திற்குப் போனதன் பலனைக் காலம் தனக்குத் தந்திருக்கிறது. மனம் விரக்தியின் உச்சத்தில் நின்றது. பெரியப்பாவை எதிர் கொள்வது மட்டும்தான் இனி தனக்கிருக்கும் பெரும் துன்பம் என்று தவித்தான். உள்ளே வரும்போது இருந்த பதற்றம் குறைய, காரணம் புரிபட்டதால் சற்றே நிதானமானான்.

வடிவேல் பண்ணிய ஆர்ப்பாட்டத்தில் இன்ஸ்பெக்டர், ஒரு வார்த்தை விசாரிக்காமல், “நீங்க பையனக் கூட்டிக்கிட்டு கௌம்புங்க மோலியாரே, நான் பாத்துக்கிறேன்” என்று அனுப்பினார்.

“அவென் மனு தாக்கல் செய்திருக்கணும். தலைவரா வந்திருக்க வேண்டியவன். அரைமணி நேரம் ஒங்களால பொறுக்க முடியாதா? அவென் சொல்றத காதுலயே வாங்காம கூட்டிக்கிட்டு வந்திருக்கீங்க? செக்ரட்ரிகிட்ட சொல்லி, மனுவ சேர்க்கச் சொல்லுங்களேன், பாப்போம்.”

வடிவேல் விடுவதாய் இல்லை.

இன்ஸ்பெக்டர் வடிவேல் முதலியாரின் அருகில் வந்து நின்றார்.

“ஏட்ட கேட்டுட்டேன் மோலியாரே, ரூபா வச்சி சீட்டாடுனது மட்டுமில்ல, கள்ளச் சாராயக் கேசு அது இதுன்னு போட்டு, அந்தப் பையன் பேர்ல எஃப்.ஐ.ஆர். போடுறதுக்கு எவனோ காச குடுத்திருக்கான். அதுக்குச் சீட்டாடுற எடத்துல இருக்கிற

புரோக்கரையும் சாட்சியா கூப்ட்டாந்து இருக்கானுங்க. எனக்கு இப்பத்தான் தெரியும். முடிஞ்சத திருப்பிக் கொண்டார முடியாது. பையன் யாரு என்னான்னு எனக்கும் தெரியாது. கேசு இல்லாம சரியான நேரத்துக்கு நீங்க வந்துட்டீங்க. இத்தோட விட்ருங்க விஷயத்தை."

"எவனையாவது புடிச்சாந்து பொய்க் கேசு போட்டுருவீங் களா?"

"சின்னப் பசங்க விவகாரம்ல்லாம் ஒங்களுக்குத் தெரியாது மோலியாரே. நீங்க வீட்டுக்குப்போய் நிதானமா கேட்டுப் பாருங்க. எதுனா தொடர்பு இருக்கும். பின்னாடி இருக்கிற ஆள் யாருன்னும் நான் விசாரிச்சு சொல்றேன். இருட்டிப் போச்சு, கெளம்புங்க நீங்க."

இன்ஸ்பெக்டரின் தன்மையைப் பார்த்து வடிவேல் வீட்டுக்கு வந்தார். வழி முழுக்க யோசனைதான். தன்னை உட்கார வைத்து சைக்கிள் ஓட்டிவந்த கணேசனிடம் சமாச்சாரம் என்ன என்பதைத் தெரிந்துகொண்டார். ஓட்டல் கடையெடுத்துவிட்டு, சும்மா சுற்றிக் கொண்டிருந்த நாளில் சீட்டாட்ட இடத்திற்கு நடராஜன் போய் வந்திருக்கிறான் என்பதே வடிவேலுக்கு இப்போதுதான் தெரிய வந்தது.

எல்லாம் சேர்த்து வைத்து வீட்டுக்குள் வந்தாரோ இல்லையோ, ஊரே எடுத்துப் போகும்படி கத்தினார் வடிவேல்.

"பெரிய கலெக்டர் உத்தியோகத்துக்குப் போகப் போறாரு? குளியல் மயிரு. பொம்பள மாதிரி ஒக்காந்து குளிச்சிக்கினு. பொண்டாட்டிய கூப்டாந்து வுட்டவன், நேரா என்னப் பாக்க வந்திருக்கணும். இல்ல, மனு போட போயிருக்கணும். அஞ்சு மணின்னா, அஞ்சு மணி வரைக்கும் இவருக்கு அங்க ஒக்காந் திருப்பாங்க. எப்ப எதைச் செய்யணுமோ அதைச் செய்யறதில்ல. ரூபா வருது, பதவி வருதுன்னா அவெவன் கோமணத்தைக் கட்டாமக்கூட ஓடுறான். இவரு நிதானம். ஒழுங்கு... குளிக்கிறானாம் குளியலு"

கோபம் மிதமிஞ்சியதில் வார்த்தை முன்பின்னாகப் பேசியதையே பேசினார். சுபானு, கோபாலு, குமரகுரு எல்லாம் அழாத குறையாக நின்றிருந்தார்கள்.

நடராஜன் அன்னபோஸ்டில் தலைவராகிவிடுவான் என்று நம்பிக்கொண்டிருந்தார்கள். குமாரசாமியின் தூண்டுதலில் அழகானந்தம் நின்ற பிறகு, 'அவனெல்லாம் போட்டியா, நம்ம டீம் ஓகோன்னு ஜெயிச்சு வந்திடும்' என்று இன்னும் மகிழ்ச்சியானார்கள். நடராஜன் கடைசி நேரத்தில் மனுவே தாக்கல் செய்ய முடியாமல் போன பிறகு, சுரத்துப் போனது. 'இனி தேர்தல் நடந்தால் என்ன, நடக்கா விட்டால் என்ன?' என்று விட்டேத்தியாய் நின்றார்கள்.

"ஒனக்கு மூளை மொத்தமா கொழம்பிப் போச்சா?"

நடராஜனை இப்போதுதான் நேரடியாகக் கேட்டார் வடிவேல்.

"ஒன்றரை மாசமா, ஆஸ்பத்திரியும் கையுமா சுத்துறதுல ஒன்னும் புரியல பெரிப்பா. தேவி பொழச்சு வந்தாப் போதும்னு நெனச்சிட்டேன்."

"அதான் வந்துட்டா இல்ல. வந்ததும் சட்டுபுட்டுனு சொசைட்டிக்குப் போவாம, என்னா புடுங்குற வேலை? இன்னிக்கு ஆஸ்பத்திரிக்குப் போவாம, காலையிலயே மனு போட்டிருக்கலாமே? ஒங்கம்மாவ பஸ் ஏத்தி அனுப்பிச்சா கூட்டியாறப்போது. ஒம்பொண்டாட்டி என்ன சின்னக் கொழந்தையா? ரெண்டு பேரும் பஸ் ஏறி வரப்போறாளுங்க."

"நாலு மணிக்கு வந்துடுவோமேன்னு போயிட்டேன்."

"அதான் நாலு மணிக்கு வந்துட்டயே? அப்புறம் புத்தி எங்கப் போச்சு?"

இடுப்புக்கீழே கிடந்த சோமனை இழுத்து முன்னால் விட்டார் வடிவேல்.

"வயிறு எரியுதுடா. அடுத்த எலெக்ஷனுக்கு இன்னும் எவெவன் மொளைச்சு வருவானோ? இப்பவே நம்ம அதிகாரம் போயிடுமோன்னுதான் அந்தப் பல்லனும் மத்தவங்களும் சேர்ந்து இந்த வேல செஞ்சிருக்காங்க. காத்திருந்தவன் பொண்டாட்டிய நேத்து வந்தவன் அடிச்சிக்கிட்டுப் போன கதையா இருக்கு."

"....."

"கௌம்பிப் போனவன், கணேசனைத் திருப்பியனுப்பற? நீயே நேரா சொசைட்டிக்குப் போயிருக்கலாமே? போலீஸ்காரன்

என்ன கழுத்துல கத்தி வைப்பானா? இல்ல நேரா வீட்டுக்கு வந்திருந்தா நான் பாத்துக்கப் போறேன். இவ்ளோ அறிவில்லாத முட்டாளாடா?"

நடராஜன் பிறந்ததில் இருந்து யாரிடமும் கேட்காத வார்த்தைகளையெல்லாம் ஒட்டுமொத்தமாக வடிவேலிடம் வாங்கிக் கட்டிக்கொண்டிருந்தான்.

"சரி, ஜெகதாவ எதுக்கு மனுபோடச் சொன்ன?"

உண்மையில் புரியாத மாதிரி கேட்கிறாரா என்பதை உறுதிப் படுத்த, நடராஜன் வடிவேலுவை நிமிர்ந்து பார்த்தான். அவர் கண்களின் கோபம் அச்சம் தந்தது. தலை தாழ்த்தினான்.

"நம்மாளுங்க ஆறு பேர் தான் மனு போட்டிருந்தோம். ஓராள் போடலைன்னா, எல்லாரும் ஜெயிச்சாக்கூடப் பிரயோசனம் கெடையாது. அவனுங்கள வர விடக் கூடாது. நம்மாளுங்கதான் ஜெயிக்கணும். சட்டுனு ஜெகதா பெரிம்மாதான் ஞாபகத்துக்கு வந்துச்சி. ஒரே வீட்ல ரெண்டு பேரான்னு கேப்பாங்க. என்னாச் செய்யறது? வேற யோசனை வரலை அந்நேரத்துக்கு."

"இதுக்காவது மூளை வேல செஞ்சுதே!"

"சுபான தலைவராக்கிடலாம் பெரிப்பா. நாலு எடத்துக்கு ஓட ஓடியாற இருந்தான்னா அவனுக்கும் மனசு கொஞ்சம் சரியாவும். நான் இல்லைனா என்னா, எல்லாருமே நம்ம கூட்டாளிங்கதானே. நல்லா செய்வாங்க."

சுபானு அதிர்ந்துபோய் நடராஜனைப் பார்த்தான்.

கணேசனும் கோபாலும் குமரகுருவும் என்ன நினைப் பார்களோ என்ற எண்ணம் தோன்றியவுடன் சுதாரித்துக் கொண்டான் நடராஜன்.

"சுபானு இருக்கிற சூழலை வச்சுத்தான் சொன்னேன். நீங்க எல்லாரும் என்னாச் சொல்றீங்களோ, பேசி முடிவு பண்ணலாம்."

ஒருதலைபட்சமான முடிவாக இருந்துவிடக் கூடாது என்று விளக்கம் சொன்னான்.

"ஓய், இதுல சொல்றதுக்கு என்னா இருக்கு? அவனும் ஒன்ன மாதிரிதானே? கட்சியில பிடிமானம், சொன்னா சொன்ன

வாக்கைக் காப்பாத்துவான். இந்தச் சூழல்ல பொறுப்பு குடுத்தாத் தான் அவெனால வெளிய வர முடியும். எனக் கொன்னும் இல்ல."

மற்றவர்களும் அதையே சொன்னார்கள்.

சுபானு அமைதியாக நின்றான்.

"என்னா மாப்ள, நீயென்ன சொல்ற?"

வடிவேலு சுபானுவைப் பார்த்துக் கேட்டார்.

"இல்ல மாமா, நடராஜன்தான் வரணும். எதுனா வழி இருக் கான்னு பாருங்க."

"சர்க்கார் விவகாரம். மனுத் தாக்கல் தேதியே முடிஞ்சிப் போச்சு. இனிமே யாரும் ஒன்னும் பண்ண முடியாது. பயித்தியக் காரன் மாதிரி இருந்துக்கிட்டு பல்லன், அவென் காரியத்தைச் சாதிச்சிக்கிட்டான். நடராஜன் வந்தா, அவனுக்குக் குத்தலும் குடைச்சலும் ஆரம்பிச்சிடும். அதைத் தடுக்கணும். சொசைட்டிக்கு எலெக்‌ஷன் வந்தாக்கூட, பேருக்கு ஒரு தலைவர வச்சிட்டு அங்க வெறும் காடாவ குடுத்து வாங்கணும். லேவாதேவி இல்லாம இருக்குன்னும் வெளிய சொல்லக் கூடாது. உள்ள ஓகோன்னும் இருக்க கூடாது. எல்லாரும் பழையபடி, அவென் வீட்டு வாசல்ல நின்னு, அவென் நூறு தாலிய அறுத்து வைக்கிறத கேட்டுக்கிட்டு இருக்கணும். இதான் அவென் நோக்கம். அவென் சாதூர்யமா ஜெயிச்சுட்டதா நெனச்சிக்கிட்டு இருக்கான். நடராஜன் இருந்தா என்ன? சுபானு இருந்தா என்ன? கணேசன் இருந்தா என்ன? காகுழியில கெடக்கிற இந்தச் சனங்களைக் கைதூக்கி விடணும். அவென் மூஞ்சியில கறியப் பூசணும்."

"....."

"அதனால சுபானு, இனிமே வேற பேச்சுக்கு எடமில்ல. நீதான் அவனுங்கள அடக்கி ஒடுக்கணும். நாங்க எல்லாரும் எங்கப் போப்போறோம்? கூட இருக்கறோம். நீ எலெக்‌ஷன்ல எறங்கி வேலையைப் பாரு. எதிர்ப் பக்கத்துல நிக்கிற ஒருத்தனும் அவென் வீட்டு ஓட்டுக்கூட வாங்கக்கூடாது. எல்லாருக்கும்தான் சொல்றேன்."

வடிவேல் நாற்காலியில் சாய்ந்தார். சாயந்திரத்தில் இருந்து பேசிக்கொண்டிருக்கும் அலுப்பு.

நிறையப் பேசுவதே பிடிக்காது என்றாலும் பேசியே ஆக வேண்டிய சூழல். உடம்பு, மனசு இரண்டையும் பேச்சு சோர்வடைய வைத்தது. அமைதியாக உட்கார்ந்திருக்க வேண்டும் போல் இருந்தது. கண்களை இறுக மூடினார்.

சொல்லிவிட்டுப் போகலாம் என்பதுபோல் நின்றிருந்தனர். அவர் சிந்தனை வேறெங்கோ இருப்பதைப் பார்த்து, எல்லாரும் சொல்லிக்கொள்ளாமலேயே வெளியேறினர்.

43

"நடராஜி..."

தூக்கத்திலா, வீட்டில் யாரும் கூப்பிடுகிறார்களா என்பது புரியவில்லை. கண்களைத் திறக்கப் பார்த்தான். முடியவில்லை.

"நடராஜி..."

பெரியப்பா குரல். அலறியடித்து எழுந்தான்.

"வர்றேன் பெரிப்பா."

எழுந்து உட்கார்ந்ததும் ஒன்றும் புரியவில்லை. சுற்றிலும் இருள். என்ன மணி? இரவா? விடியலா? கனவில் கூப்பிட்டாரா? புரியாமல் விழித்தான்.

கன்னியம்மாள் குரல் குடுத்தாள். "என்னப்பா இந்நேரத்துல கூப்பிடுறாரு ஒங்கப் பெரிப்பா?"

"மணி என்னம்மா?"

"என்னா, ஒன்னு, ரெண்டு இருக்கும்."

"ரெண்டு மணியா?"

கேட்டுக்கொண்டே, "திரியை ஏத்தி விடும்மா" என்றான்.

எழுந்து இடுப்புச் சோமனை நன்றாகக் கட்டிக்கொண்டு, அரையிருட்டில் தட்டுத்தடுமாறி வாசலுக்கு வந்தான். வடிவேல் இவர்கள் வீட்டுத் திண்ணையிலேயே உட்கார்ந்திருந்தார்.

நடராஜன், "பெரிப்பா..." என்று கூப்பிட்டுக்கொண்டே வந்தான்.

"நல்ல தூக்கத்துல எழுப்பிட்டனா?"

"பரவாயில்லை பெரிப்பா. படுத்தவுடனே இப்பல்லாம் தூக்கம் எங்க வருது?"

"நடப்பமா?"

போகலாம் என்பதுபோல் நடராஜன் எழுந்து நின்றான். இருவரும் கொஞ்ச தூரம் நடக்கத் தொடங்கியபோது, ஏதோ ஓர் உள்ளுணர்வில் நடராஜன் திரும்பிப் பார்த்தான். ராந்தலை ஏற்றிக்கொண்டு கன்னியம்மாள், தெருவிற்கு வந்து இவர்கள் இருவரும் நடந்துபோவதைப் பார்த்துக்கொண்டு நின்றிருந்தாள்.

அப்போதுதான் அயர்ந்து படுத்திருந்த ஒன்றிரண்டு நாய்கள், நடராஜன் காலடிச் சத்தம் கேட்டவுடன் முகர்ந்து பார்த்தபடி பின்னாலேயே வந்தன.

"நீ போய் படும்மா..." சொல்லிவிட்டு நடராஜன் நடந்தான்.

தெருவைக் கடக்கும்வரை இருவரும் பேசிக் கொள்ள வில்லை.

"வாய்க்கு வந்ததைப் பேசிட்டேன்ப்பா. ஒங்க அய்யா கேட் டிருந்தார்னா ரத்தக் கண்ணீர் வடிச்சிருப்பாரு."

"என்னோட நல்லதுக்குத்தானே பெரிப்பா? நீங்க பேசாம யார் என்னைப் பேசப் போறாங்க? புத்தியில்லனா சொல்லிக் காட்டணும்தானே?"

"ஒன் வயசுக்கு நான் ஊர்ல இருக்கிற பொம்பளைங்கப் பின்னாடியும், சீட்டாட்டத்துலயும்தான் சுத்திக்கிட்டு இருந்தேன். அப்போல்லாம் ரொம்ப கெடுபிடி. பிரிட்டீஷ்க்காரன் ஆட்சி. மாட்டினா அடி, முட்டியப் பேத்துடுவான். நம்மாளுங்க அப்பவே கொஞ்சம் கொஞ்சம் வர ஆரம்பிச்சுட்டாங்க. இருந் தாலும் ஆபிசரா அவெந்தான் இருப்பான். வீட்டுக்கு நான் பொறுப்பா இருந்ததே கெடையாது. ஒன் பொறுப்பையும் நிதானத்தையும் பாத்தா எனக்கு ஆச்சரியமாத்தான் இருக்கு. ஆனா இந்தக் கொணத்துக்குத்தான் ஒனக்கு இவ்ளோ சோதனையும் வருதோன்னு கவலையா இருக்கு. ஒங்களல்லாம் அனுப்பிட்டேனே தவிர, கண்ணப் பொட்டு மூட முடியல. ஒன்ன ரொம்பப் பேசிட்டேனேன்னு மனசு அல்லாடுச்சி.

ஒன்கூடப் பேசுனா பரவாயில்லைன்னு நெனச்சேன். ராவாவது பகலாவதுன்னு எழுந்து வந்துட்டேன்."

"நீங்கதானே எல்லாம் சொல்லிக் குடுத்தீங்க பெரிப்பா. பத்து வயசுலயே என் பேருக்குத் திராவிட நாடு சந்தா கட்டி வீட்டுக்கு வர வச்சீங்களே? எனக்கு என்ன புரியும்ணு யோசிக்கலையே. நாலு எழுத்துப் படிடா, எங்க இருக்கோம்ன்றது முக்கியமில்ல. எப்படி இருக்கோம்ன்றதுதான் முக்கியம்னு சொன்னீங்க. சின்னப் பையனா இருந்தாலும் பெரியாளு மாதிரி ஒங்க கூடவே வச்சிக்கிட்டீங்க. ராஜி மாமா இன்னொரு பக்கம். ஊர் பூரா என்னைக் கூட்டிக்கிட்டுத் திரிஞ்சாரு. அவரும் என்னைச் சின்னப் பையனா நெனைக்கல. என்கிட்ட எல்லாத்துக்கும் கேப்பாரு. இது சரியா, இப்படிச் செஞ்சா நல்லதான்னு. என்ன உயரத்துல நீங்க என்னைத் தூக்கி ஒக்கார வச்சீங்களோ, அங்க ஒக்காந்திருக்கேன். எனக்குன்னு என்ன ஒயரம் இருக்கு? ஏழாவதோட படிப்ப மூட்டைக்கட்ட வச்சிட்டாரு எங்கப்பா."

"அன்னிக்கு நான் ஒரு வார்த்தைச் சொல்லியிருந்தா, ஒங்கப்பன் ஒன்னப் பள்ளிக்கூடம் அனுப்பியிருப்பான். நானும் ஒனக்கு இந்நேரம் ஒரு சர்க்கார் உத்தியோகம் வாங்கிக் குடுத் திருப்பேன். ஆனா நீ அப்டியாவறத நானே விரும்பல. அதான் அன்னிக்குப் பேசாம வந்துட்டேன்..."

"எட்டாவது வரைக்குமாவது படிச்சிருக்கலாம் பெரிப்பா."

"படிப்பு என்னடா படிப்பு? ஒனக்கு இந்த ஊர படிக்கத் தெரியுது. இந்த சனங்களப் படிக்கத் தெரியுது. நம்புற கட்சியோட போக்கப் படிக்கத் தெரியுது. அதுபோதும். மனுஷங்க எல்லாருந் தான் பொறக்கிறாங்க, சாப்பிடுறாங்க, சாவுறாங்க. வாழற காலத்துல, இருக்கிற எடத்துல நாலு நல்லது செய்யணும்னு நெனைக்கிற மனசு வேணும். தன்னைப் பொது மனுஷனா, ஊர் மனுஷனா நெனைக்கிற உத்தம கொணம் வேணும். ஒனக்கு அந்தக் கொணம் இருக்கு. செய்யுற எல்லாத்துக்கும் ஒனக்குப் பலாபலன் இருக்குமான்னு தெரியல.

நாம நாத்திகவாதிங்க. பாவ புண்ணியம்மேல நம்பிக்கை கெடையாது. ஆனா ஒங்கம்மா, அப்பா, அய்யா எல்லாரும் நெறையப் புண்ணியம் பண்ணவங்க. வேற எப்படிச் சொல்றது? நெறைய நல்லது பண்ணியிருக்காங்கன்னு சொல்லலாமா?

நல்லது கெட்டதுன்னு சொன்னா அதுலயும் பிரச்சினைதான். நல்லது கெட்டதுன்னு தனித்தனியா இருக்கான்னு விவேகானந்தர் கேக்குறார். பழகுனதையே சொல்லிக்கலாம், புண்ணியம். ஊர்ல கொழந்தைங்க பசியாத்தறதுக்காகவே ஒங்கம்மா, அவெ பூசணிக்கா ஒடம்ப வச்சிக்கிட்டு, தெனம் கிண்ணம் வச்சிட்டுப் போற எல்லாருக்கும் சோறு வடிச்சிப் போட்டிருக்கா. மத்தியானம் கொழந்தைக்குச் சோறு வேணும்னா, கன்னியம்மா வூட்டுக்குப் போனா வாங்கிக்கலாம்னு ஊருக்கே தெரியும். ஒங்கப்பன், தாத்தனும் அப்படித்தான். கையில இருக்கிறத குடுப்பாங்க. வைத்தியம் பாப்பாங்க. அவெங்கள மாதிரி, அதே நல்ல கொணத்தோட நீ பொறந்திருக்க. நான் இன்னும் எத்தினி வருசம் இருப்பேன்னு எனக்குத் தெரியாது."

"அட, இதென்ன பேச்சு பெரிப்பா" இடையில் மறித்தான் நடராஜன்.

"பொறந்தவங்க எல்லாம் ஒரு நாளைக்குச் சாகத்தானே போறாங்க? நெருப்புன்னா சுட்றுமா என்ன?"

"முப்பத்திரெண்டு பல்லுல ஒரு பல்லு வெஷப்பல்லா இருந்தாக்கூட சொல்றது நடக்கும்னு ஆயா சொல்லும்."

"நமக்குத்தான் அதிலெல்லாம் நம்பிக்கையில்லையே? நான் சொல்றத கேட்டுக்க. எனக்கே அப்புறமா இதெல்லாம் சொல்ல ணும்னு தோணுமா, ஒனக்குக் கேக்கணும்னு தோணுமான்னு சொல்ல முடியாது. நான் சொல்றத முழுசா மனசுல வாங்கி வச்சிக்க. நான் சொல்றதுல பலது, என் காலத்துக்கு அப்புறம்கூட ஒனக்குப் புரியலாம்."

நடராஜனுக்குப் பெரியப்பா இப்படிப் பேசுவது கஷ்டமாக இருந்தது. மறுத்துச் சொன்னால் அவருக்குக் கோபம் வந்துவிடும் என்று அமைதியாக இருந்தான்.

"ஒன்னோட அஜாக்கிரதையால சொசைட்டி தலைவராவ முடியாமப் போச்சு."

"பரவாயில்லை பெரியப்பா."

"அமைதியா கேளுன்னுதானே சொன்னேன்."

நடராஜன் அமைதியானான்.

"கட்சியும் நாம நெனைக்கிற மாதிரி வெளிப்படையா போகுமான்னு சொல்ல முடியாது. எல்லாம் சுயநலந்தான். தன்னை முன்னிறுத்திக்கணும்ற ஆர்வந்தான் எல்லார்கிட்டயும். விடுதலைக்காகப் பாடுபட்ட காங்கிரசு கட்சிக்காரங்க எத்தினி பேருக்குத் தேர்தல்ல எடம் கெடைச்சது? உண்மையான தியாகி களைக் கட்சி ஓரங்கட்டிடுச்சி. காலம் முழுக்க காங்கிரசு கட்சிக்கு முட்டுக்கட்டையாக இருந்த ஜஸ்டீஸ் பார்ட்டி ஆளுங்க, யார் யாரெல்லாம் காங்கிரசுக்குப் போனாங்களோ, அவெங்க எல்லாருக்கும்தான் ரெண்டு எலெக்ஷன்லயும் சீட்டுக் கெடச்சிருக்கு. சாதிய சேர்த்துக்கிட்டுக் கட்சி நடத்துன வங்கள்லாம் இப்ப சொந்த லாபத்துக்காக, ஆட்சியில இருக் கணும்றதுக்காக காங்கிரசுல போய் அடைக்கலமாயிட் டாங்க. எலெக்ஷன்னு ஆரம்பிச்சிட்டோம். இனிமே புலி வாலைப் புடிச்ச கதைதான். கட்சியில உண்மையான தொண்ட னுக்குத்தான் முக்கியத்துவம் இருக்கும்னு நம்மால சொல்ல முடியாது. நம்மூரு மாணிக்கவேலனார் பாத்த இல்ல? ஜெயிச்சு எம்.எல்.ஏ.ஆனவுடனே காங்கிரசுல சேர்ந்து, இப்ப அமைச் சராயிட்டாரு. அதுவும் ரெவின்யூ மினிஸ்டர். இதான் இன்னிக்கு நெலமை. ஒனக்கு இன்னொன்னும் சொல்லப் போறேன். கேக்க கஷ்டமாத்தான் இருக்கும்."

பீடிகை அதிகமாக இருக்கவே, நடராஜன் என்னவென்று அறிய ஆர்வமானான்.

"அடுத்த வாரம் பொதுக்குழுவுல உள்கட்சி எலெக்ஷனப் பத்திப் பேசப் போறாங்க. அதுல ஏறக்குறைய நிர்வாகிகள் எல்லாரும் அன்னபோஸ்ட்ல தான் வரணும், கட்சியில போட்டி, எதிர்த்து நிக்கிறது, இதெல்லாம் இருக்கக் கூடாதுன்னு, மாவட்ட நிர்வாகமே நிர்வாகிங்க பட்டியல் ஒன்னு தயார் பண்ணிட்டாங்களாம்."

நடராஜனுக்குப் பெரியப்பாவின் பேச்சு போகும் திசை புரிந்தது.

"நம்ம ஒன்றியத்துக்கு?"

முழுமையாகச் சொல்லாமல் நடராஜனைத் திரும்பிப் பார்த்தார். அவன் கண்களில் வெளிப்படப் போகும் உணர்ச்சி களைப் படிக்கும் ஆர்வத்துடன்.

“நம்ம ஒன்றியத்துக்கு, முனுசாமியைச் செயலாளரா போடப் போறாங்களாம்!”

நடராஜன் இதை எதிர்பார்க்கவில்லை. புலவர் இருக்கும் போது தன்னை விட்டுவிட மாட்டார் என்ற நம்பிக்கை இருந்தது.

“புலவரு, ரெண்டு பேர் போய் ஒரு விஷயத்தை வேற வேற விதமா சொன்னா கொழம்பிடுவாரு. ஏற்கெனவே ஊரெல்லாம் முதலியார் கட்சின்னு பேர் இருக்குன்னு அந்தாளுக்குள்ள ஒரு அச்சம். நீ சத்தியம் பண்ண சமாச்சாரம், ப.உ.ச.கிட்ட சொல்லி, நாவலர் வரைக்கும் போயிருக்கும்னு நெனைக்கிறேன். இதுக்கெல்லாம் யார் என்னா தீர்வு சொல்ல முடியும்? சரி, தப்புன்னு சொல்ல என்ன இருக்கு இதுல? அப்புறம் நம்மள கையாலாகாதவங்கன்னு நெனைக்கிறானுங்க. காலனியாளுங்கள நாம அனுசரிச்சுப் போறதுல கவுண்டனுங்களுக்குப் பொல்லாப்பு. அவனுங்கள துலுக்கவுட்டா, ரொம்ப ஆடுவானுங்கன்னு முனுசாமிக்கு எண்ணம். எதெத எப்படிச் சொல்லணுமோ அப்படிச் சொல்லி, காய் நகர்த்திட்டானுங்க. கெக்கலனுங்க, சுயசாதிக்கு ஒதவுறதுன்னா மூக்கால அழுவானுங்க. புலவரும் அப்படியே இருந்துட்டாரு.”

“நாம எந்த உதவியும் கேக்கலையே பெரியப்பா.”

“கேக்கலதான். ஒன்ன அந்த எடத்துக்குக் கொண்டாந்தா அவருக்கு வீக்காப் போயிடுமுன்னு நெனச்சிருப்பாரு. தேவராஜி, சண்முகம் எல்லாருமே ஒன்னுக்குள்ள ஒன்னு. இதுவரைக்கும் கட்சி இருந்தது வேற. இனிமே எல்லாச் சாதிக்காரங்களையும் அனுசரிச்சுப் போகணும். கொள்கை, சித்தாந்தத்தவிட நெளிவு சுளிவு ரொம்ப முக்கியம்னு நெனைப்பாங்க.”

நடராஜனுக்குக் குழப்பமாக இருந்தது. அச்சமாகவும். தான் ஒவ்வொரு அடியாக எடுத்து வைக்கும்போது தெளிவாக இருப்பதுபோல் தெரிகிறது. பிறகெங்கு குழப்பம் நடக்கிறது?

“மொதலாளிங்க சொரண்டி வாழப் பழகிட்டாங்க. அவங் களுக்குத் தன் கண்முன்னால, தன்னைவிட ஒருத்தன் வளந்தாலும் பிடிக்காது, வாழ்ந்தாலும் பிடிக்காது. நேரடியா அவங்களுக்குச் சம்பந்தம் இருக்கோ இல்லையோ, வேர்ல சுடுதண்ணீ ஊத்திக் காலி பண்ணனும். அவங்களோட ஒரே நோக்கம்

இதுதான். மொதலாளிங்களோட பொது குணம். இந்த ஊர் பூரா சொசைட்டியில நூல் எடுக்க ஆரம்பிச்சுட்டா, கம்பெனிய இழுத்து மூடிட்டு வீட்ல ஒக்காந்திருக்கிறதான்னு யோசிக்கிறானுங்க.

நீ அவெங்கள கெடுக்க நெனைக்கலைன்னாகூட, நீ செய்யறது அவெங்கள கெடுக்கும்னு பயப்படுறாங்க. அதனால அந்த எடத்துல இருந்தே ஒன்ன அப்புறப்படுத்திட்டா? அத்தோட ஒனக்குப் பலமா இருக்கிற கட்சியிலயும் ஓரங்கட்டிட்டா? இதான் அவெங்கத் தந்திரம். இதுக்குத்தான் முனுசாமி, தன் தங்கச்சிய அசிங்கப்படுத்தின பாஸ்கரன்கூடக் கூட்டாளியானான். சர்க்கார் உத்தியோகஸ்தன் என்கிற ஹோதா, பங்காளியில நம்ம ரெண்டு பேரையும் தான் எவனுமே மதிக்கலேங்கிற கோவத்துல பாஸ்கரனும் பலராமனும் கூட்டுச் சேர்ந்துட்டாங்க. கைலாசம் மலையில இருந்து விழுந்து செத்துட்டான்னு சொன்னாங்க. நாமளும் கேட்டுக்கிட்டோம். அவென் சாகறதுன்னா முப்பது வருஷம் முன்னாடிச் செத்திருக்கணும். அதிலயும் எனக்குச் சந்தேகம் இருக்கு.

முனுசாமிகூட அந்தாளுக்குச் சகவாசம். அப்பப்போ பட்டை சாராயம் வாங்கிக்குடுப்பான். ரோட்டு மேல இருக்க பல்லன் கழனியாண்ட கைலாசம் எப்பவும் ஒக்காந்திருப்பான். இவனுங்கப் பேசுறத அவென் காதுல எதுனா விழுந்துச்சோ என்னவோ, அதுல கைலாசத்தைக் காலி பண்ணியிருப்பானுங்களோன்னு ஒரு சந்தேகம்.

அழகானந்தமெல்லாம் சும்மா பேருக்குத்தான். அவென் ஜெயிச்சு வந்தவுடனே மறுபடியும் சோடா கடைக்கு அடிச்சி அனுப்பிடுவாங்க. அவென் பேர்ல பல்லன் சொசைட்டியில வந்து ஒக்காருவான். அவென் ஆளு ஒருத்தன உள்ளவிட்டு, வெள்ளையோட அட்டையில லேவாதேவி பண்ணுவான். ஒன்ன மொத்தமா ஓரங்கட்டிட்டா, நீ கஞ்சிப்பைத் தூக்கிக்கிட்டு, வாட்டுப் போட்டுக்கிட்டு வூட்ல ஒக்காந்திருப்பன்னு நெனைக்கிறாங்க. அதுல மட்டும்தான் அவெங்க கணக்குத் தப்பு.

நீ வூட்டுக்குள்ள அடங்கி நிக்கற ஆளா? ஊரையே காவக் காக்குற முனீஸ்வரன்னு அவெனுங்களுக்குத் தெரியாது. முனீஸ்வரன்னு ஏற்கெனவே பேர் வச்சிருக்காங்களேன்னு அவர் பேரையே சொல்றேன்.

முனீஸ்வரனை எதுவும் அழிக்காதுன்னு சொல்லுவாங்க. நீயும் அப்படியிருக்கணும் நடராஜி.”

பெரியப்பாவின் குரல் சட்டென்று கனிந்தது.

“ஊர்ல காசு பணம் வச்சிருக்கிறவன் என்னைவிட நிறையப் பேர் இருக்கான். ஆனா பஜார்ல என் வார்த்தைக்கு மறுவார்த்தை ஒருத்தன் பேச முடியாது. நானா சம்பாதிச்ச பேரு. சாராயம் வித்த காசும் அதுக்கு உதவுச்சிதான். இல்லைன்னு சொல்லல. ஆனா சாராயம் காய்ச்சுற எத்தினி பாய்ங்க பஜார்ல இருக்கான்? எல்லாருமே கிரிமினல் கேஸ்ல மாட்டி வெளிய வந்தவன். நான் இந்தப் பேர் வாங்குனத்துக்கு காரணம், உதவின்னு கேட்டவங்க எல்லாருக்கும் செய்வேன்.”

“.....”

“ராஜி கதையும் என் கதையும் இன்னும் எத்தனை நாளுக்கு ஓடும்னு தெரியாது. பல்லன் மாதிரி ஆளுங்கள ஊருக்குப் பெரிய மனுஷன்னு சொல்ல முடியுமா? தன்னை மீறி, சின்னதா ஒரு விஷயத்தை அவனால யோசிக்க முடியுமா? முடியாது. இந்த மண்ணுல வெதை முளைக்குதுன்னா, சும்மாவா முளைக்குது? அதுமாதிரிதான் நீ. ஒனக்குக் கொஞ்ச வயசுதான். ஒன் காலத்துக்கு ஒன் தகுதிக்குப் பதவி, அதிகாரம் வந்தாலும் வரலாம். வரவே வராது, கட்டாயம் வந்துடும்னு ரெண்டையும் நான் சொல்லல. ஆனா எது நடந்தாலும் ஊர்ப் பொது மனுஷனா, பாரபட்சம் இல்லாம நல்லது செய்யற ஆளா இரு. ஊருக்கு ஒருத்தனாவது அப்படி இருந்தாத்தான் மழை பெய்யும். ஊர் சுபிட்சமா இருக்கும்.

ஒவ்வொரு தைப்பூசத்துக்கும் ஒங்க அய்யாவும் மாமாவும் வடலூர்ப் போயிட்டு வர்றாங்களே எதுக்கு? சாமி கும்பிடவா? வயித்துப் பசி மட்டும்தான் நெலையானது. என்னைக்குமே அணையாது. அது எரிஞ்சிக்கிட்டே இருக்கிற வரைக்கும் பசிய தீர்க்கிற அடுப்பும் எரிஞ்சிக்கிட்டே இருக்கணும்னு புரிஞ்சிக்கிறதுக்குத்தான். அதனாலதான் கிண்ணம் வைக்கிற எல்லா நாளும் அதுல தவறாம அன்னத்தைப் போடுறாங்க. நமக்கு வள்ளலார்லாம் சொன்னாப் புரியாது. புடிக்காது. ஆனா ரத்தத்துல இருக்கே, என்ன பண்றது? அண்ணாவும் பெரியாரும்

சொல்றத கேக்கறதோட ஊருக்கு என்ன தேவைன்னும் கேட்டும் செய்வோம். அதை நீ என்னிக்கும் விட்டுடக் கூடாது."

"எனக்குக் கட்சியில பதவி இருந்தாலும் இல்லைன்னாலும் நான் என்னிக்குமே இதே மாதிரிதான் இருப்பேன், பெரிப்பா. ஒங்களுக்கே நல்லாத் தெரியும்."

"அதனால்தான் ஒன்கிட்ட இவ்ளோ பேசுறேன்ப்பா."

இருவரும் பேசிக்கொண்டே மூன்று தெருவைக் கடந்து, ஆலமரத்தடிக்கு வந்திருந்தார்கள். காற்றில் குளிர்ச்சி அதிகமாகி யிருந்தது. வடிவேல் கீழே துண்டால் தட்டிவிட்டு உட்கார்ந்தார். நடராஜனையும் உட்காரச் சொன்னார்.

"கோவத்திலே மரம் மாதிரி நிக்கிறீயேன்னு திட்டுறோம். ஆனா, மரம் மாதிரி நிக்கறது எவ்ளோ கஷ்டமில்ல? எல்லா நல்லதையும் செஞ்சிட்டு, எல்லாக் கெடுதலையும் தாங்குறதுன்னா சும்மாவா? உண்மையில மரம் ஒரு ஞானிதான். மரத்தடியில ஞானம் வந்துச்சுன்றானுங்க மடையனுங்க. மரமே பெரிய ஞானங்கிறது புரியாம."

வடிவேலுக்குப் பேசி முடித்ததில் மனசு லேசாகியிருந்தது. பேச்சு இளகி இருந்தது.

நடராஜனுக்குக் கடைசி வார்த்தை மனத்தில் பளிச்சென்று உட்கார்ந்துகொண்டது.

"நாளைக்கே மேஸ்திரி ஒருத்தனைப் புடி. ராஜிகிட்ட சொன்னீன்னா காத்தா பறந்துடுவான். கோயில் மதில் செவர கட்ட எவ்ளோ மண்ணு, கருங்கல்லு, சின்ன ஜல்லி வாங்கணும்னு கேளு. சேலத்துக்காரனுங்க, பஜார்ல எங்கியோ இருக்கானுங்களாம். நாளைக்கு விசாரிக்கிறேன். நீர்வளம் பாத்து, கோயில ஒட்டியே சர்க்காராங் கெணறு அளவுக்குப் பெருசா ஒண்ணு எடுப்போம். கெணறு எடுக்கிறவனுங்க காச வாங்கிக்கினு ராத்திரியோட ராத்திரியா ஓடிப் போய்டுவானுங்க. நாம கூடவே இருக்கணும். மனச மாத்து. நீ வாக்குத் தவறிட்டேன்னு இருக்கக் கூடாது. விறுவிறுன்னு ஆரம்பி. காசப் பத்திக் கவலைப்படாதே."

நடராஜனுக்குக் கண்ணீர் வழிந்தது. துண்டால் துடைத்துக் கொண்டே விக்கினான். வடிவேல் முதலியார் நடராஜனின் முதுகில் ஆதரவாகத் தடவிக் கொடுத்தார்.

“இந்த ஆலமரம் நம்ம பாட்டன், முப்பாட்டன் யார் வச்சதோ? நீயும் நானும் நெழலுக்கு ஒக்கார்றோம். நாமளும் அங்கங்கே நல்லதை வெதைச்சிட்டுப் போவோம். பின்னால யாராவது அனுபவிக்கட்டும். இது நம்ம கடமை.”

நடராஜனின் உடல் மேலும் குலுங்கியது. வடிவேல் ஒன்றும் பேசாமல் அமைதியாக இருந்தார். நடராஜன் அழுகை ஓய்ந்து தானாகச் சரியாகும் வரை காத்திருந்தார். ஆலமரத்திலிருந்து இறங்கிக்கொண்டிருந்த சணல் போன்ற மெல்லிய விழுதொன்றினைக் கையால் பிடித்து இழுத்தார். விரலைக் கிழித்ததே தவிர விழுது அறுபடவில்லை.

பறவைகளின் சத்தம் ஆரம்பித்தது. கீழ்வானத்தில் இன்னும் சிவப்பு வரவில்லை. கருஞ்சாம்பல் நிறம் இருளோடு சேர்ந்து கரையத் தொடங்கியிருந்தது.

“போலாம கண?”

அப்பா சின்னு கேட்பது போலவே இருந்தது.

“போலாம்ப்பா.”

வடிவேலுவும் நடராஜனை ஊன்றிப் பார்த்தார்.

இருவரும் தங்கள் தெருவுக்குத் திரும்பும்முன் நடராஜன், “சப்பை மூக்கன் போட்டிருக்கானாம். தெறக்கிற நேரம்தான். போய் டீ குடிச்சிட்டுப் போலாமாப்பா?”

“ஓ, தாராளமா.”

இருவரும் மீண்டும் ரோட்டுக் கடைக்குத் திரும்பி நடந்தார்கள்.

அதிகாலையின் மென்மையான காற்றில் கறுப்புச் சிவப்புக் கொடி மேலெழுந்து பறக்கப் பார்த்தது.

“கொடி வெளுத்துப்போய் கெடக்குதுப்பா. நாளைக்குப் புதுசா ஒன்னு தைக்கச் சொல்லணும்.”

வடிவேல் சரியென்பதைப்போல் தலையசைத்தார்.

●